एकलव्य

शरद दळवी

मेहता पब्लिशिंग हाऊस

Please contact us at **Mehta Publishing House,** Pune 411030.
✆ +91 020-24476924 / 24460313 / Mob. No. 9545000513
Email : production@mehtapublishinghouse.com
Website : www.mehtapublishinghouse.com

- *या पुस्तकातील लेखकाची मते, घटना, वर्णने ही त्या लेखकाची असून त्याच्याशी प्रकाशक सहमत असतीलच असे नाही.*

EKLAVYA by SHARAD DALVI

एकलव्य : शरद दळवी / कादंबरी

Email : author@mehtapublishinghouse.com

प्रकाशक : सुनील अनिल मेहता, मेहता पब्लिशिंग हाऊस,
१९४१, सदाशिव पेठ, माडीवाले कॉलनी, पुणे – ४११०३०.

मुद्रक : ट्रिनिटी ॲकॅडमी फॉर कॉर्पोरेट ट्रेनिंग लिमिटेड

मुखपृष्ठ : चंद्रमोहन कुलकर्णी

प्रकाशनकाल : ११ ऑगस्ट, १९८८ / ११ फेब्रुवारी, १९९५ / ऑक्टोबर, २००३ / जून, २००८ / फेब्रुवारी, २०१२ / जुलै, २०१६ / पुनर्मुद्रण : जानेवारी, २०१८

किंमत : ₹ २९५

P Book ISBN 9788177664195
E Book ISBN 9788171614202
E Books available on : amazonkindle Apple Books Google Play Books

---

जे दिठीही न पाविजे। ते दिठीविण देखिजे।
जरी अतींद्रिय लाहिजे। ज्ञानबळ।।
श्रीगुरुचेनि नांवें माती। डोंगरी जयापासीं होती।
तेणें एकलव्यें त्रिजगतीं। येकवद केली।।

माझे आजोबा कै. भास्कर अनंत दळवी ऊर्फ दादांच्या सुखद स्मृतीस–

शरद

भूमिका

●

महाभारताने भारतीय मनाला नेहमीच मोहिनी घातली आहे. जगातील पाच सर्वोत्कृष्ट साहित्यकृतींमध्ये ती सर्वोच्च आहे. म्हणूनच 'व्यासोच्छिष्टं जगत्सर्वं!' मानवी जीवनातील अनेक शोकांतिका व्यासांनी अत्यंत रेखीवपणे चित्रित केल्या आहेत. त्यांतील एक एकलव्याची.

ही कथा युगानुयुगं अनेक देशांत घडत आलेली आहे. अमेरिकेपासून आफ्रिकेपर्यंत. कधी जात, कधी धर्म, कुठे रक्तशुद्धी, कुठे वर्ण- अशा कोणत्या ना कोणत्या कारणाने रोज नवनवे एकलव्य जन्माला येत आहेत.

आयुष्याची सुरुवात शिक्षणक्षेत्रात करताना मला जाणवू लागले, की ही कथा जुनी नाही. आयुष्यातील छोट्या-मोठ्या संघर्षाला भिणारे, पोटासाठी लाचार द्रोणाचार्य आणि योग्यता असूनही संधी न मिळालेले एकलव्य पावलोपावली भेटू लागले. पत्रकारितेच्या कालखंडात तर हे दृश्य सारखे दिसू लागले.

द्रोणाचार्य आणि एकलव्याची ही कथा मी भेटेल त्याला ऐकवू लागलो. त्याच वेळी कै. भाऊसाहेब खांडेकर गोव्याच्या दौऱ्यावर आले होते, त्यांची भेट झाली. त्यांनादेखील धृष्टपणाने ऐकवले. 'तूच लिही', असे त्यांनी सांगितले. त्यांनी आज्ञा दिली, इतकेच नव्हे, तर खूप मदतही केली.

कथानकाची जुळणी कशी करावी, पात्रे, त्यांची परस्परांशी नाती यांविषयी सांगितले. कोल्हापूरला येण्याचे प्रेमळ निमंत्रणही दिले. मग मात्र मी एकलव्याने झपाटला गेलो.

कै. वैद्यांनी केलेल्या भाषांतराच्या साहाय्याने मी या महासागरात उतरलो. 'एकलव्य'चा शोध घेऊ लागलो.

खुद्द व्यासांनी चार ठिकाणी अर्ध्या-पाव श्लोकात काही माहिती दिली आहे. मोजक्या शब्दांत एकलव्याचा जीवनपट दाखवला आहे.

'एकलव्य हा हिरण्यधनूचा पुत्र. तो निषादाधिपती. विद्यायाचना करण्यास एकलव्य द्रोणाचार्यांकडे गेला, पण द्रोणांचा नकार. एकलव्याचा स्वप्रयत्नाने विद्या मिळवण्याचा यत्न. त्याच्या प्रयत्नाने व यशाने अर्जुनाला मत्सर. त्यामुळे द्रोणाचार्यांकडून गुरु मानत असल्यास वेतनासाठी उजव्या अंगठ्याची मागणी. एकलव्य अंगठा देतो. एकलव्यचा पुत्र केतुमान. त्याचा वध भारतीय युद्धात

भीमाकडून होतो. अन् एकलव्याची हत्या कृष्णाहाती होते.'

एवढी माहिती साऱ्या महाभारतापासून सिद्धेश्वरशास्त्री चित्रावांच्या चरित्रकोशापर्यंत अनेक ग्रंथांच्या मंथनातून मिळाली; पण एखादा दुसरा दगड वा टेकडी पाहून हिमगिरी कसा रेखाटणार? पण कै. भाऊसाहेबांच्या बरोबर झालेल्या चर्चेमुळे कादंबरी लेखनातील काही तंत्रे समजल्यासारखी वाटत होती; तरीही प्रयत्न करायला मन धजत नव्हते, पण कै. भाऊंच्या आशीर्वादाच्या पाठबळावर काम सुरु केले नि ते हळूहळू आकारू लागले.

कादंबरीला निश्चित उद्देश होता. काही संकल्पना आपण नव्या म्हणून उदोउदो करीत असतो. पण त्या जुन्याच असतात. मार्क्सवाद सांगतो, की विषम समाज-रचनेत शिक्षणाचा उपयोग समाजातील सत्ताधारी स्वतःच्या स्वार्थासाठी किंवा ती विषमतेची पकड अधिक घट्ट करण्यासाठी करीत असतात. एकलव्य-कथेचे सूत्र व्यासांनी याहून मूलगामी केले आहे. कारण मार्क्सवाद समाजाचा विचार समष्टिरूपाने - तोही घाऊक प्रमाणावर करतो. भारतीय परंपरेत हे विचार अधिक सूक्ष्मपणे व्यक्तिमत्वासाठी केले जातात.

सामाजिक भेदभाव उच्चनीचतेच्या कल्पनांतून आणि या कल्पना, स्वार्थ, केवळ व्यक्तिगत स्वार्थ किंवा अहंकारातून निर्माण होतात. वर्गयुद्ध वगैरे हा याचाच एक फाटा. पण मूळ स्वार्थी वृत्तीमध्येच. या सर्वांचे विलक्षण रेखीव व प्रत्ययकारी चित्रण भारतीय महाकाव्यांतून आहे- विशेषतः महाभारतातून.

व्यासांच्या काळातल्या या सामाजिक दोषांचे चित्रण महाभारताच्या अनेक कथांतून मिळते. आर्यांतील समानता, कर्मप्रवणता, स्वतंत्र चिंतनक्षमता, 'इह' सापेक्षता आदी जीवनमूल्यांना व्यासकाळी कीड लागली. धर्म, संस्कृती, आदींमधली स्थलकाल सापेक्ष लवचिकता गेली. त्याजागी आल्या लोखंडी चौकटी.

त्याच काळात ज्ञान आणि पोटभरू विद्या यांची गल्लत झाली. ज्ञानोपासक आत्मकेंद्रित, अहंमन्य, लाचार व पोटभरू बनले. त्यामुळे ज्ञान व समाजाची घसरगुंडी झाली. स्वार्थप्रेरक, पक्षपाती आणि उच्च जीवननिष्ठा न देणारे ज्ञान व्यक्ती व समाजाच्या विनाशाचे एक मुख्य कारण- भारतीय युद्धाचेही ते एक कारण. व्यासांनी एकलव्य-कथेत तोच विचार मांडला आहे. त्याचे परिणाम दाखविले आहेत.

एकलव्याची कथा तिघांची- एकलव्य, द्रोण आणि अर्जुन. या तीन वृत्ती आहेत. प्रकृती आहेत. तशाच विकृतीही. द्रोणाचार्य जीवनकलहाला भ्याले. अपमानाने त्यांच्या आयुष्याचा तोल ढळला. ते कोसळतच गेले. अपमानाचा सूड आणि द्रारिद्र्याशी लढाई, त्यांत मूलभूत भित्रेपणा यांमुळे हे व्यक्तिमत्त्व फारच

स्फोटक, अन् अनर्थकारी बनले.

द्रोणांनी आपल्याकडील श्रेष्ठ विद्येचे दुकान काढले. त्यातला वेचक माल शक्तिमंतांनी उचलला. ज्ञानाचे श्रेष्ठत्व संपले. गुलामीच्या शृंखला पायी पडल्या. ज्ञान कसे असावे नि ते कोणी घ्यावे, याच्याविषयी नियोजन सत्ता व मत्तावाले करू लागले. ज्ञान व्यक्तिगत किंवा सामाजिक श्रेष्ठत्व टिकविण्याचे साधन बनले- जसे धर्मज्ञान ब्राह्मणांनी आपली मिरासदारी बनवली, तर युद्धविद्या क्षत्रियांनी त्यातली सागराची खोली, आकाशाची सर्वसमावेशकता विशालता नष्ट झाली, धर्मसागराचे अंधश्रद्धांच्या सडक्या डबक्यात रूपांतर झाले. साध्य साधन बनले. खालच्या पातळीवर आले. मानवाच्या मूलभूत आत्मश्रेष्ठत्व प्रस्थापित करण्याच्या वृत्तीमुळे हे सारे घडले.

हाच मानवी स्वभाव- त्याच्या मूलभूत वृत्तीचा सूक्ष्म पदर व त्यामागील सामाजिक संदर्भासह आणि त्याच्या परिणामांच्या चित्रणांसह व्यासांनी रंगवला आहे. व्यष्टीतून समष्टीच्या, व्यक्ती व समाजाच्या समस्यांचे मनोज्ञ दर्शन व्यास घडवतात आणि ते भारतीय संस्कृती व परंपरेशी सुसंगत आहे.

महाभारत ही सामाजिक शोकांतिका आहे. व्यक्ती या वृत्तींची प्रतीके - रूपे. ही शोकांतिका खरी; पण एकलव्य वा कर्णादींची नव्हे. ती आहे उदात्ताची, भलेपणाची. आदर्शांची; स्वत्वाची आणि सत्याची. पात्रे फक्त त्यांची प्रतीक - रूपे. व्यक्तिगत, सामाजिक किंवा सांस्कृतिक मूल्यांच्या या भयाण शोकान्तिकेतील साहित्यिक सौंदर्य आणि शिवत्वाकडे संकेत कणभरही कमी होऊ दिले नाहीत हेच व्यासांचे थोरपण.

द्रोणकाळातच ज्ञान आणि पोटभरू विद्या यांची गल्लत झाली. ज्ञानाच्या कष्टदायी साधनेपेक्षा त्वरित फलदायी, जीवनोपयोगी, व्यवहारी पोटभरू विद्या किंवा श्रेष्ठत्व देणारी विद्या घेण्याचे फायदे याच काळात उघड झाले. विद्येला मूल्यांची चिठ्ठी लागली. आजच्या 'कॅपिटेशन फी' वगैरे कल्पनांची ती गंगोत्री असावी.

एकलव्य हा ज्ञानपिपासु, सुयोग्य अशा विद्यार्थ्यांचा प्रतिनिधी. त्याच्या कापल्या अंगठ्यातून गळणाऱ्या रक्ताच्या कणाकणांतून अनेक एकलव्य युगानुयुगं निर्माण होत राहिले. अन्यायाचा, स्वार्थाचा तो पहिला बळी- सुयोग्य विद्यार्थ्यांविना विद्या अन् विद्येविना विद्यार्थी अनाथच राहू लागले. शिक्षणाची गुलामगिरी, द्रोणाचार्यांची केविलवाणी लाचारी आणि एकलव्यांविषयी समाजाची, सत्तावंतांची उद्दाम बेफिकिरी हे आजचे देखील एक महत्त्वाचे सामाजिक दुखणे आहेच. यामुळे काहीशा स्वानुभवातून मलाही ही कथा सांगण्याची तीव्र इच्छा झाली.

ही सांगताना कुणाला न्याय देण्याचा किंवा कुणाच्या चरित्राचे उदात्तीकरण करण्याचा जाणीवपूर्वक प्रयत्नही केला नाही. मूळ महाभारतातील जी चरित्रे मी घेतली, ती त्यांत त्या त्या संदर्भात जशी भासली, वा दिसली, तशी ती रंगवली. त्यात काहींना आधुनिकता दिसलेही; पण प्रत्यक्षात तशी नाही. मूळ महाभारतात जे बीजरूप आहे, सूक्ष्म वा सूत्ररूपाने आलेय, तेच अधिक स्पष्ट व मोठ्या रूपात सादर केले आहे. मात्र कोणाला न्याय देण्याचाही यत्न यात नाही.

यात व्यासकथा जशीच्या तशी एकलव्याच्या मूळ कथेपुरती आलीय; पण तरीही त्यातील काही प्रसंग, व्यक्तिरेखा वगैरे माझ्या आहेत. सुज्ञ वाचकांच्या ते ध्यानी येईलच; पण ते सर्व मूळ कथेस पूरक व पोषक एवढेच करण्याचा यत्न केलाय. साहित्याला जीवनाचे वळण देण्याची प्रेरणा सार्वत्रिक व सार्वकालिक. त्यामुळे लेखकाला थोडे स्वातंत्र्य असते, ते कथेचे पुन: सादरीकरण करताना मी घेतलेय. त्यामुळे यातले हीण ते माझे व श्रेष्ठ ते व्यासांचे.

खरे सांगायचे, तर मी एक रहस्यकथाकार. लोकरंजनाच्या दिंडीत महंत कथांची पताका घेऊन जाणारा वारकरी.

अनेक व्यवधाने आणि सर्वांपेक्षा अधिक मनातील भयगंड यांमुळे कादंबरी-लेखनाला मुहूर्तच लाभला नाही. आज अखेर ते पूर्ण झाले. तेही सन्मित्रांच्या टोचणीने, सुहृदांच्या साहाय्याने.

ज्येष्ठ सुहृद व श्रेष्ठ पत्रकार श्री. माधव गडकरी व सुप्रसिद्ध व लोकप्रिय लेखक सन्मित्र श्री. गुरुनाथ नाईक यांनी थोर कष्ट घेऊन या बोलत्या माणसाला लिहिता करण्याचे अवघड कार्य पार पाडले. बडबडणाऱ्या प्राध्यापकाचा रोज नियमित, चटकदार व अर्थपूर्ण लिहिणारा सहसंपादक घडवला माधवराव गडकरींनी, तर आग्रह व जरूर तर वादातून तत्त्वबोध करून गुरुनाथने रहस्यकथाकार निर्माण केला. साहित्य-सरोवरात प्रवेश घडवण्याचे, त्यातील उण्यापुऱ्या कर्तृत्वाचे श्रेय या दोन राजहंसांचे.

आभाराने हे ऋण का फिटणार आहे? असे हे ऋण फेडण्याची माझी तरी कुठे इच्छा आहे! या ऋणानेच मला पुढील प्रेरणा मिळणार आहे, हे मी ओळखून आहे.

गोवा विद्यापीठातील गणिताचे ख्यातनाम प्राध्यापक डॉ. सदाशिव देव या कादंबरीचे पहिले वाचक. मैत्री, स्वभावगत ऋतुजा, सहृदहयता वगैरे सर्व अंगभूत सद्गुणांच्या मर्यादा राखूनही त्यांनी कादंबरीच्या घडणीत, तोल अन् शिल्प सांभाळण्यास परखड टीकाकारांच्या आवेशाने साहाय्य केले.

माझे संस्कृतप्रेमी बंधू श्री. प्रभाकर दळवी, त्यांच्या रत्नागिरी आय्. टी. आय्. चे प्रपाठक व विद्यार्थी यांनी प्रेस-कॉपी तयार करण्यासाठी प्रेमळ उत्साहाने मदत केली. माझे ज्येष्ठ साहित्यिक बंधुतुल्य मित्र, सुप्रसिद्ध कादंबरीकार श्री. रणजित दसाई यांनी माझा भयगंड जाण्यासाठी, आत्मविश्वास जागृत करण्यासाठी केलेले साहाय्यही असेच हृदयसंपुटीचा चिरंतन ठेवा आहे.

सातारा व इचलकरंजी ही माझी दोन जोडलेली माहेरेच जणू. तिथल्या मामा वेंगुर्लेकर, प्रकाश देवकुळे, आदी सुहृदांची प्रेरणा व प्रेम, तसेच पुण्यातील सन्मित्र, थोर बालसाहित्यकार श्री. सुधाकर प्रभु यांचे रेशमी चिमटे यांचा कादंबरीच्या निर्मितीत फार पोठा वाटा आहे.

अनेकवार आपल्या छापण्यासारख्या अक्षरात नकला करणारा चि. अभिजित आणि अन्य सर्व आघाड्या सांभाळणारी सौभाग्यवती यांच्याविना ही कादंबरी पूर्ण होतीच ना.

तसेच प्रेमाचे ऋण श्री. मोहन वेल्हाळांचे व अनिल मेहतांचे. मोहनरावांचे अनुभव आणि कष्ट यांचा कादंबरीच्या शिल्पसौंदर्यातील वाटा सिंहाचा; तर अनिल मेहता हे प्रकाशक नव्हेत, तर माझे कुमारभाई आहेत. आमच्या नात्याला नाव नाही, म्हणूनच अधिक जवळीक.

या सर्वांच्या आभारासाठी एकही शब्द उच्चारणे म्हणजे त्यांच्या आपुलकीची, प्रेमाची, सद्भावाची अन् त्यापोटी घेतल्या कष्टांची थट्टाच ठरेल आणि तसले वेडे धाष्टर्य करण्याची हिम्मत माझ्यापाशी नाहीही.

त्यांच्या ऋणांत कृतज्ञ राहण्यातच मी धन्यजीवित. ते ऋण जणू माझे जीवन-धन. तेच माझी प्रेरणा आणि आधार.

या सर्व सुहृदांच्या, तसेच माझ्या वाचकांच्या स्नेहसौहार्दाचे ऋण माझ्यावर वाढत राहो व कृतज्ञ हृदयाने त्याचा स्वीकार करण्याचे सामर्थ्य मला लाभो, हीच प्रार्थना.

शरद दळवी

तिसऱ्या आवृत्तीची प्रस्तावना.....

ही 'एकलव्य'ची तिसरी आवृत्ती. वाचकांच्या निवडीला उतरण्याची पावती जणू. वाचकांचे प्रेम, नवनवे मित्र आणि लेखनाचे समाधान मिळवून दिलेली ही माझी पहिली कादंबरी....

अनेकांचं प्रेमाचं ऋण हिच्यामुळे झालं. नावं कुणाकुणाची म्हणून घेऊ? कुणा कुणाच्या कृतज्ञतेनं उल्लेख करू? सन्मित्र कुमारभाईंचा प्रकाशनव्याप समर्थपणे सांभाळणाऱ्या सुनीलचा? कीं वेधकचित्राने सजवणाऱ्या चंद्रमोहन कुलकर्णींचा? मेहतांच्या विलक्षण तत्पर, सतत सहकार्य करणाऱ्या तडफदार मदतनीसांचा? आणि मग बांध्यापासून चांद्यापर्यंत पसरलेल्या डोळस आणि चोखंदळ वाचकांचं काय? या सर्वांचं ऋण मानसीची ठेव म्हणून जपणंच मी पसंत करेन, पण....

या आनंदाला एक दुःखाची किनार आहे. या कादंबरीच्या जडणघडणीत मोलाचं सहकार्य करणारे माझे मित्र मोहन वेल्हाळ आता नाहीत. त्यांच्याविना... माझ्या सच्च्या मित्राच्या आणि परखड टीकाकाराच्या नसण्याची सवय मनाला अद्याप झालेली नाहीच. आणि याच्या आवृत्त्या निघण्यामागं त्यांचे श्रम, सहकार्य आणि सदिच्छा यांचा वाटा मोठा आहेच. त्यांचा मात्र कृतज्ञतेनें उल्लेख करणं, त्यांच्या ऋणाचा उल्लेख करणं मला आवश्यक वाटतं.

शरद दळवी

उपोद्घात

दुपारचा प्रहर उलटून गेला होता....

घोडा वेगानं धावत होता. तापलेल्या धरणीवरून मातीचा लोट उसळत होता. सूर्यनारायण सहस्त्र नेत्रांनी भूमी भाजून काढीत होते. झाडं, झुडपं, पानं, फुलं, जीव-जंतू-सारे कसे निपचीत पडून होते. त्या विलक्षण दाहक उन्हाच्या आघातानं जणू त्यांच्यांतील जीवन शोषून घेतलं होतं.

पण घोडा वेगात नेणाऱ्या व्यक्तीला-एकलव्याला- मात्र असल्या उन्हाची यत्किंचितही चिंता नव्हती. एकलव्य त्या दाहक उष्म्यातूनदेखील चांदण्यातून जात असल्याप्रमाणे सहजपणे जात होता.

काळे, कुरळ केस त्यानं माथ्यावरून बांधलेल्या पट्ट्यातून रुंद, श्यामल कपाळावर डोकावत होते. त्यांतील, मधूनच डोकावणाऱ्या करड्या बटांमुळं श्यामल चेहऱ्यावर एक वेगळाच धीरोदात्त भाव दिसून येत होता. त्याचे तेजस्वी कृष्णनेत्र समोरच्या रस्त्यावर दृष्टी ठेवून होते; पण तो रस्ता त्यांना दिसतही नसावा, अशी त्यांची अवस्था झाली होती. ते जणू क्षितिजापार कुठं तरी पाहत होते.

अंगावर निषादांचा युद्धवेश धारण केलेला तो श्यामवर्ण, तेजस्वी एकलव्य विचारमग्न स्थितीत घोडा पळवीत होता. घोड्याला जणू आपल्या धन्याच्या मनातील घाई जाणवली असावी. तोदेखील मार्गावरील मोहमयी छायावृक्षांकडे दृष्टीही न वळवता धावत होता-आपली निष्ठा पणाला लावून, आपल्या सर्व शक्ती एकवटून!

प्रातःकाळी सूर्योदयापूर्वी घोड्यावरून चाल सुरू केली होती. दोन वेळा घोडा बदलण्यात आला.... पण एकलव्य मात्र क्षणाची उसंत न घेता, तहान-भुकेची पर्वा न करता जात होता. कारण... धावणाऱ्या अश्वारूढ एकलव्याच्या डोळ्यांसमोर एकच दृश्य दिसत होतं....

शिर तुटलेलं कलेवर... इकडून तिकडे धावणारे घोडे, हत्ती, रथ.... त्या सर्व युद्धाच्या भीषण धुमाळीत, धावपळीत इकहून तिकडे अन् परत तिकडून इकडे ठोकरलं जाणारं शिर!

शुभ्र जटा-दाढीनं मंडित.... चर्येवरील किंचित कठोरतेची झाक वार्धक्याच्या रेषांनी पुसटलेली... हर्षखेदाची भावना नष्ट झाल्यानं, राग, लोभ, द्वेष यांपलीकडे गेल्यानं डोळ्यात एक एकाकी, करुण व शांत भाव असलेली मुद्रा....

त्या मुद्रेवर शेवटच्या क्षणी ऐकलेल्या दारुण वार्तेनं जाणवलेलं दुःख असेल...

की... भीषण विश्वासघातानं वाटलेला क्षोभ किंवा सर्व ईश्वरार्पण करून त्यामुळं आलेली अपार शांती असेल....?

अश्वारूढ एकलव्य अश्वाहून अधिक वेगानं विचार करीत होता.

त्याच्या दृष्टीला दिसत होती : माय-दुखःक्लांत कृपी-आचार्य-पत्नी! मायेनं ओथंबणाऱ्या त्या अश्राप, प्रेमळ जीवाला हा एवढा पर्वतप्राय दुःखभार कसा बरं सोसवला असेल?

एकलव्याच्या मनाचा वारू कालपट भेदीत मागे चालला होता. त्याच्या जीवनातील विभिन्न प्रसंग कालप्रवाहातून वर येत होते.

त्या सर्वांतून अत्यंत प्रकर्षानं दृष्टीसमोर येत होती :

गुरुहत्या... आणि दुःखात बुडालेली कृपी.

गुरुद्रोह्यांनी कपटानं केलेली गुरुहत्या...

एका विक्षिप्त कल्पनेनं पछाडल्यानं, निष्ठेविषयीच्या भलत्या लौकिक कल्पनांचा पाठपुरावा केल्यानं विचित्र परिस्थितीत सापडलेले गुरू द्रोण...

त्यांनी मनाची निष्ठा, प्रेम, माया-सारं काही पांडवांना-विशेषतः अर्जुनाला दिलेलं होतं. केवळ अर्जुनाच्या साह्यानं जीवनातील कल्पनांना, आकांक्षांना मूर्त स्वरूप दिलं होतं. मुलापेक्षा अधिक जवळिकीनं, मुलगा म्हणून मनानं अर्जुनाला स्वीकारलं होतं. स्वतःच्या सुप्त भावनांची पूर्ती करणाऱ्या या मानसपुत्राची भूमिका योग्य व न्याय्य आहे, असं त्यांचं अंतर्मन ग्वाही देत होतं...तरी.. तरी पण ते लढत होते, अर्जुनाच्या, पांडवांच्या विरोधात.

आर्यांच्या वागण्यातील हाच विरोधाभास एकलव्याला समजू शकत नव्हता. मनानं सत्य समजून ही प्रत्यक्षात मात्र सत्याला विरोध का करायचा?

दुर्योधनानं दायभाग म्हणून भूमी परत करायला हवी. त्याचा पक्ष असत्य, अन्याय्य, असं तर कौरवपक्षीय ज्येष्ठच म्हणत राहिले. तसं जर असेल, तर मग ते सरळ सरळ सत्पक्षाच्या वतीनं का उभे राहिले नाहीत? कृती आणि शब्द ह्यांत हे अंतर का म्हणून?

वृद्ध भीष्मांपासून विकर्णापर्यंत सर्वांनीच जर अशी स्पष्ट व मनाला पटणारी भूमिका उघडपणानं घेतली असती, तर...?

ती अवघी मूठभर माणसं ! पण मनाचं आणि आचाराचं एकीकरण करू शकत असती, तर हे भीषण युद्धच झालं नसतं. हा भीषण नरसंहार, ही अमानवी, अमानुष स्वार्थी वृत्ती, विजयाच्या लालसेपोटी होणारी ही क्रूरतम कृष्णकृत्यं... हे सारं वाचलं नसतं का?

गुरू द्रोणांनी कौरवेश्वरावर वाहिलेली निष्ठा सार्थ करण्यासाठी त्यांचा पक्ष उचलून धरला.

हं...निष्ठा...ही..ही निष्ठा.... कसली? मनानं पूर्णांशानं पांडवमय झालेल्या भीष्मांनी निष्ठेपायी काय केलं? केवल हजारो वेतनभोगी दरिद्री सैनिकांची या रणकुंडात आहुती दिली... अन् शेवटी आपलीही! हा एकाच कुळातील काही व्यक्तींच्या स्वार्थाच्या, वैयक्तिक हेव्यादाव्याच्या पोटी उद्भवलेला संघर्ष... तरीही हा नर-संहार, हे क्रौर्य, ही अमानवी वृत्तीची प्रदर्शनं का घडावीत?

आपल्या निषाद-कुलातील दोन कुमारांत असाच संघर्ष होता, तर तो त्यांना सर्वांसमक्ष व्यक्तिगत पातळीवर मिटवावा किंवा लढवावा लागता. आर्यांच्या या संघर्षात धनसंपदेचा, राज्यलक्ष्मीचा नाश तर होतोच आहे; पण नरसंहारामुळे त्यांची स्वत:ची शक्ती क्षीण होते आहे, हेही न समजण्याइतके हे अंधबुद्धी व उन्मत्त झाले आहेत ना?

या विचारांच्या वादळात एकलव्याचं मस्तक भणाणत होतं. कोणत्याही अन्य गोष्टींकडे लक्ष जात नव्हतं. भोवतालच्या म्लान निसर्गाकडे, भयानक उन्हाकडे, आपल्या आवडत्या अश्वाच्या स्थितीकडेदेखील त्याचं लक्ष नव्हतं. त्याच्या मनात सतत एकच प्रश्न रुंजी घालीत होता :

का? माणसानं असं का वागावं?

ज्या गुरूनं बोटाला धरून विद्या शिकवली, ज्यांच्यावरील अमाप मायेनं स्वत:वर येणाऱ्या लोकनिंदा व कलंकाची पर्वा देखील द्रोण गुरूंनी केली नाही, त्या, त्याच पुत्राहून अधिक प्रिय व लाडक्या शिष्योत्तमानं कपटानं गुरूचा घात करण्यात सहभागी व्हावं, हे केवढं निर्घृण कृत्य! पण एवढ्या आसुरी कृत्यावर तरी ते उन्मत्त व स्वार्थी शिष्य थांबलेत?

शिरच्छेद करून मस्तक रणकल्लोळात उन्मत्तपणे फेकावं...पायांनी

लाथाडण्यासाठी... केवढा घोर हा अपराध ! मृताचा अपमान, हेच अमानुष कृत्य. स्वत:च्या मातेसमान गुरूला असं मारून अपमानितकरणं...

हे आर्य... हे प्रगत...मरणानं यांची वैरं संपत नाहीत. मृत्यूदेखील सूडाची आग शांत करीत नाही! मरणोत्तर विटंबना करण्यासारखं हीन कृत्य... माणूस .. छे:! फक्त श्रेष्ठ आर्य जातीतील माणूसच हे करू शकतो....?

हे ऐकून एकलव्यला आश्चर्य वाटत होतं.

त्याच्या समोर दिसत होतं, ते शुभ्र दाढीनं व जटांनी मंडित मस्तक...

रक्तानं लडबडलेलं, धुळीनं भरलेलं मस्तक...

उन्हानं रापलेलं, गौरवर्णावर तप्त तांब्याची छटा चढलेलं मस्तक...

--आणि प्रगत... सुसंस्कृत म्हणवणाऱ्या आर्यांचं ते उन्मत्त पाशवी वर्तन...! सूड...! खरंच का सूडानं माणूस आणि पशू यांच्यातील अंतर पुसलं जातं? आणि सूडानंतर...?

आपल्या कृत्याची जाण झाली, त्यातील क्रौर्य स्वत:ला जाणवल्यानंतर होणारा मनाचा दाह हे लोक कसा बरं सहन करत असतील? की काहीच वाटत नाही यांना? आपण गुरुहत्येच्या सूडासाठी नाही का जात आहोत?

एकलव्याच्या मनात विचार आला. तो विचाराबरोबर दचकला.

नाही, सूडासाठी नाही! प्राप्त कर्तव्य करण्यासाठी जातो आहे. यात सूडाचा वासही नाही. कारण व्यक्तिगत हानिलाभाचा विचार नाही. कुणी काही म्हणो, अंतर्यामी सत्य जाणतो आपण... आणि भगवान एकलिंग! गुरुऋणाची फेड, एवढाच उद्देश.

गुरूच्या पाशवी हत्येचं... निर्घृण हत्येचं प्रायश्चित्त देणार.

--आणि या विचाराबरोबर त्याच्या डोळ्यांसमोर दिसू लागलं-गुरूचं मस्तकविहीन धड. वठलेल्या वृक्षाच्या उरलेल्या करपट बुंध्यासारखं द्रोणांचं वृद्ध धड.

-आणि परत एक आवेश, एक संताप त्याच्या मस्तकी चढला. त्याला भासलं, की ते मस्तकहीन शरीर जणू आपल्याला बोलावीत आहे. आणि ओठ हलले :

'गुरुवर... मी येतो आहे. आपला शिष्य एकलव्य! सत्यप्रतिज्ञ, आपल्या शिष्यत्वानं धन्य झालेला एकलव्य आपले प्राण आपल्याच कामी लावण्यास येतो आहे. गुरुवर! मी... मला जर आपल्या शेजारी, युद्धभूमीवर राहण्याची संधी मिळाली असती, तर....'

एकलव्य स्वत:शीच बोलत होता. उच्च स्वरात.

अतिशय वेगानं तो रणभूमीकडे निघाला होता. कौरव-पांडवांच्या युद्धाकडे... एक निरर्थक, अकारण आणि अवास्तव अशा नरमेधाकडे....

सूडानं पेटलेल्या मनानं, दु:खानं भणाणलेल्या मस्तकानं, रणोन्माद संचारलेला, एकलेपणाची जाण वा भानही न उरलेला एकलव्य वेगानं जात होता.

मात्र त्याच वेळी त्याच्या मनात काळाची पानं उलट्या दिशेनं फडफडत होती.....

आठवण जागृत होत होती.

डोळ्यांपुढील कुरुक्षेत्राचा देखावा पुसट होत गेला आणि कालपट भेदून, एकलव्य, निषादांचा महादंडनायक, नव्हे, लोकनायक एकलव्य पोहोचला होता हस्तिनापुरी-कित्येक वर्षांपूर्वीच्या ... तीन, साडेतीन तपांपूर्वीच्या काळांत...त्याला दिसत होता विद्यायाचनेसाठी उत्सुक एकलव्य....

कुमार एकलव्य.....

१

कोवळ्या वयाच्या एकलव्यानं आश्रमाच्या द्वाराशी येताच सभोवार दृष्टी फिरवली. त्याच्या बालहृदयाची धडपड वाढली.

आश्रमाचं वातावरण शांत होतं. तरी त्या नीरव वातावरणात मनावर भार घेण्याइतकी गौरवपूर्ण भव्यता होती. दोन्ही कुमार चकित, विस्फारित नेत्रांनी भोवताली दिसणाऱ्या प्रत्येक गोष्टीकडे निर्व्याज कुतूहलानं, नाविन्याच्या औत्सुक्यानं बघत होते.

एक कुमार साधारण बारा वर्षांचा असावा. सावळा वर्ण, लांबट गोलाकार मुख, त्यावरचा निर्भय भाव नि कुतूहल, औत्सुक्यानं तुडुंब भरलेले डोळे. काळ्याभोर डोळ्यांच्या त्या कुमारानं आपल्या केसांभोवती कसल्यातरी वेलींची गुंफण केली होती. त्याचे काळे व सरळ केस खांद्यापर्यंत लोंबत होते.

रुंद कपाळ, प्रमाणबद्ध जिवणी, हालचालींत निर्भय सावधपणा तर होताच; पण एखाद्या वन्य श्वापदाच्या हालचालींतील सहज रेखीवपणाही होता. त्याच्या केसांवरील वेलीवर गरुडाची पिसं लावली होती. आरोग्याचे, मनाच्या सहज सात्त्विकतेचे अन् मोकळपणाचे तेज त्याच्या मुखाला एक वेगळा गोडवा देत होते. रुंद खांदे, शरीराच्या सहज हालचालींतून उघड्या दंडांवरील प्रकट होणारे स्नायू, बारीक कंबर आणि आत्मविश्वासपूर्ण चालीनं तो एखाद्या सिंहाच्या छाव्याप्रमाणे येत होता. धुळीनं माखलेला चेहरा व खूप जीर्णसं दिसत असलेलं पावलांवरील चर्मावरणं, त्यानं, केलेली वाटचाल जणू सांगत होती.

'कोण!.... कोण बरे असेल हा?....' कृपीच्या मनात विचार आला.

ते दोन कुमार आश्रमाच्या महाद्वारातून आत शिरल्यापासून ती त्यांच्याकडे पाहत होती.

दुसरा कुमार खूप काळसर होता. पहिल्याहून थोडासा मोठा असावा-एखाद्या वर्षानं. त्याची दृष्टी चोहोकडे भिरभिरत होती.

आश्रमाचं भव्य आवार, एका बाजूला असलेलं खास तयार केलेलं उपवन, त्यातील शाल, ताल, तमाल, आदी सर्व वृक्षांसह त्यानं निरखलं होतं. रानाच्या एका बाजूला अगदी नैसर्गिक झऱ्यासारखा-नदीतून मुद्दाम बांध घालून वळवून आणलेला प्रवाह होता.

दोघेही कुमार प्रवाहाकडे आले. दोघांच्या जवळ असलेली ओझी त्यांनी खाली

ठेवली. पण त्यांनी आपल्या कमरेला असलेली आखूड खड्‌गं, खांद्याशी अडकवलेलं धनुष्य व पाठीचा भाता काढला नव्हता.

एकही शब्द न बोलता त्या कुमारांनी आपल्या पावलांवरील चर्मावरणं काढून ठेवली. अंगांवरील वस्त्रं देखील चर्मवस्त्रंच होती. एकाच्या शरीरावर वाघाच्या कातड्याचं वस्त्र व दुसऱ्या-किंचित मोठा वाटणाऱ्याच्या शरीरावर मृगचर्माचं वस्त्र होतं.

दोन्ही मुलं कशी शोभत होती त्या वस्त्रांत!

दोघांनीही जलप्रवाहात प्रवेश केला. ज्या जलाच्या शीतल स्पर्शानं त्यांच्या सर्वांगावर उमटलेली सुखाची लहर कृपीला दुरूनही जाणवली.

'कोण... कोण असतील बरं ही....?'

कृपीच्या मनातील विचार ढोसणी देऊ लागला. या अनामिक कुमारांविषयी आकस्मिकपणे तिच्या उरी वात्सल्य दाटून आलं.

तसे आश्रमातील सर्वच कुमार तिच्याशी मातेच्या जवळिकीनं व आत्मीयतेनं वागत. युवराज दुर्योधन एवढा अवखळ, संतापी व अविवेकी, असे सर्व म्हणत; पण कृपीजवळ तो एक आज्ञाधारक, मायाळू, पण जरासा हट्टी कुमारच होता. भीमासारखा दांडगोबा देखील कृपीच्या मधुर वात्सल्याच्या भाराखाली विनम्र व आज्ञाधारक होई.

कृपीला कोणत्याही मुलाबद्दल वाटणारं अकृत्रिम व अनावर वात्सल्य या सर्व कुमारांना मोहित करी. कधी-कधी तर अश्वत्थामा, आपली माता आपल्याहून अन्य कुमारांवर अधिक स्नेह करते, या आशंकेनं व्याकूळ होई. रागावे. रुसे. अन् मग त्याची मनधरणी करावी लागे.

अश्वत्थाम्याच्या असल्या मत्सरयुक्त वर्तनाचं स्मरण होऊन कृपीच्या मुखावर एक वेगळंच माधुर्ययुक्त स्मित उमलून गेलं.

तरीपण आपल्या मनाला या प्रथमच पाहिलेल्या अनामिक कुमारांविषयी वात्सल्याचा उमाळा यावा, या अनुभवानं ती स्वत:च चकित झाली होती.

माध्यान्ह-वेळा उलटली होती. आचार्य आपल्या शिष्यांसह शिकारीला गेले होते. सांध्यसमयी ते परतणार होते. त्यामुळं आश्रमात काही सेवकांशिवाय अन्य कोणीच नव्हतं. सारा आश्रम जणू ओसाडसा भासत होता.

त्या दोन्ही कुमारांनी ओंजळीतून घोट दोन घोट जल प्राशन केलं. काळसर मुलानं काहीतरी म्हटलं. तो मोठ्यानं हसला. दुसऱ्यानं काही तरी उत्तर दिलं व त्याचं हास्य मध्येच थांबलं.

ते कुमार प्रवाहाच्या बाहेर आले.

प्रवाहाबाहेर येताच त्यांनी आपले हात, पाय व तोंड कोरडे केले. पादत्राणं

घालून ओझी उचलून ते निघाले.

छोट्या कुमारानं साऱ्या आश्रम-परिसरावरून पुन्हा एकदा दृष्टी फिरवली. मध्यभागी आणि काहीशी उंचावर द्रोणांची पर्णकुटी होती. त्याच्या चारी बाजूंनी मोकळी पडवी होती. त्यामुळं आश्रमाच्या सर्व बाजूंना दृष्टी टाकता येत असे.

छोट्या कुमारानं दुसऱ्याला काहीतरी सांगितलं अन् दुसऱ्यानं मग याच पर्णकुटीकडे दृष्टी टाकली. त्यानंही केवळ मान हलविली अन् मग दोघंही या मध्यवर्ती पर्णकुटीकडे येऊ लागले.

कुमारांच्यात लगबगही होती अन् काहीसा गोंधळ देखील.

कृपीला आश्चर्य वाटलं.

आपण एका बाजूला असल्यामुळं त्यांना दिसलो नसू, असं कृपीला वाटलं.

धीरोदात्त पावलं टाकीत पुढचा कुमार येत होता. मागे दुसरा कुमार होता. सरळ दृष्टी, ताठ मान, एक ऋजुता, तरीही सहज आत्मविश्वास दोघांच्या चालीत होता.

कुमार पर्णकुटीच्या समोर आले. थबकले. क्षणभर. क्षणभरच दोघेही गोंधळल्यासारखे झाले.

कृपी चटकन पुढं झाली. तिच्या तांबूसगौर चर्येवर सहज वात्सल्याचं स्मित पसरलं. तिची दृष्टी त्या कुमारांच्या दृष्टीस भिडली.

'या, वत्सांनो...' ती माधुर्याने उद्गारली.

केवळ 'वत्सांनो' ह्या एकाच शब्दानं जादूची कांडी फिरवावी, तसा चमत्कार झाला.

त्या कुमारांच्या चर्येवरचा संभ्रम संपला. संभ्रमानंतर आश्चर्य, आनंद अन् व्याकुळता यांचा छायाप्रकाशाचा मोठा मनोहर खेळ कुमारांच्या मुखांवर दिसून आला.

किंचित थोराड कुमाराच्या दृष्टीतील अविश्वास जाऊन त्या ठिकाणी विलक्षण व्याकूळ भाव दिसू लागला.

कृपीचं वात्सल्य अधिक कळवळलं.

'या... या.. बाळांनो! कोण तुम्ही?' कृपीनं आश्वासक स्वरात म्हटलं.

दोन्ही कुमार पुढं झाले. एकाच्या आविर्भावात अद्यापही काहीसा अविश्वास, थोडासा संभ्रम होता.

पुढं असलेला कुमार दोन लहान पायऱ्या चढून वर आला. त्यानं आपल्या जवळील ओझं खाली बाजूला ठेवलं. खांद्याचं धनुष्य व भाता सोडवून ठेवला. अवघ्या काही क्षणांत तो शस्त्रविहीन असा पुढं झाला.

कृपीपुढं गुडघे टेकून, नतमस्तक होऊन त्यानं भूमीवर माथा टेकला.

'प्रणाम माते!' काहीशा कातर स्वरात त्याच्या तोंडून शब्द उमटले.

कृपीनं पुढं होऊन त्याच्या मस्तकावर हात टेकवला आणि ती तोंडातल्या तोंडात पुटपुटली,

'आयुष्यंत, वरदवंत, जयवंत भवतु, पुत्र!' तिलाही एका अननुभूत भावनेनं भरून आलं होतं.

तिच्या शीतल हस्तस्पर्शानं त्या कुमाराच्या चर्येवर एक शांत, तृप्त भाव दिसू लागला.

'मी निषादनायक हिरण्यधनूचा पुत्र, एकलव्य! हा माझा सुहृद, अभिन्न सखा, शंबर. माते, गुरू द्रोणांच्या दर्शनाच्या अभिलाषेनं आम्ही आलो आहोत. आचार्यांना भेटण्यासाठी ही अवेळ तर नाही ना?'

स्पष्ट, मार्दवयुक्त आणि आर्जवी स्वरात एक संमोहन आहे, असं कृपीला वाटलं. त्याच्या शब्दांतील व स्वरातील नम्रतेमुळं तिचा ग्रह अधिकच अनुकूल झाला.

'नाही, वत्सा. पण आचार्य सर्व शिष्यांसह मृगयेस गेले आहेत. येण्यास सांजवेळ तर होणारच.' ती उद्गारली.

परत एकलव्याच्या मुद्रेवर एक निराशेचा ढग झाकोळून गेला. तो कुमार काही तरी इच्छा धरून दीर्घ प्रवास व अनेक संकटं पार करून आला असावा. अन् त्वरित आचार्यांचं दर्शन न होऊ शकल्यानं झालेल्या निराशेचं सावट त्याच्या चेहऱ्यावर स्पष्ट दिसत होतं.

भावनांचा स्पष्ट ठसा त्याच्या नितळ, भावदर्शी मुद्रेवर अन् त्याहून अधिक त्याच्या काळ्याभोर पाणीदार नेत्रांत उमटत होता. ही उतावळी, भावोच्छृंखल वृत्ती त्याच्या वयास साजेशी होती.

'वत्सा, दीर्घ यात्रेनं तुम्ही थकला असाल! अश्वावरून प्रवास केला काय?' कृपीनं चटकन त्या कुमाराचं लक्ष वेगळ्या गोष्टीकडे वेधलं.

'नाही, माते, आम्ही पदयात्रा केली.' एकलव्य उत्तरला.

'तुम्ही हातपाय धुतलेले दिसतात.'

'होय, माते.... आम्ही क्षमाप्रार्थी आहोत.' एकलव्य काहीसा संकोचपूर्ण आणि लज्जायुक्त स्वरात म्हणाला.

'का? का बरं?' कृपीनं विचारलं.

'आश्रमाच्या परिसरातील शीतल, स्वच्छ जलात आम्ही अनुमतिविना हातपाय धुतले. पण..पण,माते, हा शंबर म्हणाला, आपण मंदिरात स्वच्छपणे जायला हवं. हा गुरुदेवांचा निवास म्हणजे ज्ञानाचं साधना-मंदिर! अन् म्हणून हा अपराध....'

एकलव्याचा आवाज आत ओढल्यासारखा झाला.

त्याची ही ऋजुता, सरलता आणि स्पष्ट बोलणं कृपीच्या हृदयाला स्पर्श करून

गेलं. ही मुलं सर्वतोपरी वेगळी होती.

तिच्या दृष्टीसमोर आचार्यांचे- आपल्या दिगंतकीर्ती पतीचे सर्व शिष्य आले.

'छेः! हा सर्वाहून वेगळा कुमार!' तिच्या मनी विचार आला. 'धन्य आहेत याचे माता-पिता! या रूपगुणांचा पुत्र लाभणं ही केवढी पुण्याई!'

विचारांच्या भरात तिची मान किंचितशी हलली. ही कृती आपल्या दुष्कृत्याविषयीचा जणू निषेधच, असं एकलव्याला भासलं. त्याच्या मुद्रेवर अधिकच लज्जा, दुःख उमटलं आणि तो पांढराफटक पडला.

कृपीची दृष्टी त्याच्या चर्येवर जाताच तीही या त्याच्या आत्मपीडेच्या स्पष्ट दर्शनानं व्याकुळली. आणखी एक पाऊल पुढं जाऊन तिनं एकलव्याच्या खांद्यावर हात ठेवला.

'वत्सा, अकारण दुःख करणं हेही पापच. अरे, निसर्ग हा मातेप्रमाणेच नव्हे काय? तो सर्व लोकांकरताच आहे. झऱ्याचं पाणी हे पांथस्थांच्या उपयोगासाठीच असते ना?'

'पण, माते, आश्रमातील पवित्र प्रवाह.....'

'बाळा, सर्व प्रवाह पवित्रच. आश्रमातल्या परिसरातला असो, की अरण्यातील श्वापदांची तहान शमविणारा असो. दोहोंचं कार्य एकच. जीवनदान. त्यामुळं पवित्र्य वा मोठेपण ही सारखेच. वाहत्या प्रवाहावर का कोणाची मालकी? वेड्या, उगाच स्वतःला त्रास करून घेऊ नकोस.' कृपीनं प्रेमळ आणि आश्वासक सुरात म्हटलं.

कृपीनं एकाच वेळी इतकं मोठं भाषण केल्याचं पाहून आचार्यदेखील चकित झाले असते. ती स्वतःदेखील हे एवढं बोलल्यानंतर काहीशी स्तिमित झाली होती. पण या मुलांच्या सहवासात ती नकळत खुलत होती.

तिच्या कोमल स्पर्शानं व आश्वासक, प्रेमळ स्वरानं भारावून गेलेला एकलव्य पुन्हा सावरला. उत्फुल्ल दिसू लागला. अन् त्याच्या कृष्णवर्णी सोबत्यास देखील कंठ फुटला.

'माते, हेच, नेमकं मी त्याला सांगितलं. शिवाय मंदिरात स्वच्छ यायला पाहिजे, असं पुरोहित नेहमीच सांगतात. आणि, माते, तुझी दृष्टी आमच्यावर होतीच की! आम्ही अयोग्य आणि अनुचित अतिक्रमण करतो आहोत, असं वाटतं, तर प्रतिबंधक वा निषेधात्मक हालचाल केलीच असतीस ना तू?' शंबराचा स्वर काहीसा विजयी, पण मधुर होता.

'शंबरा, तोंड आवर. अधिक्षेपाची भाषा...' एकलव्यानं तीव्र स्वरात म्हटलं. पण तो आपलं वाक्य पूर्ण करू शकला नाही, कारण शंबरानं मध्येच बोलून त्याला अडवलं होतं.

'एकू.... पुरे रे, तुझे नियम! मातेचा अपमान करणारा शब्द पुत्राच्या तोंडून

निघेल कसा? अन् पुत्राचे बोल कोणत्या मातेला उद्धटपणाचे, अधिक्षेपाचे वाटतील?' अन् त्यानं कृपीकडे दृष्टी वळवली.

शंबराच्या युक्तिवादावर एकलव्य निरुत्तर होऊन त्याच्याकडे पाहत राहिला.....

'सत्य आहे, शंबरा, मंदिर सर्व भक्तांचं, तसंच हे ज्ञानमंदिर, हो! तिथं ना अनुमतीची आवश्यकता, ना बंधनं. कसलाच प्रतिबंध नसतो मंदिरात. असूही नये. नि:शंक व्हा, बाळांनो.' कृपीनं त्या सरळ कुमारांच्या स्नेहकलहात मध्यस्थी करीत म्हटलं आणि अचानक तिला आठवलं.

'माध्यान्ह-समय झाला आहे. तृषा शमली; पण क्षुधा? तुम्ही क्षुधार्त असाल. तुमच्या आहाराचा प्रबंध...'

'माते, आपण व्यर्थ कष्टी होऊ नये. आमची आम्ही व्यवस्था करू. आपणांसाठी व गुरुदेवांसाठी आम्ही काही भेटी व फळं आणली आहेत. कृपया स्वीकार व्हावा...'

एकलव्यानं एक वस्त्रावगुंठित ओझं पुढं ठेवलं.

शंबरानं पुढं होऊन एक पर्णाच्छादित करंडक पुढं ठेवला. त्यानंदेखील प्रथमच पुढं होऊन, वाकून, विनम्रभावे भूमीवर मस्तक टेकवलं.

शंबराच्या या आकस्मिक कृतीनं एकलव्याच्या मुद्रेवर अस्पष्टसे आश्चर्यभाव झर्रकन उमटून गेल्याचं कृपीनं नेमकं टिपलं.

'बाळांनो, तुम्हांला आहार का नको?' तिनं प्रश्न केला.

तिच्या त्या अचानक प्रश्नानं दोघां कुमारांच्या मुद्रेवर संभ्रम अन् अवघडलेपणाचा भाव उमटला. पण प्रथम सावरला शंबर!

'माते, काही कारणानं वचनबद्ध असल्यानं आम्ही आहार घेऊ शकत नाही. आपण वात्सल्यानं घातलेला घास अमृतमय झाला असता. पण, माते, आम्ही असमर्थ आहोत. खरंच, ग....' नकळत एकेरी शब्द आणि आर्तता स्वरातून प्रकटली.

कृपीला त्याच्या मनातील व्याकूळ अगतिकता उमगली.

'ठीक आहे, वत्सा, जे हवं, ते मागून घे. या सर्व आश्रम-परिसरात असणारं हवं ते खुशाल घे. संकोच करण्याचं कारण नाही. अन् सुखेनैव, स्वेच्छेनं, रुचेल तो आहार घ्या. बरं! ही मातेची आज्ञा आहे, बाळंनो सर्व आश्रमही पाहा हिंडून!' कृपीनं मधुर स्वरात स्मितहास्य करून सांगितलं.

त्याची अगतिकता जाणून घेण्याची कृपीची ही तत्परता, तिचा स्नेहमय स्वर अन् मायेनं ओथंबलेली दृष्टी....

दोन्ही कुमारांनी काहीशी हालचाल केली-जणू धावत येऊन ते तिच्या कुशीत शिरणार होते; पण वेळीच त्यांनी स्वत:ला यत्नपूर्वक सावरलं.

तिच्या स्मितानं दोन्ही कुमारांच्या मुद्रेवरील म्लान व कष्टी सावली लगेच नाहीशी झाली. उत्फुल्ल चर्येनं व कृतज्ञ दृष्टीनं त्यांनी कृपीकडे पाहिलं.

कृपीनं दोघांच्याही पाठींवरून वात्सल्यानं हात फिरवला आणि त्यांना जाण्याची खूण केली.

इथं या दोघांनी भोजन केलं नाही, यात काहीसं विचित्र तिला वाटलं. तसं पाहिलं, तर इथं सर्व तऱ्हेचं भोजन तयार होतं. शबर, निषाद आणि अनेक प्रकारचे लोक इथं भोजन करीत. क्षीर आदी स्वादिष्ट मिष्टान्नांवर तुटून पडत. पण हे कुमार....

तिला वाटलं, खरे निषाद, शबर, आदी आपण पाहिलेच नव्हते. त्यांच्या विषयी ऐकीव माहिती होती व स्वतःला निषाद म्हणविणारे तेवढे आपण पाहिले.

सरळ आणि निर्व्याज, तरीही स्पष्टवादी, पण आर्जवी व नम्र एकलव्य तिच्या नजरेसमोरून हलत नव्हता.

त्याचं आत्मविश्वासानं भरलेलं स्वयंपूर्ण व्यक्तिमत्त्व, त्याला शोभेशी बलिष्ठ शरीरयष्टी असणारा कुमार एकलव्य! आत्मगौरवाचं भान राखून अहंमन्यता नसलेला तो सावळा साजरा निषाद-कुमार!...

हा निषाद....? हा का अनार्य...? असंस्कृत...?

तिनं स्वतःच्या मनाला प्रश्न केला. मनानं दिलेल्या अस्पष्ट उत्तरानं तिची मान नकळत नकारार्थी हलली.

झऱ्याच्या एका काठावर असलेल्या झाडीच्या दिशेनं दोन्ही कुमार जात होते.

कृपी अनिमिष दृष्टीनं तिकडे पाहत होती. विचारात गढून गेलेली, वात्सल्यानं भरून आलेली..

'पण एकू, इथं अरण्यासारखं कुठं वाटतं? इथं मला तर गुदमरल्यासारखं वाटतंय.' शंबरानं किंचित तक्रारीच्या सुरात म्हटलं.

'शंबरा, भव्य प्रासादांतून राहणाऱ्या कुमारांना प्रत्यक्ष अरण्यात नेऊन त्याचा अनुभव देता येत नाही......'

'का? त्यांना अशा खोट्या देखाव्यातून खऱ्याचं मान कसं मिळणार? खोट्या आभासांतून मिळालेलं ज्ञान देखील खोटंच असणार ना?' शंबरानं एकूला मध्येच अडवलं.

एकलव्य शंबराचा स्वभाव-गुण जाणून होता.

शंबर हा राजपुरोहिताचा मुलगा. तो विलक्षण बुद्धिमान. अल्पवयात मातेचा वियोग झाल्यानं तो एकलव्याच्या मातेकडेच वाढला. ज्ञातीच्या पुरोहितानं आवश्यक तेवढं सर्व आन्हिक त्याला शिकवलं होतं. त्याशिवाय तो एकलव्याचा स्नेही, सोबती, भाऊ, मित्र-सारं काही होता. बरोबरीचा असूनही पुरोहितपुत्र म्हणून तो नेहमीच काहीशा वडीलकीच्या भूमिकेत वागे. एकलव्यावर निरतिशय प्रेम असलं, तरी त्याच्या चुका स्पष्ट दाखवण्याइतकं, त्यापासून परावृत्त करण्याइतकं त्याचं प्रेम डोळस व अधिकारी होतं.

शंबराची दोन वैशिष्ट्यं होती. तो एखादी गोष्ट सरळ सांगत नसे. अन् कट्टर आर्यद्वेष्टा होता तो. त्यामुळंच तो एकलव्याबरोबर आला होता.

'शंबरा, आर्यांचा खऱ्या अरण्याशी संबंध कुठं बरं उरलाय्? अन् त्यांना आवश्यकताच काय? केवळ युद्धाशास्त्राशी संबंधित असे पाठ शिकवण्यासाठी हे अरण्य आहे. जेव्हा त्या पाठांच्या परीक्षेची वेळ येते, तेव्हा प्रत्यक्ष अरण्यामध्ये त्यांना गुरुदेव नेतात, असं दिसतं. आज नाही का गुरुदेव साऱ्यांना घेऊन मृगयेला गेले?' एकलव्यानं सांगितलं.

'अरे, शाल, ताल, तमाल वृक्षांची ही वाढ करून, त्यात वेली लावून ही वाटिका केल्यानं अरण्याचा आभास होतो का? क्षणोक्षणी व पावलोपावली अरण्य कसं जिवंत भासतं. इथली नि:स्तब्धता, नीरवता अरण्यात कधी असते? खारोटीची देखील हालचाल इथं होत नाही. क्वचितच एखादा पक्षी इथं येण्याचं धाडस करीत असावा. सर्प, नागादी प्राण्यांचाही इथं वावर दिसत नाही. हे असलं मृत अरण्य काय शिकवणार? या आश्रमात सर्व काही असत्य, आभासत्मक आहे. कृत्रिम आहे. मग मनाला ज्ञानाची उभारी येणार कशी? त्यातून निर्मिती होईल, ती कृत्रिम, असत्य आभासांचीच. स्वार्थाची पूजा बांधणाऱ्या आर्यकुलांकडून याहून अधिक अपेक्षा तरी काय करायची, म्हणा!' शंबरानं किंचित तिखट स्वरात म्हटलं.

'सगळं असत्य, आभास म्हणतोस, शंबरा?' गंभीर स्वरात एकलव्यानं विचारलं.

दोन्ही कुमार दोन विशाल वृक्षांच्या बुंध्यांना टेकून बसले होते.

आसमंत आता काही पाखरांच्या शब्दांमुळे अधिक नैसर्गिक वाटत होता. तरीपण ती सारी वृक्षराजी, वाटिका पण वाटत नव्हती, किंवा अरण्य देखील. काहीतरी अनैसर्गिक जाणवत होतं.

'हो, एकू!' शंबरानं ठासून म्हटलं.

'हे नभ, हा जलप्रवाह, विशालकाय वृक्ष- हे सारं कृत्रिम...'

'एकू, अरे तू अरण्यवासी. वाघाच्या पिल्लाइतका नैसर्गिक अरण्याला सहज सरावलेला तू. तरी तू केवळ प्रतिवाद करण्यासाठी हा प्रश्न विचारावास ना? या

कृत्रिम झऱ्याच्या पाण्यानं तुझा बुद्धिभ्रम झाला का?' शंबरानं किंचित दुखावलेल्या स्वरात प्रश्न केला.

'बुद्धिभ्रम...? माझा...? काय म्हणतोस, शंबरा?' एकलव्यानं आश्चर्यपूर्वक प्रश्न केला.

'एकू, समोर स्पष्ट दिसतं, मनाला जाणवतं, ते स्वीकारायचं नाही. बुद्धिवाद, तर्कवाद, यांच्या साह्यानं स्वत:ला योग्य वाटेल, ते अन्यांच्या माथी ठोकण्याचा प्रयास करायचा, ही नागर संस्कृती! कृत्रिमतेचा अनिवार्य परिणाम म्हणूनच खोटी असते ती. अन् तू ती स्विकारीत आहेस. सांग, एकू, हे अरण्य आहे?' शंबरानं स्वर चढवून प्रश्न केला.

एकलव्य आपल्या टपोऱ्या, काळ्याभोर, भावगंभीर नेत्रांनी त्याच्याकडे टक लावून बघत होता. खरं तर आर्य आणि नागर समाजानं अथवा व्यक्तीनं केलेल्या कोणत्याही गोष्टीचं शंबराला वावडं, त्यात प्रत्येक गोष्ट पारखून घेण्याची अरण्यवासीयांची मूलभूत सवय! निसर्गाच्या साथ-संगतीनं जीवनप्रवाह घालवणाऱ्यांना ती आवश्यकच. पण आर्य-व्यवहाराचा प्रश्न आला, की शंबर सावधच नव्हे, तर संशयी होत असे.

इतका वेळ एकलव्य एकाच गोष्टीसाठी प्रार्थना करीत होता. या सर्व आश्रमाविषयी इथल्या आश्रमवासीयांविषयी, शंबराच्या मनी अनुकूल ग्रह व्हावा, अशीच त्याची इच्छा होती. इथं आपल्याला राहायचं आहे; आपल्या मनीची इच्छा प्राप्त करून घ्यायची आहे. अशा वेळी अन्य व्यवधान नसावं, आपल्या व शंबराच्या चित्तवृत्तीमध्ये कोणताही विकल्प नसावा, अशी त्याची इच्छा होती.

'शंबरा, तू म्हणतोस, ते सत्य आहे. पण त्याचं कारण... कारण जाणतोस तू? अरे, इथं शस्त्रविद्येचा अभ्यास केला जातो ना? अन् कुमारांच्या शस्त्रविद्येच्या अध्ययनाच्या सरावामुळं पक्ष्यांना, पशूंना, असुरक्षित वाटणं साहजिकच आहे. त्यामुळं अरण्य आहे; पण नित्याचे पशुपक्षी नाहीत. त्यामुळं तुला हे अरण्य कृत्रिम वाटतं आहे.' अत्यंत शांत, संयत सुरात एकलव्यानं सांगितलं.

एकलव्याच्या मनात शंबराला डाचणारी शंका तेव्हाच आली होती. तिचं सहज उत्तर देखील त्याला समजलं होतं. तरी पण शंबराचा नेमका हल्ला कुठं व का आहे, हे तो समजूच न शकल्याचा आव त्यानं आणला होता.

'एकू, इथं आश्रमवासी शस्त्राभ्यास करीत असतीलही. पण त्यामुळं इतकी छानशी वनराई पक्ष्यांकडून बहिष्कृत होण्याचं काहीच कारण नाही. आपण अरण्यात शस्त्राभ्यास केला, नेहमीच करतो, पण मृगयेच्या वेळी नेमके गडप होणारे पक्षी, विशेषत: रानकोंबडे, वगैरे - शस्त्राभ्यासाच्या वेळा गुप्त होत नाहीत. शिवाय, आपण इथं येत असताना उत्तरेकडील अरण्यात एक आश्रम पाहिला होता. तिथंही अस्त्र-शस्त्रांचा अभ्यास करणारे कुमार दिसले होते. पण पक्ष्यांचं अखंड गायन तिथं

होतं. हरिणशावकंही बागडताना पाहिली. होय ना?'

शंबराच्या प्रश्नावर एकलव्यानं मान हलवली. तो म्हणत होता, ते सत्य होतं. केवळ मृगया-काळात पशुपक्षी लपत, परंतु इतर वेळी शंबर, निषाद, आदी अरण्यावासी आपल्यापैकीच असल्याप्रमाणे त्यांच्यासह वावरत.

'शंबरा, तुला काय म्हणायचं आहे? नेमकं सांग.'

'एकू, या ठिकाणी जी विद्या दिली जाते, ती अपवित्र आहे. या ठिकाणच्या विद्येला, ज्ञानाला विवेकाचं आणि संयमाचं अधिष्ठान नाही. केवळ मारणं, विजयी होणं अन् तेही आत्मप्रौढी, स्वार्थ यांच्यासाठी, एवढंच या विद्येचं उद्दिष्ट इथं आहे. त्यामुळं विचारहीन आणि अघोरी विद्या घेताहेत इथले छात्र.'

शंबर जोरात बोलत होता. बोलताना त्याचे काळेभोर डोळे चकाकत होते. आपलं बोलणं ठाम सत्य आहे, हा विश्वास त्या बोलण्यात होता.

एकलव्यानं फक्त हसून त्याच्याकडे पाहत हुंकार दिला. पण तेवढ्यानं शंबराला पुन्हा स्फुरण चढलं. तो पुढं बोलू लागला:

'अशा अविवेकी, अविचारी विद्याग्रहणाचा परिणाम म्हणून छात्र झाडी, वेली, पशु, पक्षी-सर्वांवर शस्त्रांचा अनिर्बंध, विमुक्त वापर करीत आहेत. मारणं, ठार मारणं एवढाच त्या ज्ञानाचा उपयोग ते जाणतात. इथल्या वनातील वृक्षवेलींना देखील त्याचा उपद्रव होतोय. त्यामुळं, एकलव्या, इथं पशुपक्षी तर नाहीतच; पण साधी खार देखील नाही. सौंदर्याची, जीवनाची दृष्टीच नष्ट करणारी विद्या, ती कसली बरं विद्या? जीवनात हवंसं काय आणि नकोसं काय, हे जे समजावू शकत नाही, ते कसलं ज्ञान, एकलव्या?'

शंबराचा स्वर आर्त व विकल येऊ लागला होता.

एकू आणि शंबर हे शूर होते. प्रसंगी प्राण देणं किंवा घेणं त्यांना सहजी साध्य होणारं होतं. पण अरण्य हे दुसरं घर, त्यामध्ये राहणारे पशुपक्षी ही जणू आपली भावंडंच, असं त्यांच्या मनांवर बालपणीच ठसल्यामुळं, हे वन असं ओसाड पाहून शंबरानं त्या गोष्टीची कारणमीमांसा लावली होती. आणि त्यामुळं तो स्वतःच दुःखी झाला होता. ओसाड अरण्याचं भकास दर्शनही त्याला दुःखद होतं.

शंबराची व्यथा एकलव्याला समजली होती. त्याला स्वतःलाही ती बोच होतीच. पण...

एकलव्यानं लगेच विचार केला व तो बोलू लागला :

'शंबरा, जलप्रवाहात आपण पाणी पितो. त्यात तृणपर्णे वगैरे काही असल्यास बाजूला करून ते पितो, होय ना? तसंच इथं! अन्य कोणत्याही गोष्टी कशा आहेत, हे पाहण्याची आपल्याला काय आवश्यकता? आपण जे ज्ञान इथं घ्यायला आलो, ते घेणं इतकंच आपलं कर्तव्य नाही का?'

एकलव्यानं आपलं भाषण शंबरावर कितपत परिणाम करीत आहे, ते बारीक दृष्टीनं पाहिलं.

इथं राहायची तीव्र इच्छा बाळगून नव्हे, तर त्यासाठी अनेक प्रकारचा विरोध, कष्ट सहन करून तो इथं आला होता. इथून तसंच माघारी जाण्यापेक्षा मृत्यू त्याला श्रेयस्कर वाटला असता.

पण राहायचं, तर शंबरानं आनंदित मनानं इथं राहणं आवश्यक आहे; अन्यथा शंबराचं व्यवधान आपलं चित्त एकाग्र होऊ देणार नाही, याची त्याला खात्री होती. त्यामुळं शंबराच्या मनातील किंतु जाणं आवश्यक होतं.

'शंबरा, इथं सारं खोटं, कृत्रिम, असत्य आहे, असं तू म्हणतोस?' एकलव्यानं किंचित आव्हानात्मक स्वरात विचारलं.

अन् त्याचा नेमका परिणाम त्याला हवा तसाच झाला. कोणतंही आव्हान शंबराला उत्तेजित करीत असे. केवळ आव्हान दिलं, म्हणून त्यानं आपल्यापेक्षा दुप्पट वयाच्या निषादाशी मल्लयुद्ध करून एक दात गमावून घेतला होता.

'होय. होयच. इथलं सर्व कृत्रिम!' शंबरानं ठासून म्हटलं.

'शंबरा, आपली येता क्षणी आचार्य-पत्नीशी भेट झाली. तिच्या भेटीनं आपल्याला आपली माता भेटली. तिची शांत, प्रेमळ बोली, वात्सल्य व मायेनं भरलेली दृष्टी; नेत्रांच्या डोहांमध्ये असलेली ती वात्सल्यधारा- ती ... ती कृत्रिमच होती का, शंबरा?'

एकलव्याच्या या प्रश्नानं शंबराचा चेहरा गोरामोरा झाला.

माता.... मातृप्रेम... माया... वात्सल्य या सर्व गोष्टींना शंबर बालपणीच पारखा झाला होता. एकूच्या मातेनं जे अकृत्रिम वात्सल्य दिलं, त्यामुळंच तर तो वाढला नव्हता का? ते वात्सल्य आपला काही अधिकार नसता आपण घेतलं. आपण उपरे, तरीही थोर मनाच्या एकूनं आणि त्याच्या मातेनं आपल्याला त्यात वाटेकरी होऊ दिलं, याचा खोल परिणाम त्याच्या मनावर झाला होता. माता व मातृप्रेम हे त्याच्या मनातील विलक्षण कोमल दुवे होते.

उरी शूळ लागल्यासारखा व्याकूळ चेहरा करून शंबर क्षणमात्र स्तब्ध झाला राहिला. नंतर तो बोलू लागला. त्याचा स्वर विलक्षण मृदु, हळवा, विकल असा झाला होता.

'नाही, एकू, या स्वप्नवत, कृत्रिम आणि परक्या आश्रमात ती माता मात्र खरी आहे, रे! हृदयातील स्नेह, उत्कट माया जणू नेत्रांवाटे ओसंडते आहे. एकू, मित्रा, मला ते कासवीचं ऐकलेलं सत्य वाटतं, बघ.' शंबराचा स्वर हळवा होता.

एकलव्य त्या स्वरानं काहीसा बावरला.

'काय? कसलं ऐकलेलं?' एकलव्यानं विचारलं.

त्याच्याही नेत्रांसमोर दोन प्रहरी पाहिलेलं आचार्य-पत्नीचं रूप साकारलं होतं. स्वरातून, नेत्रांतून, आंतरिक माया, उत्कट प्रेम जणू झरत होतं. गुरुपत्नीच्या दर्शनानं त्याला आपल्या मातेचा आठव झाला होता.

'कासवी आपल्या नेत्रांतील स्नेहवर्षावानं आपल्या पिल्लांना मोठं करते. त्याप्रमाणे...'

'होय, रे, शंबरा! गुरुपत्नी या सर्व कुमारांची माताच होत असेल, नाही? अन् तू तर सर्व आश्रमात असत्यच आहे, असं...'

'नाही, नाही, एकू! अरे, मी इतका करंटा का आहे? इथं आपण, जर राहिलोच, तर तो निर्मळ, स्वच्छ स्नेहप्रवाहच आपल्याला कृत्रिमतेपासून, संहारक आवेगापासून दूर ठेवील. ती माता हेच या आश्रमात एक सुखनिधान आहे.' अत्यंत भावुक स्वरात शंबर उद्गारला.

दोघेही कुमार मोकळ्या स्वरात हे सर्व बोलत होते.

नागरी सभ्यतेतील औपचारिक कृत्रिमता नि दंभ या गोष्टींचा स्पर्श अद्याप त्यांना झालाच नव्हता, अन् जवळपास कुणी असेल, असंही त्यांना वाटत नव्हतं.

पण कृपी या सायंवेळी नेमकी शीतोदकाचा कुंभ नेण्यास जलप्रवाहाकडे आली होती. या कुमारांचं साद्यंत संभाषण तिच्या कानी सहजच आलं होतं. दोन्ही कुमार जरी निषादांच्या बोलीत बोलत असले, तरी कृपी ते काहीसं समजू शकत होती. आपल्या पित्याच्या आश्रमात असताना ती बोली परिवारातील अनार्य स्त्रियांमुळं ती शिकली होती. इथल्या विद्येला विवेकाचं अधिष्ठान नाही. संयम, शुचिता यांचा स्पर्श न होणारी विद्या...

त्या कुमारांच्या बोलण्यातील आक्षेपांचा हाच मथितार्थ होता. विदारक! तरीही किती सार्थ! किती सत्य! या कुमारांची अंतर्भेदी आणि मर्मस्पर्शी बुद्धी पाहून ती स्तिमित आणि प्रभावित झाली होती.

हे अरण्यवासी...? पशुवत....? अनार्य...?

निसर्गाची ही लेकरं... निसर्गाच्या कुशीतच ही उपजत कुशाग्र बुद्धी घेऊन तर येत नसतील ना?

कुमार बोलत होते, तिच्याविषयी. तिच्या चेहऱ्यावरील कष्टी व थकलेला भाव, स्नेहपूर्ण नेत्रांमध्ये खूप खोलवर लपलेली उदासीनता-

जे विदारक सत्य तिनं कधी आत्मीय जनांपुढं प्रकट होऊ दिलं नाही, ते या दोन अनोळखी कुमारांनी जाणावं, याचा तिला धक्का बसला होता.

त्या दोन्ही कुमारांनी तिच्या मातृत्वाचा, व्यक्तित्वाचा केलेला गौरव तिला सुखावून गेला.

बालपणापासून ती सावलीतल्या रोपाप्रमाणे वाढली होती. आपण अ-स्थानी

आहोत, परावलंबी आहोत, परोपकारावर जगतो आहोत, या भावनेनं तिचा पाठलाग आजही सोडला नव्हता.

आपल्या जिण्याचा उपयोग, त्याचं प्रयोजन याचा विचार ती सतत करीत असे. तरी पण आपल्या मातृत्वाच्या आणि व्यक्तित्वाच्या होणाऱ्या या गौरवामुळं ती अंतर्बाह्य फुलून गेली.

अद्याप ते कुमार तिच्याविषयीच बोलत होते.

आपल्या अस्तित्वाची जाण आली, तर कदाचित ते कुमार संकोचतील, हा विचार मनी येताच ती अजिबात आवाज न होऊ देता तिथून थोड्या दूर अंतरावरील प्रवाहाच्या वळणाकडे निघाली.

'म्हणजे इथं, या आश्रमामध्ये तुझ्या मनात भरण्यासारखं एक तरी व्यक्तिमत्त्व आहे ना? मग इथं राहायला प्रत्यव्याय नाही ना?' एकलव्यानं स्पष्ट प्रश्न केला.

'एक नाही.... दोन. अन् त्यासाठी मी इथंच काय, कुठंही आनंदानं राहीन, एकू!' शंबर गंभीर स्वरात म्हणाला.

'दोन?'

'होय, दोन! एक गुरुपत्नी. मातेच्या निकट राहावं, असं पुत्राला वाटणारच. तिचं अबोल वात्सल्य... अन् दुसरी गोष्ट म्हणजे... तू, एकू! तुला ज्ञानप्राप्तीमध्ये शेवटपर्यंत साथ देण्याची शपथ मी एकवीरेस स्मरून घेतलीय. तुझ्या स्नेहासाठी मृत्यूच्या दारी जायलादेखील मला आनंदच होईल, एकू!'

शंबराच्या त्या उद्गारांवर एकलव्य शब्दही बोलला नाही. साऱ्याच भावनांना, विचारांना शब्दरूप थोडंच देता येतं? त्यांचं उत्कट, अबोल अस्तित्व शब्दांपेक्षा मौनातच अधिक बोलकं होत नाही का?

मग एक विलक्षण शांतता त्यांना वेढून राहिली.

-आणि एकलव्याच्या दृष्टीपुढं मागील प्रसंग साकारू लागले.

●

२

व्याघ्र-गर्जनेनं सारं वन थरारून गेलं.... त्या मागोमाग पक्ष्यांचा कलकलाट, माकडांचे चीत्कार यांनी सारं आसमंत भरून गेलं.

-अन् काही क्षणांत साऱ्या अरण्यात एक विचित्रशी शांतता पसरली. त्या शांततेलासुद्धा एक भीषणता होती. वाघानं आपल्या भक्ष्यावर झेप घेतली असावी. विजेच्या लोळाप्रमाणं मृत्यू कोणावर तरी कोसळला असावा.

थोडा वेळ झाडीत खसफस ऐकू आली. नंतर परत वाघाची गर्जना.

'एकू, वाघ?' किंचित थोराड अशा शंबरानं विचारलं.

अत्यंत हळू, फुसफुसत्या निषाद-भाषेत केलेल्या या प्रश्नावर एकलव्यानं केवळ मान हलवली.

दहा-बारा वर्षांचे दोन्ही कुमार आज मृगयेस बाहेर पडले होते. गेली दोन वर्षं ते नित्यनेमानं आपल्या वडीलधाऱ्यांबरोबर येत; पण आता स्वतः मृगया करण्याची ओढ त्यांना लागली होती. त्यातच काल घडलेला प्रसंग....

उपनायक चंडभानूचा पुत्र विशालकेतु त्यांच्यापेक्षा थोडा मोठा होता. आपल्या पित्याप्रमाणे पुष्ट-बलिष्ठ शरीरामुळं तो वयापेक्षा थोडा मोठाच भासे. गेले काही दिवस तो स्वतंत्र मृगया करीत असे. नुकतीच त्यानं एकट्यानं शृगालाची-कोल्ह्याची मृगया केली होती.

अतिशय धूर्त, चतुर अशा त्या जनावराला मारणं भल्याभल्यांना शक्य होत नसे. कारण चतुर व धूर्त कोल्ह्याला धोक्याचा सुगावा लागून, तो आधीच पसार होत असे. शृगालमृगया ही साहसापेक्षा अधिक चातुर्याची, शिकाऱ्याच्या कौशल्याची कसोटी असे.

अशा मृगयेत पूर्ण वाढलेल्या मोठ्या कोल्ह्याची शिकार केल्याबद्दल महादंडनायक हिरण्यधनूनं विशालकेतूचं कौतुक केलं होतं. त्याची प्रशंसा केली होती. बक्षीसही दिलं होतं. महादंडनायकाच्या गुणग्राहक वृत्तीला व पदाला जरी हे शोभेसं व आवश्यक असलं, तरी त्यामुळं विशालकेतु मात्र फुलून गेला होता. इतकंच नव्हे, तर अन्य कुमारांशी आपण जणू भावी महादंडनायक आहोत, असं वागत होता.

मित्रप्रेम आणि अव्यभिचारी निष्ठा यांमुळं शंबराचं-त्याचं जोरात भांडण झालं.

विशालकेतूनं, शंबर व एकलव्य-दोघांनी छोटंसं हरिणशावक तरी मारून आपलं मृगया-कौशल्य सिद्ध करावं, असं आव्हान दिलं होतं. अन् हरिणशावकं मारण्याचं पापकर्म विशालकेतूसारखा क्रूरकर्मा करील, आपण व्याघ्राची मृगया करू,असा जोराचा प्रतिटोला शंबरानं दिला. मागे एकवार विशालकेतूनं मृगयेवेळी हरिणाच्या पाडसावर बाण टाकला होता. अन् त्या अगोचर कृत्यासाठी त्याला ज्येष्ठांकडून शिक्षा मिळाली होती.

या उण्या-दुण्या बोलण्यानं चुरस वाढली होती व तीन दिवसांत वाघाची मृगया करून दाखवण्याचं अथवा विशालकेतूचं ज्येष्ठत्व व श्रेष्ठत्व नायक मंडळासमोर मान्य करण्याचं आव्हान विशालकेतूनं दिलं होतं.

नायकत्व किंवा महादण्डनायकत्व ही परंपरेनं प्राप्त होणारी किंवा वंशपरंपरागत वस्तू नव्हती. गुणश्रेष्ठत्वानं, योग्यता सिद्ध करून संपादण्याचं अन् दायित्वानं चालविण्याचं स्थान होतं. ते विलासाचं राजासन नव्हतं, तर सर्व ज्ञातींच्या कल्याणासाठी घतलेलं सेवाव्रत होतं.

महादंडनायक हिरण्यधनूला आपल्या पुत्राविषयी वाटणारं ममत्व, त्याच्या ज्ञाति-समाजाविषयी असणाऱ्या कर्तव्यभावनेआड कधीच आलं नसतं. निषाद-शंबराचं संयुक्त अधिनायकत्व सुयोग्य व्यक्तीला मिळण्यासाठी किंवा अकारण कलह होतील, तर ते मिटवण्यासाठी, हिरण्यधनूनं आपल्या नेत्रांतील ज्योतीप्रमाणे असलेल्या एकलव्याचा एकवीरा देवीपुढं बळी देण्यासही कमी केलं नसतं.

पण कुमार या अंतस्थ अन् सूक्ष्म राजकारणातील स्पर्धेशी अपरिचित होते. कुमार एकलव्याला अशा तऱ्हेच्या अनुचित चर्चा अन् स्पर्धांपासून दूर राखण्याचा डोळस प्रयत्न महादंडनायक व पुरोहित करीत.

सर्व वादंग अन् आव्हान-प्रतिआव्हानात कुमार एकलव्य केवळ प्रेक्षकच होता. अशी अकारण आव्हान-प्रतिआव्हानं त्याच्या प्रकृतीच्या विरोधी होती. अकारण कलह त्याला रुचत नसे. त्यामुळं, क्वचित, तो भ्याड असल्याविषयीची चर्चा देखील कुमारांत होत असे.

एकलव्यावर आपल्या सख्ख्या भावाहून अधिक प्रेम करणारा शंबर मात्र स्वत:च्या किंचित उतावीळ स्वभावामुळं अनेकदा विचित्र प्रसंगात सापडे. यावेळी देखील एकलव्याच्या शौर्याची, चातुर्याची अन् शस्त्र-कौशल्याची कसोटी घेण्याचा प्रसंग या कुमारांतील आव्हान-प्रसंगामुळं उद्भवला होता.

या आव्हान-प्रसंगानंतर मात्र लोकांमध्ये यातून सिद्ध होणाऱ्या निर्णयाविषयी उघडपणे दोन तट होऊन चर्चा होत होती. तरीही महादंडनायक व पुरोहित शान्त होते.

समाजाच्या नायकानं समाजात असलेल्या कोणत्याही पक्षाच्या वतीनं बोलणं

तर नव्हेच,पण अप्रत्यक्ष संकेत दर्शवणं देखील अयोग्य, याचं भान ते बाळगून होते. त्या दोघांनी एका शब्दानं अगर लहानशा कृतीनं कोणालाही अपालं मनोगत उघड होऊ दिलं नव्हतं.

स्वत: एकलव्य तर शांतच होता. शंबरानं कलहामध्ये स्वीकारलेल्या आव्हानाचं दायित्व त्यानं मान्य केलं होतं; पण त्यावर भाष्य केलं नव्हतं. शंबर मात्र हिरिरीनं हिणवणाऱ्या अथवा शंका प्रकट करणाऱ्यांशी भांडत होता.

दुसऱ्या दिवशी शिदोरी घेऊन निघालेले दोन कुमार आज तिसऱ्या दिवशी देखील मृगयेच्या शोधार्थ भटकत होते. अनेक निरुपद्रवी प्राण्यांच्या मृगयेचा मोह टाळून ते वनात संचार करीत होते. क्रूर व परोपजीवी प्राण्याचीच मृगया करण्याचा आपला संकल्प एकलव्यानं प्रथमच स्पष्ट सांगितला होता.

उतावीळ शंबर देखील आपण ओढवून घेतलेल्या जबाबदारीच्या प्रसंगानं गप्प गप्प झाला होता.

अन् आता व्याघ्र-स्वर ऐकून दोन्ही कुमारांच्या शरीरावर औत्सुक्य अन् आनंदाने रोमांच उभे राहिले. एकवीरेनं जणू त्यांची मृगया त्यांच्याकडे पाठविली होती.

'शंबरा, वायू आपल्या समोरच्या दिशेनं येतो आहे. आपण असेच पुढं गेलो, तर व्याघ्र आपलं अस्तित्व जाणू शकणार नाही. तू दोन पावलं मागं राहा!'

'काय? मागं? मी? का?'

एकलव्याच्या हळू सूचनेवर शंबरानं प्रतिक्रिया व्यक्त केली. आपण मागं राहावं, हा तर आपल्या शौर्याचा व ज्येष्ठत्वाचा अपमान. एकलव्याचं संरक्षण करावं, त्याला आपण आधार व्हावं, यासाठी शंबर नित्य धडपडत असे; अन् आता एकू म्हणतो, की ----

'शंबरा, आव्हान मला आहे आणि तू पुढं असशील, तर शरसंधान करून लक्ष्यभेद करणं मला कसं शक्य होईल?'

शांत व आर्जवी स्वरातील या प्रश्नाबरोबर शंबरानं होकारार्थी मान हलविली. तो जागीच स्तब्ध राहिला.

कुमार एकलव्य अतिशय सावधपणे पुढं निघाला. व्याघ्राची कर्णेंद्रियं अतिशय तीक्ष्ण असतात. लहानसाही ध्वनी होण्याचा अवकाश, तर तो परत कुठं तरी लुप्त होईल, किंवा अनपेक्षितपणं आपल्यावर आकस्मिक हल्ला करील, हे ते उभयता जाणून होते.

पुरोहितांकडे विद्या घेत असता, त्यांनी मृगयेच्या सर्व बारीकसारीक सावधानतेविषयी त्यांना उत्तम प्रकारे ज्ञान करविलं होतं. वृद्ध निषाद-वीरांनी या कुमारांकडून वन-

संचाराची विद्या प्रात्यक्षिकांसह घटवून घेतली होती; पण आज त्या सर्व ज्ञानाची कठीण परीक्षा होती.

पुढं येणाऱ्या वेलींतून अगदपणे वाट काढीत, भक्ष्याचा माग काढणाऱ्या श्वापदाप्रमाणं सहज व शक्यतो नि:स्तब्धपणं, दोघेही कुमार एकामागून एक जात होते.

अचानक एकू थांबला.

त्याच्या समोरच्या वेलींच्या पलिकडील दृश्य त्याला दिसलं अन् तो जागीच थबकला.

समोर सुमारे दहा-बारा हात मोकळी जागा होती आणि त्या जागेत एकलव्याच्या एका बाजूला, त्याच्यापासून सुमारे पंधरा हातांवर एक माणूस उभा होता.

नखशिखान्त रक्तस्नात अशा त्या माणसाची सरळ नासिका, गौर वर्ण, उंच, धिप्पाड आणि बलिष्ठ देह यांवरून तो योद्धा आर्य असावा, हे ओळखू येत होतं. पण तो भलत्याच अडचणीत सापडला होता.

त्याच्या हाती एक खड्गासारखं लहानसं शस्त्र होतं. या लहानशा शस्त्राच्या बळावर तो त्या वाघाला समर्थपणं तोंड देऊ शकत नव्हता. तरीदेखील त्यानं बराच काळ वाघाच्या क्रूर हल्ल्याला तोंड दिलं असावं. त्याच्या सर्वांगावरून रक्त वाहात होतं. वाघानं त्याला बरंच घायाळ केल्याचं दिसत होतं. अन् तो, केव्हाही कोसळून खाली पडेल, अशा अवस्थेत होता.

एकलव्यानं केवळ डोळ्यांची हालचाल केली. वाघाच्या दिशेनं त्यानं नजर वळवल्यावर त्याला दिसलं, ते पाहून आश्चर्यच वाटलं.

त्या वाघाच्या पिवळ्या तकतकीत अंगावरचे काळे पट्टे देखील चमकत होते. त्याच्या सर्व अंगावर कुठं यत्किंचित देखील ओरखडा नव्हता.

'ह्या शूर योद्ध्यासारख्या दिसणाऱ्या माणसाला इतकं घायाळ होईतो वाघाला साधा ओरखडाही काढता येऊ नये?' त्याच्या मनात विचार आला.

आर्यांचा दर्शनी शौर्याचा आव अन् त्यांची प्रत्यक्ष कृती यांत अंतर असतं, असं वयस्कांपैकी काही म्हणत, ते त्याला आठवलं.

वाघ शेपटीचं टोक हलवू लागला. तो आपल्या पायांवर किंचित दबल्यासारखा झाला...

हाच क्षण, हीच वेळ वाघानं झेप घेण्याची!....

एकलव्यानं घशातल्या घशात विचित्र स्वर काढला.

तो ध्वनी ऐकताच वाघानं आपली दृष्टी त्या दिशेनं वळवली.

घशातून आवाज काढीतच एकलव्यानं धनुष्यावर बाण चढवून जाळीच्या बाहेर पाऊल टाकलं.

आपल्या शिकारीत मध्येच येणाऱ्या या व्यत्ययानं वाघानं संतापून एक भीषण डरकाळी फोडली.

परत एकवार सारं जंगल दणाणून गेलं. साऱ्या वृक्ष-लता-वेली, पशु-पाखरंच नव्हेत, तर भूमीदेखील जणू थरारली, एवढा त्वेष, क्रौर्य आणि क्रोध त्या गर्जनेत होता.

मग गुरगुराट करीत व्याघ्रानं एकलव्याकडे पाहिलं. त्याच्या हिंस्त्र दृष्टीत एक चमक आली-भीषण अन् अनैसर्गिक. परत गर्जनेसाठी जबडा उघडला.

अवघ्या दहा-बारा हातांवर तो महाभयंकर वाघ, त्याचा वासलेला अक्राळविक्राळ जबडा, त्यातून भीषण दिसणारे ते सुळे, संतापानं चकाकणारे कठोर, पिंगट नेत्र....

वाघाचं ते विक्राळ रूप पाहून सामान्य माणसाच्या नव्हे, तर पट्टीच्या योद्ध्याचंही बळ सरलं असतं. अन् एकलव्याचं तर हे पहिलंच व्याघ्रदर्शन होतं.

दुसऱ्यांदा गर्जना करण्यासाठी उघडलेल्या त्या कराल जबड्याच्या आतून खोल ध्वनी निघण्यापूर्वीच बाण नेमका त्या वाघाच्या तोंडातून आत शिरला.

वाघानं गुदमरल्याप्रमाणं स्वर काढला व संतापानं भानरहित अन् वेदनेनं व्याकूळ होऊन किंचित दबकून झेप घेतली.

तेवढ्यात एकलव्यानं चापल्यानं आपल्या भात्यातील आणखी एक तीक्ष्ण बाण काढून धनुष्याला लावला होता. झेपेसाठी जमिनीवरून उडालेल्या वाघावर क्षणार्धात त्यानं तो सोडला.

'एकू...' मागेच असलेल्या शंबराच्या तोंडून आर्त साद निघाला.

झेपावलेला वाघ असा अंगावर घेतल्यावर त्याच्यावर बाण मारणं हे विलक्षण साहसाचं असलं, तरी आत्मघातकी होतं. त्याची झेप नेमकी अंगावर पडली असतीच. शिवाय मृत्यूच्या क्षणी होणाऱ्या प्रतिक्रियेचा परिणाम म्हणून; बाण वर्मी लागल्यावर देखील वाघाकडून शिकारी प्राणांतिक जखमी होण्याची किंवा तिथंच मारला जाण्याची भीती होती.

त्या कराल वाघाची झेप येत असता बाण सोडून एकलव्यानं आपल्या उजव्या बाजूला अत्यंत चापल्यानं मुसंडी मारली.

धप..कट् असे एक मोठा व एक बारीक ध्वनी आले. कसलाही अन्य ध्वनी उमटला नाही. वाघ पडल्याजागीच होता. त्यानं कसलीही हालचाल केली नव्हती.

पळभरात त्या वाघानं उठण्याचा एक अयशस्वी प्रयास केला अन् तो तसाच एका बाजूला कलंडून पडला.

अवघे दोन-तीन हात उजव्या बाजूला उभा एकलव्य टाचेवर गर्रकन वळून, हातात आपलं छोटंसं खड्ग घेऊन उभा राहिला; पण वाघ कोसळताच त्यानं आपलं खड्ग परत कोशात ठेवलं.

'एकू!' अवघ्या अरण्यातच काय, पण मृत वाघालाही ऐकू जावी, अशी प्रचंड आरोळी शंबरानं मारली.

शंबरानं अवघ्या तीन उड्यांत एकलव्याला गाठलं. त्याच्या भोवती आपल्या बलिष्ठ बाहूंची मिठी घालून त्याला छातीशी घट्ट धरलं.

शंबराच्या भरलेल्या नेत्रांतून एकलव्याच्या खांद्यावर मोत्यांसारख्या अश्रूंची धार ओघळत होती.

'धन्य, वीरा!... धन्य धन्य तुझी!...' शंबर पुटपुटत होता, एकलव्याला कुरवाळीत होता. डोळ्यांतल्या आनंदाश्रूनी नाहवीतही होता.

'शंबरा, तुझा स्नेह, तुजा पाठिंबा हीच माझी शक्ती आहे, रे!' एकलव्यानं सरळ निर्व्याज भावानं म्हटलं.

काही क्षणांत शंबरानं स्वत:ला सावरलं.

'चल, एकू.. आपल्या मृगयेची वार्ता खरी ठरविण्यासाठी व्याघ्राचं चामडं आणि मस्तक काढून नेऊ...' शंबरानं म्हटलं.

'शंबरा, अरे, तो रक्तस्नात आर्य...'

'मरू दे त्याला!' शंबर त्या आर्याच्या दिशेनं बघत म्हणाला.

मघाशी वृक्षाच्या आसऱ्यानं उभा असणारा तो आर्य वृक्षतळी अस्ताव्यस्त कोसळला होता. केवळ इच्छाशक्तीच्या बळावर त्यानं इतका वेळ व्याघ्राशी झुंज दिली असावी.

'चल, शंबरा, त्याला औषधपाणी करू...' एकलव्यानं मृदु स्वरात सांगितलं.

'त्याला?...' शंबरानं निषेधात्मक सूर काढला. 'तो आर्य... मरू दे त्याला! एकवीरा मातेनं हे यश दिलं. चल, सारेजण आपली वाट पाहत असतील. पृथ्वीवरील एक व्याघ्र मेला; तसाच एखादा आर्य मेला, तर....'

'शंबरा, घायाळ पशूलादेखील दुःखमुक्त करण्याचा आपला नैषदीय धर्म.'

'तसा तो दुःखमुक्त झाला असेलच...' शंबर उद्गारला.

आर्यांविषयी पराकोटीचं शत्रुत्व अन् एकलव्यावरील तितकीच प्रखर निष्ठा व स्नेह ही शंबराची दोन मर्मस्थळंच होती. आर्यद्वेषाला तसंच विशेष कारण होतं, असं नव्हे. पण सरळस्वभावी, एकमार्गी शंबर एकवार घेतलेला हेका मरेपर्यंत सोडणार नव्हता

'शंबरा, तो एक मानव आहे. शिवाय तो वीर आहे. तुझ्यासारख्या एका वीरानं त्याला अशा अर्धमृत अवस्थेत सोडून जाणं उचित दिसतं काय? मला हे अनुचित व अन्याय्य कर्म करता येणार नाही. निषाद-धर्माला काळिमा नाही का हा? त्या आर्यांत अन् आमच्यांत फरक तो काय उरला?'

किंचित क्षोभानं विचारलेल्या या प्रश्नाबरोबर शंबराचा सूर पालटला.

'एकू, असा रागावू नकोस, गड्या. आजच्या या दिवशी, प्राण पणाला लावून तू ही मृगया केलीस, केवढं वीरकर्म तू केलंस! तुझं कोणतही म्हणणं मी कसं टाळू शकेन?' शंबरानं अत्यंत लाघवीपणं विचारलं.

शंबराच्या निषादत्वाच्या अभिमानाला डिवचलं, तर तो काहीही करील, याची खूणगाठ एकलव्यालाही होतीच.

'चल, तर शंबरा, त्याचा रक्तस्राव थांबवायला औषधी पाला पाहू.'

'एकू, तू इथं थांब. मी औषधं आणतो. तू चकमकीनं आग पेटव. अन् व्याघ्रमृगयेनंतरचा पहिला नियम...'

'मिशा ना?... त्या जाळून, आगटी पेटवून मी थांबेन. त्याच्या व्रणांवरील कवचादी आच्छादनं काढून ठेवतो. तू औषधी घेऊन ये...'

●

३

'तर ही मृगया कुमार एकलव्यानं एकट्यानं स्वबळावर केली, याविषयी कोणास काही शंका आहे का?' पुरोहितानं गंभीर व उच्च स्वरात स्पष्टपणे उपस्थित निषादांना विचारलं.

सर्व वृत्तान्त शंबरानं निवेदन केलाच होता. अन् नायकमंडळाच्या सभेसमोर एकवीरादेवीसमक्ष केलेलं सांगणं असत्य असणं शक्यत नाही, याविषयी सर्वांची खात्री होतीही. शिवाय एकलव्य व शंबराचा तपास काढणारी चंडभानूची टोळी मृगयेनंतर अवघ्या अर्ध्या प्रहरात मृगयास्थळी पोचली होती. त्यांतील जाणत्या भिल्लांनी इथं काय व कसं घडलं असेल, या गोष्टी तिथल्या खाणाखुणांवरून जाणल्या होत्याच.

घायाळ आर्यवीरानं मारलेली भलीमोठी वाघीण तिथून थोड्याच अंतरावर होती व जवळच त्या आर्यवीराचा मृत घोडाही. वाघिणीच्या शरीरात खोलवर घुसलेली तलवार, तो वीर लहान खड्गासरख्या शस्त्राच्या साहाय्यानं व्याघ्राचा प्रतिकार का करीत होता, हे स्पष्ट करीत होती.

एकलव्याच्या आग्रहामुळं या घायाळ आर्यवीरासही त्यांनी बरोबर घेतलं होतं. त्यानं मध्यंतरी अल्पकाळ शुद्धीवर आल्या वेळी सर्व घटना स्पष्टपणे सांगितली होती.

अन् आता पुरोहितानं आजूबाजूच्या सर्व नायकांना मुद्दाम सादवून आणलं होतं. पुरोहितानं सर्वांना का व कशासाठी बोलावलं आहे, याची कल्पना महादण्डनायकांनाही नव्हती.

सर्वांना एकवीरा देवीच्या पुढच्या भव्य प्रांगणात जमा केल्यावर, पुरोहितानं प्रथम शोध घेण्यास गेलेल्या टोळीतील वृद्धास पुढं बोलावून सर्व वृत्त विचारून घेतलं. नंतर चंडभानूकडूनही ऐकून घेतलं होतं.

नंतर पुरोहितानं एकलव्यास सर्वांसमोर पाचारण केलं.

'कुमारा, या मृगयेचं आव्हान स्वीकारून तू गेला होतास?'

'आव्हान... म्हणजे तसा...'

'कुमार, इथं एकवीरा देवीसमोर आणि नायकसभेसमोर तू सत्य बोलण्यास बांधला गेला आहेस. असत्याला मृत्युदंड आहे. इथं, सभेसमोर विचारलेल्या प्रश्नाचं उत्तरच तेवढं द्यायचं!' पुरोहिताचा स्वर तीव्र झाला होता.

सभेतील जाणते, वृद्ध नायक देखील त्या स्वरानं थरथरत असत.

'ज्ञात आहे, वंदनीय...' शांत, संयत पण निर्भय स्वरात एकलव्य नम्रपणे उत्तरला.

'ही व्याघ्र-मृगया आव्हान स्वीकारून केली आहेस ना?'

'हो...होय, धर्मपुरुष!' एकलव्य उद्गारला; पण त्याच्या स्वरात सूक्ष्म खेद असावा, असा आभास अनेकांना झाला.

'आव्हान कसलं होतं?'

'श्रेष्ठत्वाचं! मृगया केल्यानं श्रेष्ठत्व व ज्येष्ठत्वाचा निर्णय लागायचा होता.'

'कोणाच्या श्रेष्ठत्वाचा?'

'या आपल्या अज्ञ बालकाच्या व वीरवर विशालकेतूच्या...'

'ठीक. आपल्या जागी जा.' पुरोहितानं आज्ञा केली.

मग पुरोहितानं सभेपुढं विचारणा केली, की-

ही मृगया सर्वस्वी एकलव्याची असल्याचं मान्य आहे, की नाही?

सर्व नायकसभेत पूर्ण शांतता पसरली होती. सारे नेत्र एकलव्याच्या गोंडस, मृदु अन् शांत मूर्तीवर खिळले होते.

अग्नीमध्ये जळणाऱ्या मोठाल्या ओंडक्यांचा तड्तड् आवाज येत होता.

शांततेचा भंग करून सर्वप्रथम उठला, तो चंडभानु. आपल्या धिप्पाड देहानं जणू सर्व सभेमध्ये तो एखाद्या व्याघ्रसमुदायामध्ये गजेंद्राप्रमाणं शोभत होता.

'ही मृगया कुमार एकलव्यानं निषाद-धर्माचं पालन करून केली. व्याघ्रास आव्हान देऊन, अंगावर घेऊन मारण्याचं महान साहस कुमारांनी केलं. इतकं करून सहज कृत्य केल्याप्रमाणं त्याविषयी मोठेपणा दर्शविला नाही. थोरांना न साहवणारं साहस व न झेपणारा संयम... धन्य, एकलव्या, धन्य तुझी! महादंडनायक, असा वीर पुत्र मिळून तू धन्य झाला आहेस. वत्सा... पुत्रा...'

चंडभानु ताड्ताड् पावलं टाकीत एकलव्याकडे गेला.

कुमार एकलव्य नम्रपणे उठून उभा राहिला.

चंडभानूनं त्याला आपल्या पोटाशी धरलं.

क्षणभरानं त्याला आपल्या समोर धरून चंडभानूनं त्याच्या बाहूंची चाचपणी केली.

'वत्सा, या अतुल शौर्याबद्दल या चंडभानूची ही अल्पशी भेट स्वीकार कर!'

-अन् चंडभानूनं इतकं बोलून आपल्या गळ्यातील नायकत्वाचं चिन्ह असलेली माला काढून कुमार एकलव्याच्या गळ्यात घातली.

'आजपासून एकलव्य हा कुमार-नायक म्हणून ओळखला जावा, सर्व कुमारांनी त्याचं श्रेष्ठत्व निर्विवादपणे मान्य करावं, असा प्रस्ताव मी नायकसभेसमोर मांडतो.

कोणाचा आक्षेप आहे काय?' आपल्या घनगंभीर स्वरात त्यानं सभेकडे पाहत विचारणा केली.

परत सभेत शांतता पसरली. एकलव्याच्या शौर्यसाहसानं सारे प्रभावित झालेले होते. तो अनेकांचा, आधीपासून, त्याच्या मधुर स्वभवानं व वर्तनानं लाडका होताच. त्यातून महानायकपदाचा स्पर्धक अन् वीर्यमान चंडभानूनं त्याचा पक्ष उचलताच सारे नायक त्याच्याच पक्षाचे झाल्यास नवल नव्हतं.

'पण, तात....!' एकलव्यानं बोलण्यास सुरुवात केली. तो काहीसा गोंधळलेला व अस्वस्थ दिसत होता.

'कुमार! नायकसभेच्या निर्णयात महादण्डनायक देखील हस्तक्षेप करू शकत नाहीत.' नायक चंडभानूनं सांगितलं.

साऱ्या सभेनं प्रस्तावाला होकार दिला.

अन् एकलव्याच्या नावानं आकाशही दुमदुमून जावं, एवढा जयघोष झाला.

संकोचलेला कुमार एकलव्य सभास्थानापासून दूर जात होता.

'वत्सा एकू.....' मधुर स्वरात हलकी साद आली.

एकलव्य वळला आणि स्वराच्या दिशेनं धावला.

'माते...' आपल्या मातेच्या कुशीत एखाद्या लहान बालकाप्रमाणे तो लपला.

'वत्सा, व्याघ्राला अंगावर घेण्याचं अतिरेकी साहस का बरं केलंस?'

मातेच्या स्वरातील आक्षेप व रोष एकलव्य त्वरित टिपू शकला.

'माते, तुझ्या आशीर्वादांचं कवच असता कळिकाळ देखील सामोरा येऊन मला स्पर्श करू शकणार नाही!'

विलक्षण अभिमानानं, मातेविषयीच्या प्रेमानं व विश्वासानं ओथंबलेले शब्द ऐकताच मातेनं आपल्या लाडक्या एकूला जवळ ओढलं अन् व्याघ्राच्या पुढ्यात जाऊन त्याची धैर्यपूर्वक मृगया करणारा वीरवर कुमार-नायक एकू बाळ होऊन मातेच्या कुशीत शिरला.

●

४

'वीरश्रेष्ठ.... आपण माझे प्राण वाचवलेत ना?....विशाल, पण पिंगट नेत्र रोखून एकलव्याकडे पाहत आर्य-योद्ध्यानं विचारलं.

एका पर्णकुटीत घायाळ आर्य-योद्ध्याची व्यवस्था करण्यात आली होती. त्याचं भोजन, विश्रांती, उपचार वगैरे तिथंच होत. एकलव्य त्याला भेटायला येत असे.

'नाही, वीरवर. उलट, मृगया मध्येच हिरावून घेण्याचं उद्धट कृत्य मी केलं, यासाठी मीच क्षमा मागायला हवी!' एकलव्य शांत स्वरात उद्गारला.

'माझी, की व्याघ्राची?' किंचित स्मित करीत आर्य उद्गारला, 'एक तर मी शस्त्रहीन होतो; शिवाय अतिश्रमानं आणि जखमांनी विव्हळ-व्याकूळही झालेलो होतो. अशा अवस्थेत वाघानं माझी मृगया केली असती, हे नक्कीच. तुमचं शस्त्रकौशल्य अनुपम्य आहे, कुमार! पण...' आर्यवीर बोलताना मध्येच थांबला.

'वीरवर, स्पष्ट बोला. कसला किंतु, आर्यश्रेष्ठ...?' एकलव्य बोलला.

आर्यवीर या सरळ, तेजस्वी कुमाराकडे अनिमिष नेत्रांनी पाहत राहिला. असलं रत्न निषादांच्या या जंगलात....कुग्रामात...

अचानक त्याला आपल्या विचारांची लाज वाटली. हे कुग्राम म्हणण्याचा आपल्याला काय अधिकार? किती सुसंस्कृत आर्यकुमारांनी अशा संकटग्रस्त बांधवाची मदत करण्यास धाव घेतली असती? आणि परक्या, अपरिचित व्यक्तीला ज्या मायेनं, आत्मीयतेनं, कणवेनं वागविलं गेलं, ती किती आर्यग्रामांत लाभली असती?

आपण वंशप्रतिष्ठेनं किती अंध होतो, निषाद, शबरादी अनार्य ज्ञातींविषयी आपलं व आपल्या समाजाचं किती घोर अज्ञान होतं, याचा प्रत्यय तो पावलोपावली घेत होता. गेल्या सप्ताहात त्यांची शुश्रूषा, औषध-योजना, सेवातत्परता आणि वागण्यातील ऋजुता-सर्वांची विलक्षण मोहिनी त्याच्यावर पडली होती. आपल्या उच्च म्हणविल्या जाणाऱ्या संस्कृतीमधील विकृती व विसंगती याचं स्पष्ट दर्शन त्याला आता घडू लागलं होतं.

अज्ञानापोटी व प्रत्यक्ष तुलना न करता स्वत:ला अतुलनीय व सर्वश्रेष्ठ मानण्याच्या अहंकारी आर्यवृत्तीची त्याला स्वत:ला लाज वाटली.

एकलव्याकडे टक लावून बघत असता त्याच्या मनातल्या विकार-विचारांची

छाया त्याच्या मुखावर एकलव्य बारीक दृष्टीनं न्याहाळत होता.

'आर्यवर, आपल्या बोलण्यानं मला दुःख होईल किंवा अपमान वाटेल, असं मानू नये. मी तर अल्पवयीन कुमार. आपण वय, अनुभव, यात्रा, प्रवास यांमुळे ज्ञानी आहात. कसलाही संशय न बाळगता, कृपया आपल्या मनीची शंका सांगावी.'

एकलव्याच्या विनम्र, आश्वासक व आर्जवी स्वरानं आर्यवीराच्या मुद्रेवर स्नेहभाव दाटून आला, त्याच्या नेत्री कौतुक भरलं.

'वत्सा एकलव्या, तुझ्या जवळचे गुण, तुझी वृत्ती, वर्तन... सर्व असं आहे, की कुठंही, कसलाही दोष काढण्यास जागा नाही. तुझं शौर्य,सरलता आणि निष्कपट वृत्ती यांत कोणती गोष्ट वरचढ आहे, हे ठरविणं ईश्वरालाही शक्य नाही. पण या शौर्याला आधुनिक विद्येची आवश्यकता आहे.' आर्यानं अतिस्निग्ध स्वरात म्हटलं.

'म्हणजे?' एकलव्य गोंधळला होता; पण त्यापेक्षाही अनपेक्षित स्तुतीनं लाजला होता.

'एकलव्या, तुम्ही... तुम्ही लक्ष्यवेध करता, स्वरवेधही करता ना?

'होय, आर्यवर!'

'रात्रिंचर केवळ स्वरांवरून टिपता ना?'

एकलव्यानं पुन्हा मान हलवून होकार दिला.

'पण, निषादवीरा, अस्त्रविद्येची जोड तुम्ही शस्त्रविद्येला देत नाही ना?'

'म्हणजे? आपला प्रश्न माझ्या ध्यानी आला नाही....' एकलव्य गोंधळला होता.

आपल्या ज्ञानातील कमतरता स्पष्टपणे मान्य करण्याइतका सरळ मोकळेपणा त्या निसर्गाच्या लेकरात होता.

आर्यवीरानं त्याला परत काही क्षण टक लावून पाहिलं. नंतर शांत, हळू, पण स्पष्ट शब्दांत त्याला आर्यांनी विकसित केलेल्या अस्त्रविद्येची माहिती देण्यास सुरुवात केली.

साधारण घटिका, दीड घटिका आर्यवीराचं सर्व बोलणं एकलव्य अत्यंत एकाग्रपणे ऐकत होता.

त्यानंतर एकलव्य तृषार्त चातकाप्रमाणं रोजच येऊन आर्यवीराबरोबर बोलत बसत असे. आर्यांच्या अस्त्र-शस्त्र विद्येविषयीच नव्हे, तर अन्य अनेक बाबींविषयी समाजकारण, राजकारण, रीती-रिवाज, यांविषयी- तो रोज माहिती घेत असे.

आर्य आपल्याला दस्यु मानतात, आपण गौण आहोत, हीन आहोत, असं समजतात, याची जाणीव एकलव्याला वृद्ध व जाणत्या लोकांकडून होत होती.

राजकीय दृष्ट्या आपण जित नाही, दस्यु नाही, याची जाणीव असूनही, आर्यांच्या सामाजिक, सांस्कृतिक, प्रादेशिक अशा सर्वंकष अतिक्रमणाच्या दडपणाखाली आपण आहो, याची जाणीव एकलव्याला होत होती. जित नसलो, तरी भीत आहोत आणि भित्यापाठीच ब्रह्मराक्षस असतो, एवढं ज्ञान त्याला होतं.

आर्यांचं भय का? त्यांची शस्त्रं, संस्कृती, शिक्षा-दीक्षा या सर्व गोष्टी आपल्या समाजाला दस्यु बनवतील, आपल्याला दास वृत्तीनं राहावं लागेल, असं पुरोहित, आदी समाजातील वृद्धांना वाटत होतं व त्यांच्या बोलण्यातून एकलव्यालाही हे समजलं होतं; पण यावर उपाय मात्र कोणाजवळ नव्हता.

निषाद महादण्डनायक हिरण्यधनूनं उपाय म्हणून सर्व अरण्यकांची एकजूट घडवून आणली होती. विंध्याद्रीपासून तराईपर्यंतच्या अनेकविध अरण्यावासीयांमधील परस्परद्वेष नष्ट करून संशयाचं वातावरण निवळवण्याचं मोठंच कार्य हिरण्यधनूनं केलं होतं.

महानदीकाठच्या विस्तीर्ण परिसरातील अरण्यवासीयांनी आपला महादण्डनायक म्हणून एकमतानं हिरण्यधनूची निवड केली होती. सर्व अरण्यवासी आर्यराष्ट्रांकडे साशंक व अविश्वासाच्याच दृष्टीनं पाहत. आर्यांचे लोंढे येत होते. त्यांच्या लोभाला सीमाच नव्हती. उत्तर, दक्षिण, पूर्व, पश्चिम-कोणत्याही दिशेचं बंधन नव्हतं. आजचं आपलं घर त्या आर्यांच्या तुफानी लाटेत उद्या राहील याची शाश्वती नव्हती. समृद्धी व लाभाबोबर आर्यांचा लोभ वाढत होता. कोणताच भूभाग आर्यांना दुर्लघ्य नव्हता. अप्राप्य नव्हता. आर्यांच्या न्यायबुद्धीला एकच न्याय अवगत होत : बळी तो कान पिळी! आणि सध्यातरी ते बळी होते, जेते होते.

कुशाग्र बुद्धीच्या एकलव्याला हे सर्व बोलणं, त्यांचे संदर्भ कळत होते; पण अद्याप आर्य कसा, तो त्यानं प्रत्यक्ष पाहिला नव्हता. अज्ञातविषयी कुतूहल त्याला होतं; पण भय नव्हतं.

त्या आर्यवीराचं नाव होतं वीरभद्र. कलिंग देशाचा हा वीर हस्तिनापुराहून पुन्हा कलिंग देशाला जात होता. अत्यंत सावध व विलक्षण शूर असलेला हा तरुण, अचानक दोन भुकेल्या वाघांच्या तावडीत सापडला होता. एका वाघिणीला मारेपर्यंत तो घायाळ झाला. दुसऱ्या वाघानं घोड्याला ठार मारलं. व त्याच्यावर झेप घेण्याच्या तयारीत असता एकलव्य त्याच्या मृगयेसाठी पोचला होता.

तो तरुण कलिंग देशाचा सहस्त्राधिप होता. त्यानं आर्य युद्धपद्धती, व्यूहरचना, घोडे, रथ, हत्ती यांचे उपयोग कसे केले जातात, यांविषयी माहिती दिली.

एकलव्य प्रत्येक दिवशी नवीनवी माहिती घेत होता. नव्या तंत्रांविषयी, नव्या शस्त्र-शास्त्रांविषयी ऐकत होता; पण त्याचे प्रत्यक्ष प्रयोग वा शिक्षण घेतल्याविना या माहितीचा आपणांस काही उपयोग नाही, याविषयी त्याची हळूहळू खात्री होत होती.

'एकलव्या, कोणत्याही विषयात गुरूविना प्रगती नाही.' एक दिवस आर्य वीरभद्र उद्गारला.

'पण, आर्यश्रेष्ठ, मी गुरू म्हणून पुरोहितांकडून विद्या ग्रहण करतो आहे.' एकलव्यानं नम्रपणे त्याला सांगितलं.

'एकलव्या, वीर, शूर म्हणून कोणताही निषाद आर्यांहून कणभरही कमी नाही; पण आर्यांच्या विकसित ज्ञानापुढं तुम्ही टिकू शकणार नाही.'

'म्हणजे काय, आर्य वीरभद्र?'

'एकलव्या व्याघ्र मानवाहून शूर नव्हेत का? हत्ती हे मानवाहून सबळ नाहीत का? या सृष्टीतील पशु-पक्षी देखील मानवाहून अधिक श्रेष्ठ आहेत, मुंग्या देखील. तरी पण क्रूर, शक्तिमान, बलिष्ठ अशा वाघाला वा हत्तीला आपण मारू शकतो. तू तर वाघास अंगावर घेऊन मारलंस ना?'

एकाग्रपणे आर्य वीरभद्राचं संभाषण ऐकणाऱ्या एकलव्यानं मान हलवली. वीरभद्राचं सांगणं त्याला समजलं होतं.

आर्य वीरभद्र आपल्याल जे सांगतो, ते केवळ आर्यांची थोरवी मिरवण्यासाठी नव्हे, एवढं तोच नव्हे, तर शंबरही मान्य करीत होता. एकलव्याविषयी या आर्याच्या मनात ममत्व व श्रद्धा आहे, हे शंबरानं उघडपणे मान्य केलं होतं.

'वीरवर एकलव्या, मानव पशूहून श्रेष्ठ आहे, असं नाही; पण तो प्रभुत्व गाजवतो तो एकाच शस्त्रामुळं. ते म्हणजे त्याचं ज्ञान! विद्याग्रहण करून तो सतत आत्मविकास करीत असतो. विद्येनंच मानवाला पशुमात्रांत श्रेष्ठत्व येतं. तुम्ही निषाद, शबर देखील धनुर्विद्येचे पाठ गिरवून पक्के करता ना? का? कशासाठी करता?'

आर्य वीरभद्र बोलत होता. एकलव्य एकाग्रपणे शांत बसून ऐकत होता. त्याचे काळे-भोर नेत्र चकाकत होते. ज्ञानसाधना- मग आर्यांची असा वा अनार्यांची, निषाद-शबराची, पुलिंद वा किन्नराची-आत्मविकासासाठी अत्यावश्यक आहे, ही गोष्ट एकलव्याच्या मनावर बिंबली होती. आता आर्य वीरभद्राच्या सांगण्याचा तो विचार करीत होता.

वीरभद्राच्या प्रश्नावर एकलव्यानं क्षणभर काहीच उत्तर न देता त्याच्याकडे टक

लावून पाहिलं.

'तुमचं सांगणं माझ्या ध्यानी आलं, आर्यवीर! म्हणजे आजचं आर्यांचं शबर, पुलिंद-निषादांवरील श्रेष्ठत्व हे त्यांच्या ज्ञानानं, त्यांच्या विद्येनं, आत्मविकासामुळं प्राप्त झालेलं श्रेष्ठत्व आहे...'

'बरोबर... अगदी बरोबर, एकलव्या, यापलीकडे केवळ व्यक्ती म्हणून कोणताही सामान्य आर्य अन्य कोणाहून वेगळा, वा श्रेष्ठ नाही हेही ध्यानी आलं ना?' वीरभद्रानं प्रश्न केला.

हे विधान केलं आणि तो स्वत:च चकित झाला. आजवर तो स्वत: अनेकवार आर्यश्रेष्ठत्वाचा पुरस्कार करीत होता. 'कृण्वन्तो विश्वमार्यम्' हे विश्व आर्यमय करीन- हे वचन पूर्ण करण्यास तो बांधलेला होता. अनार्यविषयी अनादर, काहीशी घृणा अन् बराच अपसमज प्रत्येक आर्य बाळगत होता. याला आर्य वीरभद्रही अपवाद नव्हताच.

पण गेल्या पंधरवड्यातील अनार्य अथवा दस्यु म्हणवणाऱ्यांचे व्यवहार तो पाहत होता. आतिथ्य, सौजन्य, सुव्यवहार यांत अरण्यवासीयांचं वर्तन तीळभरही उणं नव्हतंच; पण त्यांच्यांतही जे प्रगत व सर्वसमावेशक गणतंत्र अस्तित्वात होतं, त्यामुळं तो विलक्षण प्रभावित झाला होता.

स्त्री-पुरुषांतील मोकळेपणा, तरीही मर्यादांची सुबुद्ध जाण, स्त्रियांचं स्वातंत्र्य, वृद्धांविषयीचा आदर या सर्व बाबतीत हा अनार्य समाज पूर्ण प्रगत आणि सुसंस्कृत आहे, याविषयी त्याची खात्री पटली होती. म्हणूनच त्याच्या तोंडून सहजपणे वरील गौरवोद्गार बाहेर पडले होते.

'आर्य वीरभद्र, निषाद, शबर, आदी आत्मविकासात कमी पडतात का?' एकलव्यानं मधुर पण स्पष्ट शब्दांत विचारलं.

'होय, एकलव्या!' तितक्याच स्पष्टपणे वीरभद्रानं सांगितल.

'ते कसं?'

'आज धनुर्विद्येतच घ्या ना! धनुष्य व बाण यात एक शस्त्र म्हणून मूलभूत पाहिलं, तर एखादा शबर, पुलिंदबालक देखील आर्ययोद्ध्याहून अधिक श्रेष्ठ लक्ष्यवेधी असू शकेल; पण मग आर्यसेनेपुढं संख्येनं अधिक असूनही ते का टिकू शकत नाहीत?'

आर्य वीरभद्राच्या प्रश्नामुळं एकलव्य गोंधळल्यासारखा दिसू लागला.

आर्य वीरभद्र म्हणत होता, ते सत्य होतं. आर्य फसवे, कपटी, लबाड असल्यानं ते जिंकतात, असं वृद्ध म्हणत. आर्यांनी आपल्याकडून चांगले भूप्रदेश हिरावून घेतले, याविषयीच्या कथा ती नेहमी ऐकत होता. परंतु आर्य लबाड आहेत, म्हणून ते जिंकतात, असं सरळस्वभावी, ऋजु एकलव्याला म्हणवेना. असं

तोंडावर बोलण्यानं या एका चांगल्या आर्याचा - नव्हे, आपल्या अतिथीचा, घोर अपमान होईल, हे तो दृष्टीआड करू शकत नव्हता.

'कारण ते लबाड आहेत व लुच्चेगिरी करून ते विजयी होतात! पटकन तिथं बसलेला शंबर बोलून गेला.

'शंबरा...' एकलव्यानं शंबराला दाबण्याचा यत्न केला.

'बोलू दे त्यांना! बरोबर आहे. आर्यांनी लबाडीनं जिंकलं असेल. एकदा, दोनदा, लबाडी यशस्वी होईल. सतत कशी यशस्वी होईल? शंबरा, तुम्ही सतत त्या लबाडीनं फसायला निर्बुद्ध, भोळे आहात, की मूर्ख? लबाडी नेहमीच कशी यशस्वी होईल? अन् त्यांच्या पद्धतीनं तुम्हांला प्रत्युत्तर देता येऊ नये, म्हणजे....?' आर्य वीरभद्रानं आपलं वाक्य अर्धवट सोडलं.

'आपली शंका योग्य आहे, आर्य! पण मग आपणंस काय म्हणायचं आहे?' एकलव्यानं प्रश्न केला. त्याची विचारशक्ती जागृत झाली होती.

'इतकंच, की तुम्ही नवं ज्ञान, नवे रिवाज वा नवी विद्या घेत नाही. आहे तेच घटवीत बसता. जुन्या चालीरिती, रूढी, रिवाज-सारी तुम्हांला पक्कं जखडून ठेवीत आहेत. त्यामुळं तुमचा आत्मविकास खुंटलाय्. व्यक्तिविकास होत नाही, त्या समाजाची प्रगती कशी होणार? आणि मग त्या एकाच जातीत तुम्हांला आपोआप पडावं लागेल. केवळ आजच्या नव्हे, तर भविष्यकालातील पिढ्या न् पिढ्या...!'

'कोणत्या जातीत....?'

'जितांच्या! दस्यूंच्या!! जगात जित आणि जेते अशा दोनच जाती असतात, एकलव्या. कोणी कुठं राहायचं, ते त्याच्या शारीरिक, मानसिक, बौद्धिक शक्तीवर व त्यातून निर्माण होणाऱ्या सामाजिक शक्तीवर अवलंबून राहील. आर्यसमाज म्हणूनच तुम्हांपेक्षा अधिक एकसंध, प्रगत आणि संपन्न नाहीत का?'

'म्हणजे तुमचं म्हणणं आम्ही आर्य व्हावं!!' शंबरानं जराशा उपहासानं म्हटलं.

'नाही, मित्रा, थोडा विचार करा. तुम्ही आर्य-विद्या घ्या. ज्ञान घ्या. त्यांची संस्कृती घ्यायलाच हवी, असं नाही. त्यपैकी तुमच्या उपयोगाचं आहे, ते घ्या. त्याज्य असेल, ते सोडून द्या. पण व्यक्ती असो, की समाज, कालानुरूप परिवर्तनशील न राहील, तर.... दस्यु म्हणून जगणं किंवा नष्ट होणं... मित्रवर एकलव्य... क्षमाप्रार्थी आहे मी, माझ्या तोंडून असे कठोर शब्द....'

'नाही, सत्य हे कठोरच असतं, आर्य! आणि गुणदोषांशी खरा परिचय करून देणं खरं मित्रकर्तव्य! मी खरं तर तुमचा ऋणी आहे, आर्यवर!' एकलव्य शांत स्वरात उद्गारला.

क्षणभर नीरव शांती पसरली. नंतर एकलव्यानं काहीशी अस्वस्थ हालचाल केली.

'आर्य, मी एक प्रश्न विचारू?'

'अवश्य! मुक्त मनानं विचारावं, एकलव्या!' आर्य वीरभद्रानं आश्वस्त स्वरात सांगितलं.

'आपण विद्येचं महत्त्व सांगितलंत. आपली विद्या आम्ही घेतली, तर आम्ही आपल्याहून वरचढ होऊ, अशी भीती आपल्याला कशी वाटली नाही...?

'मित्रवर एकलव्य, तुमची वृत्ती व प्रकृती आक्रमक नाही. आम्ही आर्य मूलभूत आक्रमक वृत्तीचे आहोत. भटके आहोत. त्यामुळं तुमचं आक्रमण होणार नाही. शिवाय पृथ्वी इतकी समृद्ध आणि विपुल आहे, की तुम्ही समृद्ध, बलिष्ठ झाला, तरी तुमच्या भूभागावर तुम्ही सुखानं नांदू शकाल. आजचं, जित नसलं, तरी भीत आयुष्य कंठावं लागणार नाही....' आर्य वीरभद्र सस्मित उद्गारला.

'पण अशी विद्या आर्येतरांना कोणता आर्यगुरू देईल?' शंबरानं मध्येच विचारलं.

'मित्रा, आर्य-आचार्य विद्यार्थ्याला विद्या नाकारू शकत नाही!'

'म्हणजे? त्यांना शिकवण्याची इच्छा नसली...'

'नाही. मित्रांनो, आचार्यत्व हा व्यवसाय नाही- अन्य व्यवसायांप्रमाणं! रथकार, कुंभकार, आदी सर्व व्यवसाय आहेत. पण आचार्यत्व हे व्रत आहे. अगदी असिधाराव्रत! आचार्यांपुढं राजादेखील गौण! आचार्यांपुढं राजालादेखील नतमस्तक व्हावं लागतं. समाजातील सर्व श्रेष्ठ - कनिष्ठत्वाच्या पलीकडे आचार्यांचं स्थान असतं. सर्वाहून वेगळं. या वेगळेपणातच श्रेष्ठत्व असलेलं...'

'होय. पण कुणाला विद्या द्यावी, ते....'

'ते त्यांना ठरवता येणार नाही. ज्ञानसाधना व ज्ञानदान या दोन गोष्टी त्यांनी व्रत म्हणून स्वीकारलेल्या असतात. आलेल्या पात्र ज्ञानेच्छु बालकाला विद्यादान करणं हे त्यांचं परमकर्तव्य!' गंभीर स्वरात आर्य वीरभद्रानं सांगितलं.

'कोणालाही आचार्य विद्या नाकारू शकत नाहीत? अगदी कोणालाही?' शंबरानं मध्येच प्रश्न केला. प्रत्येक बाबतीत स्वत:चं श्रेष्ठत्व मानणाऱ्या आणि ते टिकवण्यासाठी धडपडणाऱ्या आर्य समाजातील सर्वसामान्यांपेक्षा आचार्य वेगळे असू शकतील, याची त्याला शक्यताच वाटत नव्हती.

'कोणालाही देतात. नव्हे, द्यायलाच हवी. कारण आचार्यत्व हे व्रत आहे. कठोर, खडतर! अर्थात काही वृत्तिभोगी आचार्य आहेत; पण तसे अपवादात्मकच!'

'असे कोणकोणते आचार्य ज्ञानदान करतात?....'

'अनेक आहेत. निषादकुमारा, सांदिपनी आहेत. द्रोणाचार्य आहेत...'

'धनुर्विद्येतील श्रेष्ठ आचार्य कोण आहेत बरे, वीरवर?' एकलव्यानं धडधडत्या काळजानं प्रश्न केला.

'हस्तिनापुरी असणारे द्रोणाचार्य हे सर्वाधिक प्रसिद्ध आहेत. श्रेष्ठतम धनुर्धर

भगवान परशुराम यांच्याकडून ते धनुर्विद्या शिकून आलेले आहेत. परवाच हस्तिनापूरच्या राजकुमार व अन्य छात्रांना विद्या देताना त्यांना मी पहिलं. किती सुविहित... किती सहज ... वा! एकलव्या, तुमच्यासारख्या साहसी, निर्भय वीरपुरुषास जर असला गुरू मिळाला, तर सुवर्णास सुगंधच!' आर्य वीरभद्र मनापासून बोलला.

त्याच वेळी महादण्डनायक हिरण्यधनूंनी सादावलेली हाक एकलव्याच्या कानी पडली.

एकलव्य लगबगीनं उठून निघाला. जाताना मनाशीच तो आर्य वीरभद्राच्या शब्दांचं चिंतन करीत होता.

'अरण्यवासी जित नसतील; पण भीत तर आहेतच...'

'ज्ञानाविना आत्मविकास कसा साध्य होणार बरं?'

'आणि गुरूविना ज्ञान कुठलं?....'

'ज्ञान-विकास आणि ज्ञानदान हे आचार्यांचं पवित्र कर्तव्यच.... ते व्रत...'

'आर्यांहून आर्येतर कोणत्या बाबतीत कमी आहेत? शौर्यात? वीर्यात? साहसात? उदारतेत? शक्ती, युक्ती, भक्ती.... कोणत्या बाबतीत....'

'आर्यश्रेष्ठत्व त्यांच्या एकसंधतेत व ज्ञानसंवर्धनात आहे....'

आर्य वीरभद्राची वाक्यं एकलव्याच्या कानामनांत सारखी रुंजी घालत होती....

'ज्ञान हीच एक स्वयंसिद्ध शक्ती आहे व ज्ञानसाधनेनं निषाद समाज अधिक निर्भय बनू शकेल, आर्यांशी बरोबरीनं संबंध प्रस्थापित करून स्वतंत्रपणे राहू शकेल...'

गेले कित्येक दिवस वृद्ध व विचारवंत चिंतन करीत असलेल्या प्रश्नाचं हेच तर उत्तर नसेल ना...?

विचारांच्या गोंधळातच तो पित्याजवळ पोचला.

●

५

'एकलव्या बाळा, हा साहसी अविचार सोडून दे! महादण्डनायक, पुरोहित व वृद्धसभा या गोष्टीला अनुमती देणार नाहीत!' माता रत्नगर्भा शांत, संयत व मधुर स्वरात बोलली.

'माय... विचार साहसी असेल; पण अविचार नाहीच नाही. खूप विचार करून, बरी-वाईट बाजू पाहून मगच मी तो तुझ्याकडे मांडतो आहे!' एकलव्य आर्जवी सुरात उद्गारला.

एका विस्तीर्ण पळस वृक्षाच्या छायेत एकलव्य मातेसह बोलत बसला होता. दुरून पेटल्याप्रमाणे दिसावा, इतका तो वृक्ष फुलला होता.

कोणत्या तरी गंभीर विषयावर मायलेकरं बोलत असावी.

तिसरा प्रहर उलटला होता. सूर्याचे किरण किंचित तिरपे पडल्यानं अनेक वृक्षांच्या टोकांना वेगळीच पिवळी झळाळी आली होती. बेल, रुई, खैर,, कवठ, आदी वृक्षांनी दाटी केली होती. अनेक वेली त्यांच्या अंगांवर चढल्यानं सगळीकडे केवळ हिरवंगार होतं. जणू मुद्दाम लावल्याप्रमाणे मृदु, थोड्याशा वाढलेल्या गवतानं सारी धरती झाकली होती. त्यामुळं सारा ओबडधोबडपणा दृष्टीआड होत होता. एका बाजूला जुनाट असा वटवृक्ष पारंब्यारूपी बाहू पसरवून पांथस्थांचं गर्द छायेत स्वागत करत होता.

सारे वृक्ष फुलाफलांनी समृद्ध होते. अनेक जातींच्या विविध फुलांमधून येणारा मंद वारा विविध सुगंधांचा लोट घेऊन येत होता. त्या मिश्रित सुगंधाचा एक वेगळाच अनुभव मनाला उल्हसित करीत होता. भ्रमर, झिल्ली, आदी कीटकांच्या स्वराबरोबर विविध पक्ष्यांचा स्वर साऱ्या वातावरणाला मधुर पार्श्वसंगीत देत होता. किलबिलणाऱ्या अनेक पाखरांच्या आवाजामध्ये एखादाच उंचावणारा स्वर कानांना वेगळा व सुखद भासत होता. सारं वातावरण उत्फुल्ल, आनंददायी आणि उत्साही होतं.

पण या सौंदर्याकडे एकलव्याचं नेहमीप्रमाणे लक्ष नव्हतं. एरवी निसर्गाचे बारकावे टिपून तो आपल्या मातेचं लक्ष वेधवीत असे.

एकाहून एक सुंदर अशी निसर्गशिल्पं ती मायलेकरं चढाओढीनं परस्परांना दाखवीत. असे किती तरी सूर्योदय व सूर्यास्त, चांदण्याच्या वर्षावात न्हालेली झाडं, इंद्रधनुष्यानं फुललेलं आकाश यांचे आनंद त्यांनी घेतले होते.

पण आज त्यांचं लक्ष नव्हतं. एकलव्याच्या लहानशा प्रश्नानं आज दोघांचं चित्त विचलित झालं होतं. एकलव्याच्या मुद्रेवर औत्सुक्य, आशा, चिंता आणि डोळ्यांतील निग्रह यांचं सुरेख मिश्रण झाल्यामुळं त्याचा सावळा चेहरा अतिशय मोहक दिसत होता.

एकलव्याच्या मातेच्या-रत्नगर्भेच्या मुद्रेवर व्यग्रता, चिंता, खिन्नता, आदी भावनांचं मिश्रण होतं.

'माये, मी... मी माझ्या स्वार्थासाठी हा विचार करीत नाही. किंवा आर्यांच्या भपक्यानं भुलून गेलेलो नाही. मी... मला...पण...'

'काय करायचंय् तुला, एकलव्या....?'

महादण्डनायक निषादराज हिरण्यधनूचा स्वर रउमटला. त्यात कौतुक होतं, माया होती, अधिकारही होता.

'अं....न.... नाही, तसं... बाप्पा, तसं विशेष काही नाही....' एकलव्य काहीसा चाचरला; पण लगेच त्यानं सावरून घेतलं.

आपल्यावर बाप्पाची माया आहे, त्याची सूक्ष्म दृष्टी सतत आपल्यावर असते, आपण वागतो कसं, बोलतो कसं, या गोष्टींकडे आपला कर्तव्यकठोर बाप डोळ्यांत तेल घालून दृष्टी ठेवतो आहे, याची स्वत: एकलव्याला जाणीव होती. माया आणि कर्तव्य यांत बाप कर्तव्याला जपेल, याची त्याला खात्री होती. सतत आईच्या सहवासात असल्यानं तो तिच्याकडे मनमोकळं बोलत असे....

'बाळ एकलव्या, आपल्या दोघांत यापूर्वी कधीच लपंडाव खेळला गेला नाही. मग आताच ही गुप्तता कशाला? असो. जो विचार तुला प्रकट करण्याचं साहस नाही तो न केलेलाच बरा. पापी विचार कधीच निर्भय नसतात.' हिरण्यधनूनं सस्मित म्हटलं.

बापानं सहजपणे व हास्य करीत जरी हे सांगितलं, तरी कुमार एकलव्य त्यातील खोच समजून गेला. न सांगणं म्हणजे आपला विचार अयोग्य होता, हे मूकपणे मान्य करणं होतं. खरं सांगावं, तर त्याविषयी अद्याप मायशी चर्चा झालीच नव्हती.

पण...आता...

एकलव्यानं बापाच्या दृष्टीला दृष्टी देऊन शांत, संयत व स्पष्ट स्वरात सांगण्यास सुरुवात केली.

'बाप्पा...ज्ञानसाधनेसाठी दूर जाण्यासाठी आपली अनुमती मिळेल का, याविषयी मी मायशी बोलत होतो.'

'ज्ञानसाधना?... कसली ज्ञानसाधना, एकलव्या?' हिरण्यधनूनं किंचित गोंधळून विचारलं. अलीकडे कुमार एकलव्य अधिक गंभीर, विचारमग्न, अधिक एकाकीसा

बनला आहे, हे त्याच्या ध्यानी आलं होतं. याच काळात कुमार आर्य वीरभद्रानं दिलेल्या धनुष्यानं साधना करण्यात अधिकाधिक वेळ घालवीत असल्याचंही त्यानं सहजपणे टिपलं होतं.

'धनुर्विद्येची साधना, बाप्पा!' एकलव्य नम्र स्वरात उद्गारला.

'छान कल्पना आहे. पण धनुर्विद्येची साधना तर तुला इथंही करता येईल की! त्यासाठी या छोट्या पाडसाला मातेपासून दूर जायची इच्छा झाली काय?'

'नाही, बाप्पा! मी म्हणतो, ती ध्यानसाधना एकान्तपणे करण्याची नाही....!'

'तर मग...?'

'मला आर्य गुरूकडून, त्यांच्या शस्त्रविद्येची सशास्त्र दीक्षा घ्यायची आहे!'

'काय...?' महादण्डानयक हिरण्यधनु विस्मित आणि दुःखितही झाले होते.

आर्यशिक्षण आणि संस्कृती यांच्यापासून दूर राहून आपण आपलं स्वत्व टिकवू, असं त्यांच्या पूर्वजांप्रमाणे त्यांचंही मत होतं. अन् आता आपला पुत्रच....

शस्त्राच्या आक्रमणापेक्षा संस्कृतीचं आक्रमण अधिक सूक्ष्म, बहुमुखी व अकल्पित असतं. समाज विस्कळीत करण्याचं सामर्थ्य, सारा प्रतिकार नष्ट करण्याची शक्ती त्यात असते. मन अन् बुद्धीचीही पराभूत परावलंबिता केवळ सांस्कृतिक आक्रमणाचीच कर्तबगारी! अन् आता आपला पुत्र एकलव्य....

अचानक उठलेल्या विचारांच्या आवर्तांनी उभट उग्र चेहरा काहीसा व्यथित व व्यग्र दिसू लागला.

'बाप्पा, माझं म्हणणं नीट समजून घ्या... मग तुम्ही जी द्याल, ती आज्ञा मला शिरसावंद्य आहे.'

'अं...बोल...'

'मला आर्यांची विद्या शिकायला जायचं आहे. केवळ धनुर्विद्या नव्हे, त्यांची विद्या, कला, ज्ञान यांचा परिचय करून घेतला, तर आपण अधिक सहजपणे त्यांचा सामना करू शकू, बाप्पा!'

'तो कसा काय?' हिरण्यधनूनं विचारलं.

'त्यामुळं आर्य-युद्धशास्त्रातील शक्तिस्थानं आणि मर्मस्थानं ओळखता येतील ना?'

एकलव्याच्या प्रश्नाबरोबर दचकून हिरण्यधनूनं त्याच्याकडे पाहिलं.

उण्यापुण्या बारा-चौदा वर्षांच्या पोरानं एवढा गहन विचार मांडावा? या बदलत्या संघर्षमय वातावरणात पोराचं बाल्य कोमेजून त्याला अकाली प्रौढत्व तर येत नाही ना, या विचारानं त्याच्या मनात धस्स झालं.

'बाळा एकलव्या, तुझ्या विचारांची दिशा बरोबर आहे. पण तुला ही आर्यांच्या

युद्धविद्येची मर्मस्थळं शिकवणार कोण? आणि का?' हिरण्यधनूनं सहज विनोद केल्याप्रमाणे प्रश्न केला.

'बाप्पा, कोणत्याही आर्य-आचार्यांकहून मी शिकेन. विद्या मागणाऱ्याला विद्यादान करायलाच हवं, असं कठोर व्रत आचार्यांनी स्वीकारलेलं असतं. तिथं लाभ वा लोभाला थाराच नसतो, असं आर्य वीरभद्रांनी सांगितलं आहे.' एकलव्य उत्साहानं म्हणाला.

आपल्या कल्पनेवर बाप्पा रागावले नाहीत, एवढ्यानंच तो उत्साहित झाला होता.

'आणि असे काणते आचार्य तुला शिकवतील?'

'आचार्य द्रोण! कुरुकुलातील राजकुमारांना ते शिकविताहेत सध्या! हस्तिनापुराजवळ आश्रमात ते राहतात.' एकलव्य उत्तरला.

'एकलव्या बाळा, असे निर्णय घ्यायला तू किंवा मी स्वतंत्र नाही. हे तुला माहीत आहे का?' हिरण्यधनूनं हळुवार शब्दांत एकलव्याला प्रश्न केला. त्याच्या स्वरावरून कोणतंही अनुमान करता येऊ नये. इतका तो अलिप्त होता.

'म्हणजे काय, बाप्पा?'

'मी महादण्डनायक आहे. निषादाधिपती असं आर्य म्हणतात. पण, बाळा, महादण्डाधिपतीचं जीवन हे ज्ञातिसमर्पित जीवन आहे. याची जाण आहे ना तुला?'

'होय बाप्पा..' एकलव्यानं नम्र स्वरात होकार दिला, 'पण, बाप्पा, त्यानं माझ्याविषयी काय व कुठं....?'

'एकू.... लाडक्या, मी जर तुला जायला अनुज्ञा दिली, आणि ते आपल्या ज्ञातिमंडळीला मान्य नसेल, तर... अन् मंडलाधिपतीला जो निर्णय घ्यायचा, तो केवळ बाप्पा म्हणून घेता येणार नाही. तो योग्य होणार नाही. जर पुत्रप्रेमामुळं मी नकार दिला, तरी ते योग्य होणार नाही. माझ्या प्रेमापोटी, भयापोटी मी तुझ्या प्रगतीआड येणं अन्याय्य आहे. अयोग्य आहे. एकलव्या, मला तुझ्याविषयी ज्ञातिसभेसमोर हा प्रश्न उपस्थित करावा लागेल.... त्यांचा निर्णय....'

'जय एकवीरामाता! जय एकलिंग! कसला आणि कोणाचा निर्णय महादण्डानयक?' मागून पुरोहित मेघवर्णाचे शब्द आले.

पुरोहित मेघवर्ण हा काळसर वर्ण. चौकोनी चर्या, रुंद जबडा, अरुंद खांदे व खूप उंची यांमुळं जरा चमत्कारिक दिसत असे. गोल, पिंगट-घारे डोळे सदा लालसर असत. त्या तारवटलेल्या डोळ्यांमुळं तो अधिक भीतिदायक वाटत असे. त्याच्या चमत्कारिक दिसण्याबरोबरच त्याचं स्पष्ट, अंकुशाप्रमाणं टोचणारं बोलणं यामुळं सारे अरण्यवासीय त्याला टरकून असत. तो येत असेल, तर वाघदेखील त्याला आधी रस्ता मोकळा करून देतो अशी थट्टाही त्याच्या मागे होत असे. पण

स्वतःच्या प्राणापेक्षाही आपल्या ज्ञातीचं कल्याण व हिरण्यधनूचं भलं त्याला अधिक प्रिय आहे. याविषयी लोकांनाच काय, पण अरण्यातल्या पशुपक्ष्यांनाही शंका नव्हती.

अचानक असा प्रेमळ पण फटकळ पुरोहित मेघवर्ण येताच एकलव्याच्या मनावरून एक भयाचं दाट सावट सरकून गेलं. मेघवर्णानं अन्य काणत्याही बाबतीत हिरण्यधनु वा त्याच्या कुटुंबीयांसाठी कसलाही त्याग केला असता, पण आर्यविरोधाच्या बाबतीत त्यानं शंबराचा, आपल्या एकुलत्या एक मुलाचाही बळी दिला असता.

एकलव्य धडधडत्या छातीनं एकवार आपल्या बाप्पाकडं, एकवार पुरोहित मेघवर्णाकडे पाहू लागला.

'ये... ये... मेघवर्णा, थोडी घरगुती चर्चा सुरू होती; पण प्रश्न घरापुरता नव्हता. ज्ञातिसभेच्या संमतीविना निर्णय लागू शकणार नाही, असं मी एकू बाळाला सांगत होतो.' हिरण्यधनूनं सहज स्वरात सांगितलं.

'पण तुमचा कौटुंबिक निर्णय ज्ञातिसभेसमोर आणण्याचं कारण काय? तुमची वैयक्तिक बाब तुमच्यापुरती नाही का ठेवता येणार?' मेघवर्णानं नेहमीच्या किंचित घोगऱ्या स्वरात प्रश्न केला.

'अं... काय...?' चकित नेत्रांनी पुरोहिताकडे पाहत हिरण्यधनूनं प्रश्न केला.

'कुटुंब आणि ज्ञातिसंस्था सलग आहेत. मग कौटुंबिक बाबीत ज्ञातिसंस्थेची लुडबूड कशासाठी? मी तर...?

'मेघवर्णा, माझी परीक्षा पाहतो आहेस काय?' हिरण्यधनूनं पुरोहिताचे बोलणं मध्येच तोडून विचारलं. 'ज्या क्षणी मी महादण्डनायकपदी निवडलो गेलो, त्या क्षणी तू मला शपथ दिली होतीस ना? माझं स्वत्व, स्वातंत्र्य, व्यक्तिमत्त्व, सारं सारं ज्ञातीच्या कल्याणाच्या दृष्टीनं ज्ञातीच्या भल्यासाठी वापरेन-हिरण्यधनूचं स्वतंत्र अस्तित्व संपून ज्ञातीसाठी प्रातिनिधिक व निष्पक्षपाती जीवन जगेन, अशी शपथ मी घेतली नव्हती?'

'पण साऱ्या कुटुंबानं तीच शपथ पाळावी?'

'मेघवर्णा, मित्रा, माझी थट्टा करतो आहेस ना? अरे, पहिल्याच दिवशी महादण्डनायकाचं पद मी स्वीकारलं, तेव्हाचे तुझे शब्द अद्याप कानांत वज्रलेप बसले आहेत. मित्रा तू सांगितलं होतंस, 'तू महादण्डानायक! तू करशील, तो ज्ञातीचा मानदंड ठरेल. तुझं वागणं हे ज्ञातीचं आदर्श असेल. तुझ्याप्रमाणेच सर्व वागतील, तुझं जीवन समर्पित जीवन आहे.' होय ना...? हेच तुझे शब्द होते ना?...' हिरण्यधनु काहीशा उत्तेजित स्वरात बोलत होता. त्याच्या मनातून येणाऱ्या उमाळ्याबरोबर शब्दांचा ओघ वाहत होता.

'मित्रा, हिरण्यधनु...'

मेघवर्णाचे शब्द जणू हिरण्यधनूच्या कानांपर्यंत पोचलेच नसावेत. आपल्याच नादात, विचारात हिरण्यधनूची दृष्टी कुठंतरी अज्ञातात गुंतली होती.

एकलव्य व रत्नगर्भा चकित होऊन हिरण्यधनूच्या तोंडाकडे पाहत होती, पण त्याला कसलंही भान नव्हतं.

'तू म्हटलं होतंस, तसं... अगदी तसंच मी माझं सर्वस्व ज्ञातिसभेला समर्पित केलं. आणि, मित्रा, त्यामुळं निदान सर्व अरण्यवासीयांचा परस्पर वैरभाव, संशय आपण कमी करू शकलो. अनार्य, दस्यु म्हणून हेटाळणीनं, तिरस्कारानं, अपमानानं जगणारे आपले बांधव ताठ मानेनं स्वतंत्रपणे जगू शकताहेत. एकजुटीनं आपलं स्वप्न सत्य होत आहे. अशा वेळी, मित्रा, हिरण्यधनु स्वत:पुरता कोणताही विचार मनात आणणार नाही. समाज जसा व्हावा, तसं वागून दाखविण्याची जबाबदारी नायकांची नाही काय?'

'बाप्पा ...बाप्पा..... मी चुकलो !!' अवरुद्ध कंठानं एकलव्य उद्गारला, 'देवी एकवीरा मला क्षमा करो! आपलं म्हणणं योग्य आहे. आपलं वेगळं, केवळ वैयक्तिक असं काही असणं अयोग्य आहे. त्यामुळं आपल्यात संशय आणि दुरावा निर्माण होऊ शकेल, मला क्षमा करा, बाप्पा.... कराल ना?'

अत्यंत आर्जवी, दु:खभरल्या स्वरातील त्याचे नम्र उद्गार कानी येताच हिरण्यधनूनं त्याला जवळ ओढलं.

'पिल्ला... वेड्या... तुझी तळमळ योग्य असेलही; पण माझे हात माझ्या कर्तव्यानं बांधले गेले आहेत, रे.' हिरण्यधनु भावपूर्ण स्वरात उद्गारला.

'महादंडनायक, कोणती तळमळ आहे लेकराला?' घोगरा व करडा वाटणारा स्वर शक्य तेवढा मृदु करीत मेघवर्णानं विचारलं.

'मला धनुर्विद्येची प्रगत साधना करायची आहे. प्रगत-नव्या प्रकारची धनुर्विद्या, वंदनीय!' एकलव्यानं नम्रपणे किंचित कापऱ्या स्वरात म्हटलं.

'ठीक आहे, पण कुठं? का? जरा स्पष्ट सांग ना?'

एकलव्यानं क्षणभर थांबून जणू आपल्या मनातील विचार नीट जुळवले. नंतर तो शांतपणे आपलं व आर्य वीरभद्राचं संभाषण, त्यातून मिळालेली माहिती व आपला विचार सांगू लागला. थोडक्यात, मोजक्या पण स्पष्ट शब्दांत त्यानं सर्व सांगितलं व आचार्य द्रोणांकडे शिकायला जाण्याची आपली इच्छाही सांगितली.

एकलव्याचं निवेदन संपताच एक विलक्षण शांतता पसरली.

एकलव्य सर्वांकडे भिरभिरत्या दृष्टीनं पाहत होता. त्याच्या मनाची उलघाल त्याच्या चर्येवर स्पष्टपणे दिसत होती.

'एकलव्या, तुझा विचार उत्तम आहे.' मेघवर्णानं प्रथम शांततेचा भंग केला.

त्याच्या पहिल्या वाक्याबरोबर एकलव्याची चर्या उजळली. त्याच्या डोळ्यांत आनंदाची कारंजी उडू लागली.

'पण, एकलव्या, तू कुमार-नायक आहेस. महादंडनायकाचा पुत्र आहेस. दोन्ही नात्यांनी कोणताही निर्णय पूर्णपणे स्वत: घेण्याइतकं स्वातंत्र्य तुला अगर आम्हांलाही नाही. आपण आपलं सर्वस्व आपल्या लोकांसाठीच वाहायचं, असाच नायकत्वाचा अर्थ आहे, बाळा!'

एकलव्य नम्रपणे ऐकत होता. त्याची मान मेघवर्णाच्या विधानाच्या स्वीकारासाठी आपोआप हलत होती. मेघवर्ण प्रेमळ पण गंभीर स्वरात बोलत होता.

'हिरण्यधनु, कुमार एकलव्याला आर्य वीरभद्रानं सांगितलं, ते अंशत: सत्य आहे. आपण आपलं वैविध्य व वैशिष्ट्य सांभाळण्याच्या प्रयत्नातच एकता,जूट गमावतो आहोत. आर्यांच्या एकसंध समाजरचनेपुढं आपण हळूहळू हरतो आहोत. आर्य ज्ञान प्रगत करताहेत. आपण आपल्याला भूतकालाला वेढून वर्तमानाकडे दुर्लक्ष करतो आहोत, आणि भविष्य नष्ट करतो आहोत.....'

'म्हणून आपण आर्यसंस्कृतीचा, जीवनपद्धतीचा स्वीकार करायचा? त्यांच्या समाज-पद्धतीतलं पशुवत दुय्यम जिणं स्वीकारायचं, आपल्या परंपरा, संस्कृती, धर्म-साऱ्याची होळी करायची?' अत्यंत विव्हळ व व्यथित स्वरात हिरण्यधनूनं विचारलं.

'मित्रा हरिण्यधनु, असा व्यथित होऊ नकोस. भावनेचं धुकं बुद्धीवर पसरवू देऊ नकोस. एकू, बाळा तुझं आणि आर्य वीरभद्राचं सर्व संभाषण मला माहित आहे. शंबराकडून नव्हे हं! त्याला बाप्पापेक्षा तू जवळचा वाटतोस. वीरभद्रानंच सांगितलं मला. त्या तुमच्या बोलण्याचा मीही विचार केला-करतोय.'

'काय? काय खरं आहे, मेघवर्णा? आम्ही आर्यसंस्कृती, शिक्षा घेऊन अप्रत्यक्ष दास्य स्वीकारावं?' महादण्डनायक हिरण्यधनूनं मध्येच जोरात विचारलं.

'मित्रा, अरण्यात चर्मावरणातूनही पायी काटा लागतो; तो शूळ मोडतो कधी कधी! तो तू कसा काढतोस? बाणानं? सुऱ्यानं?'

मध्ये विषयाला सोडून वेगळाच प्रश्न विचारल्यामुळं महादण्डनायक तीव्र दृष्टीनं त्याच्याकडे पाहू लागला. पण त्याच्या बोलण्यात खोच असावी, काही प्रच्छन्न अर्थ असावा, याची मात्र त्याला जाणीव होती, कारण मेघवर्णाची ती बोलण्याची पद्धतीच होती.

'दुसरा काटा घेऊन पहिला अलगद व हळुवारपणे काढतो......'

'तसंच हे आहे!' मेघवर्ण महादण्डनायकाचं बोलणं मध्येच तोडून उद्गारला, 'त्यांचं युद्धतंत्र, धनुर्विद्या वगैरे प्रगत असेल, तर ती आत्मसात करून त्यांचं शस्त्र अधिक धारदार, प्रभावी बनवून त्यांच्यावरच का उलटवू नये? हिरण्यधनु, मित्रश्रेष्ठ,

आपल्याला लहानपणी गुरुनं सांगितलेलं ध्यानी आहे ना?'

'काय ते?'

'आक्रमणांचा प्रतिकार हा संरक्षणात्मक पवित्रा घेऊन करणं म्हणजे सर्वनाश तात्पुरता पुढं ढकलणं आहे. आणि उलट हल्ल्यानं उत्तर दिलं, तर विजयाची संधी तरी असते किंवा मानाचं मरण तरी! दोन्ही पराभूत जिण्यापेक्षा श्रेष्ठच ना?'

पुरोहिताच्या बोलण्यानं हिरण्यधनूची मुद्रा हळूहळू उजळत होती. एकलव्याच्या हट्टातील लाभाची बाजू त्याचा ध्यानी आली होती.

'मेघवर्णा, तुझीही एकलव्याच्या मागणीला संमती आहे, तर?'

'होय, मित्रा, कारणं वेगळी असतील; पण साधन म्हणून माझी एकलव्याच्या ज्ञानसाधनेला संमती आहे.'

'मला फक्त एक भय वाटतं....' हिरण्यधनु उद्गारला.

'कसलं, बाप्पा?' एकलव्यानं विचारलं.

'बाळा, विद्याग्रहणासाठी गेलास आणि आर्यसंस्कृतीच्या नाविन्याला भुललास, तर? त्यांच्या अनुकरणात मोठेपणा मानलास, तर? ते अधिक अहितकर ठरेल. कारण त्यामुळं तू स्वत:लाच फसवायला शिकशील.' हिरण्यधनूनं गंभीर स्वरात म्हटलं.

'बरोबर आहे.पण, हिरण्यधनु, ज्ञान किंवा विद्या एवढ्यापुरतंच हे घेणं मर्यादित ठेवता आलं, की झालं; पण तेवढ्यासाठी उपाय करायचा.'

'आपल्या पद्धती,चालीरीती कायम ठेवायला लावू... आणि एक महत्त्वाची अट घालायला हवी...' रत्नगर्भा उद्गारली.

'कोणती अट?'

'एकूनं तिथं कोणत्याही परिस्थितीत स्वत:चं जेवण स्वत: मिळविलं पाहिजे. कोणत्याही आर्याच्या घरचं अन्न त्यानं या विद्याग्रहणाच्या कालखंडात घेता कामा नये!' रत्नगर्भा म्हणाली.

काही क्षण सर्व स्वत:शी विचार करीत राहिले. अन् प्रथम बोलला, तो मेघवर्ण.

'वा:, छानच सूचना! अन्न खावं, तशीच भावना होते. त्यानं स्वत: मिळवून अन्न खावं, हा तर फारच चांगला उपाय; पण साधनेत खंड पडेल, तर......'

'थोडासा पडेलही, पण सारखा नाही पडणार!' मेघवर्णानं सांगितलं.

'तो कसा काय? रोज ताजं अन्न मिळवावं, हा नियम आपण....'

'नाही. महादण्डनायक,या नियमात थोडंसं शैथिल्य येऊ दे. कारण तो साधक आहे. पण अन्नार्जन व शाकपाक यांच्या साह्यासाठी त्याच्याबरोबर शंबर जाईल....' पुरोहित मेघवर्णानं सांगितलं.

'काय? शंबर?' हिरण्यधनु उद्गारला.

'होय! शंबर! फारच योग्य. शंबर विचारी आहे. विवेकी आहे. अन् त्याला बरोबर सांभाळून राहील. एकूची मला काळजीच नाही.' रत्नगर्भा स्मितपूर्वक उद्गारली.

एकलव्याच्या चर्येवर अशक्य ते शक्य झाल्याचा आनंद उमटला.

प्रत्येकजण आपापल्या विचारात गढला होता.

एकलव्याच्या रूपानं आपलं भविष्याचं स्वप्न आकाराला येण्याची आशा मात्र तिघांच्याही मनांत होती.

●

६

अचानक झालेल्या कोलाहलानं एकलव्याचं चित्त विचलित झालं. त्यानं दचकून त्या दिशेनं पाहिलं.

क्षणभर त्याला समजलंच नाही, की आपण इथं कुठं आहोत, आताच तर बाप्पा, माय...

पण लगेच तो भानावर आला व स्वत:शीच लाजला. इथं द्रोणाचार्यांच्या आश्रमात तो ज्ञानसाधनेसाठी आला होता; आणि इथं बसल्या बसल्या त्याची तंद्री लागली होती.

कुत्र्यांचं भुंकणं, सेवकांचा आरडाओरडा आश्रमासमोरील वाटेवरून पुढं गेला. मृगया करून आचार्य व छात्र येत असावेत.

त्यानं इकडे तिकडे पाहिलं.

शंबर....शंबर कुठं गेला असेल?

परत एकवार आपली शोधक दृष्टी त्यानं फिरवली. आणि त्याला वेलींच्या जाळीत एका मोठ्या झाडाच्या बुंध्याच्या आडोशाला धनुष्य सज्ज ठेवून असलेला शंबर दिसला.

त्याच्या मुखावर किंचित हास्य फुटलं.

संकटाच्या आशंकेनं संरक्षणसज्ज शंबर.... हेच तर होतं साऱ्या अरण्यवासीयांच्या सध्याच्या स्थितीचं प्रतीक. सदैव सावध. कोणत्याही क्षणी कुठूनही हल्ल्याची भीती.... सदैव भीतीच्या छायेखाली, भयाच्या दडपणाखाली...

आपण हे दूर करू शकू का?..... आपण निषाद राष्ट्राला समर्थ, निर्भय बनवू शकू का?

विचारांच्या दडपणानंच जणू त्याच्या मोहक चर्येवरील हास्य थिजलं. त्यानं शंबराला खूण केली-बाहेर येण्यासाठी, भय नसल्याची-आणि पुन्हा तो आश्रमाबाहेरच्या पथाकडे पाहू लागला.

धडाडत रथ येत होते. सुंदर, सुशोभित, पण काहीसे धूलिधूसर भासणारे रथ, अश्वांचा आवाज, टापांचा ताल, रथांची धडधड... सेवकांची हाकाटी...

आश्रमाचं सारं वातावरण कोलाहलानं भरून गेलं. त्या पवित्र वातावरणात तो राजस, तामस हलकल्लोळ विसंगत वाटत होता. तिथल्या पावित्र्यावर जणू त्या आवाजानं काळसर, अशुभ सावट आल्यासारखं एकलव्याला वाटलं. तो आपल्या

समोरच्या दृश्याकडे कुतूहलानं पाहू लागला.

सुरेख सुवर्णरंगी रथांतून भराभर त्याच्या वयाचे कुमार उतरत होते.

'जितं... जिंकलो.... आम्ही जिंकलो!' एक जरासा दांडगट दिसणारा मुलगा ओरडला.

'नाही, तुम्ही जिंकला नाहीत. युवराजांच्या पुढं भालदार-चोपदारांचा रथ जाऊ देण्याची सूचना मीच केली होती.' एक बारीक दिसणारा तरुण मुलगा म्हणाला. त्याचं लांबट तोंड, लुकलुकणारे बारीक डोळे आणि मुद्राकार यांमुळं तो एखाद्या कोल्ह्याप्रमाणे दिसत होता.

त्याच्याशेजारी असलेला मुलगा देखील धष्टपुष्ट व उंचापुरा दिसत होता. त्याच्या मुद्रेवर गर्वाची, उद्धटपणाची छटा सोडली, तर तो दिसायला चांगला गोरापान, नाकेला होता. त्याची एकंदर ऐट पाहून त्याचाच उल्लेख युवराज म्हणून केला असावा. युवराज म्हणजे धृतराष्ट्र-पुत्र दुर्योधन, हे एकलव्याला माहीत होतं.

'काय? आम्ही भालदार-चोपदार?' त्या धष्टपुष्ट, दांडग्या मुलानं आरोळीच ठोकली, थांब.... तू इथं एखाद्या कुत्र्यासारखा आश्रित असूनही...'

'तोंड आवर, भीमा... आश्रित तर तुम्हीही आहात आणि तू भांडतो आहेसही कुत्र्यासारखा....' युवराज दुर्योधनानं तीव्र स्वरात म्हटलं.

'काय? मी..... मी कुत्रा? थांब, तुला...' तो बोलता बोलता दुर्योधनावर धावून गेला.

युवराज दुर्योधन देखील त्याच्याएवढाच होता. ते मागे न हटता पाउलभर पुढं झाला. त्याच वेळी मागून हाक आली आणि सर्व चित्रासारखे स्तब्ध झाले...

'भीमा....युवराज...पुरे! जा पाहू आपल्या निवासात. युवराजांचा रथ पुढं ने, सूता!' शांत व घनगंभीर अशा त्या स्वरात विलक्षण अधिकार होता.

स्वरामागोमाग जटा व दाढीनं मंडित असा उंच, काहीसा कृश पुरुष एकलव्याच्या दृष्टीस पडला. त्याच्या दर्शनानंच एकलव्याच्या अंगावर रोमांच उमटले.

गुरू द्रोण. आचार्य. आर्यांमधील युद्धशास्त्राचे, धनुर्विद्येचे सर्वश्रेष्ठ आचार्य.

रापलेल्या काळसर तांबूस वर्णाचे आचार्य त्यांच्या उंचीमुळं कृश वाटत. त्यांच्या आजानुबाहू, बलिष्ठ, स्नायुबद्ध शरीरात विलक्षण स्फूर्ती व शक्ती असल्याचं जाणवत होतं. प्रथमदर्शनी कृश वाटणाऱ्या माणसाची शक्ती, त्यांच्या हालचालींतून, त्याहूनही अधिक त्यांच्या स्वरातून जाणवत होती.

त्यांच्या दर्शनानं सर्व स्तब्ध झाले.

एक एक कुमार पुढं येऊ लागला. पुढं येऊन त्यांना विनम्र वंदन करून त्यांची अनुमती घेऊन जात होता.

युवराज दुर्योधन गेला. त्याचा परिवारही गेला.

आचार्यांनी खूण करून भीमाला बाजूला थांबवून घेतलं होतं. अवघ्या काही क्षणांत सारा परिसर शांत झाला होता.

अशा वेळेला अगदी सारखे दिसणारे दोन कुमार पुढं झाले. त्यांनी विनम्र प्रणाम केला.

आचार्य द्रोणांनी त्यांच्या मस्तकावर हात ठेवून काही आशीर्वाद दिला. त्यानंतर सुडौल, बलिष्ठ शरीराचा, किंचित बुटकासा कुमार पुढं झाला. त्याच्या चालीत आत्मविश्वास व सिंहाची ऐट होती. त्यानं जवळ येऊन काहीतरी म्हटलं.

आचार्यांनी स्मित केलं. नकारार्थी मान हालवत त्यांनीही काही तरी सांगितलं. त्या मुलाच्या मुद्रेवरून एक निराशेची सावली सरकल्यासारखी एकलव्याला वाटली. त्यानं देखील विनम्रपणे प्रणाम करू रथाची दिशा धरली.

नंतर एक गंभीर, चिंतित दिसणरा मुलगा पुढं झाला. त्याच वेळी आचार्यांनी त्या दांडगट भीमाला जवळ बोलावलं. एखाद्या मत्त हत्तीप्रमाणे तो चालत होता.

'भीमा, शक्तीला संयम असावा. अविवेकीपणे शक्तीचा वापर आत्मनाशी ठरतो.' आचार्यांचा स्वर मृदु होता. पण शब्दात काठिण्य व अधिकार होता.

'पण, आचार्य...' भीमाचा स्वर खूप मोठा होता.

सायंकाळच्या त्या नीरवतमध्ये बोलण्याचा स्वर स्पष्ट ऐकू येत होता. त्यातून भीमाचा स्वर तर खूप मोठा होता.

'प्रत्येक गोष्टीला मर्यादा हवी, भीमा.'

'पण, आचार्य.... मी... मी काहीच नाही केलं. उलट शकुनि अकारण मला कुत्रा म्हणाला. आम्ही आश्रित आहोत, म्हणे. तोच आधी कलहाला कारण काढून...'

'ठीक आहे, भीमा, पण त्याचा स्वभाव एकवार माहीत झाला ना? मग तू शांत राहायला हवंस.' आचार्यांच्या स्वरात निर्णायकपणा होता.

'होय, आचार्य.' भीमाचा आवाज अगदी मवाळ झाला होता.

आचार्यांच्या शब्दावर अधिक भाष्य अथवा विवाद करण्याचं साहस भीमाला झालं नाही.

'धर्मा...'

'आज्ञा, आचार्य....' बरोबरीच्या गंभीर कुमारानं म्हटलं.

'भीमाला जरा शांतिपाठ दे. भीमा, प्रत्येक युद्ध शक्तीनंच लढलं व जिंकलं जात नाही, हे ध्यानी ठेव.'

'होय, आचार्य.' भीम नम्र व शांत झाला होता.

'या, तर...... पंडुपुत्रांनो, तुमचं कल्याण असो!'

आचार्यांच्या शब्दाबरोबर भीमाचा हात धरून मोठा पांडवकुमार जाण्यास

वळला. ते दोघे नम्र झाले. आचार्यांनी आशीर्वाद दिल्यावर ते शांतपणे गेले.

सगळे गेल्यानंतर एकदम एक मुलगा आचार्य वळत असतानाच पुढं झाला.

विलक्षण तेजस्वी, गोरापान, आर्यांमध्ये देखील देखणा म्हणता येईल,असा तो कुमार दिसत होता. विशाल कपाळ, सरळ नासिका, दळदार लाल ओठ, किंचित निमुळती पण मुखमंडलाच्या प्रमाणबद्धतेत भर घालणारी अशी हनुवटी, आजानुबाहू, बलिष्ठ गोलाकार खांदे, पाणीदार नेत्र.

मुलाला पाहताच एकलव्याच्या मनात अनुकल ग्रह झाला. हा सर्व कुमारांहून वेगळा व थोडासा मोठा वाटत होता. अनेक नक्षत्रांमागून सूर्यदेव यावा व नक्षत्रांची आभाच झाकोळून जावी, तसा.....

त्यानं विनम्रपणे आचार्यांना प्रणाम केला. आचार्यांचा हात वर झाला. यांत्रिकपणे-सहज प्रतिक्रिया म्हणून; पण त्यात मघाच्या कुमारांच्या वेळचा जिव्हाळा नव्हता,की दुर्योधनाच्या वेळची तत्परता नव्हती. ते काही तरी पुटपुटले असावे, असं त्यांच्या मुद्रेवरील हालचालींवरून दिसत होतं.

त्या मुलांच्या चर्येवर काहीसा ओशाळा, किंचित चिडचिडा, थोडासा संतप्त, असा विचित्र भाव होता. तो मुलगा विलक्षण मानी पण उपेक्षित असावा.

'आचार्य.....' तो कुमार घुटमळला.

'काय, राधेया?' द्रोणांनी विचारलं.

'मी.... मला....मी....' राधेय नावाचा तो तारुण्याच्या उंबरठ्यावरील कुमार आशंकित होता. तो बोलायला कचरत होता.

'बोल, स्पष्ट बोल, कर्णा. संध्यावंदनाचा समय होऊन गेला.' द्रोण उद्गारले.

'मला काही नवीन पाठ....'

'कर्णा, मी राजकुमारांना शिकवतो, तेवढं तू पाहून शिकतोस, ते पुरे. सम्राट धृतराष्ट्राचा सारथी व सखा अधिरथाचा पुत्र म्हणून तुला एवढी मोकळीक मिळते ना? तुला एवढी विद्या पुरे आहे. शिवाय...'

'शिवाय काय, गुरुदेव?' कर्णाचा स्वर नम्र होता, तरी त्याच्या सर्वांगाला एक ताठरपणा आला होता.

वरून पडणारी वीज आपल्यावरच कोसळणार, याची खात्री असता माणसाच्या आविर्भावात येणारा निर्भयपणा त्याच्या आविर्भावात होता. जणू गुरुदेवांचे पुढचे शब्द सहन करण्याची तयारी तो करत असावा.

'तुला वेगळं ज्ञान केव्हा व कसं देणार? आणि ते हवं कशाला? प्रत्येकानं स्वधर्मानं चालणं श्रेयस्कर असतं, कर्णा. जा, राजकुमारांचं पाहून शीक. पुरे तेवढं. उगाच थोरांशी स्पर्धा करून स्वत:चा अध:पात करून घेऊ नकोस.'

आचार्यांचा स्वर कठोर होता.

राधेय कर्णानं एकवारच दृष्टी वर उचलून पाहिलं. त्यातील वेदना हृदयाचा वेध घेणारी होती; पण तो काही न बोलता विनम्रपणे प्रणाम करून जाण्यास वळला.

एकलव्य धडधडत्या हृदयानं समोरील सारं नाटक पाहत होता. वाऱ्यावरून येणारे शब्द ऐकत होता. सर्व शब्द नाही, तरी त्यानं बरंच ऐकलं होतं.

ऐकलेल्या आर्यरीतीपैकी काहींचं प्रत्यक्ष दर्शन त्यला होत होतं.... जन्मश्रेष्ठत्व .... मिळणारी फुकाची थोरवी... प्रत्येकानं आपापल्या पायरीनं राहावं, असंच द्रोणांनी कर्णाला सुचवलं होतं. पायरीवरून जाणारे सर्व वरवर चढून गेले, तरी तिथंच राहणारी पायरी... कोणी केल्या असतील या पायऱ्या? माणसांमाणसांत भेद करण्याऱ्या?

-आणि अचानक एकलव्य विलक्षण दचकला.

'एकू... तुझा गुरू आला. चल त्याच्याकडे!' एकदम जवळ येऊन शंबर हलक्या स्वरात बोलला.

या एकदम आलेल्या शब्दांनीच एकलव्य दचकला. तो निषादविद्येत तयार होता. झोपलेल्या हिंस्त्र पशूला चाहूल न लागू देता त्याच्याजवळील पिल्लू उचलून आणण्याइतकं कौशल्य त्याच्यापाशी होतं; पण विचारमग्न असल्यानं, कानाजवळ आलेल्या शब्दानं तो बावरला.

'आत त्वरित आचार्यांच्या भेटीला जाणं योग्य नाही!' शंबराचं बोलणं थांबवीत एकलव्यानं सांगितलं.

'पण का?'

'थकलेल्या, भागलेल्या माणसापुढं एकदम आपलं काम घेऊन जाऊ नये. हा साधा आचार, म्हणून! मायनं तो कितीतरी वेळा तुला सांगितला आहे!' एकलव्यानं शांत स्वरात त्याला सांगितलं.

'मी फळं स्वच्छ करतो. तू ये...' एवढं बोलून शंबर आपली शस्त्र व अन्य सामग्री ठेवल्या दिशेनं निघाला.

एकलव्य अनिमिष दृष्टीनं आचार्यांचं आश्रमात येणं, आपल्या कुटीच्या दिशेनं जाणं पाहत राहिला. आचार्यांची मूर्ती तो जणू आपल्या मनात साठवून ठेवत होता. आचार्य कुटीमध्ये गेले, तरी तो तसाच त्या दिशेनं पाहत वेड्यासारखा तिथंच उभा होता.

●

७

धीमी पावलं टाकीत जाणाऱ्या पाठमोऱ्या राधेयाकडे आचार्य काही काळ पाहत राहिले.

'मोठा तेजस्वी, उत्साही पोर! विलक्षण ग्रहणशक्ती, दांडगा निग्रह... हं.... पण सूतपुत्र!' त्याचं कुलस्मरण निघताच द्रोणांच्या तोंडून एक दीर्घ निःश्वास निघाला. अन् ते आपल्या पर्णकुटीकडे वळले. त्यातून त्याची श्रेष्ठत्व मिळवण्याची धडपड व अर्जुनाशी स्पर्धा त्यांना आवडत नव्हती.

जात असताना त्यांची टपोरी तेजस्वी दृष्टी साऱ्या आश्रम-परिसरावरून फिरली. अभिमानानं त्यांचा ऊर भरून आला.

अवघ्या पाव दशकापूर्वी एका दुभत्या गाईची याचना करणाऱ्या दरिद्री ब्राह्मणाचं हे वैभव... छे ! हे कसलं वैभव?... आणखी..खूप.. मोठ काही तरी मिळवायचं आहे!

मान हलवून स्वतःच्या मनातील विचार दूर झटकण्याचा प्रयत्न करीत द्रोण आपल्या पर्णकुटीकडे निघाले. ते पायरीपर्यंत पोचले, तोच त्यांचं ध्यान पायरीवरील जलकुंभाकडे गेलं. जलकुंभात ऊन पाणी होतं. जवळच स्वच्छ पांढरे वस्त्र होतं.

कुटीत प्रवेश करीत असता पाय धुऊन येण्याची ही सुविधा.... ऊन पाणी ठेवण्याची ही तत्परता....

कृपी... निःस्तब्ध, सेवाभावी, विनम्र; पण स्नेहशील कृपी.... निरांजनातील ज्योतीप्रमाणे स्नेह-मांगल्यानं आपल्या संसारात सतत तेवणारी कृपी, गौतमी...न बोलता ती आपलेच काय पण आश्रमातील विद्यार्थी, सेवक, गुरंवासरं - सर्वांची सेवा करीत असे.

द्रोणांनी भिरभिरत्या दृष्टीनं सर्वत्र पाहून घेतलं. त्यांना कुठंच कृपीची चाहूल लागली नाही. तरी पण ती जवळच कुठंतरी आपल्या व्यवस्थेत काही कमी नाही ना, याची दक्षता घेण्यास उभी असेल, याची त्यांना खात्री होती.

त्यांनी हातपाय धुऊन श्वेत वस्त्रानं पाणी कोरडं करीत, कुटीच्या पायऱ्या चढण्यास प्रारंभ केला.

आता संध्यावंदनानंतर फलाहार करून आपण अश्वत्थामा व कृपीशी संवाद करण्यास मुक्त होऊ.

आचार्य द्रोण भराभरा आपल्या पुढच्या कामाला लागले.

फलाचा पहिला घास तोंडात घातला अन् द्रोण चमकले. कित्येक वर्षांनंतर हा

स्वाद! असा सुगंध.... आणि ही चव....

विचारांच्या भरात ध्यान न देता फलाहार करणाऱ्या आचार्यांनी आपल्या पुढील फळांकडे पाहिलं. त्यांचा गंध घेतला.

'आर्ये, ही फळं कोठली?' त्यांनी मृदुभावे प्रश्न केला.

अश्वत्थामा अत्यंत रुचिर अशा फळांमध्ये गुंतलेला त्यांना दिसला. फळं अत्यंत मधुर व सहसा न मिळणारी अशी होती.

'राजमहालातून या दिव्य रुचिर फलांची भेट आली काय?' त्यांनी पुन्हा विचारलं.

'राजमहालातून आली; पण हस्तिनापूरच्या नव्हे. निषादराज हिरण्यधनूकडून ही फलं व अन्य वस्तूंची भेट आली आहे.' कृपीनं मृदुमधुर स्वरात सांगितलं.

'निषादराज म्हणजे.... अरण्यवासी? हस्तिनापूरच्या दक्षिण-पूर्व अरण्यमय प्रदेशांचा महादंडाधिपती? पण त्यानं ही भेट, उपहार पाठवण्याचं काय कारण असेल बरं?' आचार्यांनी अर्धवट स्वत:शी, अर्धवट कृपीशी म्हटलं.

'त्यांचा पुत्र एकलव्य ....आला आहे... आपल्या भेटीसाठी. आपण फलाहारा नंतर भेटावं त्यांना. जर मृगयापाठानं श्रमी झाला असाल, तर प्रात:समयी भेटावं. मोठा छान, गोड कुमार आहे तो.' कृपी उद्गारली.

आचार्यांनी चमकून आपल्या धर्मपत्नीकडे पहिलं. एकदम तीन वाक्यं! सलग! हं, आर्येला तो कुमार खूप आवडला असावा.

'हं, आर्ये.... म्हणजे आपल्या पुत्रपरिवारात आणखी एक आवडती भर पडलेली दिसतेय. बिचाऱ्या अश्वत्थाम्याला आणखी एक स्पर्धक!' नर्मविनोद करीत आचार्य उद्गारले.

'कोण? कोणाचा स्पर्धक? मला कसलीही स्पर्धा करायची नाही!' अप्रूप फळं खाता खाता अश्वत्थामा उद्गारला.

कृपीच्या चेहऱ्यावर एक प्रेमळ स्मित चमकलं.

'हं, बघ, तू असाच रड्या! स्पर्धेविना कोणाला जगात वर येता येतं का?' आचार्यांचा स्वर नकळत कठोर झाला.

अश्वत्थामा आपल्या पित्याच्या बदलत्या स्वरानं बावरला. त्याचा घास हातातच राहिला.

'स्वस्थपणे खाऊन घ्यावं. तत्त्वचर्चा नंतर नाही का करता यायची?' अत्यंत मृदुमधुर शब्दांनी जणू उतू जाणाऱ्या दुधावर पाण्याचा शिडकावा केला होता.

खाणं पुढं सुरू झालं.

'आणि बरं का, ते दोन्ही कुमार खरे निषाद, शबर यांपैकी दिसतात!' कृपीनं म्हटलं.

वातावरणातील ताण पुन्हा सैल होऊ लागला.

'कशावरून?' आचर्यांनी विचारलं.

'त्यांची चाल, वागणं, बोलणं इतकं सहज, नैसर्गिक आहे, की आपल्या आश्रमात व नगरात येणारे ते निषाद नव्हेत, हे सहजी उमजतं.' कृपीनं सांगितलं.

'असं? म्हणजे?'

'दोन्ही कुमार सुमारे बारा-चौदाचे असतील; पण त्यांचं कूळ, त्यांचे संस्कार, त्यांचे स्वभाव-यांचं स्पष्ट दर्शन त्यांच्या आचारातून होतं. अगदी पारदर्शी व जलासारखे स्वच्छ व शुद्ध आहेत.'

'एवढी सगळी पारख? आर्ये, असे किती वेळ ते बोलत होते?' आचार्यांनी प्रश्न केला.

'काही क्षण! केवळ भेटी देऊन, अन् क्षमायाचना करून ते गेले.'

'क्षमायाचना?...' आचार्यांनी डावी भुवई उंचावून प्रश्न केला.

कृपीनं त्यांनी केलेला आश्रमप्रवेश व झऱ्याचा विनाअनुमती वापर का केला, याचं स्पष्टीकरण, नंतर त्याचबरोबर कुमारांनी केलेल्या क्षमायाचना वगैरे प्रसंगाचं मोजक्या शब्दांत वर्णन केलं.

आचार्यांच्या ओठांचे दोन्ही कोपरे किंचित मुडपले. त्यांच्या रुक्ष दिसणाऱ्या चर्येवरील रेषा काहीशा विस्कटल्या. नेत्रांतील भाव सौम्य व प्रसन्न वाटू लागले.

'आर्ये, कुमार निषाद असले, तरी आचारसंपन्न व विचारी दिसतात.' आचार्यांनी अभिप्राय दिला.

त्यांच्या अनुकूल वृत्तीनं कृपीच्या मनात समाधान उमटून गेलं.

'शूर व साहसीही असावेत. आपल्याविषयी प्रखर ओढही दिसते त्यांना.' कृपी उद्गारली.

'का? कशावरून ठरविलंस?' आचार्य सस्मित उद्गारले.

कृपीनं कुमारांच्या जलद प्रवासाविषयी त्यांना सांगितलं.

नेहमीच्या प्रवासाचा अवधी, मार्गावरील अवरोध व अन्य अडचणींविषयी आचार्यांना कल्पना होतीच. दोन्ही अल्पवयस्क कुमारांनी पायी हा भयप्रद प्रवास इतक्या शीघ्र करावा, म्हणजे कुमार साहसी असावेतच. केवढा आत्मविश्वास! अन् तोही अल्पवयात!

चटकन् त्यांनी अश्वत्थाम्याकडे पाहिलं. कोणत्याही श्रेष्ठ, साहसी, शौर्यपूर्ण कुमाराची तुलना त्यांचं मन चटकन् आपल्या पुत्राशी करी आणि त्या तुलनेतून निराशाच मनी येत असे. आणि मग....

कधी कधी आपल्या मनाची ही उलघाल चूक आहे. आपण करतो, ती अपेक्षा अवाजवी आहे, याची जाण त्यांनाही होत असे; पण...

अश्वत्थाम्यानं आपल्यापुढील पदार्थ संपवून कधीच पलायन केलं होतं.

आचार्यांनी विस्कटलेल्या मनानं त्याच्या स्थानाकडे काही क्षण पाहिलं व क्षुब्ध स्वरात ते म्हणाले,

'आर्ये, आपल्या पुत्रात विजिगीषु वृत्ती आहे, असं दिसत नाही. मी ही वृत्ती त्याच्यात वाढावी, म्हणून यत्न केला. पण...... सारं व्यर्थ जातं, असं दिसतं. मी जीवनाशी लढलो. थोडंसं काही मिळविण्यासाठी अपार कष्ट सोसले. पण माझ्या मनीच्या कांक्षा माझा पुत्र पूर्ण करीलसं दिसत नाही.... गौतमी....'

आचार्यांचा स्वर काहीसा विव्हळ, व्याकूळ झाला. भावातिरेकानं त्यांनी पत्नीला नावानं हाक मारली होती. त्यांची मुद्रा व्यग्र होती. भावनांच्या, विचारांच्या प्रचंड आवर्तांचं बिंब चर्येवर स्पष्ट दिसत होतं.

कृपी आनखशिख थरारली. आपल्या पतीच्या सर्व वृत्तीप्रवृत्तींशी ती परिचित होती. विलक्षण मानी, अत्यंत हट्टी, शूर, साहसी, ज्ञानी असा आपला पती कसलातरी घाव उरी बाळगतो आहे, त्या शल्यामुळं त्याची प्रेमळ, मोकळी वृत्ती हळूहळ बदलते आहे. याची जाण तिला होत होती. आज भारतवर्षातील एका महाबलाढ्य राजकुलाच्या आचार्यपदाच्या वैभवातही त्यांना काही शल्य जाणवतं आहे, याची तिलाही जाण होती. पण....

कृपी, अत्यंत उदार कृपी-शब्दांच्या बाबतीत मात्र कृपण होती. मोकळेपणी बोलणं, खळखळून हसणं किंवा आपल्या मनीचं भावप्रदर्शन कोणत्याही प्रकारे करणं हे आता कसं जमणार होतं? कारण सारं बाल्य राजगृहात गेलं होतं.

-ओठावर बोट ठेवून! सारी सुखदु:खं पोटात साठवीत....

बालपणापासून कुरुप्रासादात कुरुराजांच्या कृपेवर वाढणारी कृपी आपल्या भावभावना, आनंद, उल्हास, पीडा-सारंच मनात ठेवायला शिकली होती. कोषात बसणाऱ्या अळीप्रमाणं! स्वभावात आता कुठला फरक पडायचा?

कृपीला आपल्या शूर, मानी, प्रेमळ पतीच्या जिव्हारीचा घाव जाणवत होता. तो आपल्या प्रेमाच्या, मायेच्या विलेपनानं नाहीसा करावा, असं तिला तीव्रतेनं वाटतं होतं. शब्द ओठांशी येत, घुटमळत; पण त्यांना बाहेर येण्याचं साहस नसे.

आपला पती जिव्हारीची शल्यं बोलून दाखवत नाही. हा स्वाभिमान, की आपल्याला विश्वासात घेण्याची अनिच्छा, अशी तिला शंका येई. स्वाभिमान असेल, तर डिवचणं अयोग्य, असं तिची बुद्धी सांगे. आणि जर पतीची विश्वासात घेण्याची तयारी नसेल, तर......

आता तिनं स्वत:ला चटकन् सावरलं.

'आर्य, अद्याप पुत्र बालक आहे, असमंजस आहे. मोठा होता होता पित्याचे मनोगत जाणेल. पित्याला अशोभनीय असा पुत्र होणार नाही. पण अधिक पाणी

घातल्यानं का झाड एकदम वाढतं?' कृपीनं मृदु व मधुर स्वरात प्रश्न केला.

आचार्यांनी चकित होऊन पाहिलं. कृपीच्या सोज्वळ मुद्रेवर प्रगाढ प्रेमाचे, मायेचे जे अलौकिक तेज भरून राहिले होते, तिनं ते क्षणभर विस्मित, मोहित होऊन गेले. आपल्या पत्नीतल्या या चिरंतन मातृत्वाच्या दीप्तीनं नेहमीच त्यांची अवस्था तशी होत असे.

'आर्ये, खरंच, मी किंचित उतावीळ झालोय ना आताशा? खूप खूप दिवस असेच गेले फुकट! जगण्याच्या धडपडीत, जिवंत राहण्यात! स्वत:ची ओळख देखील करून घ्यायला सवडच मिळाली नाही. आणि आता ...पण, आर्ये, हा अश्वत्थामा गेला कुठं?' चटकन् विषयांतर करीत आचार्यांनी प्रश्न केला.

'तो ना.... निषादकुमारांना पाहायला गेला असेल....' कृपीनं सस्मित सांगितलं.

'कसा आहे तो कुमार?' संभाषणाचा धागा पुन्हा सुरू करावा, या उद्देशानं आचार्यांनी प्रश्न केला.

'दोन कुमार आहेत. एक निषादाधिपतीचा पुत्र आणि दुसरा त्यांचा पुरोहितपुत्र. शंबर त्याचं नाव... थोडा उतावीळ व आडदांड असावा, असं दिसतं. पण तो देखील देखावाच. अतिशय कोवळ्या मनाची आहेत बरं.... चांगल्या संस्कारांची, चांगल्या स्वभावाची, विनम्र मुलं दिसतात...' कृपी उद्गारली.

सर्वसाधारणपणे कोणालाही मातेच्या मायेनं गुरफटून टाकण्याची कृपीची प्रवृत्ती आचार्यांना ठाऊक होतीच. पण त्यातही अपंग किंवा दुबळं मूल आईच्या जास्तच जिव्हाळ्याचं असतं. कृपीची अवस्थाही अशीच होती. माणूसघाणी पाखरंदेखील, एखाद्या घायाळ पिल्लाची शुश्रूषा कृपीनं केली असेल, तर त्याला आपल्यात सामावून घेत. या पोरांत कृपीनं काय पाहिलं असावं? दु:ख? दैन्य? कसली पीडा?

'आर्ये, फलाहार झालेलाच आहे. दारी आलेल्या अतिथीला किंवा याचकाला उगाच तिष्ठत ठेवणं हा गृहस्थधर्म नव्हे. गोमुखाला किंवा अश्वत्थाम्याला पाठवून त्यांना बोलावून घे. त्यांच्या आहाराची, निवासाची व्यवस्था तू केलीस ना?'

'नाही.' कृपी एकच शब्द बोलली.

'काय?' आचार्य चकित होऊन पत्नीकडे पाहू लागले. दारी आलेल्या दोन अल्पवयीन कुमारांच्या आहाराची सोय पत्नीनं केली नसावी? हे कसलं गूढ? अशक्य ते शक्य झालं कसं?

'आर्ये, ते निषाद, पुलिंद आहेत, म्हणून....'

'म्हणूनच त्यांना त्यांचे धर्मनिर्बंध आहेत ना? बहुधा त्याचमुळं त्यांनी आश्रमातील आहार नाकारला आणि निवासासाठी वनात राहणं पसंत केलं, असं दिसतं.'

'म्हणजे ते अरण्यवासी आपल्या प्रवृत्तीप्रमाणे वागले, तर! प्रवृत्तिरेषा भूतानाम...' आचार्य उद्गारले.

'कदाचित आपण नसता, आपल्या अनुमतिविना इथं आतिथ्य स्वीकारण्यास राहणं अनुचित वाटलं असावं...' कृपी शांत स्वरात म्हणाली.

'एवढं सौजन्य....?' आचार्यांनी भुवया उंचावल्या.

'असावं, असं वर्तणुकीवरून दिसतं खरं. त्यामुळंच आपण येताच अरण्यवासी असंस्कृताप्रमाणे एकदम पुढं येण्याची धृष्टता त्यांनी दाखवली नाही.' कृपी उद्गारली.

आचार्यांनी फक्त मान हलविली. त्यांनाही तो तर्क पटला होता. मुलं संस्कारित असावी, निग्रही असावी, असं त्यांच्या वर्तणुकीवरून भासत होतं.

'आर्ये, तुला ते कुमार खूपच आवडलेले दिसतात.' आचार्य उद्गारले. 'फलाहार होताच त्यांना भेटलं पाहिजे.'

'आपण श्रमी असाल, तर प्रात:काली भेटावं. कारण आपण उल्हसित तनमनानं भेटावं, अशीच त्यांची अपेक्षा असणार....'

'तुला दुसऱ्यांची मनं जाणण्याची विद्या कोणी बरं शिकवली? गौतमी.. आर्ये, मी अशी सहधर्मिणी मिळवून धन्य झालो.' द्रोण मनापासून उद्गारले.

लज्जा, संकोच अन् पतीनं सहजस्फूर्त व मनमोकळेपणानं केलेल्या कौतुकानं झालेल्या हर्षाच्या मनोज्ञ भावना कृपीच्या काहीशा सावळ्या, तप:पूरित मुद्रेवर उमटून गेल्या.

'एकतर ते अतिथी आहेत आपले. आर्ये, यमधर्माचं पुण्य खाणाऱ्या अतिथीची कथा तुला ज्ञात आहे ना? पण त्यापेक्षाही दुसरी गोष्ट अधिक महत्त्वाची आहे!' द्रोण उद्गारले.

कृपीनं मान उंचावून पाहिलं.

द्रोण तिच्याकडे एकटक पाहत होते. तिनं पटकन मान खाली घातली.

'कोणती?' मृदु स्वरात तिनं प्रश्न केला.

'तुझ्या मनात न बोलता एवढं श्रेष्ठ स्थान पटकावणाऱ्या या कृतनिश्चयी, साहसी, सुशील बालकांना भेटण्याचं कुतूहल मलाही आहेच ना?' द्रोणांनी हसून म्हटलं.

कृपीनं केवळ मान हलविली व स्मित हास्य केलं, पण त्या स्मिताच्या प्रभेनं तिची सारी चर्या उजळून निघाल्यासारखी दिसू लागली.

आचार्य आपल्या पत्नीच्या या रूपाकडे सकौतुक पाहतच राहिले.

●

८

स्वस्थपणे एका शिळेवर वृक्षातळी बसलेल्या एकलव्य व शंबराजवळ येताना त्यांच्याच वयाच्या, पण काहीशा कृश, गौरपांडुर कुमाराला त्यांनी पाहिलं. ते उभयता तो जवळ येईतो लक्ष नसल्याच्या आविर्भावात तसेच बसून राहिले.

'मी द्रोणपुत्र अश्वत्थामा... आपण...' तो गोड चर्येचा कुमार उद्गारला.

'मी एकलव्य, हिरण्यधनूचा पुत्र. निषाद आहे मी. आणि, आचार्यपुत्र हा शंबर- माझा सखा.'

'आपणा उभयतांना अभिवादन. आमच्या आश्रमात आपलं स्वागत असो.' अश्वत्थामा सहज, सरल स्वरात उद्गारला.

'अभिवादन, कुमार! आचर्यपुत्रांना आमचे विनम्र प्रणाम!' एकलव्य उद्गारला.

'कुठून आलात तुम्ही....?' बालसुलभ कुतूहलानं अश्वत्थामा प्रश्न करू लागला.

'इन्द्रप्रस्थाच्या उत्तरपूर्व दिशेला, दूर....दूर असलेल्या वनप्रदेशातून, कुमार!'

'म्हणजे खाण्डववनातून?'

'नाही. त्याहीपेक्षा दूर आहे. आपण अंग, वंग कलिंग प्रदेशांची नावं ऐकली आहेत?' एकलव्यानं प्रश्न केला.

क्षणभर विचारी चर्या करून अश्वत्थामा स्वस्थ राहिला. मग त्याची चर्या एकएकी उजळली.

'अं... हो! म्हणजे..'

'कुमार, त्याच्या अलीकडे, पण त्या तिन्ही राज्यांना ज्याची सीमा भिडली आहे, अशा एका विस्तीर्ण व घोर वनप्रदेशातून आम्ही आलो.'

'तुमचे पुर-प्रासाद सारे त्या अरण्यात ... अगदी वनातच आहेत?' कुमार अश्वत्थाम्यानं प्रश्न केला.

'नाही, कुमारश्रेष्ठ. अरण्यात कोणतीही पुरं नाहीत. आम्ही पर्णकुटीत किंवा गुंफांतून राहतो. वनप्रदेशात राहून वनप्रदेशाचं सुख हवं, तर तिथं पुरंपट्टणं निर्माण करून कसं चालेल?'

एकलव्याच्या प्रश्नावर अश्वत्थाम्यानं मान डोलावली; पण लगेच नवा प्रश्न त्याच्या चर्येवर उमटला.

'पण, राजकुमार, तुम्हांला पर्णकुटीत तसे राहण्याचे कष्ट होत नाहीत का?

'कष्ट....? कसले कष्ट, कुमार?' एकलव्यानं प्रश्न केला. तो कुमार अश्वत्थाम्याशी

बोलत असताना मध्येच शंबराकडे दृष्टी टाकीत होता.

या प्रेमळ व सरल कुमाराकडे आपला मित्र टक लावून पाहतो आहे, हे त्यानं हेरलं. अश्वत्थाम्याची पाहणी शंबर अगदी बारकाईनं करीत आहे, हे त्यानं पाहिलं. अन् मनातल्या मनात आपल्याप्रमाणेच त्यालाही अश्वत्थामा आवडो, अशी एकवीरेची प्रार्थना केली. त्याचे कान मात्र अश्वत्थाम्याच्या बोलण्याकडे होते.

'राजपुत्रा.... आम्हीही वनात राहत होतो. एका पर्णकुटीत... निबिड अन् घोर अरण्य नव्हतं ते. पण या उपवनापेक्षा खरंखुरं अरण्य होतं. तिथं ना... आम्हांला अनेकदा कंदमुळं खाऊनच राहावं लागे.'

'आर्यपुत्र, अरण्यात कुठली मिष्टान्नं, खीर?'

'खीर?.... छे:! अरे, तिथं तर साधं दुग्धही मिळत नसे. माझी माता... म...' अन् काहीसा संभ्रांत झालेला अश्वत्थामा एकदम बोलायचा थांबला. आपली माता पिठाचं पाणी करून देत असे, असे शब्द ओठांवर रोखताना केवळ जुन्या स्मरणानं त्याला विलक्षण लाज वाटली, क्षोभ झाला.

काहीतरी लज्जास्पद किंवा मानसिक पीडा देणारी गोष्ट त्याला स्मरली असावी, असं त्याच्या चर्येवरून एकलव्याला दिसत होतं.

एकलव्यानं सहजपणे आपला हात अश्वत्थाम्याच्या खांद्यावर ठेवला. त्याच्या स्पर्शाबरोबर अश्वत्थामा काहीसा थरारला. स्पर्शातील जिव्हाळा हृदयाला भिडला...

'मित्रा, अरण्यातील तो काळ कधीच गेला. आता त्या आठवणींनी अस्वस्थ का व्हावं बरं?...'

'एकलव्या, अरे, तात त्या अरण्यात खूप त्रासलेले, दु:खी असत. तिथं अन्नाचे हाल होते. कंद भक्षण करावे लागत. दूध दिसतही नसे. तरीपण कधी वाटतं, या आश्रमापेक्षा, या हस्तिनापुरापेक्षा मी तिथंच अधिक सुखी होतो.' अश्वत्थामा जणू स्वत:शी बोलत असल्याच्या आविर्भावात बोलत होता.

त्याच्या मनातील अचानक उसळलेल्या क्षोभामुळं आपण एका नवपरिचितांशी बोलतो आहोत, याचं त्याला भान उरलं नव्हतं.

'असं....?' अश्वत्थाम्याच्या मन:क्षोभाच्या लाटेत वाहवून गेलेला एकलव्य उद्गारला.

'हो... तेव्हा तात किती किती प्रेम करायचे. त्यांच्या मायेच्या वर्षावात चिंब व्हायचो मी. आता आश्रमात धन्य-धान्य आहे, सेवक आहेत, सुखं आहेत. पण ते तात कुठंतरी हरवलेत, असं वाटतं. त्यांच्याजवळ जायलादेखील भय वाटतं.....' काहीशा रडवेल्या स्वरात अश्वत्थामा उद्गारला.

'मित्रा, अश्वत्थाम्या, अरे, तू तेव्हा बालक होतास. आता विद्याग्रहण करणारा कुमार आहेस. पिता अन् गुरू अशा दोन्ही भूमिकांत त्यांना कठोर होणं अपरिहार्य

होत असेल. भाग पडत असेल. तू श्रेष्ठ विद्याविभूषित, वंद्य व्हावास, म्हणून ते रागावत असतील!' एकलव्यानं आपला युक्तिवाद सहज आश्वासक स्वरात मांडला.

पण कुमार अश्वत्थाम्यानं जोरजोरानं मान हलवली.

'तुम्ही खऱ्या अरण्यात राहत होता... तिथं तू खरा वाघ पाहिला आहेस?' शंबरानं अचानकसा प्रश्न केला.

'व्याघ्र... मोठ्ठा पट्टेरी वाघ....?' अश्वत्थाम्यानं शंबराकडे वळून प्रश्न केला. शंबरानं होकारार्थी मान हलवली.

'अं....नाही... मी नाही पाहिला. तात कधी वनाकडे जाऊ देत नसत. आमच्या आश्रमपरिसरात हरिणाची पिल्लं मात्र कधी कधी येत. ती कित्ती गोड दिसतात, नाही?' अश्वत्थाम्यानं म्हटलं.

एकलव्य व शंबरानं-दोघांनीही मिळून मान हलवून होकार दिला. त्याच वेळी एकलव्यानं शंबरानं ऐनवेळी विषयांतर केल्यानं किती योग्य केलं, हे केवळ त्याचा हात दाबून सूचित केलं.

'तू व्याघ्राला पाह्यलं आहेस? अगदी जवळून? म्हणजे शक्य तेवढ्या जवळून अं?' अश्वत्थाम्यानं अडखळत शंबराला विचारलं.

'हो, तर! या एकूनं मृगया केलीय् ना! अगदी वाघाच्या पुढ्यात जाऊन त्याला अंगावर घेऊन!'

'शंबरा.....अकारण तो विषय...'

आपलं गुणगान करताना शंबर किती व कसा वाहवतो, हे एकलव्यानं अनेकवार अनुभवल्यानं त्याला तो आपल्याविषयी फारसा बोलू देत नसे. तरी पण शंबरानं नेहमीप्रमाणे या वेळीही त्याच्याकडे मुळीच लक्ष दिलं नाही.

'सांग...सांग.. ना...' शंबराकडे पाहून अश्वत्थाम्यानं आर्जवी स्वरात म्हटलं.

-आणि शंबराला जणू स्फुरणच आलं. त्यानं अत्यंत मोजक्या शब्दांत, पण विलक्षण चित्रवत असा एकलव्याच्या व्याघ्रमृगयेचा प्रसंग अश्वत्थाम्यास वर्णन करून सांगितला आणि त्यानंतर मिळालेलं कुमारनायकत्व!

विस्फारित नेत्रांनी, चेहऱ्यावर भीती, आश्चर्य, आदी अनेक भावांचं विलोभनीय इन्द्रधनुष्य घेऊन अश्वत्थामा एकलव्याच्या पराक्रमाची गाथा ऐकत होता. मध्येच त्याच्या तोंडून 'वा:, धन्य....धन्य...!' असे उत्तेजनाचे शब्द बाहेर पडत होते.

बिचारा एकलव्य मात्र काहीसा लज्जित होऊन नखांकडे पाहत उभा होता.

'खरंच, तू शूर आहेस, तर! अंब म्हणत होती, तसाच आहेस तू!' अश्वत्थामा म्हणाला.

'अंब?'

'माझी माता!'

'काय म्हणत होती तुझी माता?' शंबरानं पटकन् मध्ये प्रश्न केला.

'ते कुमार सुसंस्कृत, सरलहृदयी आणि सत्शील आहेतच. निषादकुलोत्पन्न असूनही त्यांचे संस्कार आर्यकुमारांहून उणे नाहीत. शिवाय ते अत्यंत मायाळू, शूर आणि साहसीही आहेत.' अश्वत्थाम्यानं सांगितलं.

'शूर व साहसी म्हणाली? का बरं?' शंबराच्या मनातील शंकासुर जागा झाला.

'तुम्ही अल्प वेळात भीषण अरण्यं पार करून आलात, म्हणून. तुम्ही कृतनिश्चयी आहात, असंही म्हणाली.' अश्वत्थामा उद्गारला. 'सर्वांवर माया करते ती. अगदी तुसड्या, गर्विष्ठ दुर्योधनावरदेखील!' अश्वत्थामा सहजपणे उद्गारला, 'आणि तुला एक सांगू का.... अरे, हे इथले सारे राजपुत्र एवढा सारा सैन्यसंभार बरोबर घेऊन जातात ना मृगयेला..... अद्याप एकानंही व्याघ्र मारला नाही. अरे, मोठा, पट्ट्यांचा सोडच, पण लहानसा ठिपक्यांचा सुद्धा नाही; पण प्रत्येकजण शौर्याच्या वल्गना तेवढ्या करीत असतो.' अश्वत्थामा म्हणाला.

अश्वत्थाम्याच्या शब्दांबरोबर एकलव्य व शंबरानं परस्परांकडे पाहिलं. चांदण्याच्या त्या अर्धवट छाया-प्रकाशात देखील ते परस्परांचे भाव ओळखू शकत असत.

'सर्व राजकुमार धनुर्विद्या शिकतात?' एकलव्यानं प्रश्न केला.

'नाही. तसे सगळे युद्धविद्या शिकतात. भीम व दुर्योधन गदायुद्ध विशेष श्रम घेऊन शिकतात, तर अर्जुन हा धनुर्विद्येत सर्वांहून खूप कुशल आहे. शिवाय तो तातांचा लाडकाही आहे. तो जगदेकवीर होऊ इच्छितो.' अश्वत्थाम्यानं पुढची माहिती पुरवली.

'तुला त्यांतले कोण आवडतात? तुझे सुहृद आहेत?' शंबरानं प्रश्न केला.

'नाही, कुणीच नाही. कुमार अर्जुन सारखा तातांभोवती असतो. बाकीचे आपापल्यांत! फक्त कुमार युधिष्टिर माझ्याशी मायेनं वागतो. पण सर्वात तसं माझ्यासाठी काही मुद्दाम करतो, तो युवराज दुर्योधनच. तो तसा भांडखोर आहे. अहंमन्य आहे, असं सगळे म्हणतात; पण तो माझ्याशी मात्र अत्यंत चांगुलपणानं, समजुतीनं वागतो. भीमाची मात्र मला भीतीच वाटते.' अश्वत्थाम्यानं प्रांजलपणाने सांगितलं.

'का? तो काय करतो?' शंबरानं प्रश्न केला.

'तसा काही करत नाही; पण तो... तो खूप दांडगोबा आहे. त्याच्या सगळ्या थट्टा, खोड्या अगदी जीवघेण्या असतात. भयंकरच असतात.' अश्वत्थामा काहीसा धास्तावल्या स्वरात उद्गारला.

'अर्जुन हा सर्वात श्रेष्ठ धनुर्धर काय?' एकलव्यानं प्रश्न केला.

'असं तात म्हणतात. पण तातांना एक गंमत ठाऊकच नाही....' अश्वत्थाम्यानं काहीशा खोडकरपणे म्हटलं 'अर्जुन जे करतो ना, ते सर्व सूतपुत्र कर्ण देखील करतो. तो धनुर्विद्येचा मन लावून अभ्यास करतो. पण अर्जुनासारखे त्याला कुठं

तातांकडून प्रत्यक्ष पाठ मिळतात?'

'का बरं? पाठ का मिळत नाहीत.'

'अर्जुन सारखा तातांना धरून असतो. मला देखील त्यांच्याजवळ एकट्यानं बोलण्याला सवड देत नाही, शिवाय... तो कर्ण... सूतपुत्र आहे ना!'

'म्हणजे? अन् सूतपुत्र असला, तर काय? सुयोग्य तर आहे ना? त्यातून आर्यही आहे!' शंबरानं प्रश्न केला.

'हो! तो केवळ अर्जुनाचं पाहून मनन करतो. स्वत: अभ्यास करून सर्व घटवतो. तो अत्यंत बुद्धिमान आहे. आणि तो प्रेमळही आहे. मला त्यानं रथशाळेतून खेळासाठी एक छोटा रथही करून आणून दिलाय.' अश्वत्थाम्यानं सांगितलं.

आचार्यांच्या शिष्यगणांविषयी ही सर्व माहिती ते घेत होते. त्याच वेळी न पाहिलेल्या; पण आपला ज्यांच्याशी संबंध येऊ शकेल, अशा अनेकांविषयी त्यांना सहज संभाषणातून ज्ञान होत होतं.

वयानुरूप कुतूहल आणि नवीन वातावरण, नवीन व्यक्तींविषयीची जिज्ञासा यांमुळं आचार्य-पुत्र अश्वत्थाम्याच्या संभाषणात ते बराच रस घेऊ लागले.

एकूनं स्वत:ला मातृप्रेमात वाटेकरी केल्याचं शंबरानं कृतज्ञतापूर्वक सांगितलं, तर अश्वत्थाम्यानं तत्क्षणीच आपल्याही मातेच्या प्रेमात त्याला वाटा देऊ केला.

वातावरण काही क्षण विलक्षण भावव्याकूळ होऊन गेलं. तेवढ्यात पावलं वाजली.

'कुमार एकलव्य कोण? निषादराज हिरण्यधनूचा पुत्र एकलव्य कोण?' एक स्वर उमटला व त्या मागोमाग एक सावळी, ठेंगू, पण लठ्ठशी व्यक्ती पुढं आली.

'का? काय रे, कपालिका? हा पाहा एकलव्य!' अश्वत्थाम्यानं एकलव्याकडे बोट दाखवून सांगितलं.

'आचार्यांनी बोलावणं केलं आहे. कुमार एकलव्यानं त्यांना सोयीचं असल्यास आचार्यांच्या भेटीस पर्णकुटीकडे यावं!' कपालिक उद्गारला.

'हं येतो... आम्ही. तू चल पुढं!' अश्वत्थामा उद्गारला.

त्याच्या स्वरात स्पष्ट अनिच्छा जाणवत होती. गोष्टीत रसभंग त्याला आवडला नसावा.

ते निघाले असता अचानक शंबरानं प्रश्न केला,

'अश्वत्थामा, एक प्रश्न विचारू?'

'अवश्य विचार, शंबरा! तू भावासारखा आहेस ना मला. मग हा संकोच का?' अश्वत्थाम्यानं म्हटलं.

'या उपवनात सर्व झाडं आहेत, बिल्व, शिशप, कदंब, गिरिकर्णिका, शाल, ताल, तमाल, अरिष्टा, आदि लहानमोठे वृक्ष आहेत. मध्येच आम्र, जम्बुकादी

फलवृक्ष आहेत. वेली आहेत; पण इथं एकही पशू किंवा साधे सर्वगामी कावळे देखील नाहीत, हे कसं....?

'तात म्हणतात, हे वन नव्हे. स्नातकांच्या अध्ययनास उपयोगी म्हणून निर्माण केलेला 'वनाभास' आहे. आभास नुसता. शिवाय इथं कुमार सराव करतात ना! शस्त्रविद्येचा. कुठंही व कसाही शस्त्राचा वापर करतात ते. त्यांच्या भयानं पशू नाहीतच, पण पक्षीही फिरकत नाहीत इथं, असं अंब म्हणत होती. म्हणून ती मला नेहमी सांगते....'

'काय सांगते अंब?' उताळवीपणे शंबरानं अश्वत्थाम्याला घुटमळताच प्रश्न केला.

'वत्सा अश्वत्थामा, विवेकाचं अधिष्ठान नसलेली विद्या स्वत: विद्याधारकालाच मारक ठरते, बरं! तू नेहमी विवेकानं शस्त्रास्त्रांचाच नव्हे, तर शब्दांचाही वापर कर. कटु शब्द हे शस्त्राहूनही वाईट. शस्त्रांचे घाव मिटतात; पण शब्दांचे घाव कायम भळभळा वाहत राहतात.'

अश्वत्थाम्याच्या बोलण्यावर दोघांही कुमारांनी माना डोलावल्या.

आशा, अपेक्षा, उत्कंठा आणि एक विचित्र भय यांच्या दडपणाखाली काहीसा अस्वस्थ एकलव्य अश्वत्थाम्याचा हात धरून चालू लागला.

●

९

फलाहार करून आचार्य ओसरीवरील आसनावर बसले होते. आणि काही क्षणांतच चांदण्याच्या प्रकाशात दोन निषादवेषातील आकृती पुढं येताना दिसल्या. त्यांच्यांतच अश्वत्थामाही होता.

त्यांच्यांतील संभाषण आचार्यांना ऐकू येत नव्हतं. पण काहीतरी विनोद झाला असावा. मुक्त निर्झरासारखे खळाळते पण वेगवेगळे असे तीन हास्यध्वनी त्यांच्या कानांवर पडले. श्रवणाच्या टप्प्यात येईतो त्यांचं संभाषण संपलं होतं. तिघेही शांतपणे येत होते.

मधला कुमार व्याघ्रचर्मधारी होता. त्याच्या शिरी मोठं सुरेख पीस होतं. श्वेत गरुडाचं पीस! ते म्हणजे नायकत्वाचं चिन्ह आहे, हे त्यांनाही माहीत होतं. हा एवढासा मुलगा नायकत्वाचं चिन्हं धारण करतो? की निषादाधिपतीचा पुत्र म्हणून हे मानचिन्ह? युवराजपदाचं मानचिन्ह असावं. गणराज्यासारखी व्यवस्था असलेल्या निषाद-शंबरांतदेखील आर्यसंसर्गानं राज्यपद दृढमूल होत आहे, याची मनातच त्यांना मौज वाटली.

या कुमाराची चाल सिंहासारखी डौलदार आहे. शरीराकृती प्रमाणबद्ध व यत्नपूर्वक कमावलेली दिसते. बाहू लांब आहेत-एखाद्या धनुर्धर योद्ध्याला शोभण्यासारखे. चालीत आणि चर्येवर चंद्रप्रकाशातही आत्मविश्वास स्पष्ट दिसतो आहे. ही सगळी वैशिष्ट्यं त्यांनी सहजपणे टिपली.

कुमाराविषयी कृपीप्रमाणेच त्यांचंही मन सहज अनुकूल झालं. हाच एकलव्य असावा.

त्यांनी दुसऱ्या कुमाराकडे पाहिलं. मृगचर्मधारी, शिरोभूषणावर मोरपीस. म्हणजे हा काळसर, थोराड मुलगा पुरोहित किंवा आचार्य-कुळातील होता, तर!

दोन्ही कुमार पुढं आले. अश्वत्थामा जरासा भरभर पुढं आला व पायऱ्या चढून कुटीत निघून गेला. आपल्याजवळ राहणं त्याच्या जिवावर येतं. आपला सहवास तो टाळतो, याची जाण व खंत आचार्यांना नेहमीच वाटत असे.

पायऱ्यांपाशी येऊन कुमार एकलव्यानं विनम्रपणे भूमीवर मस्तक टेकवून प्रणाम केला. त्यात पूर्ण श्रद्धेची भावना होती.

दुसऱ्या कुमारानं देखील कुमार एकलव्याचं अनुकरण केले. सावधपणे. काहीशा अलिप्त वृत्तीनं.

'आयुष्यमान् भव, वत्स!' आचार्यांनी हात उंचावून आशीर्वाद उच्चारले.

'मी हिरण्यधनूचा पुत्र एकलव्य. हा माझा अभिन्न सखा पुरोहित मेघवर्णपुत्र शंबर. आम्ही निषादराज्यातून आलो आहोत.' एकलव्यानं नम्र, मृदु मधुर स्वरात स्वत:चा परिचय दिला.

'निषादाधिपती हिरण्यधनु? खाण्डवनाच्या उत्तर-पूर्वेस असलेल्या अरण्याचे अधिपती?' आचार्यांनी विचारलं.

'होय, आचार्यवर!'

'तुम्ही दोघेच तिथून इथवर आलात?'

'होय. दोघंच आलो.' एकलव्यानं उत्तर दिलं.

त्याच वेळी मागून त्याच्या अर्ध्या वाक्याच्या मधेच एक घूत्कार ऐकू आला. 'वत्सा, तुम्ही दूर वाटचाल केलीत, तर! किती अवधी लागला?' द्रोणाचार्यांनी बोललेला शेवटचा शब्द घूत्कारात परत बुडून गेला.

'वाटेत सात चंद्र मावळले आम्हांला!' एकलव्य नम्रपणे म्हणाला.

द्रोणाचार्यांनी जरा आश्चर्यानं त्याच्याकडे पाहिलं. चांगला अश्वारूढ स्वार तेवढं अंतर पाचपेक्षा कमी दिवसांत कापू शकला नसता. आठ दिवसांत ही मुलं चालत आली?

कुमार एकलव्य सत्य सांगता होता, हे त्याच्या स्वरावरूनच कळत होतं. अत्यंत उत्कंठा किंवा कसली तरी तीव्र ओढ असल्यांनच हे शक्य झालं असावं.

आचार्यांच्या विचारात मध्येच खंड पडला. कारण परत घुबडानं घूत्कार केला होता.

वनाप्रमाणे खास तयार केलेल्या वाटिकेकडे आचार्यांनी त्रासिक दृष्टीनं एकवार पाहिले.

'मुला, एवढी त्वरा करून प्रवास का केला?' आचार्यांनी प्रश्न केला.

'आम्ही आपणांकडे याचक म्हणून आलो आहोत.' एकलव्याचं विनम्र उत्तर.

'याचक? ब्राह्मणाकडे याचक? अन मी.....' आचार्य आपलं वाक्य पूर्ण करू शकले नाहीत. कारण परत रात्रिंचरानं घूत्कार केला होता. आचार्यांनी पुन्हा वाटिकेकडे पाहिलं.

दिवामीताचा स्वर अधिक स्पष्ट व अधिक भेसूर उमटला होता. ते वाटिकेतील अलिकडच्या वृक्षावर येऊन बसलं असावं.

'आचार्यश्रेष्ठ, आम्ही आपल्याकडे विद्यायाचना करणसाठी आलो आहोत. आपण धनुर्विद्येतील, युद्धविद्येतील श्रेष्ठ आचार्य आहात. आपण आम्हांला विद्येचं दान द्यावं, ही आमची विनम्र याचना आहे.' एकलव्य स्पष्ट, मधुर व आर्जवी स्वरात उद्गारला.

'विद्यायाचना? पण, एकलव्या....'

त्याच वेळी परत घूत्कार आला. आचार्य बोलताना थांबले. दिवाभीताचा शब्द थांबताच ते परत बोलू लागले.

'एकलव्या, तुम्ही अनार्य! आर्यांकडून युद्धविद्या शिकण्यास येता. ती आर्यांवरच उलटवलीत, तर मी ज्ञातिद्रोही, समाजद्रोही ठरणार नाही का?' आचार्य द्रोणांनी शंका काढली.

'आचार्य, आत्मसंरक्षणाशिवाय आपल्याकडून मिळवलेली किंवा अन्य कोणतीही शस्त्रविद्या वापरली जाणार नाही, याची प्रतिज्ञा घेण्यास आम्ही सिद्ध आहोत.' एकलव्य गंभीर स्वरात उद्गारला.

आचार्य विचारमग्न झाले. सहज मनोविनोद म्हणून त्यांनी हा विचार मांडला होता. एखादा कुणी अनार्य खरोखर असा वापर करील, याची शंकाही त्यांच्या मनाला शिवली नव्हती.

परत दिवाभीताचा घूत्कार झाला :

घूऽऽ.. घूऽऽ.. घूऽऽऽ.....

'छे:! कोणाकडून तरी या रात्रिंचराचा विनाश करायला हवा.' त्राग्यानं आचार्य उद्गारले. 'एकलव्या, तुझी विद्येची अभिलाषा स्तुत्य आहे. त्यासाठी तुझी उत्कंठा व तपस्याही स्पृहणीय आहे; पण मला त्यासाठी....'

त्याच क्षणी परत त्या रात्रिंचरानं घूत्कार करण्यास सुरुवात केली.

'मरो ते!' आचार्य पुटपुटले.

त्यांचं बोलणं संपण्यापूर्वी सहजच एकलव्याची हालचाल झाली होती.

त्याचा एक हात धनुष्याकडे जाऊन, उजव्या हाती मागील भात्यातील बाण आला होता. तो गर्रकन आपल्या चवड्यावर वळला होता. एकाच सफाईदार हालचालीत त्याचा डावा पाय पुढं आला होता. बाण धनुष्यावर चढवला गेला. धनुष्याची दोरी आकर्ण खेचली गेली. सणाणत शर सुटला. त्यावर बसून मृत्यूही. अस्पष्ट ध्वनी धनुर्धर महावीर आचार्य द्रोणांच्या तीक्ष्ण कर्णेंद्रियांनी टिपला.

धप! अशा ध्वनीनं शरसंधानाचा निर्णयही लागला. तितक्याच सहजतेनं धनुष्य व एकलव्य आपआपल्या जागेवर आले. जणू काहीच घडलं नाही, अशा विनम्र वृत्तीनं एकलव्य परत उभा राहिला.

आचार्य द्रोण विस्मित, विस्फारित नेत्रांनी त्याच्याकडे काही क्षण पाहतच राहिले.

हा मुलगा जन्मत: भगवान शिवाचं वरदान घेऊनच आलेला असावा. श्रेष्ठतम धनुर्धराची लक्षणं त्याच्यात अगदी सहजपणे दिसत होती.

त्याच्या हालचालींत रेखीवपणा होता. एकही हालचाल निरुद्देश नव्हती, की

संतुलनहीन नव्हती.

हे तर केवळ रत्न! याला पैलू पाडले, तर हा जगदेकवीर होईल!

द्रोणांच्या मनात विचार आला. याला शिकवणारा गुरू धन्यभाग्य! गुरूचं नाव चिरंतन करणारा हा शिष्य असेल, आचार्य द्रोणांच्या मनानं ग्वाही दिली.

अचानक त्यांचा मोहरा शंबराकडे वळला.

'शंबरा, तू कोणता हेतू धारण करून आलास?' आचार्यांनी पुरोहितपुत्राकडे पाहत प्रश्न केला.

पुरोहितपुत्र आपल्या विशाल काळ्या नेत्रांनी आपलं अत्यंत बारकाईनं निरीक्षण करतो आहे, हे त्यांनी डोळ्यांच्या कोपऱ्यांतून हेरलं होतं.

'मी पुरोहितपुत्र आहे, आचार्य. मला शस्त्रविद्या काय कामाची? पण शस्त्राला शास्त्राचं अधिष्ठान नसेल, तर प्रलय होईल ना? म्हणून आलोय मी!' शंबर सहज स्वरात उद्गारला.

शंबराच्या उत्तरानं किंचित विस्मित आचार्यांनी त्याच्याकडे टक लावून पाहिलं.

काळसर, थोराड, दिसण्यास ओबडधोबड असा हा मुलगा तीव्रबुद्धी, संभाषणकुशल व व्यवहारी असावा.

'हं... तू शास्त्राभ्यास करणार आहेस, तर... पण शंबरा, तुझी भाषा इतकी शुद्ध व अरण्यवासीयांच्या विशिष्ट स्वराघातापासून मुक्त कशी बरं?' आचार्यांनी प्रश्न केला.

'आमची नित्याची भाषा अशी नाही, आचार्य.' शंबर उद्गारला, 'पण... आम्ही असं बोलू शकतो.'

आचार्यांनी एकलव्याकडे पाहिलं. त्यानं आचार्यांचा हेतू ओळखून मान डोलावली व शंबराच्या म्हणण्याला पुष्टी दिली.

'याचं कारण तुम्हांला ठाऊक आहे?' त्यांनी शंबराला परत प्रश्न केला.

'आचार्य, आमच्या विभागात पूर्वी एक महान मुनी आले होते. त्यांनी आम्हांला ज्ञानदान केलं होतं. ते केल्यानं आम्ही काही गोष्टी शिकलो. आर्य अधिपतींनी त्यांना अपमानित, बहिष्कृत केलं होतं, म्हणे. त्या मुनींच्या व त्यांच्या शिष्यगणांच्यामुळं आमच्या भाषेत व ज्ञानात हे परिवर्तन झालं.'

'त्या मुनींचं नाव?'

'ऐतरेय- असं आमचे वाडवडील सांगतात.' शंबरानं उत्तर दिलं.

उपनिषद्कर्ते, महान् द्रष्टे, सृष्टीच्या उत्पत्तीचं, स्थितीचं, परिवर्तनाचं व विलयाचं कोडं अचूक सोडवणारे; पण चांडाळ-कुलोत्पन्न, हीन जाती ऐतरेय! आर्यांच्या अवहेलनेला, बहिष्काराला तोंड देऊन आयुष्यभर मानखंडना सोसणारे मुनिश्रेष्ठ ऐतरेय... निर्वाणानंतर आज अनेक पिढ्यांनंतर ऋषित्वप्राप्ती झालेले ऐतरेय!

'महामुनी ऐतरेय तुमचे ज्ञातिगुरू का?'

'नाही, आचार्यश्रेष्ठ. त्यांचे चांगले संस्कार, विचार व आचार आम्ही घेतले. ज्ञातिगुरू मेघवर्ण आहेत. म्हणजे शंबराचे पिता!' एकलव्य उद्गारला.

'तुम्ही आर्यांना शत्रू मानता, आक्रमक समजता ना? निदान परके तरी लेखता. मग त्यांचे संस्कार, आचार, विचार किंवा ज्ञान घेण्यास कसे तयार होता?' आचार्य द्रोण काहीशा थट्टेनं उद्गारले.

'आचार्यश्रेष्ठ, आपण थट्टा तर करीत नाही ना? समाजप्रवाह हा नदीप्रमाणे सर्वसमावेशक व प्रवाही नसेल, तर तो थांबेल. आटेल वा सडून जाईल. आपोआप संपेल, असं ज्ञातिगुरू मेघवर्ण सांगतात.' एकलव्यानं नम्र मृद स्वरात उत्तर दिलं.

'-आणि, आचार्यवर, जे जे श्रेष्ठ ते ग्राह्य, ते घ्यावं, एवढं अवधान तर निसर्गात पशुपक्षी देखील पाळतात ना?' शंबरानं धीटपणे प्रतिप्रश्न केला.

शंबराच्या या धाष्ट्यावर एकलव्यानं त्याच्या दिशेनं एक निषेधात्मक दृष्टिक्षेप केला.

आचार्य मात्र शंबराच्या प्रतिप्रश्नावर विचारमग्न झाले. अत्यंत नेमका प्रश्न व त्यातच उत्तर निहित करणारा शंबर कुशाग्रबुद्धी तर होताच, धीट व स्पष्टवक्ताही होता. स्वाभिमानावर आघात होण्याचा प्रसंग येताच, तो प्रत्याघातास लगेच सिद्ध होत होता. त्यात अन्य कोणतीही भावना वा सौजन्य आडवं येऊ देत नव्हता. दोघांचेही तर्क मात्र अखंडनीय व मार्मिक होते. पुरोहित मेघवर्ण हा ज्ञानी, चतुरस्र व द्रष्टा पुरुष असावा, याची त्यांनी खूणगाठ बांधली. अचानक द्रोणांना आठवलं.

'ज्ञान वर्ज्य नसेल, तर.... अन्न का बरं वर्ज्य केलं तुम्ही?' द्रोणांनी प्रश्न केला.

द्रोणाचार्यांच्या या प्रश्नाबरोबर त्या दोन्ही कुमारांच्या चर्येवर एक सावट आल्यासारखा भास आचार्यांना झाला.

'आचार्यवर, दोन कारणांसाठी आम्ही येथे अन्न ग्रहण केलं नाही.' शंबर धीटपणे उद्गारला.

'कोणत्या?' आचार्यांनी भुवया उंचावल्या.

'स्व-अर्जित, स्वतः प्राप्त करून ते अन्नच ग्रहण करण्याचं आमचं व्रत आहे. आचार्य.'

'का? कशासाठी?'

'प्रत्येक निषाद, शबर विद्यार्थ्याला हे व्रत घ्यावं लागतं. न घेणारे असतील, पण त्यांच्याविषयी न बोलणं हे उचित.'

'आणि दुसरं कारण कोणतं? आचार्यांनी विचारणा केली. या दोन्ही निषादकुमारांविषयीच्या त्यांच्या कुतूहलाची जागा कौतुकानं घेतली होती.

'आम्ही येथे आकस्मिक आलो होतो; पण.. पण.. ' शंबर थोडासा घुटमळला

'अवांछित आहो का, याचा निर्णय झाल्याविना...'

शंबरानं आपलं वाक्य पूर्ण केलं नाही; पण आचार्यांनी त्याचा मनोभाव ताडला होता. ही मुलं विलक्षण निग्रही, स्वाभिमानी अन् महत्त्वाकांक्षी आहेत, हे त्यांनी ओळखलं.

'शंबरा, एकलव्या, तुमचं कुळ, तुमचे मातापिता धन्यभाग्य होत. तुमच्या रूपानं त्यांना भाग्याचा ठेवा प्राप्त झाला आहे.' आचार्य प्रसन्नपणे उद्गारले.

'आमची याचना स्वीकृत कराल का?' भावकंपित पण उल्हसित स्वरात एकलव्यानं विचारलं.

आचार्य गंभीर झाले. ते काहीसे विचारमग्न दिसू लागले.

'एकलव्या.... तू अत्यंत योग्य शिष्य आहेस. तुझ्यासारखा शिष्य मिळणं म्हणजे गुरूचं अहोभाग्यच.' ते उद्गारले; पण अचानक एक विचार त्यांच्या मनात तीक्ष्ण शराप्रमाणे उद्भवला.....

ते... ते कुरुकुलाचे आचार्य होते. त्यांनी ते पद स्वीकारलं होतं. त्या पदाला सन्मान होता., तशाच काही मर्यादाही.

आचर्यत्वाचं स्वातंत्र्य त्या पदाबरोबर आपल्याला उरलंय का? त्यांच्या मनानंच उलट प्रश्न केला आणि आचार्य थरारले.

याला.. याला शिष्य म्हणून स्वीकारावं?

'वत्सा एकलव्या, कुरुकुलाशी तुमचे संबंध कसे आहेत?' द्रोणांनी विचारलं.

'आम्ही स्वतंत्र आहोत.' एकलव्य उत्तरला.

त्याच्या स्वरात स्वाभिमान होता. अहंकार नव्हता; पण स्पष्ट, प्रांजळ विधान होतं.

'ठीक आहे. आज तुम्ही विश्रांती घ्या. मला या गोष्टीवर विचार करून निर्णय घेतला पाहिजे. वत्सा अश्वत्थामा, यांच्यासाठी अतिथि-शाळेत व्यवस्था करण्यास गोमुखास सांग, बरं!' द्रोणाचार्यांनी सांगितलं.

विनम्रपणे प्रणाम करून कुमार गेले.

विचारमग्न द्रोण मात्र तिथंच बसून होते.

●

१०

मध्यरात्र उलटून गेली होती; पण निद्रादेवी आचार्यांवर रुसलेलीच होती.

रातकिडे आणि अन्य कीटकांचे स्वरदेखील काहीसे मंदावले होते. तेही विश्रांतीसाठी मध्ये मध्ये थांबत होते. सारं विश्व निद्रेच्या मोहमयी पाशात सुखानं शांत झोपलं होतं.

पण थकून येऊन देखील आचार्य जागे होते. साऱ्या प्रार्थना झाल्या. अनेक प्रयत्न झाले; पण उलट निरनिराळ्या विचारांचा विखार मेंदू झणाणून सोडत होता. त्या... त्या मनातल्या त्रासदायी विचारांना जेवढा दाबण्याचा यत्न करावा, तेवढे ते अधिक उसळून वर येत होते.

द्रोणांनी परत एकवार कूस पालटली. त्याच क्षणी त्यांना दिसू लागला द्रोण... पूर्व दिवसांतील द्रोण...

हो!... कोणत्या ना कोणत्या गोष्टीच्या याचनेसाठी फिरणारा कुमार द्रोण... समर्थ मातापित्यांचा,पण तरीही पोरका... अनाथ द्रोण... जन्मापासून अभावग्रस्त ... याचक द्रोण...

याचना करणाऱ्या स्वतःचं चित्र दृष्टीसमोर येताच, द्रोणांचं सर्वांग शहारलं. आजवर गेलेले ते भयाण दिवस....

आज आपण कुरुकुलाचे आचार्य आहोत. साऱ्या भारतवर्षातील युद्धविद्येचे श्रेष्ठ व वंद्य आचार्य....

तरीही भूतकाळाची भुतं मानेवरून उतरतच नव्हती. ते दरिद्री जिणं... ती याचना.. ते अपमान...आज देखील कोणतीही गोष्ट करताना, कसालाही विचार ठरवताना आपण त्या भुतांच्या भीतीच्याच सावलीत असतो, याचं त्यांना अत्यंत दुःख होई. स्वतःचा विलक्षण संताप येई. पण....

मनात येणाऱ्या जळजळीत विचारांना दाबण्याचा यत्न करीत त्यांनी परत कूस बदलली.

कुटीच्या गवाक्षातून शीतल वारा आत येत होता. पण तोही आचार्यांच्या मनाची आग थंड करू शकत नव्हता. अचानक त्यांच्या मनी एकलव्याचा विचार आला..

एकलव्य... अत्यंत श्रेष्ठ शिष्य. असा शिष्य मिळणं हे आचार्यांचं महान् भाग्य. त्याला शिकवून तयार करणं हे जीवितसाफल्य. हिऱ्याला पैलू पाडणारा,

त्याच्या तेजात मिसळून गुरू अमर व्हावा, असा हा शिष्य.....

हाच का.... अर्जुन नाही? कर्ण नाही?

मनानं प्रश्न केला. आणि आचार्यांच्या मनात वादळ उठलं.

कर्ण...महारथी....नव्हे, अतिथी होण्याच्या योग्यतेचा. कर्ण...रूपसंपन्न कर्ण..सर्व पांडव व कौरवांत आदर्श आर्यरूप लाभलेला गुणसंपन्न कर्ण... कुशाग्रबुद्धी, स्वाभिमानी पण उपेक्षित. तरीही ऋजु आणि निग्रही. पण आपण त्याला झिडकारतो... त्याच्याकडे दुर्लक्ष करतो, त्याचा तेजोभंग करतो, ते... त्यांच्या मनी एक उत्तर आलं. त्याही स्थितीत ते मुखभंग झाल्याप्रमाणे विव्हळ, व्याकूळ झाले.

द्रोणांचं मन आणि बुद्धी यांचा संघर्ष सुरू झाला आणि त्या दोन उन्मत्तांचं युद्ध असाहयपणे ते पाहत राहिले.

'द्रोणा.... अरे, आचार्य म्हणवतोस... तुझी राक्षसी महत्त्वाकांक्षा त्या दरिद्री, हीन कुळातील पोराकडून पूर्ण होणार नाही, यासाठी तू त्याला खच्ची करतो आहेस. तुझ्या योजनेत तो अडचण होतो आहे.....'

'नाही.... नाही.. असत्य आहे ते!....' त्यांच्या बुद्धीनं तात्काळ प्रतिवाद केला; पण तरीही या आरोपानं त्यांचं सर्वांग परत एकवार शहारलं.

त्यांना स्मरलं कर्णाचं प्रथम दर्शन.

कर्ण आला, आणि वाटलं, कदाचित देवमूर्तीच जणू कुमाररूपात आलीय.

मोहक, तेजस्वी, प्रभावी रूप, आर्जवी, मृदु भाषा. काळेभोर, टपोरे, भावदर्शी नेत्र.... पण त्या नेत्रांत कुठंतरी खोलवर जाणवणारी अथांग वेदना, दुखावलेपणा.... सर्व जगाविषयी एक प्रकारे तुच्छता दर्शवणारी अलिप्तता. त्याच क्षणी आपल्याला जाणवलं, अंतरी दुखावलाय् हा कुमार.....

खरा कर्ण हा नव्हे. दिसतो, तो कर्ण नव्हे. त्याचं कवच. गोगलगाईप्रमाणं मनाच्या कठोरतेच्या कोषात कुठंतरी, खोलवर लपून बसलेला आहे खरा कर्ण. हळुवार सादावलं, तर प्रतिसाद देईल..... त्याच्या नेत्रांतील आर्त वेदना कधी कृपीच्या नेत्रांतही दिसायची का.....?

अशीच अपूर्णता, उणेपणा हीच वेदना आपण आयुष्यभर भोगली. अभावाची ... याचनेची दुःखं अनुभवली. तरीही या कर्णाविषयी जवळीक..... आत्मीयता निर्माण होण्याऐवजी दुरावा का निर्माण व्हावा...? का करतो आपण कर्णाचा दुस्वास?.... मनाच्या प्रश्नाला मनानंच उत्तर दिलं.

जी लाचारी, परावलंबित्व, याचना, अभाव अन् अपमान आपण भोगले अपरिहार्य म्हणून सोसले देखील.... त्या दुःखापासून दूर पळण्याचा तर हा प्रयास नसावा...? की एका भिकाऱ्यानं दुसऱ्या भिकाऱ्याचा दुस्वास करावा, तसं....

आचार्यांच्या मनात उलटसुलट विचार उसळत होते. परत त्यांच्या मनानं

त्यांना फटकारलं.

'अरे, एक ब्राह्मण... तापस, विद्यासाधक आचार्य तू! कर्णासारखा तेजस्वी हिरा वाया जातो आहे,आणि ते तू स्वस्थपणे पाहतो आहेस. त्याच मनातील सल हळुवारपणे काढण्याऐवजी त्याचा उपहास करून, अर्जुनाचा पक्षपात करून ते शल्य वाढवतो आहेस....?... कसला तू आचार्य! मत्सराचा, द्वेषाचा, स्पर्धेचा हा विषवृक्ष रुजतो आहे, हे समजून देखील तू तुझ्या कर्तव्याचं पालन करीत नाहीस!'

त्यांच्या मानानं फटकारलं.

मनाच्या प्रश्नांना उत्तर देण्यास बुद्धी सरसावली.

'तो.. तो सूतपुत्र... त्याला काय अधिकार आपल्या आश्रयदात्याशी स्पर्धा करण्याचा?....'

'ते ठरवणारा तू कोण? योग्य शिष्याला ज्ञानदान करण्याव्यतिरिक्त अन्य गोष्टींशी तुझा काय संबंध?'

'पण समाजदण्डनाचा, नियमांचा, राज्यशासनाचा अधिकार क्षत्रियांचा. हा सूतपुत्र... महत्त्वाकांक्षेपोटी स्पर्धा, अन् स्पर्धेपोटी असूया असल्यानं, याचं व्यक्तित्व काजळी धरलेल्या ज्योतीसारखं. हीन उदिष्टांसाठी, महत्त्वाकांक्षी इच्छांच्या पूर्तीसाठी तो जर शस्त्रसंपन्न होत असेल......तर....तर त्याला परावृत्त करणं, त्याला विद्याविमुख करणं, त्याला उच्च विद्येपासून दूर ठेवणं यांमुळं मी माझं सामाजिक कर्तव्यच करतो आहे. मला भल्याबुऱ्याचा विधिनिषेध पाहून विवेकानं विद्यादान करायला नको? बुद्धीनं समर्थन केलं.'

'हीन महत्त्वाकांक्षा...सारासार विवेक...छान! अरे, कोणती महत्त्वाकांक्षा हीन...? सर्वांच्या कल्याणाचा विचार नसणारी, स्वतःच्या व्यक्तिगत हानिलाभाचा विचार करणारी महत्त्वाकांक्षा हीन ना? अन् मग तू कसली विवेकी महत्त्वाकांक्षा धरली आहेस? त्या दरिद्री पोराला तुच्छतेचं वागणं मिळतं आणि ते असह्य होतंय. तुला नव्हतं होत? त्याला श्रेष्ठ विद्या हवीय. फक्त स्वतःचं स्वत्व सिद्ध करावं, इतरांनी ते मान्य करावं, एवढंच त्याला वाटतं. त्याला विद्या देऊन त्याला विवेकाचं, संयमाचं अदिष्ठान दिलं असतंस, तर.. पण, तू असं अधिष्ठान कसं देणार, म्हणा...'

आपलंच मन आपल्याला उपहासानं खदखदा हसतं आहे, याचं मरणप्राय दुःख आचार्य सोसत होते.

'का... मी विद्येला विवेकाचं अधिष्ठान देऊ शकणार नाही? मी... माझी विद्या अपुरी आहे....?'

'नाही. विद्या गुरुकृपेनं पूर्ण आहे. पण, द्रोणा, तू स्वतः अपुरा आहेस. स्वतःच महत्त्वाकांक्षेनं भारलेला आहेस. तेही हीन, राक्षसी महत्त्वाकांक्षेनं!' मनानं परत डंख

मारला.

'मी.. महत्त्वाकांक्षेनं भारलेला आहे....? मी....मी?... द्रोणांची बुद्धी स्तिमित झाली.'

'होय, द्रोणा... अपराधांची कबुली स्वतःकडे देण्याइतकी अवघड गोष्ट या विश्वात दुसरी कोणती आहे? तू ब्राह्मण, तापस, ज्ञानसाधक. मग तू ही शस्त्रसाधना का केलीस? ही शूद्रवृत्ती देखील हळूहळू स्वीकारतो आहेस...'

'काय....? शूद्रवृत्ती...?'

'होय, शूद्रवृत्ती. दासवृत्ती म्हण हवी तर. अरे, विद्यासाधना सोडून देऊन तू शस्त्रविद्या घेतलीस. ते देखील असो. विद्यासाधना शस्त्रविद्येची असली, तरी ब्राह्मणाला चालेल; पण तू ब्राह्मण. विद्याविक्रय करतो आहेस. त्याच्यासाठी कुरुकुलाचं दास्य स्वीकारलंस. ही सेवावृत्ती... द्रोणाला शोभते? अरे, शूद्र शूद्रासारखा वागतो, तो स्वधर्माचं पालन करतो. पण तू ... शूद्रातिशूद्र... का... आणि किती अधःपात करून घेणार आहेस स्वतःचा?....'

आसुडाप्रमाणे बसणारे स्वतःच्या विवेकाचे हे फटकारे द्रोणांना असह्य होत होते.

अंतःकरणाच्या तळमळीबरोबरच त्यांच्या शरीराची देखील अस्वस्थ हालचाल झाली; पण त्यांचा अहंभाव, त्यांची स्वसंरक्षक बुद्धी परत त्यांच्या साहाय्याला आली.

'मी.... मी शूद्र...? मी.... पतित...? आचार्यत्व हा ब्राह्मणांचा अधिकार. विद्यादान हा धर्म. मी तर धर्माचरण करतो आहे.'

'अरे, इतरांच्या डोळ्यात धूळ फेकण्याइतकं का स्वतःला फसवणं सोपं असतं? हे आचार्यत्व आहे? वृत्ती स्वीकारून, विद्याविक्रय करून, तू कुरु राज्याचा सेवक झालास. वेतनभोगी व्यक्तीला कुठलं स्वातंत्र्य? भीष्माच्या तोंडी नेहमी ऐकतोस ना? अर्थस्य पुरुषो दासः। तसा तू कौरवांचा क्रीतदास. दास्य हा शूद्रधर्म आणि तिथंही तू पूर्ण धर्मद्रोही. स्वतःचा धर्म टिकवला नाहीस. नवीन धर्म तुला सांभाळता आला नाही.'

आचार्य थरथरत स्वतःच्या मनाचे ते झोंबरे शब्द ऐकत होते. त्यांची बुद्धी प्रतिकार करीत होती; पण...

'नाही... नाही... हे असत्य आहे. योग्यता पारखून त्यांना विद्या देणं एवढंच कर्तव्य मी....'

'तू चुकतो आहेस. तू कर्तव्यपराङ्मुख, धर्मच्युत आणि ढोंगी आहेस. कर्णाला विद्यावंचित ठेवून तू कर्तव्यविमुख होत नाहीस? कर्ण योग्य नाही? गुरूचा हा धर्म....'

'कर्ण.... सूतपुत्र. सूतपुत्राला क्षत्रियविद्या.....' द्रोणांच्या दुर्बल बुद्धीनं आपला दुबळा युक्तिवाद पुढं करण्याचा प्रयत्न केला. पण विवेकानं जागृत झालेलं मन आज काहीच ऐकत नव्हतं.

'विद्याधिकार नाही? का? कोणत्या शास्त्रात, वेद... वेदांगांत कुठं आहे तसं? आणि वेदातील गौरवप्राप्त सत्यकाम जाबाल कोण होता? दासीपुत्र! जारज! बापाचा पत्ता नसलेला! सृष्टिउत्पत्तीची गूढं स्पष्ट करणारा उपनिषद्कर्ता ऐतरेय कोण होता? चांडाळपुत्र ना?'

'पण.. पण... शास्त्रापेक्षा रूढी बलवान असते. लोकरूढीला विरोध करून...'

'रूढी, बलवान पुरुष निर्माण करतात किंवा मोडतात. समाजाची धारणा, विकास हा काही रूढीमागं शेपूट घालून कुत्र्याप्रमाणे धावणाऱ्या पुरुषांकडून नाही झाला. आचार, विचार आणि उपचार यांबाबत महनीय पुरुष मार्गदर्शक होतात.... पण... तू.. तू केवळ विद्याजीवी भिक्षुक... एक पोटार्थी. स्वत्व गमावून, स्वाभिमानाला तिलांजली देऊन विद्या विकणारा....'

द्रोणांची बुद्धी कोणत्याही प्रकारे प्रतिवाद करू शकत नव्हती. त्यांच्या बुद्धीचं समर्थन तर पूर्ण थिटं पडलं होतं.

'अरे, तू तापस, कुलीन! दारिद्र्य हे तापसाचं भूषण! पण दारिद्र्यासुराचा नाश करण्याचा ध्यास घेतलास. त्यात द्रुपदानं तुझा अपमान केला. तुझ्या मैत्रीची विटंबना केली. त्या द्रुपदाचा सूड.... सूडानं पेटलेला तू... आपल्या विद्यादानात देखील सूडाच्या पूर्तीचं समाधान शोधत नाहीस तू? इतकंच नव्हे, तर द्रुपदाच्या सूडकल्पनेनं भारल्यामुळं विद्येला योग्य अधिष्ठान देऊ शकला नाहीस.'

'खोटं आहे! खोटं आहे हे! असत्य!! सूडाचं असं समाधान मला कर्णही मिळवून देऊ शकेल. निषादपुत्र एकलव्य देखील...!'

आचार्यांनी एक नवा विचार मांडण्याचा दुबळा यत्न केला.

'द्रोणा.. अरे, स्वतःलाच फसवण्याचा किती प्रयत्न करशील? अश्वत्थामा ब्राह्मणवृत्तीचा, क्षात्रवृत्ती त्याच्यात नीट रुजत नाही. सूडाची शांती तो तुला मिळवून देऊ शकत नाही. त्याची वृत्ती शांत, प्रेमळ आणि सहिष्णु .. शिवाय एका परशुरामानंतर दुसरा परशुराम क्षत्रिय सहन करणार नाहीत, सारे एक होऊन विरोध करतील. बिचारा अश्वत्थामा! राहिला कर्ण... तो सुयोग्य. समर्थ. तरीही सूतपुत्र. त्यातून आश्रित. असा दरिद्री आश्रित एकाकीपणे बलाढ्य द्रुपदाचं पारिपत्य करेल? शिवाय आश्रिताला अधिक विद्या दिल्यानं मत्सरी अर्जुन तुझी वृत्ती बंद करवेल, दारबाहेर वाकुल्या दाखवीत असलेलं दारिद्र्य... कुरुकुलाबरोबर नवं वैर.....आहे धैर्य ते स्वीकारण्याचं?.....आणि उरला एकलव्य. द्रोणा, हानि लाभाचा विचार करणारी तुझी कुशाग्र बुद्धी इथं..इथं देखील तुझं पतन करील.'

आचार्य द्रोण आपल्या मनातील या द्वंद्वामुळं कमालीचे अस्वस्थ होत होते. बाह्य विरोधाचा प्रतिकार करणं सोपं नसलं, तरी शक्य असतं; पण इथं अन्त:करणातील विवेकाचा.....

द्रोण असहायपणे हे मनाचे फटकारे सहन करू लागले.

'द्रोणा, एकलव्य सुयोग्य शिष्य. योद्ध्याचे सर्व गुण आणि क्षत्रियाला... योद्ध्याला दुर्मीळ असा विवेक, सौजन्य आणि संयम आहे त्याच्याकडे; पण.....'

'तो निषाद अनार्य तुझ्या सूडकार्यात तर पूर्ण निरुपयोगी. तसा प्रयत्न केलास, तर नवं दाशराज्ञ युद्ध ओढवेल. क्षत्रिय, तेही आर्यराजे द्रुपदाचा पराभव एका शुद्र अनार्याकडून सहन करणार नाहीत. त्याला आर्य विरुद्ध अनार्याचं रूप येईल. स्वत: कुरूदेखील तुझ्याविरुद्ध उठतील. आणि त्या संकुलयुद्धात निषादाबरोबर तुझीही आहुती पडेल, द्रोणा! दारिद्र्याचं भय, समाजाचं भय, कुलनाशाचं भय... भयानं वेढलेल्या या दिशाहीन जीवनात द्रुपद-सूडाची तीव्र इच्छा....'

'तापात झालेली पिशाचबाधा जणू! यामुळं तुझा तोल ढळतो आहे. स्वत्व गमावतो आहेस तू. आत्मा विकतो आहेस तू!....'

''नाही! ... नाही!! असत्य आहे हे!'

चित्तक्षोभात द्रोण भान विसरले. ते स्वगत मोठ्यानं उद्गारले आणि मान जोरात हालवून जणू मस्तकातील विचार झटकून टाकले. नंतर स्वत:च आपल्या कृतीनं दचकले व सभोवार पाहू लागले.

कृपी शांत, स्निग्ध दृष्टीनं आपल्याकडेच पाहते आहे, हे पाहून त्यांची दृष्टी खाली वळली. आपल्या अन्तर्दाहाचा, सूडाग्नीनं होरपळणाऱ्या अंत:करणाचा, अशांतीचा वासही कृपीस लागू नये, यासाठी ते अत्यंत दक्ष होते.

'काय नाही, आर्य?' कृपीनं स्निग्ध, चिंतायुक्त स्वरात उत्तरीयानं घाम पुसणाऱ्या आचार्यांना विचारलं.

'नाही.....काही नाही, आर्ये....' द्रोणांनी काहीशा सकंप स्वरात उत्तर दिलं.

'आर्य... चित्त द्विधा असता क्षोभानं निद्रा येणार नाही. मृगयेत मन:शांती ढळण्यासारखं काही घडलं का?' सहज हळुवारपणे कृपीनं प्रश्न केला.

'नाही, आर्ये...'

'कुमार व्रात्य आहेत; पण आपल्याला खूप मानतात. असा काही प्रसंग घडला नसेल... हे अस्वास्थ, चित्तक्षोभ का? हे विचारांचं वादळ कोणासाठी? माझ्याकडून काही चुकलं का?' कृपीनं आर्जवानं विचारलं.

तिच्या प्रश्नानं द्रोणागिरीदेखील हलला असता. त्यातील प्रेम, जिव्हाळा, चिंता, इत्यादी भावनांची प्रत्येक छटा आचार्यांना अंत:करणात स्पर्श करून गेली...

'नाही, आर्ये.. गौतमी... माझ्या रुक्ष जीवनातली छाया तू! या दारिद्र्याच्या

पर्णकुटीतील स्नेहाची ज्योत. स्नेहाची... सुखाची... प्रभात...'

'नाही. नको, आर्यपुत्र, उगा स्तुती नको..... मी तर केवल आरसा. माझ्यात काही चांगलं आढळलं असेल, तर केवळ बिंबप्रतिबिंब न्यायानंच. आपली साधना, तपस्या आणि प्रखर निष्ठांची अनुगामिनी होण्याचं महाभाग्य भला लाभलं..... जीवन सार्थ-कृतार्थ करणारा हा योग. आपलं सान्निध्य हे स्वर्ग तुच्छ बनवतंय.' कृपीनं मधुर स्वरात सांगितलं.

तिनं प्रत्येक शब्द मनापासून उच्चारल्याची साक्ष आचार्यांच्या हृदयानं दिली....

रात्रीचा तिसरा प्रहर उलगडू लागला होता, तसाच त्यांच्या जीवनाचाही. सुखदुःखाचे अनेक क्षण परस्परांच्या साक्षीनं अनुभवले होते. या वेळी प्रमाथी प्रणयाचा भर ओसरला होता. त्यामुळं तिच्या स्वरात, शब्दांत प्रगाढ प्रीतीची सहजसुंदर अनुभूती भरून राहिली होती. त्याचं सामर्थ्य उच्चारलेल्या प्रत्येक शब्दामागे जाणवत होतं.

'स्वर्ग.... गौतमी, कुठला स्वर्ग? प्रसंगी साधं मीठदेखील मी देऊ शकलो नाही. दारिद्र्य, दुःख, अभाव यांचं ग्रहण तुझ्या जीवनाला लावलं. या राजवाड्यात वाढलेल्या राजसबाळीला रानावनांमध्ये काट्याकुट्यांत फरफटत फिरवण्याचं....'

'पण, नाथ.... त्यातही केवढं सुख होतं!' तिचा स्वर भावुक होता. जणू गागील चित्र तिच्या दृष्टीसमोर उभं होतं. अश्वत्थाम्याच्या जन्मानंतर जवळ जवळ प्रथमच तिनं त्यांना विशिष्ट प्रकारे संबोधलं होतं.

'गौतमी, सुख होतं, की तू मानलंस? तुझ्यासारख्या सहनशील, सौजन्यमयी...फक्त पतिसुखाचा विचार करून राहणारी सहचरी मिळाली, धन्यभाग्य मी! माझं जीवन कृतार्थ झालं. पण मी...... मी करंटा, काय दिलं मी तुला?.... दरिद्री जीवनाच्या यातना... अभाव.....'

ती हसली.

'आपण आचार्य! ज्ञानी! स्त्रीचं खरं सुख कुठं असतं, हे आपण नाही का जाणत? राजवाड्यात मी होते एक आश्रित... पोरकी पोर, अनाथ. राजवाड्याच्या पिंजऱ्यात पाळलेलं, राजकृपेवर जिवंत असलेलं एक क्षुद्र अस्तित्व. स्वतःचं असं वेगळं नाव देखील नव्हतं आम्हांला. नावात देखील राजकृपेची,, दयेची... भिक्षेपोटी आपण जगतो, याची जाणीव...' कृपीच्या स्वरातील कातरता अन् दुःख स्पष्ट बोलके होते. 'नाथ, तुमचं घर हे माझं पहिलं अस्तित्व. स्वतंत्र. आपण कोणीतरी आहोत, कुणाला तरी हवेसे आहोत, याची जाण मला पहिल्यांदा झाली. केवढी सुखद... केवढी महान् अनुभूती... आपण सुख तर भरभरून दिलंतच. पण खरं तर स्वतंत्र आणि हवंसं वाटणारं अस्तित्व दिलंत. जगण्याला अर्थ दिलात... पण ... आज...आज हे अचानक पापाचरण का?' कृपीनं प्रश्न केला.

'पापाचरण...? मी... गौतमी... काय म्हणते आहेस तू हे?' गडबडून आचार्यांनी प्रश्न केला.

'आर्यपुत्र, आपण धर्मज्ञ. आचार्य. तरीही, अकारण आत्मनिंदा करून, स्वत:ला दोष लावून पातकाचे धनी का होता?'

कृपीच्या चातुर्यपूर्ण युक्तिवादावर विस्मित द्रोण काही पळं स्तब्ध राहिले.

'गौतमी... तू शब्दचातुर्यानं एखाद्या न्यायशास्त्र्यालाही पराभूत करशील. पण, मला हे कधीच जाणवलं नाही.' द्रोण अचंब्यानं उद्गारले.

'एखादं माणूस बोलत नाही, ते त्याच्याजवळ बोलण्यासारखं काही नसतं, म्हणून नव्हे, तर बरंच असतं, म्हणून. मी काही विचार मांडला असेल, तर..... तर... तर तो आपल्याच सहवासाचा परिणाम. पण आज भूतकाळातील व्यथांचं स्मरण होण्याचं कारण तरी काय?' कृपीनं हलकेच मृदु स्वरात विचारलं.

कृपीच्या चंदनलेपी शब्दांनी शान्त झाले होते, तरीही तिच्या प्रश्नावर आचार्य काही पळं स्तब्ध राहिले.

'कित्येकदा अशी शंका येते, गौतमी; की आपण उपभोगतो आहोत, ते सुख सत्य आहे, की स्वप्नाभास? या सुखात देखील अपुरेपणाची बोच राहतेय.' द्रोण उद्गारले.

'ती तशी राहणारच, आर्यपुत्र.' कृपी शांत, संयत स्वरात उद्गारली.

'म्हणजे?' आचर्यांनी विस्मयानं विचारलं.

आज त्यांना विस्मयाचे धक्के बसत होते. अबोल, मितभाषिणी पत्नी गेल्या तपात प्रथमच असे व इतके मोकळेपणे बोलत होती. त्याहीपेक्षा ज्या अचूक, तर्कशुद्ध विचारी आणि तरीही मधुर व मर्यादापूर्ण रीतीनं ती भाषण करीत होती, ते त्यांनी स्वप्नातही कल्पिलं नव्हतं.

'आर्यपुत्र, काही प्राप्त करण्यासाठी काही तरी द्यावं लागतं. त्यागल्याविना मिळत नाही. भोग घेत असता देखील त्यागलेल्याची, गमावलं, त्याची बोच राहतेच. त्यात फक्त आपल्या हाती एकच गोष्ट असते. बरं...'

'कोणती?' द्रोणांनी अधीर प्रश्न केला.

'मिळवलेलं आणि त्यागलेलं यांचं औचित्य व श्रेष्ठत्व यांविषयी सारासार विवेक असला, म्हणजे झालं. मग ती बोच विवेकबुद्धीची नसते व सह्यही असते.' कृपीनं शांतपणे म्हटलं.

कृपीच्या सहज उद्गारांतून व्यक्त झालेल्या मर्मभेदक सत्याच्या दाहक दर्शनानं आचार्य नखशिखांत थरारले.

'आर्यश्रेष्ठ... आजच्या अस्वस्थतेचं कारण काय? तो आचार्य–कुमार... निषाद–राजपुत्र...' कृपीनं स्पष्टपणे मार्दवयुक्त सुरात विचारलं.

‘अं.... हो.. काही अंशी तो आहेच, म्हणा....’

‘का बरं?’

‘त्याला विद्यादान करावं का, हा मोठा गहन प्रश्न आहे, गौतमी!’ आचार्य काहीशा अनिश्चित शब्दांत म्हणाले.

‘आर्यवर, आपण आचार्य..... विद्यादान हेच तर आपलं जीवितकर्तव्य....’

‘होय. सत्य आहे; पण.....’ आचार्य तिचा विचार मध्येच तोडून बोलू लागले, पण घुटमळले.

‘‘पण’ स्वयंवरात असावेत. तिथंच शोभतात ते. कर्तव्यात- किन्तु हा कार्यनाश व पुण्यक्षय करतो. दान हे कुठंही, कसंही, असलं, तरी श्रेष्ठच, असंच वेदवेदांगं सांगतात. आणि गुरू .... तो.... तो तर पशुत्वातून माणूस घडवतो. देवत्वाचा साक्षात्कार करवतो. यासाठी तो देवाहून श्रेष्ठ मानला आहे. होय ना?....’ कृपी शांत व संयत स्वरात बोलत होती. आचार्यांना तिच्या बोलण्यात काही गर्भित - गूढ अर्थ असल्याचा भास होत होता.

‘तुला काय म्हणायचं आहे, गौतमी?’ त्यांनी सरळ स्पष्ट प्रश्न केला.

‘आपल्या दारी आलेल्या कोणाही याचकाला यथाशक्ती देणं हे गृहस्थाचं पवित्र कर्तव्य. त्यातून विद्यादान हे सर्वश्रेष्ठ आहे.’

‘आर्ये, इतकं सरळ गणित नाही हे. असेच सरधोपट नियम आपण वापरू, तर... मानवजीवन, समाज आणि धर्म- यांचा सर्वनाश होईल.’ आचार्य गंभीरपणे म्हणाले.

‘तो कसा?’

कृपीच्या प्रश्नावर काही पळं आचार्य थांबले. कृपीनं घेतलेल्या भूमिकेमुळं त्यांची तीव्र बुद्धी नवनवे विरोधी विचार सुचवू लागली. नकळतच ते आपल्या मनानं झिडकारलेल्या भूमिकेशी अधिकाधिक समरस व स्थिर होत गेले.

‘आर्ये, समाजाची, अशीच व्यक्तीची प्रगती, विकास होण्यासाठी, संस्कृतीच्या स्थैर्यासाठी काही यमनियम केले जातात. काही रूढी, काही धर्मबंधनं, काही विचार स्थिर केले जातात....’

‘पण, आर्यवर, तहानलेल्यास पाणी द्यायला बंदी करणारा असा नियम कोणता? मी वेदवेत्ती नाही. धर्माचं सूक्ष्मज्ञान घेण्यास पूर्वजीवनात संधीच नव्हती, म्हणून या शंका घेते. काही चुकीचं असल्यास आपण उदारपणे क्षमा करावी!’ कृपी नम्रपणे उद्गारली. जणू पत्नीची भूमिका सोडून तिनं शिष्याची भूमिका स्वीकारली होती.

‘तृषिताला तृप्त करायला हवं. पण, आर्ये, दान सत्पात्री करायला नको का?’ आचार्यांनी प्रतिप्रश्न केला. आता त्यांची बुद्धी सबल होत होती.

‘नाथ, कर्म, आचार, विचार, वृत्ती वा प्रवृत्ती यांत निषादकुमार अपात्र सिद्ध झाला?’ कृपीच्या मृदुस्वरात आश्चर्याची छटा होती.

‘पात्रता काय केवळ त्या व्यक्तीपुरतीच पाह्यची असते?’ द्रोणांनी प्रतिप्रश्न केला.

पळभर थांबून, कुठ तरी शून्यात दृष्टी गुंतवून आचार्य परत बोलू लागले, ‘आर्ये, तुला प्राणिमात्राची कणव आहे. तुझ्या अथांग आणि असीम मातृभावनेत सारं विश्वही सामावेल... पण....’

‘आर्यश्रेष्ठ, आपण म्हणता, ते सत्यही असेल. बालपणीच्या अनाथ, पोरकेपणाच्या भावनेमुळं अशा प्रसंगी एकाकी, उपेक्षितांविषयी कुठंतरी आत्मीयतेचा धागा जुळत असेलही; पण....पण, नाथ त्या कारणानं व्यक्तिगत भूमिकेतून एकलव्याविषयी आस्था दाखवीत नाही. तो तर काल संध्याकाळी तेही अल्पकाळ भेटला...’

‘मग, गौतमी, एकलव्यासाठी ही आस्था का बरं?’ आचार्यांचं कुतूहल जागृत झालं होतं.

‘आपल्यासाठी.... केवळ आपल्यासाठी मी हे म्हणते आहे, आर्यश्रेष्ठ.’ विलक्षण हळुवार आणि सकंप स्वरात कृपी उद्गारली.

द्रोण एकदम चकित होऊन ताठ बसले. ते प्रश्नार्थक मुद्रेनं कृपीकडे पाहू लागले. पण एक ही शब्द मात्र बोलले नाहीत.

‘आर्यवर, आपण कौरवकुळाचं आचार्यपद स्वीकारलंत, पण आपण समाधानी नाही. तृप्त नाही. अस्वस्थ... अनिश्चित. कदाचित सुयोग्य शिष्याचा अभाव हेही कारण असेल.....’

कृपी बोलत असता आचार्य चकित व भयभीत दृष्टीनं तिच्याकडे पाहत होते. आपल्या मनातील द्वंद्व, अस्वस्थता, संघर्ष तिनं ओळखल्याविषयीचं आश्चर्य आणि... तिनं सत्य ताडलं काय, ही भीती त्यांना वाटत होती.

‘ज्याच्यात द्वेषमत्सर नाही, इतरांविषयी असूया नाही, ज्याच्याकडे अहंकार नाही, जो दोषहीन असून समर्पणाच्या भावनेनं गुरूकडे आला आहे, असा हा शिष्य लाभणं हे पूर्वसुकृताचं फळच. असा कुरुकुलात तर नाही. निषादकुमार हा विचारी, विवेकी, संयमी, आज्ञाधारक.... सर्वतोपरी सुयोग्य शिष्य आहे. होय ना, आर्यपुत्र?’ कृपीनं स्पष्टपणे विचारलं,

‘अं हो....’ संभाषण कोणत्या दिशेनं जात आहे, याची आचार्यांना कल्पना येत नव्हती.

‘मग त्याचा स्वीकार करावा.’

‘पण, आर्ये, तो.... तो अनार्य... दस्यु आहे.’

‘म्हणून काय झालं?’ कृपीनं सहज स्वरात विचारलं. आर्यांहून दस्यूंचा तिचा

अनुभव अधिक चांगला होता.

'त्याला शिष्य म्हणून स्वीकारणं समाजद्रोह होईल. ज्ञातिद्रोह केल्यासारखं होईल.' आचार्यांनी शांत, संयत स्वरात सांगितलं.

'ते कसं?'

'अनार्यांना आर्यविद्या, तीही युद्धविद्या, मी देऊ लागलो, तर आर्यविरोधकांना, शत्रूंना सामील होऊन आर्यद्रोह केल्यासारखं नाही? विद्यादान करताना समाजात राहायचं, तर समाजबंधनं पाळायला नकोत?' आचार्यांनी विचारलं.

'आर्यश्रेष्ठ...युद्धविद्या शिकणारा प्रत्येक योद्धा होतो, असं थोडंच आहे? अन् प्रत्येक अनार्य हा आर्यशत्रू असतो, असंही नाही. शिवाय आर्यविद्या शिकल्यानं ज्ञान व संस्कृतीविषयी ओढ निर्माण होईल. आर्येतरांना जिंकण्याचा युद्धापेक्षाही अधिक श्रेष्ठ आणि उचित मार्ग नव्हे का तो?'

कृपीच्या या प्रश्नावर आचार्य द्रोण चकित होऊन पाहत राहिले.

'आर्ये, विद्यादान करणाऱ्या गुरूच्या शिष्याविषयीच्या कसोट्यांत पहिली कसोटी आर्यत्वाची असे- अगदी वेदकाळात देखील. महर्षी ऐतरेय असोत, की सत्यकाम जाबाल. ते आर्य संस्कृती, आर्य परंपरेतून वाढले. त्यांची निष्ठा होती, ती आर्यधर्मावरच. आर्य संस्कृतीवरच. आजचे हे कुमार तसे नाहीत. आर्यांविषयी घृणा हा त्यांचा स्थायी स्वभाव आहे. आज-उद्या आर्य-अनार्य संघर्ष अटळ आहे. अशा वेळी आर्य-विरोधक घडवण्याचं पातक माझ्या हातून झाल्याची खंत नको, एक कारण हे आहे.' आचार्य द्रोणांनी आता आपले विचार सुविहितपणे मांडण्यास सुरुवात केली.

तरीही त्यांचं त्यांनाच भासत होतं, की हा सर्व तर्कप्रपंच आपण कृपीच्या समाधानासाठी करत नसून आपल्याच विवेकाला, भावविभोर मनाला समजावण्यासाठी करतो आहोत.

'आणि दुसरं...?' कृपीनं प्रश्न केला.

'दुसरं, मी राजकुलाचा आचार्य. तो निषादपुत्र. राजकुमारांबरोबर त्याला शिकवणं अनुचित आहे. तिसरं कारण हे, की मी आचार्य भीष्मांना शब्द दिला आहे, की सर्व राजकुमारांना अस्त्रविद्येचं पूर्ण शिक्षण देण्याचं दायित्व मी स्वीकारलं आहे. अशा वेळी अन्य व्यवधान.. दिल्या शब्दाला बाधा होईल, असं काही स्वीकारू? धर्मकारण, राजकारण, समाजकारण, आणि आत्मगौरव, या सर्वच दृष्टींनी एकलव्याचाच नव्हे, तर कुरुकुलातील राजकुमारांविना अन्य कोणाचाही स्वीकार करणं, विद्यादान करणं..... अनुचित.. अनैतिक वाटतं.' आचार्य द्रोणांनी आपलं म्हणणं पूर्ण केलं. त्यांच्या सांगण्याला ठामपणाची छटा होती.

'पण... मग, नाथ, या निर्णयानं एवढी अस्वस्थता का?.जे सत्य आहे, उचित

आहे आणि अपरिहार्य देखील, ते स्वीकारताना मनाची ही अशी उलघाल का?'

'तो सामान्य मनोधर्म नाही का?' द्रोणांनी प्रतिप्रश्न केला.

'आर्य, आपण विवेकी आहात. ज्ञानी आहात. आपली तपस्या व स्वाभिमान नेहमीच आपल्यांतील शिवत्वाला आणि मानव्याला श्रेष्ठत्व देत आली आहेत. या गोष्टीचा मला नेहमी अभिमान व मोह वाटतो. आपली सहधर्मचारिणी होण्याचं सद्भाग्य लाभलं, याचाही मला नेहमीच अभिमान वाटतो, धन्यता वाटते. नाथ, आमचं सुख वेगळं नाही, आपल्या विवेकानं आपल्या समाधानानं आपण जे करता, त्यातच ते सामावलेलं आहे. आमचं सुख असं वेगळं मानून त्यासाठी आपल्या मनोधर्माला, विवेकाला विपरीत असं काही करू नये. दु:खकारक होईल ते!'

विवाहानंतर इतक्या वर्षांनी ती हे एवढं मोठं व स्पष्ट संभाषण करीत होती. नेहमीचा मितभाषीपणा सोडून एवढं बोलण्यालाही कारण होतं.

गेले कित्येक दिवस पती अस्वस्थ आहे. हस्तिनापुरी येऊन, स्थैर्य, समृद्धी लाभूनही ही अस्वस्थता वाढली आहे. कमी झालेली नाही, याविषयी तिला चिंता वाटत होती. विवाहाच्या प्रारंभकाळातील मुक्त, चिंताहीन, स्वाभिमानी, अल्पसंतुष्ट द्रोण आंतरिक व्यथेनं सुखी नाहीत, हे तिला जाणवत होतं. द्रोणांच्या मनीचं शल्य हळुवारपणे शोधावं, ते काढावं, द्रोणांना परत पूर्वस्थितीवर आणावं, या मनाच्या सतत टोचणीनं ती एवढं तरी संभाषण करू शकली, पण...

आचार्य द्रोण मात्र आपल्या विचारांच्या भोवऱ्यातून मुक्त झाले नव्हते.

दिसलेला... ठरवलेला मार्गच योग्य आहे, असं स्वत:शी घोकत राहूनही शांती मात्र लाभली नव्हतीच आणि स्वत:च्या मनालाही ते पटवता आलं नव्हतं.

११

'प्रथम एक प्रहर अभ्यास करा. काल दिलेला पाठ घटवा. ज्याचा तो उत्तम होईल, त्यालाच पुढचा पाठ मिळेल.' आचार्यांनी सांगितलं आणि सारे कुमार पांगले. प्रत्येकजण आपापल्या नियोजित स्थानी अभ्यास करण्यास गेला.

प्रात:समयी कौरव व पांडव कुमार आपापल्या विषयाच्या अध्ययनासाठी द्रोणांच्या आश्रमात आले होते.

सूर्योदयाबरोबर उठून, आपली सारी प्रात:कालीन आन्हिके आटोपून कुमार एकलव्य व शंबर दूर थांबून सारं कुतूहलानं पाहत होते.

आश्रमातील दैनंदिन कार्यक्रम एकलव्य अत्यंत बारकाईनं पाहत होता. यावरच अभ्यासांची एकाग्रता, गती अवलंबून आहे, हे तो जाणून होता.

सूर्योदयाआधी उठून, स्नान आटोपून, गुरू द्रोणांनी दिलेलं अर्घ्य, संध्या, प्रार्थना, आदी कृत्यांची पाहणीदेखील त्यांनी केली होती.

पूजा आटोपून प्रवाहातीरी आचार्य द्रोणांनी केलेली योगासनं देखील त्यांनी कुतूहलानं निरखिली होती. अशा प्रकारची काही योगासनं गुरू मेघवर्ण करीत. त्यानंतर अल्प फलाहार करून आचार्य द्रोण विद्यादानासाठी आले होते. मुख्य आश्रमाच्या उजव्या बाजूला असलेल्या मुक्तांगणामध्ये सर्व कुमार जमलेले होते. जमलेल्या कुमारांत देखील वेगळे गट होते.

सूर्योदयानंतर अद्याप प्रहर उलटला नव्हता. सूर्याची कोमल किरणं शरीरात एक उत्साह, शक्ती आणि प्रेरणा देत होती.

कुमारांचं आगमन दोघां निषादांनी पाहिलं होतं. सर्वप्रथम आला होता बलिष्ठ, सर्वांहून मोठा, तेजस्वी, पण खिन्न, अलिप्त भासणारा कर्ण. त्याचं नाव एकलव्यानं कालच ऐकलेलं होतं आणि दुसरा होता कुमार अर्जुन.

कुमार कर्ण सरळ येऊन व्यायामाळेच्या दिशेनं गेला होता. त्यानंतर आला अर्जुन. त्यानं योगासनं भराभर केली. व्यायाम कसाबसा उरकला आणि सरळ शस्त्रशाळेत जाऊन आपली शस्त्रं-धनुष्य व बाण घेऊन आला आणि शस्त्रशाळेच्या एका भागात आपल्या अभ्यासक्रमाच्या नियोजित स्थळी धनुर्विद्येचा अभ्यास घटवू लागला.

कर्ण आणि अर्जुनाच्या सर्व कृती दोघेही निषादकुमार बारकाईनं पाहत होते.

कर्ण व्यायामानंतर अल्पकाल विश्रांती घेऊन, आपलं धनुष्यबाण घेऊन

शस्त्रशाळेच्या एका कोपऱ्यात अभ्यास करू लागला.

शंबर, निषाद-किरातांप्रमाणे धनुष्य कर्णाच्या शरीराचा एक भाग वाटत होतं. उलट, अर्जुन मात्र तितकासा धनुष्याशी एकजीव वाटत नव्हता. काही तरी आयास, कृत्रिमता भासत होती. अन्यथा चापल्य, चपळाई आदीबाबतींत दोघेही साधारणपणे सारखेच होते. कर्ण अधिक बलिष्ठ असावा. त्याची प्रत्यंचा ओढण्याची शैली सहज होती. धनुष्याची दोरी आकर्ण ओढली जात होती. त्यातून त्याचं सामर्थ्य आणि कौशल्य प्रकट होत होतं.

'आ:!' एकलव्याच्या तोंडून स्वर निघाला. आणि त्याच क्षणी कर्णाच्या धनुष्यातून सुटलेल्या बाणानं लक्ष्यवेध केला.

स्वराच्या दिशेनं राधेयानं वळून पाहिलं.

चार काळेभोर, तेजस्वी नेत्र एकमेकांना भिडले.

एकलव्याच्या नेत्रांतील कौतुक, मुक्त प्रशंसा त्या नेत्रांना जाणवली. राधेयाच्या चर्येवर स्मित तरळलं. दृष्टी सरळ राहिली, तरी मस्तक काहीसं झुकलं. एकलव्याच्या भावनेचा विनम्र स्वीकार....! तारुण्याच्या उंबरठ्यावर असलेला तो कुमार पुन्हा आपल्या अभ्यासाकडे वळला.

एकलव्य कुमारांचं अध्ययन पाहत पुढं निघाला. शंबर सावलीप्रमाणे त्याच्या सोबत होता.

पुढं कौन्तेय अजुर्न अध्ययन करताना त्यांना दिसला. धनुर्विद्येचा अभ्यास तोही एकाग्रपणे करत होता.

कौन्तेय अर्जुन.... पाण्डव.... काल त्याला या सर्व कुमारांचं वृत्त समजलं होतं. सर्व नित्यकर्मातून वेळ काढून दोन-तीन वेळा अश्वत्थामा आला, त्यानं एकलव्याची जिज्ञासा तृप्त केलीच होती. त्याशिवाय बरीचशी अनाहूत माहितीदेखील पुरवली होती. सर्व कुमार, त्यांची वृत्ती, वर्तन आणि आपलं मत अश्वत्थाम्यानं मोकळेपणी मांडलं होतं.

हा अर्जुन... त्याला पाहताच एकलव्याची पावलं रेंगाळली, नकळत. कालचे अश्वत्थाम्याचे शब्द परत त्याला स्मरले. अर्जुन.... मधला पांडव... गुरुदेवांचा खूप लाडका... जगात सर्वश्रेष्ठ धनुर्धर होण्याची तीव्र इच्छाही आहे त्याला.... पित्याची माया या अर्जुनावर आपल्याहून अधिक असल्याची अश्वत्थाम्याची आशंका... रुखरुख..

अश्वत्थाम्यानं सांगितलेला वृत्तांत मनासमोर तरळत असता, एकलव्य नकळत अर्जुनाला न्याहाळत होता.

अर्जुनानं एक बाण काढला. त्याची हालचाल वेगानं होत होती. त्यानं तो धनुष्याला लावला. प्रत्यंचा ओढली. अर्जुन एकाग्र होता. पूर्ण शक्तीसह वेग व

लक्ष्यवेध साधण्याचा यत्न करीत होता; पण बाण लक्ष्य म्हणून टेकलेल्या लाकडी फळाला घासून गेला.

एक..दोन..तीन.... एकामागून एक बाण लक्ष्याला घासून जात होते. पण लक्ष्यवेध होत नव्हता. अर्जुनाची एकाग्रता, त्याची तीव्र इच्छाशक्ती, प्रयत्नशीलता प्रशंसनीय होती. पण.....

अर्जुनाचा पाचवाही बाण फुकट गेला आणि इतका वेळ पाहत असलेल्या शंबराचं हास्य न राहावून बाहेर पडलं.

हसू ऐकताच शेपटीवर पाय पडलेल्या नागाप्रमाणं अर्जुन एकदम वळला.

अर्जुनानं या दोन आगंतुकांकडे रोखून पाहिलं. निषाद....प्रथम लज्जा, नंतर कोपानं त्याची चर्या लाल झाली.

'कोण तुम्ही? इथं या आश्रमात... या ठिकाणी विनाअनुमती येण्याचं साहस तरी कसं केलंत?' जरा तप्त स्वरात अर्जुनानं प्रश्न केला.

'आम्ही या आश्रमात गुरुदेवांच्या अनुमतीनं राहिलो आहोत. मी हिरण्यधनूचा पुत्र एकलव्य, हा माझा सखा शंबर. याच्या या असंस्कृत व्यवहाराबद्दल मी क्षमाप्रार्थी आहे.' एकलव्यानं गंभीर व आर्जवी स्वरात म्हटलं.

अर्जुन एकलव्याकडे टक लावून पाहत होता. स्वरामध्ये सत्य असलं, तरी एकलव्याच्या दृष्टीत आपल्याविषयी किंचित कीव, अनुकंपा... काहीसा उपहास असल्याचा आभास अर्जुनाला झाला. त्याच्या मानी मनाला सहस्र इंगळ्या डसल्या...

'एखाद्याच्या एकान्त अध्ययनात असा व्यत्यय आणणं हा घोर अपराध आहे. पण तुम्ही अज्ञानी अनार्य....'

'काय... अज्ञानी अनार्य.....?' शंबरानं वर्मी घाव बसल्याप्रमाणं चवताळून विचारलं. अर्जुनाच्या आर्यश्रेष्ठत्वाच्या उल्लेखानं शंबराचा नेहमीचा स्वभावधर्म उसळून त्यानं अर्जुनाच्या या ज्ञानी श्रेष्ठत्वाचे वाभाडे काढण्यास सुरुवात केली.

'अरे अल्पबुद्धी कौन्तेया, निषाद, किरातादी सामान्य अज्ञानी अनार्यकुळातील शेंबडं पोरदेखील समजेल, असले धनुर्विद्येतील प्राथमिक प्रयोग आहेत हे. केवळ आर्य-जन्माचा पोकळ अभिमान, मोठेपणाची भाषा आणि डौल एवढं काय ते आहे तुझ्याकडे... आणि म्हणे आर्य! वा वा, रे, आर्यत्व! त्यातच आर्यत्व आहे, म्हणा! असला पाठ अनार्यकुळातील कोणीही करील.'

शंबराच्या झोंबऱ्या उपहासपूर्ण बोलण्यानं अर्जुन काही पळं हतबुद्ध होऊन पाहत राहिला; पण परत लगेच क्रोध जागृत होऊन तो तीव्र स्वरात बोलू लागला :

'काय... काय म्हणतोस....? असा पाठ कोणीही करून दाखवील! अरे, वाचाळ मूर्खा.....'

'थांब, कुमार अर्जुना! कुलवंत वीराला असं त्वरित रागावणं भूषणावह नाही. गेलेला शब्द बाणाप्रमाणे परत येत नाही. बाणाचे घाव भरून येतात; पण शब्दांचे नाहीत. आणि शंबर म्हणतो, त्यात काही असत्य किंवा अतिशयोक्ती नाही!' एकलव्यानं शांत व संयत स्वरामध्ये सांगितलं. त्याचा स्वर, आविर्भाव आणि ढंग इतका शांत आणि प्रौढ होता, की दोन्ही कुमार एकदम गप्प झाले.

'शंबरा, आपण या अर्जुनाच्या एकान्त अध्ययनाचा भंग केला आहे. आपण अपराधी आहोत. अशा वेळी अशिष्ट वा अनुचित बोलणं, मर्यादेचं अतिक्रमण करणं आपल्या कुळाला शोभादायी आहे का?' एकलव्याचा स्वर संयत असला, तरी त्याचा प्रश्न मात्र तीव्रपणे बोचणारा होता.

शंबरानं या प्रश्नावर मान खाली घातली. तो काहीतरी पुटपुटला आणि एक पाऊल मागे सारला.

अर्जुन देखील एकटक कुमार एकलव्याकडे पाहत होता. त्याच्या मनात काही विचार घोंघावत असावेत.

'एकलव्या,... तुला देखील असं वाटतं, का... की अनार्य बालकदेखील....' पुढचे शब्द अर्जुन उच्चारू शकला नाही. त्याची चर्या बदलली, पांढरी पडली.

एकलव्यानं अर्जुनाच्या मनाची क्षुब्ध, लज्जित स्थिती जाणली. तो एक पाऊल पुढं झाला. संयत आणि आश्वस्त स्वरात बोलू लागला :

'अर्जुना, आर्य पुरापट्टणांतून, महालांतून राहतात, शस्त्रविद्या ही तुम्हांला मुद्दाम शिकावी लागते. सोद्देश, कष्टसाध्य अशी तपस्येनं प्राप्त करावी लागते. पण निषाद वनांत राहातात. किरात, निषाद यांच्या बालकाना अरण्यवासामुळं चालता येऊ लागलं, की स्वतःच्या संरक्षणासाठी शस्त्र धारण करावी लागतात. धनुष्य-बाणांचा वापर हा त्यांचा धर्म. तुम्ही अनेक कला, विद्या, शास्त्रं यांच्यासह धनुर्विद्येचा अभ्यास करता. अभ्यासानं, कृत्रिमपणं, अंगी बाणवण्याच्या विद्येत सहजता नसावी, हे अपरिहार्य. त्यामुळंच लक्ष्यवेध होत नव्हता.' एकलव्यानं स्पष्टीकरण दिलं.

त्याच्या शब्दांत प्रौढी नव्हती, की आत्मगौरव नव्हता. सत्याचं सहज प्रकटीकरण होतं. तरीही या एकलव्याच्या शब्दांबरोबर अर्जुनाची चर्या काळवंडली, गुरुदेवांनी हेच काही दिवसांपूर्वी म्हटलं होतं. गुरू द्रोणांचे शब्द अर्जुनाच्या कानांत परत घुमू लागले:

'अर्जुना, आपण काहीतरी वेगळं करतो आहो, असं वाटून घेऊ नकोस. काहीतरी भव्य, दिव्य करतो आहोत किंवा कसला साक्षात्कार होणार आहे, अशा कल्पनेनं तुझ्यावर नकळत दडपण येत आहे. अनायास येणारी सहजता नष्ट होते आहे. कणाकणानं वेचलेली विद्या कायमची असते. पण, वत्सा, ती सहजपणेच

आत्मसात करायला हवी.'

अनुकंपा जागृत झाली.

'अर्जुना, असा रागाऊ नकोस. हे बघ. तू धनुष्य असं घेतोस ना?' मृदुमधुर स्वरात एकलव्यानं अर्जुनाला विचारलं.

अर्जुनानं मान डोलावून मूक संमती दिली.

'हे बघ. हा पाय आणि हा डावा हात यांच्या हालचाली वेगवेगळ्या होतात ना, त्यामुळं पवित्रा काहीसा कृत्रिम होतो. सहजता नष्ट होते. तोल बिघडतो. हातापायांची हालचाल एका वेळी व्हायला हवी. डावा पाय पुढं पडताना उजव्या हातानं बाण काढून धनुष्यावर चढायला हवा. पाय पडताच दोरी ओढली जावी. कानापर्यंत येताच.... सुटलेला बाण लक्ष्यवेध निश्चितपणे करील... हं.... बरोबर, असाच!'

एकलव्याच्या शब्दाबरोबर अर्जुन कृती करत होता. तसतशा हालचाली सहज होत गेल्या.... आणि लक्ष्यवेध झाला.

अर्जुनानं चकित दृष्टीनं एकवार लक्ष्याकडे आणि परत एकलव्याकडे पाहिलं. एकलव्यानं सांगितल्याप्रमाणं परत भरभर हालचाली करून एकामागून एक बाण सोडले. प्रत्येक बाण लक्ष्यवेध करीत होता. ही कृती करताना त्रास नव्हता, चापल्य व वेग अधिक होता, हे अर्जुनाला जाणवलं... एकवार .. दोन.... तीन....

'वा, अर्जुना..... छान....!' मागून स्वर उमटले.

गुरू द्रोणांच्या शब्दांनी सर्वच दचकले.

शंबर आधीच मागे सरकला होता. एकलव्यही सहजपणे काही पावलं दूर सरला.

'अर्जुना.... अभ्यासानं सर्व साद्य होतं. तू स्वतःची चूक समजून सुधारलीस.... छान! अभ्यासकानं असंच करायचं असतं. तुझं कल्याण असो, वत्सा!' आचार्य द्रोणांनी प्रशस्तीबरोबरच आशीर्वाद दिले, आणि ते परत उजवीकडे वळून पुढं निघाले.

त्यांच्या बोलण्यावरून त्यांनी फक्त अर्जुनाचा लक्ष्यवेध पाहिला होता, त्या पूर्वीची घटना वा संभाषण त्यांना माहीत नव्हतं, हे स्पष्ट होत होतं.

काही न बोलता अर्जुन परत आपला अभ्यास करू लागला; पण त्याला एकाग्रता साधेना...

काही क्षणानंतर त्यानं परत एकलव्याकडे दृष्टी वळवली आणि अचानक प्रश्न केला,

'तुम्ही खरेच कोण आहात.....?'

'आम्ही निषाद. मी एकलव्य व हा शंबर.' एकलव्यानं मधुर स्वरात उत्तर

दिलं.

याच वेळी गदायुद्धाचा सराव करण्यासाठी जात असलेले दुर्योधन, भीमादिक राजकुमार त्यांच्या जवळून जात होते, ते कुतूहलानं थांबले.

'एकलव्या. तू निषाद.... अरण्यवासी ना?'

'होय, अर्जुना....'

'मग इथं नागर आर्यात का? कशासाठी? या आश्रमात कशासाठी आला आहात....?' अर्जुनानं प्रश्न केला. त्याच्या स्वरात आशंका होती.

'धनुर्विद्येच्या अध्ययनासाठी, राजकुमारा!'

'इथं? या आश्रमात....? गुरू द्रोणांकडे.....?' त्याच्या स्वरात आश्चर्य होतं. 'होय. सर्व आर्यावर्तात गुरू द्रोण सर्वश्रेष्ठ आचार्य नाहीत का? सर्वदूर विख्यात नाहीत?'

'तुम्ही अनार्य आर्यांविषयी द्वेष बाळगता. असं असून आर्यविद्या का घेता आहात......?' मध्येच भीमानं प्रश्न केला.

'विद्येत कसले आर्य-अनार्य? ज्ञानसाधना ही तर मानवाला पशुत्वाकडून देवत्वाकडे नेत असते. हा सूर्यनारायण, ही वर्षा, ही भूमी.... या आर्य आणि अनार्यांना का वेगळ्या भासतात? चंडसूर्याचा ताप आर्यांना अन् अनार्यांना का वेगळा असतो? विद्या ही जीविताच्या साफल्याचं माध्यम. पुरुषार्थ साध्य करण्याचं साधन. यात आर्य आणि अनार्य हा भेद करणं वेडगळपणाचं नव्हे....?' एकलव्यानं मधुर स्वरात प्रश्न केला.

'तू सामान्य निषाद..... अनार्य... आमच्याबरोबर विद्याग्रहणाची इच्छा करतोस...? तुझी उद्धट वृत्ती तर आश्चर्य वाटावी, अशी आहे.' युवराज दुर्योधन आढ्यतेनं बोलला. त्याच्या स्वरात स्वत:विषयीचा अतिरिक्त गर्व आणि इतरांविषयी तुच्छता पुरेपूर भरली होती.

'हो ना.... तुझ्याबरोबर शिकणं हा आमचा घोर अपमान.' त्याच्याचसारख्या दिसणाऱ्या दु:शासनानं आपल्या वडील भावाची री ओढली. भीम-अर्जुनांनी देखील बरोबर अशा माना हलवल्या.

'राजकुमार.... म्हणजे राजाचा पुत्र?' शंबरानं अत्यंत भाबडेपणानं प्रश्न केला. काहीसा कुरूप, बावळट, भाबडासा दिसत होता तो.

'होय. अभिषिक्त राजाचा पुत्र, तोच खरा राजकुमार, बरं का!' दुर्योधन तिरक्या दृष्टीनं पांडवांकडे पाहत उद्गारला.

'म्हणजे राजकुमार व्हायला राजाच्या घरी, राणीच्या पोटी जन्म घेतला की पुरे! होय ना? आणि मग तसं असेल, तर तुमचं कर्तृत्व ते काय? तुमचा मोठेपणा कोणता? तुमचे गुण, तुमचं कौशल्य किंवा तुमच्या स्वत:च्या कोणत्या गोष्टीपेक्षा

तुमचे जन्मदाते कोण, यावर जर तुमचं मोठेपण अवलंबून असेल, तर ते कसलं मोठेपण? कावळ्यानं मोराचं पीस लावून दाखविलेल्या थोरवीरासारखं नव्हे ते?'

शंबराचे शब्द सहज, सरळ होते. त्यांत उपहास नव्हता. अगदी सहजपणेच त्यानं सत्यस्थिती मांडली होती. ते शब्द ऐकून दुर्योधनाची चर्या लाल झाली. शंबरानं दुर्योधनाच्या मोठेपणाचा अभिमान पाण्यावरील बुडबुड्याप्रमाणे फोडला होता.

'ज्ञान, विद्या.... जेकाही मिळवयाचं, ते कष्टसाध्य असावं, जन्मसाध्य नव्हे. निसर्गाच साधा नियम तो. अरे, तुम्ही राजकुमार आहात. कसे? काही प्रयत्न न करता जन्मगत लाभ तो पण एकूनं.... एकलव्यानं स्वत:च्या पराक्रमावर निषाद राष्ट्राचं कुमार-दण्डनायक पद मिळवलंय!' अत्यंत अभिमानानं शंबरानं सांगितलं.

या अनार्याचे शब्द सरळ होते. स्पष्ट होते. त्यांत विशेष माधुर्य नसलं, तरी सत्य होतं. पण दुर्योधनाचा स्वभावही एकदम हेकट होता. कोणत्याही बाबतीत कसलाही विरोध त्याला सहन होत नसे. त्यातून आपल्या श्रेष्ठत्वाला आव्हान तर त्याला सहन होणं शक्यच नव्हतं.

'असेल... तसंही असेल. पण, निषादपुत्रा..... आचार्य तुम्हांला शिकवू शकणार नाहीत.' दुर्योधन ठामपणे म्हणाला. त्याच्या स्वरात हे म्हणणंच अखेरचं आहे, यावर कोणी पुढं बोलू शकत नाही, असा भाव होता; पण.....

'का...? का शिकवू शकणार नाहीत?' शंबरानं तितक्याच जोरानं प्रश्न केला. 'आचार्यांनी काय करावं, हे तुम्ही राजकुमारांनी नव्हे, तर स्वत: राजानंही सांगणं अनुचित नाही का? आचार्यांना देव असे मानता. सर्वाधिक श्रेष्ठत्व देता आणि त्यांनी काय करावं हे सांगता...?'

'आम्ही सांगण्याचा प्रश्नच नाही, निषादकुमारा! स्वयं आचार्यांनी कुरुकुळातील राजकुमारांविना अन्य विद्यार्थी, त्यांचं शिक्षण पूर्ण होईतो न घेण्याविषयी पितामहांना सांगितलं आहे.' अर्जुनानं शांत स्वरात सांगितलं

'विद्यादानाचं व्रत एकवार स्वीकारल्यानंतर आर्य-अनार्य-धर्मात आपली विद्या अशी मर्यादितपणे देण्याचं कृत्य बसतं का? नाही.... आचार्य-परंपरेच्या विरुद्ध आणि अनुचित होईल ते.' शंबरानं अर्जुनाच्या सांगण्यावर स्पष्ट उत्तर दिलं.

एकलव्य हे सर्व संभाषण ऐकत होता. भीम, अर्जुन, दुर्योधनादी सर्व कुरुपुत्रांचा विरोध व गुरू द्रोणांच्या संभाव्य नकारानं तो पांढरा पडला. आपली पाणीदार, तेजस्वी दृष्टी व उतरलेली चर्या खाली वळवली. व्यथित चर्येवरील भाव त्यानं पळभरात पुसले व शांतपणे सर्व कुमारांकडे एकवार पाहिलं.

'कुमार, विद्या ही देखील निसर्गदत्त गोष्टीप्रमाणे सर्वांसाठी असते. त्यात आर्य-अनार्याचा, वर्णाश्रमाचा कसलाही भेद नसतो. तुमच्याच पूर्वजांनी हे स्पष्ट केलंय.'

'हं, जुन्या पोथ्यांत असेलही तसं, आता नाही. आम्ही ठरवू, तसंच होईल!' युवराज दुर्योधन आढ्यतेनं उद्गारला आणि सतत भांडणारे भीम व दुर्योधन दोघेही मोठ्यानं हसले.

'राजकुमारा, गंगा कोणाच्या का मालकीची असते? की तिच्या पाण्यात कोणी तृषा भागवावी, यावर तिचं पावित्र्य अवलंबून असतं? अरे.....'

'पुरे... शंबरा. आपण कुमारांचे अतिथी आहोत- एकप्रकारे! यजमानांचा अपमान करणं हा आपला धर्म नव्हे. त्यांचा निर्णय योग्यच असणार.'

'त्यांनी नकार दिला, तरी?'

'एकवार श्रद्धा आणि निष्ठा दिल्यावर तिथं संशय नसावा. अरे, सामान्य माणूस पर्वतशिखरावर चढल्यावर त्याला जर अधिक आसमंत दिसतो, तर ज्ञानाच्या उत्तुंग कैलासावरून आचार्यांना सर्व गोष्टी अधिक स्पष्ट आणि सर्वांगानं दिसणार नाहीत का? कुमार, आपल्या व्यासंगात व्यत्यय आणल्याच्या धृष्टतेबद्दल आम्ही क्षमाप्रार्थी आहोत. क्षमस्व, आर्य!' कुमार एकलव्य उद्गारला आणि वळून एकदम चालू लागला.

शंबरानं सर्वांकडे एकवार मान वळवून पाहिलं. तुच्छतेनं मान उडवून तो एकलव्याच्या मागून निघाला.

सारे कुमार या जोडीकडे एकटक पाहत होते..... दीर्घकाळ. प्रत्येकजण आपापल्यातच गुंग होता.

-आणि त्यामुळंच एका लताकुंजाच्या आडून हे सर्व संभाषण अथपासून इतिपर्यंत ऐकणाऱ्या आचार्य द्रोणांकडे कोणाचं लक्ष गेलं नसावं.

एकलव्याबरोबर चालणाऱ्या शंबराला त्याचं मौन बोचू लागलं होतं. त्यानं एकाएकी बोलण्याचा यत्न केला,

'एकू, हे सर्व कुमार दंभ, अभिमान आणि श्रेष्ठत्वानं भारलेले.... आणि तरीही आचार्य...'

'शंबरा, आपण येथे विद्या घेण्यासाठी आलो आहो. आपण आपलं ध्येय ध्रुवाप्रमाणे ठेवून चालायला हवं. यामध्ये अन्य व्यवधानं आणि विचार करून आपल्या मार्गापासून विचलित होणं अयोग्य नाही का?' एकलव्यानं मधुर स्वरात त्याला आपल्या ध्येयाची जाणीव दिली.

'एकू....आपण डोळे मिटले, तर जगाला आपण दिसणार नाही?'

'म्हणजे?' गोंधळलेल्या एकलव्यानं थांबून शंबराला प्रश्न केला.

'या आश्रमात गुणांचं मोल झालेलं दिसत नाही. श्रेष्ठ आचार्य-परंपरेचं दर्शन कुठं होतं या आश्रमात? समानता, नम्रता, ऋजुता, आदी दिसते कुठं या ठिकाणी? गुणवत्तेपेक्षा अन्य गोष्टींना मान आहे, हे स्पष्टपणे त्या उपेक्षित कर्णाच्या व्यवहारातून

आणि या उन्मत्त, अहंकारी राजकुमारांच्या बोलण्यावरून नाही जाणवलं तुला?' शंबराचे प्रश्न बाणांप्रमाणे येत होते.

एकलव्य गोंधळला होता. कारण तो सत्य उत्तर देऊ शकत नव्हता. असत्य भाषण... छे:!

'एकू, वेड्या, या भेदाभेदांत तुझा निभाव कसा लागेल, याविषयी शंका आहे मला. आपल्याला इथं खरंच विद्या मिळेल, असं वाटतं तुला?' शंबरानं स्पष्ट प्रश्न केला.

'शंबरा... शंका का धरायची? अरे, आपण मनी शंका धरली, तर शंकाच फळाला येईल.'

'कुठलं तरी उसनं ज्ञान ऐकवू नकोस. आशावाद चांगला; पण, एकू..... असला आंधळा आशावाद सर्वनाशाला कारण होतो.' शंबराचा स्वर चिंतेनं व्याकूळ होता. त्याच्या स्वरातील जिव्हाळा एकलव्याच्या जिव्हारी भिडला.

ते दोघेही पुढं निघाले. हळूहळू.... चिंतित.... आपापल्या विचारात मग्न.

आपल्या अपेक्षापूर्तीचा क्षण जवळ आल्यानं एकलव्याचं सर्वांग थरथरत होतं.

एकलव्याची ही अस्वस्थ अधीरता शंबराच्या ध्यानी आली असावी. सावकाश पुढं होऊन हलकेच त्यानं एकलव्याच्या उघड्या खांद्यावर आपला हात ठेवला. हळूच दाबला.

सहस्त्र शब्दांपेक्षा तो मूक स्पर्श अधिक बोलका होता.

'चल, एकू! आपण तुझ्या गुरूंकडे जाऊ, त्यांची अनुमती घेऊन तुला प्रारंभ करता येईल!' शंबरानं अगदी हळुवार स्वरात सांगितलं.

एकलव्यानं अनामिक भय आणि आगळ्या उत्कंठेनं जड झालेली पावलं थोडीशी पुढं टाकली व अचानक तो थबकला. त्याची छाती धडधडत होती.

'शंबरा आपण गुरुदेवांकडे असं न बोलावता जाणं उचित नाही. त्यांच्या बोलावण्याची वाट पाहायला हवी...'

'आणि त्यासाठी आयुष्यभर वाट पाहावी लागली, तर....?' शंबरानं प्रश्न केला.

शंबराच्या तिरकस बोलण्याची, भलत्याच प्रश्नांची सवय माहीत असूनही एकलव्य दचकला. एका उत्कट इच्छेच्या पूर्तीचा क्षण जवळ आल्यानं उत्कंठा आणि भय यांत त्याचं हृदय दोलायमान होत होतं. स्वत:ला सावरण्यास थोडा वेळ मिळावा, हा क्षण थोडा पुढं ढकलावा, यासाठी त्यानं हे बोलणं काढलं होतं.

पण शंबर... तो अरण्यवासी शृगालाइतकाच धूर्त व अनिश्चित होता. अनिर्बंध होता.

'नाही... असं होणार नाही...' एकलव्य उद्गारला.

‘छान. पण, एकू, तुझे बाप्पा काय म्हणतात, ते तू विसरला तर नाहीस ना?...’

‘काय... काय ते? गुरुदेवांसंबंधी...?’

‘नव्हे, आपल्यासंबंधी. वाघाच्या मृगयेला गेलो, तर आपल्या नव्हे, वाघाच्या दृष्टीनं विचार करायला हवा, तरच यशाची खात्री असते, मृगया जमते.’ शंबरानं सांगितलं.

‘हो.... ती मृगया... आणि हे...’

‘अरे एकू..... जीवनातली प्रत्येक गोष्ट अशी मृगयेसारखीच असते. कधी जमते; कधी फसते. फक्त ती आपल्यावर उलटू नये, यासाठी दक्ष राहायला हवं....’

शंबराच्या भाषणावर एकलव्य काही बोलणार, तो त्यानं कोणाची तरी चाहूल ऐकली. त्याच्यामागून डाव्या दिशेनं कोणी येत होतं... कोण? पण त्यानं एकदम त्या दिशेनं पाहिलं नाही. पावलांची चाहूल ओळखीची.

सावकाश तो मागे वळला.

कुमार अश्वत्थामा, कृशदेह, बालिश, हसरी चर्या, काळेभोर पाणीदार नेत्र, त्यातून ओसंडणारा सरळ व निर्व्याज स्नेहभाव....

‘ये... कुमारश्रेष्ठा.... ये. आम्ही अत्यंत सुखात आहोत. फक्त एकच गोष्ट उणी होती....’ शंबर म्हणाला.

‘कोणती..?’ त्याचं बोलणं मध्येच तोडत अश्वत्थाम्यानं घाईनं विचारलं.

‘तुझ्या भेटीविना अस्वस्थता वाटत होती.’

शंबराच्या उत्तरावर अश्वत्थाम्याच्या चर्येवर आनंदाला उधाण आल्यासारखं दिसलं, तर एकलव्याच्या आश्चर्याला सीमाच नव्हती. कोणत्याही आर्यासाठी शंबरानं हे उद्गार काढावेत....?

‘शंबरा .... एकलव्या... खरंच का माझा स्नेह तुम्हांला मोलाचा वाटतो?’ अश्वत्थाम्यानं कापऱ्या स्वरात प्रश्न केला.

‘गुरुपुत्रा, आचार्यपुत्र म्हणून नव्हे, आर्यातील श्रेष्ठ ब्राह्मणवर्णीय म्हणूनही नव्हे, तर केवळ... केवळ.... तू अश्वत्थामा म्हणून आम्हांला प्रिय आहेस. तुझ्या स्वभावाच्या कोणत्याही आर्यांशी स्नेह करेन; पण तसा मिळणं अशक्यच आहे. तुझा स्नेह मिळेल, तर आम्ही धन्यभाग्य होऊ, अश्वत्थाम्या!’

शंबर... इतकं मोठं भाषण ... तेही आर्यमैत्रीसाठी... एकलव्य या अघटित घटनेकडे डोळे विस्फारून, चकित होऊन पाहत होता.

तिघेही क्षणमात्र एकमेकांकडे पाहत राहिले. आरि मग अचानक एकमेकांच्या मिठीत बद्ध झाले. शब्द मूक झाले. पण भाषेचं काम अधिक समर्थपणे, सरसपणे स्पर्शानं केलं. परस्परांना एकमेकांविषयी वाटणारा स्नेह, विश्वास स्पर्शातून थेट

हृदयात झिरपत होता.

काही पळं तशीच गेली.

'शंबरा.... तू मला सुहृद मानलंस... माझं भाग्य थोर. मी... मी तुमचा ऋणी आहे. अत्यंत ऋणी आहे.' अश्वत्थामा उद्गारला.

त्याच्या सहज, उत्स्फूर्त उद्गारावर काय बोलावं, हे न सुचल्यानं शंबर आणि एकलव्य स्तब्धच राहिले.

'अरे, पुन्हा तातांच्या रागाला कारण मिळवून दिलं. तुम्हांला घेऊन लगेच येण्यास सांगितलं व मी इथंच रेंगाळलो.' एकलव्याकडे पाहत धास्तावल्या स्वरात अश्वत्थामा बोलला.

'असं?.. चल तर मग, म्हणजे त्यांचा राग वाढणार नाही.' शंबर उद्गारला व ते तिघेही निघाले.

फक्त धास्तावलेल्या एकलव्याची पावलं मात्र रेंगाळत होती.

एकीकडे मन उत्सुक होतं. दुसरीकडे अशुभाची पाल मनी चुकचुकत होती. त्यामुळं पावलं जड झाली होती.

१२

'युधिष्ठिरा.... अरे, स्थळकालाची बंधनं लागतील, तर तो धर्मच नव्हे. धर्माचं रूप सापेक्ष नसतं. स्थलकालसापेक्ष, व्यक्तिसापेक्ष असतो, तो धर्म नव्हे. ती आचारसंहिता, ती स्मृती. धर्म ईश्वराप्रमाणे निर्विकल्प आणि अनाद्यंत असायला हवा' आचार्य शांतपणे बोलत होते.

किंचित घोगऱ्या, भरीव स्वरातील त्यांचं बोलणं झऱ्याच्या नादासारखं मधुर व तालबद्ध होतं.

युधिष्ठिर त्यांच्यासमोर उभा राहून त्यांना धर्मविषयक शंका विचारत होता. आपल्याकडील शिष्याला त्याच्या जिज्ञासा पूर्ण न करता परतवणं गुरुपरंपरेला धरून नव्हतं. गुरूला ते आपलं वैयक्तिक न्यून वाटलं असतं. त्यामुळं....

शस्त्रापेक्षा शास्त्रात गती असलेल्या युधिष्ठिराच्या सर्व शंका ते तत्परतेनं निरसन करीत. त्यामुळं कित्येकदा ते विस्मित किंवा भयभीत होत, तरीही.

'आचार्य, धर्माचं हे रूप सत्य आहे... तर मानव मात्र सारखेच ना? सर्व मानव समान व एकच आहेत ना..?'

'होय.... बरोबर आहे, युधिष्ठिरा. धर्माच्या दृष्टीनं बरोबर. पण धर्माचं सूक्ष्मरूप व्यवहारात नित्य उपयुक्त नसतं. यासाठी यम-नियम....' युधिष्ठिराच्या प्रश्नाला संयत स्वरात आचार्यांनी उत्तर दिलं. तथापि, ते काहीसे अस्वस्थ असावेत, असं त्यांच्या चर्येवरून वाटत होतं.

धर्मराज नेहमीच शंका विचारी; पण आज या शंका त्यांच्या मानसिक द्वंद्वाच्या जवळ पोचणाऱ्या, गोंधळ उडवणाऱ्या होत्या, म्हणून ते अस्वस्थ होते.

'युधिष्ठिरा! अरे, सूक्ष्म धर्मात व्यवहारात काही बदल करणं अपरिहार्य असतं. सारी माणसं समान असतात, हे सत्य; पण त्यांच्या गुणाप्रमाणं, त्यांच्या कर्माप्रमाणं समाज त्यांना स्थान देतो. यात त्यांचं पूर्वकर्म देखील असतंच. त्यामुळं....'

'म्हणजे, आचार्य, गुण व कर्म श्रेष्ठ असतील, तर मग समाजात त्या व्यक्तीला श्रेष्ठ स्थान मिळतं.... निदान मिळायला हवं ना....?' युधिष्ठिराचं त्यांच्या बोलण्यातील उत्तरार्धाकडे लक्ष नव्हतं. त्यानं परत तोच प्रश्न विचारला. तो गंभीर व विचारमग्न दिसत होता.

'होय, मिळायला हवं. युधिष्ठिरा, त्याची पूर्वकर्म जर घोर नसतील, तर....'

पण त्यांचं पूर्ण संभाषण युधिष्ठिरानं, ऐकलंच नव्हतं. तो आपल्याच नादात

होता. आपल्या विचाराला आवश्यक व पुष्टिदायक तेवढंच ऐकण्याची बालसुलभवृत्ती युधिष्ठिराकडे देखील वयानुरूप होतीच.

'तर मग, आचार्य... गुण आणि कर्म यांनी श्रेष्ठ अशा विदुरकाकांना का नाही कुरुराज्याचा अभिषेक केला? नाही तरी सारं अनुशासन तर तेच करीत आहेत ना?' युधिष्ठिरानं प्रश्न केला.

युधिष्ठिराच्या प्रश्नावर आचार्य भयंकर दचकले. जवळ विद्युल्लता कोसळती, तरीदेखील ते एवढे असे भांबावले नसते. त्यांना उत्तर सुचणं तर अशक्यच होतं. प्रश्नच अकल्पनीय होता.

एकाएकी त्यांना आपल्यावर कोणाची तरी दृष्टी खिळली असल्याची जाणीव झाली. आणि त्वरित त्यांनी स्वत:ला सावरलं.

'युधिष्ठिरा, धर्माचं सूक्ष्मरूप अशा स्थूल व्यवहारांना लावायचं नसतं. त्याविषयी आपण अधिक विचार पुन्हा करू....'

बोलत असता मस्तक वळवून त्यांनी पाहिलं.

एकलव्य, शंबर व अश्वत्थाम्यासह एका बाजूला विनम्रपणे उभा होता.

क्षणभरच त्यांची दृष्टी एकलव्याच्या दृष्टीशी भिडली.

तो अनिमिष नेत्रांनी आचार्यांकडे पाहत होता.

आचार्य आनखशिख रोमांचित झाले... काय नव्हतं त्या दृष्टीत...?

प्रगाढ श्रद्धा.... आशा... अपेक्षा... भक्ती... आस... मूक प्रार्थना...

गौतमीच्या काही प्रसंगांतील दृष्टीशी ही दृष्टी किती जुळते आहे....! शांत, स्निग्ध, आतुर; पण आर्त, अंतर्भेदी, हृदयाचा ठाव घेणारी... केवढी भावदर्शी दृष्टी....!

आचार्यांनी आपल्याविषयीचा अपार आदर आणि निष्ठा ही त्या नितळ भावदर्शी नेत्रांत टिपली.

'ये,...वत्सा एकलव्या .... ये!' आचार्यांचा स्वर नकळत स्निग्ध झाला.

'आचार्यश्रेष्ठांना आमचं विनम्र अभिवादन...!' एकलव्य विनम्रभावानं उद्गारला.

त्यानं त्यांच्या पायी मस्तक टेकवून प्रणाम केला, आचार्यांना गहिवरून आलं. हा असा हार्दिक निष्ठेनं केलेला प्रणाम दुर्मीळ झाला होता. राजकुमार अभिवादन करीत, पण त्यात हा समर्पणाचा भाव कधीच नसे.

शंबरानं दुरून अभिवादन केलं.

आचार्यांनी सहजपणं पाहिलं. त्या विनम्रतेत देखील औपचारिक अलिप्तता होती.

आचार्यांच्या चर्येवर पुसट स्मित तरळलं.

'कुमार एकलव्या, तुझं कुशल असो. सर्वसाक्षी ईश्वराची तुझ्यावर पूर्ण कृपा

असो. युधिष्ठिरा, तुम्ही उभयता आपल्या दैनंदिन पाठास जा.' आचर्यांनी युधिष्ठिर व अश्वत्थाम्याला खूण करून सांगितलं.

त्यांना ते दोघेही इथं असणं अयोग्य वाटत होतं. आपल्या कोणत्या बोलण्यावर आपल्या सरळ स्वभावाप्रमाणे ते कोणती शंका घेतील, याचा विचारदेखील द्रोणांना भयावह वाटत होता.

'बोल, वत्सा, मी तुझं काय हित करू शकतो?' कुमार युधिष्ठिर अश्वत्थाम्यासह जाताच द्रोणांनी प्रश्न केला.

'आचार्य, मी विनम्रभावे आपल्या चरणांशी आलो आहे.....' एकलव्य बोलू लागला.

आचार्यांना जाणवलं, की हा आर्यभाषा कोणत्याही आर्याहून अधिक स्वच्छ आणि शुद्ध बोलतो आहे. मार्दव व आर्जव यांमुळं तर बोलण्याचा गोडवा वाढला आहे.

एकलव्य बोलत होता :

'संपूर्ण भारतवर्षातील एकमेव श्रेष्ठ आचार्यांकडून विद्यालाभ व्हावा, ही आस मनी आहे. आचार्य. आपल्या दर्शनानं दूरवरून आल्याचं सार्थक झालं.'

'ते कसं, एकलव्या?' आचार्यांनी विचारलं.

'आम्ही आपल्याविषयी ऐकलं होतं. तसेच ज्ञानी व धर्ममूर्ती आपण आहात. आपलं दर्शन देखील पुण्यदायीच नाही का?' एकलव्यानं अत्यंत विनीतभावानं सांगितलं.

एकलव्य हे बोलत असता शंका विचारण्यासाठी अर्जुन तिथं आला होता. आचार्य या निषाद-कुमारांशी बोलत असल्याचं पाहून तो अंतर ठेवून थांबला.

'एकलव्या, इतकं दीर्घ अंतर तोडून तुम्ही केवळ विद्याग्रहणासाठी आलात?' आचार्यांनी विचारलं.

'होय, श्रेष्ठ! केवल विद्येच्या अभिलाषेनं!'

'केवळ विद्येच्या... विद्याग्रहणाच्या हेतूनं? अन्य कोणताही हेतू नव्हता?' आचार्यांनी परत प्रश्न केला.

'नाही. केवळ विद्या मिळविण्यासाठी. अन्य कोणताही हेतू नाही.' एकलव्यानं स्पष्ट उत्तर दिलं. त्याची चर्या, स्वर आणि दृष्टी यांवरून तो सत्य बोलत आहे, हे उघड होत होतं.

'एवढे देहदंड सोसून आर्यविद्या मिळविण्याचा हेतु काय?' द्रोणांनी प्रश्न केला.

'आचार्यश्रेष्ठ, केवळ श्रेष्ठ विद्या मिळवावी, एवढाच हेतु आहे. त्यात अन्य हेतु नाही. श्रेष्ठ आचार्यांच्या हातून विद्या मिळावी, असं कोणत्या विद्यार्थ्याला वाटत नाही?' एकलव्यानं मधुरपणं विचारलं.

आचार्य द्रोण काही काळ स्वत:शीच विचार करीत राहिले. त्यांनी या मुलांची कुशाग्र बुद्धी, त्यांचं तर्कशुद्ध बोलणं यांचा अनुभव घेतला होता. यामुळं त्यांच्याशी कसं व काय बोलावं, याचा विचार ते करू लागले होते.

'वत्सा, ही आर्यविद्या आहे. ही विद्या तुम्ही आर्य नसल्यानं तुम्हांला मी कशी देऊ शकेन? ही विद्या मी ज्ञातीबाहेर का द्यावी?' आचार्यांनी प्रश्न केला आणि त्यांनी शंबराकडे पाहिलं.

एकलव्य काही बोलला नाही. शंबरदेखील उगा राहिला. कारण आपण तोंड उघडलं व एकलव्याच्या कार्याचा नाश झाला, तर तो आजन्म दु:खी राहील, ही त्याला भीती होती.

'आर्येतरांनी आर्यविद्या- तीही युद्धविद्या शिकून जर आर्यांविरुद्ध वापरली, तर....? आणि, वत्सा, निषादज्ञातीमध्ये तुमच्या गुह्यविद्या इतरांना शिकवता का?' द्रोणांनी परत प्रश्न केला.

'आचार्यवर, आपण शिकवलेली विद्या ही केवळ संरणक्षणासाठी वापरली जाईल. कोणत्याही प्रकारे आक्रमणासाठी नाही. एकवीरेला स्मरून मी ही शपथ आपणांस देतो. आपली विद्या आम्ही विवेकाच्या कोंदणात ठेवू, आचार्य.' कुमार एकलव्यानं स्पष्टीकरण केलं. त्याच्या बोलण्यातून सत्य, विद्येविषयी तळमळ व ओढ स्पष्ट व्यक्त होत होती.

'आणि, आचार्य, आम्ही भूमिपुत्र, निसर्गाची लेकरं आहोत. आमच्याकडे गुह्य असं काहीच नसतं. सर्वांसाठी असतं.' शंबरानं स्पष्टशब्दांत सांगितलं. त्यात सूक्ष्म अभिमानाची छटा होती.

द्रोणांना त्याचं नाव आठवलं. शंबर... या नावावरून द्रोणांना रामायणातील शंबूक आठवला..... शंबूक.. अनधिकारानं तपस्या करणारा शूद्र.... अनधिकारी तप न करण्याविषयी रामानं सांगूनही न ऐकणारा, रामाकडून देहदंड मिळालेला शंबूक...

... अनधिकारानं तपश्चर्या... अनधिकरानं विद्याग्रहण... द्रोणांनी मनी संबंध जोडला.

'एकलव्या, तू गुणी आहेस. विद्येविषयी तुझी ही उत्कंठा, उत्साह आणि श्रमांची सिद्धता प्रशंसनीय आहे. तरीही...' आचार्य काहीसे घुटमळले. ते एकलव्याच्या चर्येकडे पाहत असल्यानं त्यांना पुढचे शब्द स्पष्ट बोलवले नाही.

सारे त्यांच्याकडे पाहत होते. प्रत्येकाच्या चर्येवर वेगवेगळे भाव होते.

एकलव्याची चर्या आशा, उत्कंठा आणि चिंता यांमुळं व्यग्र होती, तर शंबराच्या मुखावर संशय आणि उपहासाच्या छटा असाव्या, असं वाटत होतं. अर्जुनाच्या दृष्टीत असूया व चिंता होती.

'आचार्य, आपल्या मनी काही शंका आहे? आपल्याला आमच्या वर्तनासंबंधी....'

‘नाही, एकलव्या, वृत्ती आणि वर्तन यांत तू आदर्श विद्यार्थी आहेस.’ आचार्य नि:संदिग्ध व स्पष्ट शब्दांत म्हणाले. त्यानंरही ते काहीसे अस्पष्ट .....शंकित असावे, असं दिसत होतं.

‘आपल्या गुरुदक्षिणेविषयी काहीही..’

‘गुरुदक्षिणेचा प्रश्न उद्भवत नाही. एकलव्या, मला इथं गुरुकृपेनं कसलंही उणं नाही. विद्यादान देण्यापूर्वी किंवा विद्यादान द्यायचं, तर तुझ्याकडून कोणता लाभ मला होईल, असला क्षुद्र विचार माझ्या मनाला स्पर्शही करू शकणार नाही.’ द्रोण काहीशा अभिमानानं उद्गारले.

‘आपण थोर व दयामय आहात. धन्यभाग्य ते, जे आचार्यांच्या शिष्यत्वाचे अधिकारी होतात.’ एकलव्य नम्रपणे उद्गारला. त्याची वृत्ती, त्याचं वर्तन, भाषण व भाव - सारेच आगळेवेगळे होते.

द्रोण काही पळं त्याच्याकडे पाहत राहिले. त्यांची चर्या व्यग्र, गंभीर व काहीशी व्यथित होती. कोणत्या तरी अप्रिय विचारानं तसं झालं असावं.

‘वत्सा, एकलव्या, तू श्रेष्ठ विद्यार्थी आहेस. कोणत्याही गुरूला तुझ्यासारखा शिष्य ही दैवी देणगी वाटावी. आदर्श शिष्याचे सर्व गुण तुझ्यात आहेत. पण तरीही, एकलव्या, तुझा शिष्य म्हणून स्वीकार...’ आचार्य घुटमळले.

‘आचार्यांना एकलव्याचं शिष्यत्व मान्य करण्यास आणखी काही अडचणी आहेत का?’ शंबरानं सरळ व स्पष्ट प्रश्न केला.

‘होय, वत्सा, एकलव्याचा मी शिष्य म्हणून स्वीकार कसा बरं करू शकेन?...’ आचार्य संदिग्ध बोलत होते.

अद्याप त्यांचं मन त्यांच्या नकाराला स्पष्ट शब्दरूप देण्यास आडकाठी करीत होतं. त्यामुळं त्यांना राग येत होता. स्वत:चा, स्वत:च्या दुबळेपणाचा.

‘अशक्तांचं रक्षण किंवा आत्मरक्षणासांठीच आम्ही ती विद्या वापरू. गुरुदक्षिणेविषयी तर आपण उदासीन आहात. अन्य कोणती अडचण आहे?’ शंबरानं स्पष्ट प्रश्न केला.

आचार्य काही काळ स्तब्ध राहिले, त्यांच्या या स्तब्धतेचा अर्थ प्रत्येकजण आपापल्या परीनं लावत होते.

‘आचार्य.... आपण विद्यायाचना करण्यासाठी आलेल्या शिष्यांना नाकारू शकता...?’ शंबरानं प्रश्न केला. त्यानं आपल्या परीनं द्रोणांना स्पष्ट व मोकळं बोलायला लावण्याचा निश्चय केला होता.

पण त्याच्या प्रश्नाचं उत्तर आचार्यांनी दिलं नाही. ते अर्जुनानं दिलं. एकलव्याविषयी त्याच्या मनी अढी निर्माण झाली होती.

‘का? कसली अडचण आहे नाकारायला?’ अर्जुनानं प्रतिप्रश्न केला.

शंबरानं एकवार त्यांच्याकडे पाहिलं आणि मग आचार्यांवर दृष्टी वळवून पुन्हा त्याच्याकडे पाहिलं.

'अर्जुना, अद्याप, ज्येष्ठांच्या वतीनं आपण बोलू नये, एवढं सौजन्य तुला उच्चकुलीन आर्य, तेही राजकुमार असूनही नाही? आपण मध्ये उत्तर दिल्यानं त्यांचा तो अपमान होतो ना?' शंबराच्या स्वरात थोडं आश्चर्य व लहान, हट्टी मुलाची समजावणी केल्याचा भाव होता.

अर्जुनाची चर्या विवर्ण झाली.

आचार्य मात्र गंभीरपणे आपलं मौन सांभालून होते. शंबराच्या अर्जुनाशी झालेल्या त्या संभाषणामुळं त्यांच्या डोळ्यात मात्र एक कौतुकाची चमक येऊन गेली होती.

'आचार्य... आपण ब्राह्मण आहात ना?'

'अं... हो. का..?' आचार्य दचकले होते.

'आपण आचार्य आहात?'

'होय. मी विद्यादान करतो!' आचार्य उत्तरले; पण शंबराचे प्रश्न कोणत्या दिशेनं जात आहेत, याविषयी कोणतंही अनुमान त्यांना करता येऊ शकत नव्हतं.

'आचार्य... ब्राह्मण्य, आचार्यपद ही दोन्ही व्रतं आहेत ना? विद्यादानाचं व्रत म्हणजे, आचार्य, केवळ शिष्यांची योग्यता पारखून नि:पक्षपाती व निरपेक्ष विद्यादान, असाच त्या व्रताचा अर्थ आहे ना?' शंबरानं पुन्हा प्रश्न केला.

आचार्य काही उत्तर न देता स्तब्ध राहिले.

'आपण परीक्षा घ्या. आम्ही उत्तीर्ण झालो, जर योग्य वाटलो,तर आपण आम्हांला, नव्हे, या एकलव्याला एकट्याला विद्यादान करा. आणखी कोणती अडचण असल्याचं कारण....'

'शंबरा.... मर्यादा सोडून तू...'

'थांब, एकू. मी मर्यादा सोडून, गुरुदेवांना अपमानित करण्यासारखं एक अक्षर बोललो असेन, तर मी कोणताही दंड स्वीकारीन. तरीही आपल्याला माझ्या बोलण्यानं क्लेश झाले असतील, तर मी क्षमाप्रार्थी आहे.' शंबरानं स्पष्ट केलं.

गुरू द्रोणांना त्याही परिस्थितीत शंबराच्या स्पष्ट, सरळ व तर्कशुद्ध बोलण्याचं कौतुक वाटलं.

'तुम्ही अनार्य नसता, तर...'

'तर आम्ही पशुपक्षी होऊन अरण्यावासी होणं पसंत केलं असतं, आचार्य.' द्रोणांचं भाषण मध्येच तोडून शंबरानं वाक्य पूर्ण केलं.

'शंबरा, मी राजकुमारांचा गुरू आहे...'

'आचार्य, ते केवळ जन्मानं मोठे असतील. एकू महादंडनायकांचा सुपुत्र

आहेच. पण तो स्वपराक्रमानं, शौर्यानं आणि गुणांनी कुमार-नायकाच्या सन्मानास प्राप्त झाला आहे.' शंबरानं म्हटलं आणि थोडक्यात पण स्पष्ट शब्दांत कुमाराच्या वाघाच्या शिकारीची कथा सांगितली.

'मी ब्राह्मण आणि आचार्य असलो, तरी अन्य आचार्यांत व माझ्यात अंतर आहे. एक तर मी शुद्ध ज्ञानदान करीत नाही. मी विद्या देतो. ज्ञान आणि विद्या यांत अंतर...'

'ज्ञात आहे, गुरुदेव'

'मी विद्या शिकवितो; पर अन्य आचार्यांपेक्षा वेगळेपण हे, की मी कुरुकुळाचा पगारी आचार्य आहे. तुम्ही कुरुकुळाचे अंकित तर नाहीतच. अन्य ज्ञातीचे व निषाद आहात. कुरुकुमारांविना अन्य कुमारांना मी स्वीकारू शकेन का?' एकलव्याकडे न पाहता आचार्य उत्तरले. त्याच्या दृष्टीस दृष्टी भिडवून आपण नकार देऊ शकणार नाही, हे त्यांना अंतर्यामी जाणवलं.

'नाहीच स्वीकारू शकणार!' एकाएकी कुणी तरी म्हटलं.

दुर्योधन व भीम येत होते. नेहमीप्रमाणे दुर्योधनाबरोबर आणखी काही कुमार होते. गदायुद्धातील काही पवित्र्यांविषयी आशंका घेऊन ते येत होते. दुर्योधनानं आचार्यांचं अखेरचं वाक्य ऐकलं आणि स्वभावधर्माप्रमाणे आढ्यतेनं उत्तर देऊन टाकलं. त्याचा मूळ स्वभाव उतावळा व काहीसा घायकुता होताच, त्यात शंबराशी पूर्वी झालेल्या चर्चेत त्यानं आपल्या राजकुमारपदाचा केलेला उपहासही त्याला चांगला झोंबला होता.

शंबरानं, एकवार फक्त दुर्योधनाकडे दृष्टी टाकली. उत्तर मात्र दिलं नाही. पण त्या दृष्टीत काय नव्हतं?... कीव... खेद... तुच्छता... परत त्यानं आचार्यांकडे वळून बोलण्यास सुरुवात केली.

'आचार्य, कुरुकुळाच्या विनंतीवरून आपण विद्यादान करण्याचं कार्य स्वीकारलंत, ही कुरुकुळावर आपली कृपाच. तर मग आपण काही कुरुकुळाचे दास होत नाही, मग कुरुकुमारांशिवाय अन्य सुयोग्य शिष्याला विद्यादान करण्यात कसली अडचण?'

शंबराच्या अमोघ प्रश्नांवर, अचूक तर्कशक्तीवर उत्तर देणं अवघड होत होतं; पण त्याचबरोबर यामुळं त्यांच्या बुद्धीनं घेतलेला निर्णय हळूहळू दृढ होत होता. ही मुलं इतकी कुशाग्र असतील, तर ती कुरुपुत्रांपेक्षा श्रेष्ठ बनतील; आणि असं झालं, तर आपल्याला कुरूंच्या रोषाला तोंड द्यावं लागेल, या भयानं त्यांच्या नकाराचा निश्चय अधिक दृढ होऊ लागला.

'गुरू कुणाचा दास नसतो, शंबरा; पण मी कुरुश्रेष्ठांना वचनबद्ध आहे. या कुमारांना मी अस्त्र-शस्त्रनिपुण करण्याचं कार्य शिरावर घेतलं आहे. शतकौरव, त्यांचे बंधू पाच पांडव आणि त्यांच्याच रक्तसावर्ण्यानं येणारे वा आश्रित अन्य कुमार

या सर्वांना शिकवण्याचं कार्य तसं अवघड व मोठं आहे आणि एकवार कुरुकुमारांना कायावाचामनेकरून, पूर्ण अवधान देऊन प्रवीण करेन, या वचनाला अन्य विद्यार्थी घेण्यानं बाधा येईल. वीराला वचनभंग हे साक्षात मरणाहून अधिक क्लेशदायी असतं. शिवाय, शंबरा...' एकलव्याकडे अद्याप न पाहता गुरू द्रोण त्याला उद्देशून; पण शंबराला संबोधून सारं भाषण करीत होते.

'शंबरा, मी गुरू असलो, तरी व्यक्ती म्हणून मला काही सामाजिक यमनियम व बंधनं आहेतच. ती सर्व काळांत नसतील. कालमानानं बदल होतीलही; पण सध्याच्या काळात आहेत. बदल शास्त्राचा नसला, तरी रूढीचा आहे. याशिवाय व्यक्ती म्हणून अधिकार मला आहेत ना? विद्यायाचना करणाऱ्या गुणी शिष्याला विद्या द्यायला हवी; पण इतक्या शिष्यांचा स्वीकार केला, तर मी माझ्या कर्तव्याची सुयोग्य पूर्ती करू शकेन का? मला वाटतं, नाही, मी कर्तव्यालाच नव्हे, तर एकलव्यासारख्या गुणी शिष्यालादेखील न्याय देऊ शकणार नाही.' द्रोणांनी आपलं म्हणणं सुस्पष्ट केलं. आपल्या अंतिम विधानाविषयी त्यांना स्वतःलाच समाधान वाटत होतं.

'पण, आचार्य. आम्ही येत असता पाहिलं.... एका अरण्यप्रदेशातील आश्रमात याहून अधिक शिष्य होते. संख्येनं अधिक व वयानं देखील भिन्न...'

'बरोबर आहे. वयानं वेगळे असल्यानं ज्येष्ठ शिष्य कनिष्ठांना तयार करतात. इथं सर्व कुमार एकाच वेळी आले आहेत. तुम्ही नवीन असला, तरी यांपैकी कोणत्या कुमाराकडून धनुर्विद्येचे पाठ घेण्याएवढे नवखे आहात का?' आचार्यांनी शंबराला प्रश्न केला.

शंबरानं एकवार तिथं आलेल्या कुमारांवरून आपली दृष्टी फिरवली, त्याच्या दृष्टीतील प्रखर उपहास पाहून अनेक कुमारांनी आपली दृष्टी खाली वळवली.

'म्हणजे, आचार्य, आपण केवळ संख्याधिक्यामुळं मला स्वीकारण्यास असमर्थ आहात, असंच ना?' एकलव्यानं कंपित स्वरात विचारलं.

त्याची निराशा.. तीव्र मनोभंगाचं दुःख.... त्याची मनोव्यथा त्यानं दाबण्याचा कितीही प्रयास केला, तरीही स्वरातून व्यक्त होत होती.

'होय, एकलव्या. वत्सा, कुठंतरी थांबायला हे हवंच. एकएकानं संख्या वाढेल. कुरुकलाशी संबंधित नाही, असा एक तरी कुमार इथं आहे का? तुम्ही जर या कुरुकुलाशी संबंधित असता, तर दिलेल्या शब्दासाठी तुम्हांला स्वीकारणं आवश्यक होतं.....'

'म्हणजे कुरूंचे आश्रित किंवा दास असतो, तर.....!' शंबरानं कडवट स्वरात पुटपुट केली.

दोन्ही निषाद-कुमारांची शरीरं त्या कल्पनेनं ताठरली. आविर्भावांत सूक्ष्म बदल

झाला.

'आचार्य.... आपण..आपण शिष्य म्हणून माझा स्वीकार... करणार नाही.' घोर निराशेमुळं आर्त, कंपित झालेल्या स्वरात एकलव्यानं विचारलं.

त्याच क्षणी आचार्यांनी एकलव्याकडे पाहिलं. त्याच्या विद्ध दृष्टीतील दु:ख व निराशा पाहून द्रोणांचं मन हेलावलं.

'वत्सा, माझ्या इच्छेचा प्रश्न नाही. प्रत्यक्ष शिष्य म्हणून मी तुझा इथं स्वीकार करू शकत नाही. ही सत्य स्थिती आहे. पण, एकलव्या, तू गुणी आहेस. साधक आहेस. ईश्वराच्या कृपेनं तुझी मनोकामना एकाग्र तपस्येनं पूर्ण होईल. माझा आशीर्वाद आहे तुला.' आचार्य द्रोण मनापासून उद्गारले.

'निष्फळ शब्दांच्या उधळणीनं कोणाचा काहीच हानिलाभ नसतो, आचार्य. फुकाचं मोठेपण.....'

'शंबरा.. अमर्यादा करू नकोस....?' एकलव्य तीव्र स्वरात उद्गारला.

'छे, छे:! तो अधिकार मला कुठला? मी अज्ञ बालक, त्यात अनार्य. आर्य हे श्रेष्ठ. त्यांच्यामध्ये श्रेष्ठ ब्राह्मण आणि आचार्य तर सर्वश्रेष्ठ. अशा श्रेष्ठांची अमर्यादा हा अज्ञ अनार्य काय करील, एकलव्या? पण आर्यधर्माचं ज्ञान किती अपुरं होतं; धर्माला आवश्यकतेनुसार कसे नवे अर्थ प्राप्त होतात, याचं आश्चर्य वाटतं मला....'

'पुरे, शंबरा. एकवीरेशपथ आता एक शब्दही तू उच्चारू नकोस. आचार्य, हा आपला निर्णय अंतिम आहे? कुरुश्रेष्ठांच्या अनुमतीविषयी जर...'

'नाही, एकलव्या! ते शक्य होणार नाही. मी किती कार्य स्वत: योग्य प्रकारे करू शकेन, याचा विचार माझा मी करायचा आहे. मला शक्य होणार नाही. तुला मी ठेवून घेतलं व तुझ्या गुणांना वाव किंवा विकास करून देऊ शकलो नाही, तर नाकारण्यापेक्षा तो घोर अन्याय होईल.' आचार्य निक्षून म्हणाले.

शंबराच्या उपहासगर्भ शब्दांनी आचार्यांच्या आत्म्याचा दाह झाला होता. त्याच्या शब्दांमुळंच ते इतका स्पष्ट नकार व्यक्त करू शकले, तरी एकलव्याविषयीची कणव हृदयाच्या तळाशी होतीच.

'वत्सा एकलव्या, तुझ्या देवीच्या कृपेनं तू श्रेष्ठ धनुर्धर होशील. माझा मनापासून आशीर्वाद आहे. एकाग्रतेने साधना कर. यशस्वी होशीलच. कल्याणमस्तु, एकलव्य!' आचार्य काहीशा हळुवार स्वरात उद्गारले, विद्ध दृष्टीनं एकवार आचार्यांकडे पाहून एकलव्यानं विनम्र प्रणाम केला.

त्याच्या त्या दृष्टीतील दु:ख व आचार्यांविषयी प्रगाढ आदर सर्व उपस्थितांना जाणवला.

आचार्यांची दृष्टी त्या दृष्टीला भिडली.

त्या दृष्टीत नव्हता मत्सर, की असूया नव्हती. अप्रीती नव्हती, की नव्हता तिरस्कार. आशंका नव्हती, की नव्हता क्रोध. होतं फक्त दु:ख....

क्षणमात्र आचार्यांच्या हृदयात अननुभूत कळ उमटली.

तेवढ्यात एकलव्य वळला.

कुठूनसा आलेला अश्वत्थामा त्याला दिसला आणि त्यानं क्षणभर अश्वत्थाम्याचे हात हाती घेतले.

अश्वत्थाम्याच्या चर्येवर संभ्रम, दु:ख, काहीसा क्रोध होता.

एकलव्यानं त्याचे हात सोडले. त्यालाही नम्रमणे अभिवादन केलं.

'स्मरण ठेव, सुहृदा!' एवढंच बोलून तो मागे वळला. अवघी दोन पावलं त्यानं टाकली व तो थबकला.

तेवढ्यात शंबरानं एक अक्षरही न बोलता तिथल्या सर्वांवरून दृष्टी फिरवली.

त्या दृष्टीत काय नव्हतं.....? .... हजारो शब्दांनी व्यक्त होणार नाही, असा जळजळीत उपहास होता, तुच्छता होती आणि होती कीव.... ही कीवदेखील मोठी जीवघेणी.....

आचार्यांना ती दृष्टी तीक्ष्ण बाणाप्रमाणे अंतर्यामीचा वेध घेत आहे, असं वाटलं.

शंबर जाण्यासाठी वळला... तो एकलव्य परत वळला होता.

'मातेचा... निरोप...' तो पुटपुटला आणि शंबरानं मान डोलावली.

'म.... मी... मातेचा...' एकलव्य तुटकपणे उद्गारला.

आचार्यांनी मान हलवली.

एकलव्याची चर्या शांत व निर्विकार होती. किंचित पांडुर छया आणि डोळ्यांच्या कोपऱ्यांतील लाली सोडल्यास त्याच्या चर्येवर या नकाराचं दारुण मनोभंगाचं दु:ख किंवा काही नव्हतं.

आचार्यांना त्या एवढ्याशा पोराच्या संयमाचं आणि धैर्याचं कौतुक वाटलं.

धीरोदात्तपणे पावलं टाकीत एकलव्य आश्रमाच्या ओटीपर्यंत आला. त्यानं पायऱ्या चढायला सुरुवात केली आणि कृपी दारात आली.

वर येऊन त्यानं कृपीपुढं भूमीवर मस्तक टेकवून नमस्कार घातला.

क्षणकाल वर पाहताना कृपीच्या त्या शांत नेत्रांत काहीसा गढूळपणा एकलव्याला जाणवला. अश्रू...

'येतो, माते....'

एकलव्याच्या या शब्दांवर कृपीच्या ओठांची हालचाल झाली.... पण स्वर फुटला नाही. पुढं होण्यासाठी तिनं आपलं पाऊलही उचललं... पण मोठ्या कष्टानं

स्वत:ला सावरलं.

शंबरानंदेखील एकलव्याप्रमाणेच विनम्रपणे भूमीवर मस्तक टेकवून प्रणाम केला होता.

निश्चल दृष्टीनं कृपी आपल्याकडे पाहते आहे, ओठ हलताहेत, पण शब्द मात्र त्यांतून उमटत नाहीत...

दोघांही कुमारांनी कृपीची भावाकुल अवस्था पाहिली. क्षणमात्र त्यांची पावलं डळमळली; पण... क्षणार्धात त्यांनी स्वत:ला सावरलं. एकमेकांकडे पाहिलं व ते गर्रकन वळले.

दोघेही धीरोदात्तपणे बाहेर निघाले.

केवळ कृपीच नव्हे, तर सारे कुमार आणि आचार्य द्रोणदेखील त्यांच्या पाठमोऱ्या आकृत्यांकडे पाहत होते. कोणी विस्मयानं. कोणी कौतुकानं, तर कोणी आपल्या भावनांचे कढ दाबीत....

●

१३

अरण्याचा तो भाग अत्यंत सजीव झाला होता. पक्ष्यांचा किलबिलाट, माकडांची किचकिच... अन्य अनेक पशूंच्या विविध हालचालींचे ओरडण्याचे स्वर, त्यातच झाडांच्या, पानांच्या सळसळीनं होणारे ध्वनी, हे सर्व मिसळल्यानं एक वेगळाच, मोहक ध्वनिमेळ तयार झाला होता. या आवाजानं सारा आसमंत भरून गेला होता. सारा निसर्ग कसा सजीव, मुक्त आणि आनंदी वाटत होता. आम्र, निंब पर्णिका, पिपरणी, आदी अनेक वृक्ष आणि लतांची दाटी होती. खाजखुयली, लाजाळूसारख्या मानवी वस्तीतून कटाक्षानं हाकलून दिल्या जाणाऱ्या चांडालिका जातीच्या वेली, तिथं अगदी मुक्त, स्वछंद वाढलेल्या होत्या. अनेक जातींच्या वृक्षांनी आपल्याला मानेल व मिळेल ती व तशी जागा व्यापल्यानं अरण्य अगदी घनदाट बनलं होतं.

अरण्य घनदाट होतं, भीषण होतं; पण त्या निबिड भीषणतेत देखील एक रम्य सौंदर्य होतं.

या अशा निबिड अरण्यात जवळजवळ मध्यभागी एक औरस चौरस मोकळी जागा होती. अशा अरण्यात ही मोकळी जागा हे एक आश्चर्यच होतं. पण अरण्यातील कोण्या मोठ्या श्वापदामुळं... हत्ती किंवा तसल्या, अथवा पूर्वी कधी तिथं राहिलेल्या अरण्यवासीयांमुळं ही जागा अशी मोकळी राहिली असावी.

त्या लंबगोलाकारशा जागेच्या सभोवार उंच उंच वृक्ष व लतावेलींचं घनदाट कुंपण जणू घातलेलं होतं. मधल्या जागेत अर्धावीत गवतापलीकडे काहीच उगवलं नव्हतं. एखादं झुडूप सुद्धा. ते मैदान मुद्दाम तयार करून घ्यावं, तसं दिसत होतं. अर्थात स्वत: निसर्गदेखील असले अनेक चमत्कार करीत असतो.

त्या मोकळ्या जागेच्या उत्तरेस पश्चिमाभिमुख अशी एक पर्णकुटी होती. छोटीशी, पण अत्यंत सुरेख, सुबक आणि पाहताच दृष्टीतच नव्हे, तर मनात भरावी, अशी. त्या पर्णकुटीच्या उजव्या भागात थोडंसं पलीकडे, मैदानाच्या दिशेनं पाहणारा एक पुतळा होता. त्या भव्य पूर्णाकृती पुतळ्याकडे तोंड करून निषादकुमार त्या पुतळ्याच्या निर्मितीमध्ये पूर्णपणे गढून गेला होता.

'एकू... एकूऽऽ... एकू,.... रे' पर्णकुटीतून साद घुमली.

त्या अरण्यातून जणू प्रतिध्वनीच उमटला.

'एकू.. एकू...'

एकलव्य आपल्या तंद्रीतच होता. त्या पुतळ्याला मनासारखा आकार देण्याच्या

प्रयत्नात तो होता. बसलेल्या व्यक्तीचा तो पूर्णाकृती पुतळा एका दगडी चौथऱ्यावर घडवण्याचं काम तो करीत होता. भराभर आपल्या हातांतील मातीचे गोळे त्या पुतळ्यावर योग्य जागी दाबून तो पुतळा पळापळाला अधिक स्पष्टपणे आकाराला आणीत होता.

एकलव्य आपल्या कामात इतका मग्न होता, की त्याला भोवतालच्या कोणत्याही गोष्टीचं भान नव्हतं. आपलं काम पूर्ण एकाग्रपणे, अगदी ध्यास घेऊन तो करीत होता. काही वेळ आपल्या कल्पनेतील आकार तो त्या पुतळ्याला देत असे. नंतर इकडून तिकडून, मान तिरपी करून या पुतळ्याकडे पाहून खात्री करून घेत असे.

मूर्ती एखाद्या ऋषीची असावी. दाढी व जटा देण्याचा तो यत्न करीत होता. कोणीतरी पाठ देत असलेला गुरू असावा, असा संशय यावा, अशा स्थितीमध्ये ती मूर्ती होती.

कुटीतून शंबर बाहेर आला. त्यानं एकवार आकाशाकडे पाहिलं. लौकरच अंधार पडायला सुरुवात झाली असती. नंतर त्यानं एकलव्याकडे पाहिलं व स्वत:शीच मान हलवली. जणू तो एकलव्याच्या छांदिष्टपणाचा निषेधच करीत होता.

सावकाशपणे पावलं टाकीत तो एकलव्याकडे गेला.

पुढं होऊन त्यानं एकलव्याच्या हातावर आपला हात ठेवला. त्याच्या हस्तस्पर्शानं काहीसं दचकून एकलव्यानं वर पाहिलं.

'अरे शंबरा, कधी आलास मृगयेहून?'

'एकू... सकाळी, न्याहारी करून मी मृगयेसाठी गेलो. सारा आसमंत, निरनिराळ्या वाटा, पशुपक्ष्यांचे निवास, रस्ते, पाण्याच्या जागा - सगळेच पाहण्याचा विचार मी तुला सांगितला होता. मग सायंकाळी मृगया करून परतेन, असंही बोललो होतो ना?'

शंबराच्या प्रश्नावर एकलव्यानं फक्त मान हलवून संमती दर्शविली.

'मग तरीही तुला माझी वाट पाहण्याचं काय कारण होतं?' शंबरानं प्रश्न केला.

'मी ... मी नाही वाट पाहिली.' एकलव्य त्या प्रश्नानं गोंधळून उत्तरला.

'असं? तर मग फलाहार का घेतला नाहीस तू?' शंबराच्या प्रश्नात चिंता आणि आश्चर्य होतं.

'अं... फलाहार? फलाहार...' एकलव्य त्या प्रश्नानं गोंधळला होता.

'हो... फलाहार! फलाहार! फलाहार!! मी माध्यान्ही तुला घेण्यासाठी ठेवला होता, तो फलाहार. मी सर्व काही तयार करून, तुलाही सांगून, नव्हे, पुन्हा पुन्हा शंभर वेळ सांगून गेलो होतो ना...?' शंबराचा स्वर तीव्र होऊ लागला होता. त्याच्या रागाची त्यातून कल्पना स्पष्टपणे यावी, इतका तो तीव्र होता.

'अं.. हो.. फलाहार ना..? अरे, मला जर भूकच लागली नाही, तर... मी

करणार तरी कसा तो फलाहार?... नाही का?' एकलव्यानं भाबडं स्मित करीत प्रश्न केला.

'हसून गोड करू नकोस. तुला एखादा छंद लागला, की मग तू... तू.. उरत नाहीस, काल तू हा मातीचा ढीग दिवसभर वाहून आणलास. मला साहाय्य करायला नको म्हणालास. मी, हा कशासाठी, असं विचारलं, तर तू सांगितलंच नाहीस. आज सकाळपासून तू या मातीशी खेळत बसला आहेस. कसलीतरी मूर्ती तू करतो आहेस, हे दिसतंय मला. पण, एकू, यामुळं तुला खाण्यापिण्याची देखील शुद्ध उरलेली नाही. आपले गुरुदेव नेहमी काय म्हणतात, हे तुला ठाऊक असूनही..'

'अं... गुरुदेव... काय... काय म्हणतात ते?' एकलव्यानं विचारलं. तो अद्याप आपल्या नादातून पूर्णपणे भानावर आला नव्हता. अद्याप त्याच्या मनात त्या मूर्तीविषयी विचार असावेत.

'अतिरेकात अध:पात असतो, एकलव्या.' शंबरानं बरोबर आपल्या पित्याची-ज्ञातिगुरु मेघवर्णाची-नक्कल करीत सांगितलं.

नेमका तोच घोगरा, करडा, सानुनासिक स्वर ऐकताच एकलव्य खाडकन् भानावर आला.

'एकू, आपण इथं मूर्ती बनवण्यासाठी, मातीत खेळण्यासाठी राहणार आहोत? माती आपल्या अरण्यातदेखील हवी तेवढी आहे.'

'नाही, शंबरा, आपल्याला इथंच राहावं लागेल.' एकलव्याचा स्वर निश्चयी होता.

'पण का? कशासाठी? वेगळ्या दिशेला आपण आलो. मी तुला सतत प्रश्न करतो नि तुझं उत्तर तेच, 'माझ्यावर विश्वास ठेव, शंबरा...' म्हणजे मी तुझ्यावर विश्वास ठेवतो आणि तू मात्र अविश्वास ठेव.' शंबराच्या बोलण्यात त्याला एकलव्याच्या वागण्याविषयीचा खेद स्पष्ट होता.

'नाही... अविश्वास नाही, शंबरा!' एकलव्य जरा व्याकूळपणे म्हणाला.

'तू सांगतोस, ते मी ऐकतो आहे. मान्य करतो आहे. विश्वास नव्हे, अगदी आंधळा विश्वास ठेवतो आहे. तू मात्र, तुझा काय विचार आहे, तू हे काय चालवलं आहेस, इथं ही कुटी कशाला... काही काही सांगू नकोस. हे तुझ्या शंबरावरील विश्वासाचं... प्रेमाचं लक्षण?' शंबराच्या शब्दाप्रमाणे स्वरात देखील रोष स्पष्ट होता.

'शंबरा, आता सांगतो, थांब थोडा...' असं बोलून एकलव्य उठला.

त्या मूर्तीच्या मागे एक विशाल निंब वृक्ष होता. त्या वृक्षामागून पाच-सात पावलांवर एक लहान झरा बारमाही झुळूझुळू वाहत होता. या लहानशा झऱ्यावर जाऊन एकलव्यानं आपले हातपाय स्वच्छ केले. तोंड धुऊन, पाणी निथळून

टाकीत तो शंबराकडे आला.

सायंकाळच्या मोहक सावल्या हळुवारपणे पसरत होत्या. तरीही वृक्षांच्या उंच शेंड्यांवरील पिवळी झाक अस्ताचलीच्या सूर्याला निरोप देत होती. मध्येच आकाशात एखादीच चांदणी चमकते का, असा भास उगीचच होत होता.

'शंबरा.... तू इथपर्यंत मला साथ दिलीस.. मी...मी तुझा फार फार ऋणी आहे...'

'थांब... प्रस्तावना नको. असल्या गोड भाषेला हा शंबर फसणर नाही. माझ्या गळ्यात एखादं नवं घोंगडं अडकवण्याची ही पूर्वतयारी दिसतेय. स्पष्ट काय ते बोल.' शंबराचा पारा अद्याप उतरला नव्हता.

'मी... मी इथं राहणार आहे...'

'इथं....? या निर्जन ... या.... या..'

'होय, इथं राहायचं ठरवलंय!' एकलव्य शांतपणे उद्गारला.

'का? कशासाठी? आपल्या अरण्यापासून आपल्या सर्व लोकांपासून दूर असं अज्ञातवासात का राहायचं आपण?' शंबरानं तीव्र स्वरात प्रश्न केला.

'आपण नाही... शंबरा, मी.'

'कशासाठी?'

'मी इथं अभ्यासासाठी राहणार आहे.'

एकलव्याच्या शांत स्वरातील सांगण्यावरून शंबर काही काळ स्तब्ध राहिला - काहीही न बोलता,

सारं वातावरण क्षणकाल दडपल्यासारखं झालं होतं.

'अभ्यास करणार? कसला अभ्यास करणार? मातीच्या मूर्ती करणार?' शंबराचा स्वर संतप्त होता.

'नाही, धनुर्विद्येचा अभ्यास करणार, शंबरा. ही माती नव्हे, यातून होईल मूर्ती.... ती गुरुदेवांची मूर्ती मला प्रेरणा देईल.'

'ही मूर्ती... ही मातीची मूर्ती तुला धनुर्विद्या शिकवणार...? अं...ही तुझ्या त्या शब्दशूर आर्य गुरूची मूर्ती आहे काय? अरे, जो प्रत्यक्ष काही देऊ शकला नाही, जो स्वत:च भरकटलेला आहे, तो लबाड.... ढोंगी....'

'शंबरा... नको, तू मला काहीही म्हण. पण गुरुदेवांना काहीही बोलू नकोस.' एकलव्यानं व्यथित स्वरात शंबराला विनवलं.

'मी काय खोटं बोललो? काय, काय दिलं त्यानं?...'

'येताना त्यांनी सांगितलं... तिथं असताना मी जेवढं ऐकलं, तेवढं पुरे. त्यांनी गुरुमंत्र दिलाय. श्रद्धा, एकाग्रता आणि अभ्यास या त्रिशूलानं आणि भगवान एकलिंगाच्या आशीर्वादानं मी अज्ञान नष्ट करीन. पूर्ण ज्ञान प्राप्त करू शकेन.'

एकलव्यानं उत्साहानं म्हटलं, 'मी इथं आचार्यांच्या पुतळ्याची स्थापना करून.... उद्यापासून अभ्यासाला प्रारंभ करू शकेन...'

'म्हणजे तू इथं धनुर्विद्येचा अभ्यास करणार?'

'होय, शंबरा!'

'मग, एकू, तू तो आपल्या तिथंही करू शकतोस.'

'ते शक्य नाही, शंबरा. माझा परत जाण्याचा मार्ग बंद झाला आहे.'

एकलव्य काहीशा खेदानं उद्गारला.

'का...? का शक्य नाही?'

एकलव्य या प्रश्नावर थोडा वेळ स्तब्ध राहिला. जणू तो उत्तरासाठी योग्य शब्द शोधत होता.

'शंबरा, आपण मृगयेला जातो. आजवर मृगयेतून कधीतरी मोकळ्या हातानं आपण घरी गेलो आहोत? मग तसे या वेळी तरी कसं जायचं? तिथं आपल्याला अभ्यासाला एवढा एकांत कसा मिळणार? अन्य व्यवधानं असणारच. मग एकाग्रता लाभणं अवघडच आहे. शिवाय इथं राहण्याचा सर्वात मोठा उपयोग आहे.'

'कोणता?'

'मित्रा, इथं आपल्या लोकांपासून दूर राहीन... त्यामुळं घरची ओढ मला असलेच. जिवापाड यत्न करून मी सर्वतोपरी विद्या हस्तगत करीन. स्वतःच्या माणसांची ओढ तिथं असणार नाही. त्यामुळं तो ध्यास, ती तीव्रता असणार नाही. त्याचा परिणाम माझ्या अभ्यासावर निश्चितपणे होईल. म्हणून मी इथंच राहणार आहे....'

'आणि मी?'

'तू परत जा. मात्र माझी वस्ती कुठं आहे, याविषयी कोणालाही काही सांगू नकोस.'

'एकू... अरे, मित्र म्हणवून असली भाषा बोलतोस? अरेरे! दांभिक आर्यांच्या संपर्काचा एवढ्यात एवढा घोर परिणाम झाला तुझ्यावर...? रिकाम्या हातानं तू ज्ञातीसमोर जाऊ शकणार नाहीस. मी जाऊ? एकवीरेपुढं तुझ्या समवेत राहण्याचं वचन देऊन मी तुला सोडून परत जाऊ? अरे एकू... काय म्हणतील मला सारे....?

'नसत्या शंका घेऊ नकोस, शंबरा, उगाच स्नेहापोटी इथं राहून काय साधणार? अवास्तव शंका कार्यनाशच करीत असतात. साहसी पुरुष श्रद्धेनं...'

'आंधळी श्रद्धा विनाशाकडे नेते.'

'खरी श्रद्धा आंधळी नसते. तिला दिव्यदृष्टी असते....'

'अरे, पण सर्व विश्वात काय हा एकटाच गुरू आहे का? ज्याला शिकायचं, त्याला काय, हा, नाहीतर दुसरा.....'

'सगळीकडे पळसाला पानं तीनच! शिवाय, शंबरा, जगात अन्यत्र अनेक ठिकाणी अनेक असतील; पण मी मनानं आचार्यांचा स्वीकार केलाय्. त्यांचा गुरुमंत्रही मला मिळालाय्.....'

'गुरुमंत्र, पोकळ शब्दांचे ते बुडबुडे, जे निर्माण होण्याबरोबर वाऱ्यावर विरून गेले... तो गुरुमंत्र....?' शंबराला पुढचं बोलणं सुचेना. इतका तो राग, विषाद आदी भावनांनी गोंधळला होता.

'तोच माझा गुरुमंत्र, शंबरा, त्यांच्यावरच माझी पूर्ण निष्ठा आहे. ती निष्ठा कदापि विचलित होणार नाही.' एकलव्याच्या स्वरात दृढनिश्चय होता.

'निष्ठा... श्रद्धा.. पोकळ शब्दांचे बुडबुडे सोडण्याचं तंत्र मात्र तुला लगेच जमलं. त्या दांभिक, चोर गुरूवर...'

'शंबरा...' एकलव्याच्या स्वरात क्रोध नव्हता, पर त्याच्या हृदयाला जाणवणारी व्यथा मात्र होती.

भावनेच्या भरात बोलणाऱ्या शंबरानं तिकडं ध्यान दिलं नाही.

'अरे, नित्यसावध, मृगयाजीवी निसर्गपुत्रांच्या कुळात जन्माला येऊन तू असा रे, कसा...? निष्ठा...? श्रद्धा...? हो, असावी... अवश्य असावी. पण कशावर....?'

शंबरानं तीव्र स्वरात विचारलेल्या प्रश्नावर एकलव्य काहीही उत्तरला नाही. शंबराचा भावावेग पावसाळी नदीप्रमाणं असतो. कोणताही विरोध वाहून नेण्याइतका सामर्थ्यवान, हे तो आता अनुभवानं शिकला होता.

'निष्ठा हवी, श्रद्धा हवी. ठीक आहे. हवी. मी सुद्धा ते बालपणापासून ऐकतो आहे. अन्नावर पशूदेखील जगतात. मानवाला जगण्याचं प्रयोजन हवं, असं आपलेही वडीलधारे सांगतातच. अरे, ही निष्ठा डोळस नको? आपण बालपणापासून कमी का आख्यायिका ऐकल्या? त्यातून गुरूची मूर्ती साकार झाली. गुरू हा कसा...? आईसारखा, प्रेमळ, तुमचे अंतरंग पाहू शकणारा आणि तुमच्यावर निरपेक्ष माया करणारा, देवासारखा समभावी, सर्वांना आपली लेकरं मानणारा सूर्यासारखा.... प्रकाशदाता... होय ना, एकू?...'

एकलव्यानं शंबराच्या प्रश्नावर मान डोलावली, गुरूचं हेच चित्र त्याच्या मनावर ठसलं होतं. आर्य वीरभद्रानंदेखील याच चित्रात आणखी गडद रंग भरले होते.

'मनातून प्रेमळ, व्यवहारात कठोर, सत्यदर्शी, स्पष्टवक्ता, त्यागी असा असतो ना गुरू? आहे तुझा गुरू असा? तू भाळलास त्या गुरुवर?

शंबरानं प्रश्न केला. पण एकलव्याला बोलूही न देता आपण स्वतःच परत बोलू लागला.

'कुठं ते ऐकलेलं गुरुकुल आणि कुठं हे हस्तिनापुराच्या गुरूच्या आश्रमातलं कृत्रिम, राजस, सुखासीन आणि स्वार्थी वातवरण...!'

'म्हणूनच तर तिथून बाहेर पडण्याचा तुला खरा अन मनापासून हर्ष झालाच ना? मी.. मी तिथं विद्येच्या अभिलाषेपोटी, स्वार्थापोटी... राहिलोही असतो. पण.. तू.. तू मात्र, मित्रा, तिथं त्या वातावरणात गुदमरून गेला असतास. तिथं आपण राहिलो नाही, याचा मला त्या दृष्टीनं आनंदच होतोय्.' एकलव्य भाबडेपणानं म्हणाला.

शंबर दृष्टी विस्फारून क्षणकाळ त्याच्याकडेच पाहत राहिला.

'म्हणजे... तुला.. तिथं ... त्या आश्रमात राहता आलं नाही, याचं दुख नाही...?'

'थोडं आहे. कारण गुरूकडून प्रत्यक्षात ज्ञान मिळू शकलं नाही; पण त्याहून अधिक आनंद झालाय, तो माझ्या मित्राचा कोंडमारा माझ्यासाठी झाला नाही, या गोष्टीचा, शंबरा.. तू... तू माझा प्राणच आहेस. अर्धा मीच जणू. तू अस्वस्थ, अशांत असताना मी अभ्यासात एकाग्र होऊच शकलो नसतो!'

शंबर एकलव्याच्या या भाषणावर चकित होऊन गप्प झाला.

मग काही वेळानंतर त्यानं पटकन् प्रश्न केला,

'एकू.. तुला आश्रमात राहायला न मिळाल्याचं एवढं दुःख नाही. मग हा अट्टाहास का?'

'अट्टाहास... हट्ट... कोणत्या गोष्टीत?'

'इथं त्या मातीच्या ढिगाशी शिकण्याचा. तोच गुरू करण्याचा हा हट्ट नव्हे? अरे, आपली पहिली गुरू होती माता. तुझी माता. नंतर ज्ञातिगुरू मेघवर्ण, नंतर तुझा पिता हिरण्यधनु-अरण्यविद्येचे गुरू तर अनेक होते. अनेकांकडून जे जे शिकण्यासारखं होतं, ते तर गुरुभावानं आपण ऐकलं ना? मातेनं, ज्ञातिगुरूंनी आणि तुझ्या त्या आर्यानं तुला गुरूविषयी सांगितलं. त्या काल्पनिक मूर्तीच्या जवळपास तरी कुठं बसतो हा ढोंगी, दांभिक, वृत्तिजीवी....'

'पुरे..... शंबरा... पुरे! गुरुनिंदा ऐकण्याचं पातक माझ्याकडून घडवू नकोस!' व्यथित स्वरात एकलव्य उद्गारला. त्याच्या स्वरात एवढं तीव्र दुःख होतं, की शंबर एकदम सावधच झाला.

'एकू... तू जर आर्य असतास, तर....' अचानक शंबर उद्गारला.

'का, रे, मित्रा? कंटाळलास मला?'

'नाही, रे, पण तुझं लक्ष्य साध्य करणं...'

'नाही, शंबरा, त्रिखंडाच्या साम्राज्यासाठीही मला एकलव्याविना काही होणं आवडलं नसतं. विद्या काय, कशीही मिळवता येईल, अरे... अन्न नाही, म्हणून आपण उपाशी राहून प्राणत्याग करीत नाही. किडा, मुंगीसुद्धा सहजपणे जीव सोडत नाही. क्षुद्र किडे देखील आपल्याला हवं ते मिळवण्यास धडपडतात. होय ना?'

एकलव्याच्या प्रश्नावर शंबरानं फक्त हुंकार दिला.

'मलाही ज्ञानाची भूक आहे, शंबरा. या भुकेसाठी पडेल ती किंमत देऊन मी विद्या मिळवणारच. हवं तर त्यासाठी या अरण्याहून भयंकर स्थानीही राहीन मी. मला इथं अभ्यास करायचा आहे. म्हणून, शंबरा, मी इथंच राहीन.' एकलव्याच्या स्वरात ठाम निर्धार होता. त्याला भवितव्याविषयी पूर्ण विश्वास असावा, असं दिसत होतं.

'मी नाही... आम्ही इथं राहू!'

'म्हणजे? शंबरा, तू परत जाणार नाहीस?'

'तुझ्याविना......?' आश्चर्यानं त्यानं एकलव्याला विचारलं.

'शंबरा, मी राहणार... माझ्या राहण्याला हेतू आहे. प्रयोजन आहे... मला राहायलाच पाहिजे...'

'मलाही, एकू... मलाही.' शंबर गंभीर व ठाम होता.

'शंबरा... पण तू इथं अकारण कष्टांत का राहतोस?'

'कारण, एकू, तू तिथं मी. तुझ्याविना मी जाऊच शकत नाही. तुला घेऊन येण्याचं वचन मी मातेला दिलंय ना देवी एकवीरेसमोर? तू हा असा वेडा. तुला माझ्यावर सोपवून ती निश्चिंत असेल ना! मी वचनभंग आणि विश्वासघात करावा, असं तुला वाटतं?' शंबरानं विचारलं.

'शंबरा, तू मला सांभाळणार.....'

'होय... सांभाळणार. अरे, मधल्या वाटेनं हस्तिनापुर इथून अर्ध्या दिवसाच्या वाटेवर आहे. या भागात खूप फळवृक्ष आहेत. मृगया आहे. तुझी साधना तू कर. अगदी पूर्ण एकाग्रपणे कर. माझं काम मी करीन. शंबर कसाही असला, तरी असत्य भाषण करणारा नाही.....'

'नाही, रे, शंबरा... नाही... तू तर रत्नासारखाच अंतर्बाह्य निर्मळ, शुद्ध आहेस. माझ्या स्वप्नपतंगाचा दोर आहेस तू....' एकलव्य गदगद होऊन बोलला.

'चल तर... सकाळपासून उपाशी आहेस. ध्यासानं.... छंदानं वेडावून स्वतःला विसरण्याचा बाळस्वभाव कधी सुटणार, रे, तुझा...!' शंबरानं म्हटलं.

दोघेही निर्मळ मनानं कुटीकडे निघाले.

●

१४

कृपी आश्रमाच्या दक्षिणेकडील आपल्या आवडत्या शिलाखंडावर बसली होती. कुठंतरी अज्ञातामध्ये दृष्टी लावून... एकटक... जणू अदृष्ट वाचण्याचा, भविष्य शोधण्याचा प्रयत्न करावा, तशी.

पण ती अदृष्टाचा विचार करीत नव्हती. ती आपल्या पतीचा ... द्रोणांचा.. विचार करीत होती. गेल्या काही दिवसांत आपला पती चिंतित आहे, हे तिनं पाहिलं होतं. दिवसभर विशाल भालप्रदेशावरील दिवसेंदिवस वाढणाऱ्या चिंता रेषा घेऊन ते वावरत. तर रात्री निद्राहीन आणि अस्वस्थ घालवीत. असं का? कोणती चिंता?... याचाच विचार कृपी करीत होती.

आपण हस्तिनापुरी आल्यानं पतीला समृद्धी लाभली. आपलं अभावाचं जीवन संपलं. पण सुख.... अभावाबरोबर तेही संपलं का, याची शंका तिला होती.

तिच्या विचारांचा प्रवाह तिथल्या जलप्रवाहाहून शतपटीनं वेगवान होता.

'हा संसाररथ देखील सूर्याच्या रथाप्रमाणेच आहे.' तिच्या मनात आलं. 'जड, तरीही ओढणं अपरिहार्य. दाहक, तरीही सुखद. पण सुखद केव्हा? ज्या वेळी दोघांच्या प्रेमाची समर्थ शक्ती एकवटेल, तेव्हाच. नाहीतर....'

'इथं हस्तिनापुरी या संसार-रथासाठी...या अनिवार्य कर्तव्याच्या पूर्तीसाठी त्यांना नकोशा गोष्टीबरोबर अनुचित तडजोड करावी लागत तर नसेल? हो, तसं असेल, तर...'

'कृपी... कसल्या चिंतनात मग्न आहेस?'

मागून कोणी तरी विचारलं आणि कृपीची विचार-शृंखला तुटली. तिनं स्वत:ला सावरून मागे पाहिलं.

'कोण, दादा?... केव्हा आलात... प्रणाम...' मागे उभ्या असलेल्या आचार्य कृपांना विनम्र प्रणाम करून ती उभी राहिली.

'दीर्घायु हो, कृपी! मी केव्हाच येऊन इथं मागे थांबलो. पण तू आपल्या दिवास्वप्नात गुंग होतीस. तुझी जुनी सवय काही कमी झाल्याचं दिसत नाही.' कृपाचार्य विनोदानं म्हणाले.

'ज्येष्ठा..... उलट ती आता जुन्या लोणच्यासारखी मुरलीय.' कृपीनं हसत उत्तर दिलं.

आपल्या थोरल्या भावाकडे तिनं बारकाईनं पाहिलं. आपल्यासारखाच तो पोरका,

अनाथ आणि आश्रित. तरी पण स्वाभावातील गोडवा आणि ऋतुजा कधीच कमी झाली नव्हती. सदैव हसतमुख असे तो. समयसूचकता आणि सोशीकपणा या गुणामुळं कुरु-राजसभेत त्याला सन्मान होता.तो सर्वांना हवाहवासा वाटत असे.

कृपीला आपल्या भावाचा अभिमान वाटला.

'ज्येष्ठा, आज राजकार्यातून सवड कशी मिळाली बरं?' कृपीनं नम्रपणे विचारलं.

'हं... दीर्घकाळ तुला भेटायला झालंच नाही. एक पंधरवडा उलटून गेला ना....!'

'होय तर..तीन सप्ताह होत आले. पण केवळ तेवढ्यासाठी बंधुराज आलेत...? छे:, बहुधा पत्नीनं पाठवलं असावं.... काय, दादा..?' कृपीनं विनोदानं विचारलं. मनोविनोद करण्यासाठी हे एवढंच स्थान तिला होतं.

'हं... वत्से! बुद्धिमान पतीच्या सहवासात तू आता तर्कनिपुण झालेली दिसतेस!...'

'म्हणजे पूर्वी काय मी मठ्ठ होते...?' कृपीनं जरा रुष्ट स्वरात विचारलं.

'नाही... नाही... तसं थोडंच म्हटलंय मी?... पण तुझ्या बुद्धीला अलीकडे विशेष धार आलीय ना, म्हणून आपलं म्हटलं बरं...' कृपांनी गडबडीनं सावरून घेतलं. आपल्या या हळव्या, प्रेमळ, सोशीक बहिणीला ते जिवापाड जपत असत.

'कृपी, कुशल आहेस ना....? त्यांनी विषय बदलून म्हटलं.

'होय, ज्येष्ठा. प्रभुकृपेनं आणि आपल्या आशीर्वादानं सर्व मंगल आहे. आर्या, ज्येष्ठा कुशल आहे ना....?' कृपीनं विचारलं.

'होय, वत्से. तुझ्या वारंवार स्मरणानं तुझी आठवण करून देते ती मला. आणि काय हे?..... आज आश्रमात एवढी शांतता? आचार्य द्रोण आणि त्यांचे सर्व शिष्योत्तम कुठं आहेत?' कृपाचार्यांनी विचारलं.

कृपी आपल्या वडील भावाच्या उभट सावळ्या चर्येकडे व कृश देहयष्टीकडे पाहत राहिली. कृपीविषयी माया, वात्सल्याचे भाव त्यांच्या नेत्रांतून ओसंडत होते.

'आज सारे कुमार गंगेवर गेलेत त्यांच्या गुरुदेवांबरोबर. सारा दिवस अध्ययन तिथंच. वनभोजनही करायचं. तसंच युद्ध-प्रात्यक्षिक, व्यूहरचना वगैरेचे वस्तुपाठ.' कृपीनं भावाच्या प्रश्नाचं उत्तर दिलं.

'खरंच, किती एकरूप झालेत द्रोण या शिकवण्यात, नाही?' कृपाचार्यांनी प्रश्न केला.

कृपी चपापली; पण कृपाचार्यांचं तिकडे लक्ष नव्हतं. ते आपल्याच नादामध्ये पुढं बोलत होते.

'मला खूप बरं वाटलं. प्राणप्रिय बहीणही जवळ आली आणि माझेही प्राण

वाचले....'

'काय...? प्राण वाचले? ते कसे?'

'आता त्या कुमारांना आवरणं मला अवघड जात होतं. त्यांचे परस्पर-कलह, मत्सर वाढत्या वयानं कमी होण्याऐवजी वाढत होते. त्यांनी आपल्या बाल्यापासून मला पाहिल्यानं त्यांच्या मनात माझ्याविषयी कसलंच भय नव्हतं ना. त्यात तो दांडगा भीम आणि अहंमन्य सुयोधन यांचे कलह थांबवण्यामध्ये माझा अर्धा प्राण जायचा. बरे, ते परवडले; पण अर्जुन नको, असं व्हायचं...' कृपाचार्यांनी आपला त्रास उघड केला.

कृपी सावधपणे ऐकत होती.

'अं... अर्जुन... ज्येष्ठा, अर्जुन तर विनम्र, ऋजु आणि आज्ञांकित असतो की...?' कृपीनं मोठ्या भावाला प्रश्न केला. अर्जुनाला तो दबकत असे, या त्याच्या विधानानं ती चकित झाली होती. कदाचित आपल्या पतीच्या चिंतेचं कारण सापडलं, म्हणून ती उत्सुक होती.

'तू म्हणतेस, ते सत्य. तो चांगला आहे, स्वभावानं, वृत्तीनं, वर्तनानं, तो आदर्श विद्यार्थी आहे. त्या अन्यांप्रमाणे आडदांड, हट्टी नाही. पण..' आपल्याला जे सांगायचं, ते नेमकं कसं सांगावं, म्हणून ते घुटमळले. कदाचित ते शब्दाची जुळवणी करीत असावेत. 'पण... मी त्या दृष्टीनं अपुराच होतो ना. त्यामुळं...' कृपाचार्य घुटमळले.

'काय... ज्येष्ठा, तू अपुरा...?'

'होय, कृपी. स्वतःच्या मनाशी मान्य करायलासुद्धा दाहक असलं, तरी सत्य आहे ते. माझी ही विद्या तातांनी शिकवलेली... पोटापुरती! आचार्य द्रोण माझ्याहून अधिक सुयोग्य, ज्ञानी आहेत. त्यांच्यासारखं सखोल, सांगोपांग, आणि सर्वंकष ज्ञान मी देऊ शकत नव्हतो. आणि युद्धशास्त्रात तर नाहीच. त्यामध्ये देवव्रत भीष्म आणि भगवान परशुराम वगळता आज द्रोणांबरोबरचे संपूर्ण पृथ्वीतलावर आहेत कोण? माझं अपुरं ज्ञान आणि अर्जुनाची तीव्र ज्ञानलालसा. जर मी कुठं उणा पडलो, तर...? ही आशंका रात्रंदिन मला जाळीत असे.' हे सांगत असता कृपाचार्यांची चर्या काहीशी खिन्न व लज्जित दिसू लागली.

'ज्येष्ठा... काहीतरीच बोलू नकोस. तातांनी दिलेली विद्या... धनुर्विद्या...'

'पुरेशी असली, तरी संपूर्ण नव्हती, कृपी. सामान्य शिष्यांच्या.... कदाचित अर्जुनाच्या आशंका, जिज्ञासा पूर्ण करू शकलो असतोही; पण, भगिनी कृपी, स्वतःच्या मनाचं समाधान करू शकलो असतो का? स्वतःच्या अपुरेपणाची जाण मनाला किती बोचक... दाहक असते..' काहीशा विषण्णपणे कृपाचार्य उद्गारले. त्यांचे शब्द मनापासून होते, सत्य होते.

‘ज्येष्ठा, मानवी अपुरेपणा हा त्याचा का दोष?’ कृपीनं संयत स्वरात प्रश्न केला.

‘नाही तर कोणाचा, भगिनी?’ कृपाचार्यांनी विषादानं विचारलं; पण त्याच वेळी त्यांच्या पिंगट विशाल नेत्रांमध्ये कुतूहल आणि कौतुक होतं.

ती मोजके, मुद्देसूद तेच बोलते, हा कृपाचार्यांना अनुभव होता.

‘नियतीचा, ज्येष्ठा... नियतीचा. नियतीनंच माणसाला त्याचं अपुरेपण दिलंय. का?... का माहीत आहे?’

कृपीनं नकारार्थी मान हलवली.

‘कारण पूर्णत्वाच्या कल्पनेनं माणसां उतू नये, मातू नये, म्हणून! अपुरेपणाची जाण माणसाला त्याचे पाय मातीशी जखडले असल्याचं भान सतत देत असते. ही अपुरेपणाची बोच .. दादा... अरे.. माणसाला माणूस म्हणून जगायला आवश्यक असते, बघ, ती....’

कृपी बोलत होती. तिची दृष्टी खळाळत वाहणाऱ्या झऱ्यावर खिळली होती. त्यामुळं तिच्याकडे पाहणाऱ्या कृपाचार्यांच्या कौतुक, अभिमान आणि काहीसं आश्चर्य या भावना दिसल्या नाहीत. अन्यथा त्यांच्या प्रशंसात्मक आविर्भावानं ती लाजाळूच्या पानाप्रमाणे मिटून जाती.

‘अं.. काय म्हणतेस, कृपी?... अपुरेपणा आवश्यक आहे?’ भुवया उंचावत कृपाचार्यांनी प्रश्न केला.

‘हो ना..’ कृपी आपल्याच नादात बोलत होती. ‘मानवाला जगण्याला कारण लागतं. जगायला कारण.... प्रयोजन नसलं ना... तर आपलं आयुष्य हे न पेलणारं ओझं होईल. सत्य असो, की काल्पनिक; पण कारण हवंच. ते .... त्याच्या मुळंच तर आपलं जीवन सह्य होतं. केवळ सह्यच नव्हे, तर आवश्यक होतं. आसक्तिमय आणि आनंदमय होतं. हा आयुष्यातला अपुरेपणा तो तर पात्रातल्या दुधासारखा......’

कृपी मात्र आपल्यातच गुंग होती. जणू स्वत:शीच बोलत होती.

सारा निसर्ग शान्त होता. झाडं सळसळत नव्हती. वारा पानांशी झोंबी खेळत नव्हता. कृपीचे बोल ऐकण्यास जणू सारे शान्तावले होते.

‘आपण ना.. पात्रात दूध काठोकाठ नाही भरत. का.....? ते लगेच उतू जाईल, म्हणून. मग जीवनाचंही तसंच नाही का? ते..... ते तरी पूर्ण असून कसं चालणार? आणि, दादा, हा अपुरेपणा आणखी एका कारणानं हवाहवासा असतो, बघ....’

‘हवाहवासा....? का बरं?’

‘एकाच्या अपूर्णतेनं दुसऱ्याच्या आयुष्याला पूर्णत्व येतं, बघ. जीवनाला दिशा

मिळते. अरे,.. बालकाच्या अपूर्णतेमुळं...परावलंबनामुळंच मातृत्वाला नाही का अर्थ येत? तसंच!' बोलताना कृपीची दृष्टी प्रवाहावर खिळली होती.

खळाळता झरा जणू तिला स्फूर्ती देत होता.

ती बोलण्याची थांबली आणि निसर्गातील ध्वनिमेळ पुन्हा सुरू झाला. झऱ्याची खळखळ.. पानांची सळसळ...

-अन ती भानावर आली. आपण आपल्या ज्येष्ठ भ्रात्याला हे इतकं.. असं तत्त्वज्ञानपर बोललो.... ती एकदम लज्जित झाली. संकोचानं तिनं मान खाली घातली.

कृपाचार्य आपल्या बहिणीकडे एकटक पाहात होते. ते पुढं काही बोलणार, तोच त्यांचं लक्ष काहीसं दूर गेलं.

त्यांच्यापासून काही अंतरावर एक वन्य कुमार उभा होता. केसांना कपाळावरून मागे घेऊन रक्तवर्ण वस्त्र बांधलं होतं. त्यात मोरपीस खोवलं होतं. हा किरात... नाही, निषाद असावा. कुमार.... नाही, तो तारुण्याच्या उंबरठ्यावर उभा होता.... त्यांच्याकडे आपल्या स्वच्छ, टपोऱ्या नेत्रांनी निर्भयपणे एकटक पाहत उभा होता.

त्याची चर्या निर्विकार दिसत असली, तरी नेत्रांतून कुतूहल ओसंडत होतं.

सावळा, तेजस्वी वर्ण, किंचित बसकं नाक आणि थोडेसे जाड ओठ त्याच्या रुंद चर्येला शोभत होते. वरच्या ओठावरील काळी लव दाट होती. रुंद व बळकट खांदे, विशाल रुंद छाती, दीर्घ, सुडौल बाहू... उभं राहण्यात देखील व्याघ्राची सहज सावधानता.

कृपाचार्यांनी या वनचराची सारी वैशिष्टं एकाच दृष्टीत टिपली.

'अरे... हा.. हा कोण वनचर आश्रमात...? का बरं आला असेल....?' त्यांच्या तोंडून सहज प्रश्न बाहेर पडले आणि कृपीनं वर पाहिलं.

'कोण?... शंबरा,... ये, वत्सा, ये रे! सारं कुशल आहे ना?' कृपीनं सहज मायेनं ओथंबल्या स्वरात प्रश्न केला आणि शंबर पुढं येऊ लागला.

कृपाचार्यांनी त्याच्या चालीतील सहज डौल आणि चपळता नेमकी पाहिली. तो जवळ आला, तरी दोन पावलं अंतर ठेवून, खाली गुडघे टेकून, भूमीवर मस्तक ठेवून प्रणाम करू लागला.

पण कृपी चटकन दोन पावलं पुढं झाली. शंबराच्या मस्तकी आपला हात ठेवून काही तरी आशीर्वच पुटपुटली.

'शंबरा, घराकडील माया मानवलेली दिसते हं. आणि...'

'माते...' तिचं बोलणं मध्येच थांबवीत तो बोलू लागला. आणि कृपाचार्यांकडे लक्ष जाताच अचानक थांबून गप्प राहिला.

'हं... हे ज्येष्ठ भाऊ, कृपाचार्य, आणि, ज्येष्ठा, हा शंबर.' कृपीनं सहज परिचय करून दिला.

आपल्या भगिनीच्या पुत्रसमूहातील ही नवी भर, हे कृपाचार्यांनी ओळखलं.

'आर्ये,.. मी येतो. चंपाषष्ठीस भार्येनं तुम्हां सर्वांचा अनुग्रह मागितला आहे. त्या निमंत्रणासाठीच मी आता आलो होतो. त्वरित परतणं तर आवश्यक होतं. पण .. तुझी प्रिय वहिनी मला गोष्टीवेल्हाळपणाचा दोष देतेच म्हणा, परत आचार्य द्रोणांना निमंत्रणासाठी येईन...'

'पण, ज्येष्ठा... काहीच सत्कार न घेता...'

'नाही, भगिनी... पुनश्च याच निमित्ते येणार आहेच. तेव्हा पुरेसं आतिथ्य कर. शिवाय तुझा हा मानसपुत्र खूप दुरून.. शिणून आलेला दिसतो आहे.' कृपाचार्यांच्या या उद्गाराबरोबर शंबरानं चमकून त्यांच्याकडे पाहिलं.

त्यांच्या भावात, स्वरात काहीसं कौतुक होतं.. अल्पसा मिस्किलपणा देखील होता. कसलाही कुत्सित भाव नव्हता. त्यांच्या सहज वृत्तीमुळं शंबराचा ताठर संशयी भाव काहीसा मावळला.

'माते... माझ्यामुळं...'

'नाही, वत्सा, अस्वस्थ होऊ नकोस. मला खरंच घाई आहे. शिवाय मातेवर पहिला अधिकार पुत्राचाच नाही का?' कृपाचार्यांनी हसून प्रश्न केला. 'सायंकाळी मी आचार्यश्रेष्ठांना निमंत्रणासाठी येईन. येतो मी, वत्से....'

'पण, ज्येष्ठा... काहीही न स्वीकारता...' गृहस्थधर्मी कृपीच्या प्रेमळ मनाला आपला भाऊ आतिथ्य न घेता जाण्याचं वाईट वाटत असावं.

'माते.... याचा स्वीकार कर... आणि यांतील काही अर्पण कर ना...' शंबरानं म्हटलं.

त्याची भाषा... भाव... सारं शुद्ध व नागर होतं. कृपाचार्य दचकले. कोण असावा हा?...

बोलता बोलता शंबरानं वस्त्रावगुंठन दूर करून आत असलेली वेचक पक्व फळं, फुलं बाहेर काढली. त्यांचे रंग आणि अपूर्व सुगंध कोणाचंही मन आकर्षून घेण्यास समर्थ होती.

त्यांतील काही वेचक फळं, फुलं शंबरानं निवडून ती विनम्रपणे कृपाचार्यांपुढं धरली.

कृपाचार्यांनी त्याच्याकडे पाहिलं. त्याच्या आविर्भावात नम्रता कमी व सौजन्य अधिक होतं. लाचारी तर मुळीच नव्हती. नेत्रांत कुतूहल होतं. सहजपणा होता.

हा शंबर सामान्य वनचरांहून भिन्न दिसत होता. त्याचं हे सौजन्यही आपल्याकरिता

नसून कृपीकरता आहे, हे ओळखूनही कृपाचार्यांनी हसून शंबराकडे पाहिलं. त्यांनी त्या अूपर्व व सुंदर फळांचा स्वीकार आपल्या उत्तरीयामध्ये केला.

त्यांच्या सहज स्मितामुळं शंबराच्याही चर्येवर पुसट हास्य उमटून गेलं.

'वत्से कृपी, ही तुझ्या पुत्राची भेट बरोबर घेऊन जातो. पत्नी संतुष्ट होईल. अशी सुंदर व झाडावरच पिकलेली फळं मिळणं हा अभूतपूर्व योगच. बरं, येतो मी. तुझं कल्याण असो, वत्सा...' त्यांनी शेवटचा आशीर्वाद शंबराला दिला व ते निघाले.

कृपीनं त्यांना विनम्रपणे प्रणाम केला.

शंबरानं देखील नकळत कृपीच्या कृतीचं अनुकरण केलं. प्रथम तो अलिप्त व ताठर राहिला होता, म्हणून कृपाचार्यांना मौज वाटली.

'कल्याणमस्तु.. कल्याणमस्तु...' असं म्हणून ते जाण्यासाठी वळले.

'वत्सा शंबरा... मातेच्या दर्शनाच्या अभिलाषेनं' पुन्हा इतक्या दूरवरचा प्रवास केलास का?' कृपीनं वत्सल आश्चर्यानं प्रश्न केला. 'आणि काय, रे? तुझा प्राणप्रिय एकलव्य.... तो कुठं आहे? त्याला घरची ओढ सुटली नाही, असं दिसतं...' तिनं म्हटलं.

'माते... मी.. मी घरून नाही आलो...' शंबरानं काहीसं संकोचत सांगितलं.

'काय...? मग...? मग आलास कुठून? कुठ असतोस तू...? निषादराष्ट्र सोडून .. आर्य राष्ट्रात...? अशक्य.. तुला बांधून ठेवण्यासारखं अखिल आर्य राष्ट्रात काही आहे, असं मला वाटत नाही.' काहीशा कौतुकानं व विनोदानं ती उद्गारली.

'न्.... नाही? माते, तू आहेस की आर्यराष्ट्रात!' शब्दांची सहज प्रतिक्रिया शंबराच्या मनातून उठली. 'पण सध्या एकूनं मला ठेवलंय ना बांधून!'

'कोणी? एकलव्यानं...? ते कसं काय?'

'तो घरी परतला नाही, तर मला तरी कसं जाता येईल बरं...?.. ' शंबर सखेद उद्गारला.

'काय म्हणतोस? तुम्ही इथं येऊन तीन वर्षांहून अधिक काळ उलटून गेला. आणि मग... मग.. तुम्ही आहात तरी कुठं?' तिच्या प्रश्नात कुतूहलापेक्षा माया व चिंता अधिक होती. स्वर व आविर्भाव देखील तेच स्पष्ट करीत होता.

'माता काळजी करीत नसेल का?'

तिच्या बोलांनी शंबराची चर्या निस्तेज, रंगहीन झाली. नेत्रांत पाणीच उभं राहिलं. त्यानं चटकन मान खाली घातली.

कृपीचं मातृहृदय ती अवस्था पाहून भरून आलं.

'शंबरा, तो वेडा मुलगा कुठं आहे? काय करता आहात तुम्ही दोघे...?' तिनं हळूच त्याच्या पाठीवर थोपटत विचारलं.

'माते, उगा चिंता करू नकोस. आम्ही अरण्यवासी. कितीही निबिड, घोर व भयंकर अरण्य असलं, तरीही ते आम्हांला हस्तिनापुराहून अधिक सुरक्षित वाटतं. इथल्या नागर आर्यांपेक्षा त्या हिंस्र श्वापदांचा, वनचरांचा अधिक विश्वास वाटतो. कारण, माते,ते असंस्कृत आहेत. विद्याहीन आहेत.' शंबर गंभीरपणे म्हणाला.

'असंस्कृत म्हणून अधिक विश्वसनीय....? शंबरा, अरे, म्हणतोस तरी काय तू हे?' कृपी चकित झाली होती.

'होय, माते. त्यांचं वर्तन, हालचाल... सारं सारं त्यांच्या मूळ वृत्तीप्रवृत्तीशी सुसंगतच असतं. वाघ केव्हा कसा वागेल, याला नियम असतो. निसर्गदत्त वृत्तीचा नियम. एखादं हरिणशावक त्याला संकटमुक्त केल्यावर दंश करणार नाही किंवा शिंग मारणार नाही, याचा पूर्ण विश्वास असतोच. इथल्या मानवांचा असा विश्वास देता येईल, माते?' शंबरानं सहज प्रश्न केला.

कृपी त्या प्रश्नानं अंतर्मुख झाली. नागरी जीवनातील विद्या, संस्कृती, आदी सारं काही व्यवहारातील स्वार्थावर पांघरूण घालण्यासाठीच वापरण्यात येत आहे, याची तिला जाण होती. ते कटु सत्य या कुमारानं किती सहजपणे सांगितलं होतं. या एवढ्या वयात असले कटु अनुभव.... तिचं हृदय मायेनं कळवळलं.

'पण तुम्ही दोघांनीच असं राहायचं, हे माझ्या तरी मनाला रुचत नाही.'

'माते, वात्सल्यानं लेकराची चिंता वाटावी, हा तर मातेचा मनोधर्मच. पण, माते, आपल्या लेकराच्या बळाचा विश्वासही धरायला हवा ना मातेनं!' शंबर स्मित करीत उद्गारला.

'पण तू चांगला शहाणा. त्या एकव्याचं मन तू का नाही वळवलंस? का नाही त्याला परत घेऊन गेलास? त्याच्या या अशा वेड्या हट्टीपणात तूही सहभाग का बरं दिलास, शंबरा? आणि त्या निबिड अरण्यात विद्या तरी कोण देतं तुम्हांला, शंबरा?'

कृपीच्या प्रश्नावर शंबर क्षणमात्र स्तब्ध झाला.

'अं... आचार्य द्रोण, माते. त्यांच्यावरील निष्ठा अन्य गुरूंकडे एकूला कशी जाऊ देईल?' शंबरानं सरळ सांगितलं.

'क.... कोण.. आर्यश्रेष्ठ?' ती दचकली.

एकलव्याच्या अव्यभिचारी निष्ठेचं कौतुक वाटलं; पण तो विचार मनी स्थिर होण्यापूर्वीच गुरूचं नाव.....

'होय, माते.'

'छे; शंबरा, ते तर अशक्य आहे! ते इथंच हस्तिनापुरात.... त्या त्या राजकुमारांसमवेत... छे:! केव्हा?.... कसे?'

कृपीचा गोंधळ पाहून शंबरानं स्मित केलं.

कृपी त्याच्याकडे लक्षपूर्वक पाहत होती. तिला त्याच्या या विधानात असत्य आहे, असं वाटेना. पण तरीही... शंबरानं कृपीला अधिक काळ या विवंचनेत ठेवलं नाही. त्यानं लगेच स्पष्टीकरण दिलं.

'मग... मी त्याचे यत्न, त्याची निष्ठा... हे सारं कमी कसं लेखू...?' सारं सांगून तो उद्गारला, 'त्याच्या या एकाग्र यत्नाचा उपहास तरी कसा करू माते.....? त्यातून मी... मी तर स्वत:ला ज्येष्ठ समजतो. इथं येत असता त्याच्या म्..आमच्या मातेला त्याचा सांभाळ करण्याची शपथ दिलीय. मी.. मी' शंबर भावनावश होऊन बोलत होता.

गेल्या कित्येक दिवसांत त्याला आपलं मन मोकळं करण्यास संधी मिळाली नसावी. अनेक सुखदु:ख, हर्ष-विषाद साचले असावेत. वडीलकीच्या, ज्येष्ठत्वाच्या ओझ्यानं त्यांच्यातलं बाल्य आणि तारुण्यही गुदमरत असावं. कृपीचं हृदय कणवेनं भरून आलं. तिनं त्याचा दंड घट्ट दाबला. जणू आपल्या मनातल्या साऱ्या भावना त्या स्पर्शातून व्यक्त केल्या- माया, कणव- सहानुभूती... काय काय होतं त्या स्पर्शात.. शंबर मात्र भरभर पुढं बोलतच होता.

'एकदा मी त्याच्यावर खूप खूप रागावलो. राग आवरेचना मला. नेहमी खाण्याकडे दुर्लक्ष. देहाकडेही दुर्लक्ष. देहधर्म सांभाळले नाहीत, तर कशी होणार साधना?

'दुपारपासून बोललोच नाही त्याच्याशी, मग.. मग सायंकाळी मलाच वाटलं. पहावं काय करतोय... कुटीच्या बाहेर आलो. पाहिलं, तर... तर तो दिसलाच नाही. नित्याच्या साधनेच्या जागी तो नव्हताच. मी... मी भयभीतच झालो... एकू.. माझा एकू. माझ्या क्रोधाला....त्या अपशब्दांना एकाही शब्दानं उत्तर न दिलेला एकू...'

शंबराचा भावाकुल स्वर अत्यंत दु:खी झाला होता. जणू ते दु:ख तो पुन्हा नव्यानं भोगत होता.

कृपीदेखील त्याच्या त्या कथनात पूर्णपण एकरूप झाली होती.

'मी वेड्यासारखा पुढं धावलो, तर काय... एकू एका शिलाखंडावर बसला होता. तो अध्ययन... चिंतन असं काहीच करीत नव्हता. तो बसला होता एकटक पाहत. विशाल शालवृक्षाशेजारील छोट्या झुडपाकडे तो स्वत:ला हरवून तिथं पाहत होता. मीही तिथं पाहिलं.'

शंबर आणि कृपी-दोघंही त्या क्षणी आश्रमात नव्हती. हस्तिनापुरात नव्हती. ती उभयताच तो सारा प्रसंग जणू पुन्हा अनुभवत होती.

सांगता सांगता शंबराचा स्वर रुद्ध होत होता. थांबत होता.

'हृदयाचं आक्रंदन... रडणं दिसत नाही, ग. म्हणून समोरच्या, आपल्या जवळच्या माणसाचीही व्यथा आपण पाहू शकत नाही, समजू शकत नाही. आणि

हृदयाचं हे असं रडणं किती अधिक केविलवाणं असतं... त्या.. त्या दिवशी एकूच्या मनातली व्यथा... त्याचं दुःख उघडकीला आलं... ग....?'

'कसली व्यथा?' कृपीनं भरल्या कंठानं स्पष्ट प्रश्न केला.

'माते... शंबर मूर्ख आहे. फक्त आपल्याच... स्वार्थी विचारात भानरहित.. आपल्या अल्पमतीला, कोत्या दृष्टीला दिसतं, तेवढंच सत्य मानणारा... स्वार्थी... मला एकलव्याची व्यथा कधीच दिसली नव्हती. तो.. तो.. तिथं... त्या शिलाखंडावर बसून एका घरट्याकडेच एकटक पाहत राहीला होता, ग...'

'घरट्याकडे...! पक्ष्यांच्या...?' कृपीला आश्चर्य वाटलं असावं.

'एकू त्या घरट्याकडे पाहत होता आणि, माते, त्या घरट्यात इवलीशी पिलं होती. पक्षिणी येऊन त्या पिलांना चोचीत चोच घालून खाऊ भरवीत होती. त्या... त्या पिलांतलं प्रत्येक चिवचीव करून... गोंगाट करून आपल्याकडे लक्ष वेधण्याचा यत्न करीत होतं. तरीही... तरीही.. ती पक्षिणी सर्वांनाच भरवण्याचा आपल्या परीनं यत्न करीत होती. एकू.... एकू....एकू त्या... त्या सगळ्यांकडे एकचित्त पाहत होता. आणि, माते... त्याच्या चर्येवर.. नाही.... नाही... ते सांगणं मला... मला अशक्य आहे, ग. मी .. मी एकूच्या समाधीचा भंग करण्याचं पातक केलं नाही. तेवढं साहस झालंच नाही. मी... मला.... माते, त्यानंतर त्याला रागावण्याचं, त्या तिथं सोडून जाण्याचं किंवा बळाने बरोबर घेऊन परत निषाद राष्ट्रात जायचं देखील... माते.... मी.... आगतिक....'

शंबर काही न बोलता खाली मान घालून उभा राहिला. त्याच्या मनावरील भार उतरल्यानं तो काहीसा श्रांत-क्लांतसा झाला होता.

कृपी त्याच्या खांद्यावर हलकेच थोपटत होती. तो स्पर्शच बोलका होता. त्यातून माया स्त्रवत होती.

'शंबरा, वत्सा... तू योग्य तेच केलंस, बरं' कृपी रुद्ध स्वरात बोलू लागली, 'आणि आता करतो आहेस, तेही उचितच आहे. तू रागावलास, क्रुद्ध होऊन काही कटु शब्द बोललास, ते मायेपोटी. माया असते, तिथंच हा राग येणार. स्वार्थासाठी नव्हे, रे, पिल्ला... तू तर एकूच्या कल्याणासाठीच रागावलास ना..... हा असा मायेपोटी येणारा राग हवाच रे ! तोच त्याला मार्गावर ठेवील. स्वतःचं भान ठेवायला उपकारक ठरेल हं!' कृपीनं शांत, आश्वस्त सुरात सांगितलं.

'असं.. खरं... खरंच सांगतेस. तू...' शंबर उत्सुकपणे विचारू लागला. तिच्या शब्दांनी त्याला लाभलेलं समाधान व सांत्वना स्पष्ट होत होती.

'शंबरा, तरुवेलींना वाढीसाठी केवळ पाणी असेल, सूर्याचे तप्त किरण नसतील, तर.. तर चालेल का?' कृपीनं प्रश्न केला.

शंबरानं नकारार्थी मान हलवली. त्याला कृपीचं म्हणणं पटलं होतं.

'किती चांगली आहेस, ग, तू!' शंबर एकदम उत्स्फूर्तपणे म्हणाला.

'माता नेहमीच चांगली नसते का, शंबरा.....?' कृपीनं प्रश्न केला आणि शंबर गोंधळला, काहीसा लज्जित झाला.

'चल, आता आश्रमात जाऊ. चांगल्या मातेच्या चांगल्या पुत्रासारखा घासभर खा. एकलव्य काय करतो, त्याची प्रगती कशी आहे, ते सारं सारं मला सांग.' कृपी बोलत त्याला हाताशी धरून आश्रमाकडे घेऊन निघाली.

●

१५

माध्यान्ह वेळ उलटून गेली होती.

सूर्यदेव बारा नेत्रांनी अग्निवर्षाव करीत होते.

साऱ्या वातावरणात जणू उष्णता ओसंडून वाहत होती. तरी पण त्या घनदाट अरण्यातील गर्द हिरवी वनराजी ही उष्णता पिऊन आपल्या धरतीमातेला शीतलछाया देण्याचा यत्न करीत होती. वृद्ध मातेला सांभाळणारी मुलंच जणू.

या भयंकर दाहक उष्णतेनं अनेक लतावेली तर सुकून गेल्या होत्या. मृत्यूच्या दर्शनानं भयभीत होऊन त्यांनी आधारासाठी, वृक्षांना अधिकच घट्ट मिठी मारली असावी. कारण सुकल्यावरदेखील त्या तशाच वृक्षांना लेपटून होत्या.

या भीषण दाहात सारे पक्षीदेखील आपापल्या घरट्यातून चिडीचूप बसून होते. सारं अरण्य, त्या उष्म्यामुळं अर्धमृत अवस्थेत होतं.

त्या सर्व चमत्कारिक शांततेत एकच स्वर ऐकू येत होता : लयबद्ध! सप्...सप्... सूं....सप्....

एक उंच, बलिष्ठ, मुखावर कोवळी लव उमटलेला तप्त तांब्यासारख्या वर्णाचा तरुण तिथं होता. आपल्या विशाल धनुष्यातून झपाझप बाण दोरी आकर्ण ताणून सोडण्याची त्याची हालचालही विनासायास होत होती.

त्याच्या हालचालींतून त्याची शक्ती, चपळाई व धनुर्विद्येतील प्रावीण्य दिसत होतं.

जवळच एकीकडे बाणांचा खूप मोठा संग्रह होता. भात्यातील बाण संपताच नवे बाण भात्यात भरले जात होते. भराभर ते सुटत होते... पुन्हा भाता रिकामा होता होता.

सर्व क्रिया सहजपणे होत होत्या. त्यात एक ताल होता. तोल होता. नर्तकाच्या हालचालीप्रमाणे त्याच्या हालचालींत देखील रेखीवपणा होता. त्याचा वर्ण काहीसा रापल्यामुळं तो तरुण अधिक काळसर व पौरुषपूर्ण दिसत होता. रुंद व बलिष्ठ खांदे, सुडौल स्नायूंचे व त्यांतील शक्तीचे दर्शन घडविणारे आजानुबाहू, खांद्यांवर रुळणारे व फारशी निगा न ठेवल्यानं रुक्ष जटेप्रमाणे भासणारे काळे-पिंगट केश... रुंद, प्रमाणबद्ध छाती व सिंहासारखी बारीक कंबर ... तो तरुण या सर्वांमुळं अत्यंत प्रभावशाली व आकर्षक दिसत होता.

त्याची लांब चर्या, लांब, पण टोकाला किंचित पसरट नाक, काळेभोर तेजस्वी

नेत्र, लांब जिवणी आणि तिला शोभेलसे ओठ. चर्येवरील एक विशिष्ट राकटपणा व गोडवा यांचा संगम मोठा गोंडस व आकर्षक दिसत होता. त्याच्या हालचालींमध्ये योद्ध्याचा डौल आणि अरण्यवासीयांचा सावधपणा दिसत होता.

त्याची व्यग्र व प्रसन्न चर्या त्याला आपल्या कामाविषयी वाटणारी आत्मीयता दर्शवीत होती. समोरील बाजूला पंचाहत्तर-ऐशी पावलांवर एक तोरण होतं. त्या तोरणामध्ये अधांतरी सात आकृती होत्या. साल, ताल, आदी विशाल वृक्षांच्या सालीपासून सुमारे दीड, दोन हात उंचीच्या लंबगोलाकृती बनवल्या होत्या. त्यांचं स्वरूप मानवी आकृतीप्रमाणे होतं, त्या सर्व आकृती कमीअधिक उंचीवर लोंबकळत होत्या आणि त्या आकृती या तरुणाच्या धनुर्विद्येच्या अभ्यासाची लक्ष्ये होती.

तो तरुण बाण सोडून त्या आकृतीला एक अंगानं धक्का देत असे व ती आकृती फिरू लागताच, तिच्या मध्यावर असणाऱ्या हृदयाचा वेध घेत असे.

त्यानंतर दोन दोन आकृतींवर त्यानं तोच प्रयोग सुरू केला... नंतर त्यानं तीन तीन लक्ष्यांवर तोच प्रयोग सुरू केला.

पहिली तीन लक्ष्यं एका मागोमाग एक फिरली. आणि सपासप तीन बाण सुटले. त्यांतील दोन बाणांनी नेमका लक्ष्यवेध केला... पण.. तिसरा मात्र लक्ष्यावर न बसता त्या आकृतीच्या कडेला बसला. त्या तरुणाच्या कपाळावर एक उभी आठी उमटली. भुवया उंचावल्या गेल्या. चर्येवर एक अस्वस्थ भाव उमटला. पण पळभरच; नंतर तो शांत चर्येनं लक्ष्याकडेच पाहत उभा राहिला. आपल्या लक्ष्यवेधातील त्रुटीचा तो विचार करीत असावा.

आपल्या शरसंधानाची गती आणि त्या लक्ष्यांच्या फिरण्याची गती यांत अंतर पडल्यानंच हे घडल्याचं त्याच्या ध्यानी आलं असावं. परत त्यानं शरसंधान न करता केवळ तसा आविर्भाव करीत हालचाली केल्या. आपल्या त्याच हालचाली दोन-दोन वेळा करून त्यानं आपल्या साऱ्या हालचालींचं विचारपूर्वक परीक्षण केलं असावं.

त्यानंतर स्वत:शीच स्मित करून त्यानं परत आपल्या शरसंधानाची तयारी केली. त्या लहानशा स्मितानं त्याची चर्याच नव्हे, तर सारं व्यक्तिमत्त्वच उजळून निघाल्यासारखं झालं.

परत त्यानं तीन लक्ष्यं फिरवून त्यांचा वेध घेण्याचा आपला यत्न सुरु केला. पुन्हा दोन लक्ष्यांचा वेध अचूकपणे आला, पण ... तिसरा...

तो तरुण पुन्हा पुन्हा यत्न करीत होता. अयशस्वी होऊनदेखील तो निराश व रागावलेला दिसत नव्हता. त्याचे ते पुन्हा पुन्हा होणारे प्रयत्न पाहून सूर्यदवदेखील जणू थकले. थकून सूर्यानं अस्ताचलाच्या दिशेनं वेगानं जाण्यास सुरुवात केली.

त्या तरुणाचं लक्ष तिकडेदेखील नव्हतं.

आपलं चापल्य, शरसंधानातील गती आणि अचूकता वाढवण्याचा तो सतत प्रयत्न करीत होता. त्यातच तो पूर्ण एकाग्र झाला होता. तीन लक्ष्यांचा भेद यशस्वी झाल्यानंतर त्यानं पुढं चार लक्ष्यांवर तोच प्रयोग केला.

सतत पुढचं क्षितिज त्याला दिसत असावं. एक साध्य लाभलं, म्हणून थांबण्याची कल्पनाही त्याच्या मनाला शिवली नसावी. घटिका..... पळं उलटत होती.

सांजवारा सुटला होता, पक्ष्यांचा, किलबिलाट सुरू झाला हाता; पण तेही जोरात कोलाहल करीत नव्हते. धनुर्धारी साधकाच्या एकाग्रतेचा भंग होऊ नये, असं त्यांना वाटत होतं. आसमंतातील कोणत्याही गोष्टीकडे, निसर्गाच्या सौंदर्याकडे किंवा पक्ष्यांच्या किलबिलाटाकडे त्याचं लक्ष नव्हतं.

शेवटी त्याच्या भात्यातील आठ बाण वगळता सारे बाण संपले. शेजारी ठेवलेला बाणांचा ढीगही संपला होता. दोन झाडांच्या फांद्या वाकवून त्या तोरणासारख्या बांधल्या होत्या. त्यांवरील खाली-वर लटकणारी सात लक्ष्ये सायाळीप्रमाणं दिसत होती. तरीही त्याचे यत्न सुरूच होते.

आता उरले होते आठ बाण... शेवटचे आठ... पण लक्ष्यवेध योग्य प्रकारे झाल्याचं समाधान मात्र त्याला लाभलं नव्हतं.

त्यानं क्षणभर विचार केला.

नंतर तो भराभर पावलं टाकीत त्याच्या उजवीकडे असलेल्या मूर्तीजवळ गेला. तिथं गुडघे टेकून विनम्रपणे प्रणाम केला. काही वेळ तो तशाच अवस्थेत राहिला. मग उठून परत आपल्या लक्ष्यवेधाच्या स्थानाजवळ आला.

पवित्रा घेतला... चार बाण सुटले... सप्... सप्.....

पहिल्या चार बाणांनी चार लक्ष्यांना वळवलं..... बाणांची गती प्रत्यंचेवरून सोडताना त्यानं नियंत्रित केली असावी. त्या आकृतींच्या फिरण्यावरूनच ते ध्यानी येत होतं. चारही लक्ष्ये जवळ जवळ एकाच वेळी वळत होती.

सप्... सप्..... परत चार बाण सुटले. लक्ष्ये तर सायाळीच्या काटेरी पाठीसारखी दिसत होती; पण तरीही ते बाण नेमके त्या बाणांच्या गर्दीतही मध्यावरच घुसले. 'खच्!' असे त्यांच्या रुतण्याचे ध्वनी इतके जवळ होते, की एकाच किंचित दीर्घ अशा ध्वनीपेक्षा अधिक असे ध्वनीच आले नाहीत.

--आणि त्याच वेळी मागून काहीतरी खसपसले. आणि तो तरुण गर्रकन् मागे वळला.

मागे शंबर उभा होता.

धुळीनं माखलेलं शरीर, वाऱ्यावर भुरभुरणारे केस, डोळ्यांत चमक. पाठीवर एक भलं मोठं ओझं. पण ते नसल्यासारखी ताठपणे चाल व हालचालींत

सहजता होती.

'वा:! एकू! वा:!..... छान! केवळ चपळाईच आहे, असं नाही. चापल्याशी गतीचा मेळ बसवून अचूक लक्ष्यवेध केलास तू'.. अं ... हे काय...? सारे बाण संपले?' शंबरानं प्रश्न केला. तो उंचीनं थोडासा कमी होता. पण ती उणीव त्यानं जाडीनं भरून काढण्याचा यत्न केल्यानं, तो काहीसा स्थूल भासत असे.

'अं.... हो... सारे संपले खरे...!' एकलव्य काहीशा ओशाळलेल्या स्वरात उद्गारला.

शरसंधान केल्यानंतर सारे बाण एकत्र करणं, त्यांतील निरुपयोगी टाकून, त्या जागी नवीन तयार करणं.... त्यांची लांबी, वजन, तोल - सारं पारखून तयार करणं हे काम शंबरच करीत असे. आपण काही साहाय्य न करता केवळ त्याच्याकडून कष्ट करून घेतो. याची एकलव्याला लाज वाटत असे.

'एकू... तू.. साधना करीत असताना किती छान दिसतोस, रे!... वाटतं, भगवान एकलिंग तर शरसंधान करत नसतील.....?'

'शंबरा...' लटका राग दाखवीत एकलव्यानं शंबराचं बोलणं मध्येच थांबवलं

'तुझ्या तल्लीन एकाग्रतेचं, हे साधनामग्न रूप मुग्ध करतं, बघ. कधी वाटतं, कोणी माझ्या एकूचं हे रूप पाहणार तर नाही ना?.....'

'का? पाहीनात का!..'

'अरे वेड्या.. दृष्ट नाही का लागणार तुला? मग इथं आपली माता कुठ आहे तुझी दृष्ट काढायला?' गंभीरपणे शंबर उद्गारला आणि मुद्रा चिंतित करून पाहू लागला.

त्याच्या बोलण्यावर स्तंभित होऊन एकलव्य त्याच्याकडे काही काळ पाहत राहिला. मग त्याच्या खांद्यावर हात ठेवून बोलू लागला.

'शंबरा, तुझा स्नेह साऱ्या संकटांपासून मला मुक्त ठेवील. माझं सर्वस्वी रक्षण करील, शंबरा!' एकल्यव्य हळुवार स्वरात पुटपुटला.

'एकू... हे..हे... तुझे यत्न पाहून एक आशंका मनी येते....'

'शंका, शंबरा? कसली शंका? विचार तर तुझी शंका. शंका म्हणजे मनाचं गळू. अतिदु:खदायी. शरीरातील गळू कधी तरी आपोआप पिकून फुटतं. मनाचं शल्य मात्र तसंच राहतं. त्यावर स्पष्ट बोलणं हाच उपाय. खरं तर अतिशय सोपा; पण त्यामुळंच अवघड. तेव्हा, बाळ शंबरा... बोल, स्पष्ट बोल. मनी आशंका धरू नकोस!' एकलव्य गंभीर स्वरात बोलला. अन् शेवटचं वाक्य सानुनासिक, करड्या-घोगऱ्या स्वरात बोलला.

'एकू.... अरे, माझ्या बाप्पांची नक्कल करतोस काय? थांब, गेल्यावर सांगतो त्यांना.'

'नको. रे... त्यापेक्षा तूच शिक्षा कर. ते बरं. पण मी त्यांनी आपल्याला सांगितलेलं नेमकं म्हटलं, की नाही?' एकलव्यानं विचारलं.

शंबरान मान हलवली. त्याचे बाप्पा जे सांगत, ते व तसंच नेमकं एकलव्यानं सांगितलं होतं. पण शंबर विचार करीत होता. नंतर त्यानं एकलव्याच्या हाताला धरलं. प्रवाहाजवळील त्यांच्या नेहमीच्या आवडत्या शिलाखंडावर जाऊन ते बसले.

प्रवाहात पाय सोडून बोलत बसायला दोघांनाही खूप आवडत असे. त्यामुळं शीण नाहीसा होई. ते तसे बसले आणि मग शंबरानं बोलण्यास सुरुवात केली.

'एकू.. खूप खूप काळ आपण इथं राहतो आहोत. तू अपार कष्ट करतो आहेस. अगदी जिवापाड. का.. करतो आहेस? आजही साऱ्या निषाद, शंबर, पुलिंद, किरात, आदी सर्वच अरण्यवासीयांपेक्षा तू श्रेष्ठ धनुर्धर आहेस. धनुर्विद्येचेच नव्हे, तर युद्धविचारही करतोस. व्यूहरचना, त्याच्यावरील उपाययोजना, आदी सारं कल्पकतेनं करीत असतोस. मी सांगतो, आज तू साऱ्या अरण्यवासीयांमध्येच नव्हे, तर आर्यराष्ट्रात देखील तुझ्याशी बरोबरी करेल, असा वीर मिळेल, असं मला वाटत नाही. निश्चयपूर्वक सांगतो हे मी...'

'शंबरा... अरे, माझ्या प्रेमापोटी असं वाटतं तुला; पण हस्तिनापुरातच माझ्यापेक्षा श्रेष्ठ...'

'कोणीही नाही, तुझ्याइतकं कौशल्य कोणाकडेही नाही. तरीदेखील तुझी आस, ध्यास आणि अभ्यास काही संपतच नाही. हे उग्र व्रत... ही कठोर तपश्चर्या... कशासाठी, एकलव्या? आणि कुठवर....?' शंबरानं प्रश्न केला.

सावल्या गडद झाल्या होत्या; पण त्यांचं या गोष्टीकडे लक्ष नव्हते. दोघेही आपापल्या बोलण्यात गुंग होते.

'शंबरा, ज्ञानासाठी ही एकाग्रता आणि हा ध्यास आहे.'

'नाही, एकलव्या, कित्येक वर्षांपूर्वी इथं आपण आलो. त्या वेळी तुझं लक्ष्य होतं ज्ञानप्राप्ती. त्या ज्ञानप्राप्तीची कारणं-त्यांची उदिष्टं, सारं काही स्पष्ट होतं. कोणत्याही गुरूविना त्या उद्दिष्टांसाठी लागणारं नव्हे, त्याहून कितीतरी पट श्रेष्ठ असं ज्ञान तू मिळवलं आहेस. तरी देखील तू हे... आराधनेचं सत्र तू चालवतो आहेसच. हस्तिनापुरी किंवा कुठंही कोणत्याही कारणानं जात नाहीस. मृगयादेखील साधनेचं अंग म्हणून. का.... कशासाठी, एकलव्या?' शंबरानं आपल्या मनातील प्रश्न अधिक सविस्तर, अधिक स्पष्ट विचारला होता. तो म्हणत होता, त्यात सत्य होतं.

एकलव्य काही काळ या प्रश्नावर गप्प राहिला. जणू तो आपल्या मनाशी या उत्तराची जुळवाजुळव करीत असावा. किंवा अंतर्मुख होऊन आपल्या मनाचा तळ

शोधत असावा.

मग तो पुन्हा बोलू लागला.

'बघ, आपला पहिला उद्देश होता सर्व ज्ञातीत श्रेष्ठ व कुशल धनुर्धर होण्याचा. कुमारांचं नायकत्व मिळवण्याचा. नंतर वीरभद्र भेटले. ज्ञातीच्या कल्याणासाठी, रक्षणासाठी ज्ञान मिळवण्याचे दुसरे ध्येय नंतर आपल्यापुढं आले. आपल्या ज्ञानसाधनेला नवं उद्दिष्ट मिळालं. नवं ध्येय लाभलं. आपण इथं आलो, ज्ञानसाधना सुरू केली... आणि शंबरा, फार वेगळंच घडलं, रे.'

एकलव्याच्या त्या शब्दांत सूक्ष्म खेद होता का...? शंबराला तरी तसं वाटलं.

'काय.... काय वेगळं घडलं, एकू?' शंबरानं चिंतित होऊन प्रश्न केला.

'ज्ञानसाधना करू लागलो. दिसामासांनी अनेक वर्षं उलटली आणि... आणि माझ्यापुढं असलेली उद्दिष्टं धूसर होऊ लागली. माझं ध्येय, जे ध्येय घेऊन आपण आलो, ते फारच अपुरं, थिटं भासू लागलं.'

'म्हणजे काय?... काय झालं?' शंबरानं दचकून प्रश्न केला.

'अरे, विद्यासाधना करता करता साधनेत आनंद लाभला. साधनेतील आनंद घेता घेता समोरचं साध्यच नाहीसं झालं. साधन हेच साध्य बनलं.' एकलव्यानं कुठं तरी अज्ञातात पाहत सांगितलं.

शंबर त्याच्याकडे बारकाईनं पाहत होता. त्याच्या चर्येवरील बारीक-सारीक भाव त्या अंधारल्या वातावरणातही वाचण्याचा यत्न शंबर करीत होता. पण त्या अंधूक प्रकाशात एकलव्याच्या पाणीदार नेत्रातील चमक सोडता, अन्य काहीच दिसत नव्हतं.

'एकू.... तुझं म्हणणं समजल्यासारखं वाटतं, रे, पण नीट नाहीच समजत. जरा नीट आणि स्पष्ट सांग, बाबा, या मठ्ठ शंबराला...' शंबरानं विनवलं.

'बघ, मी प्रयत्न करतो. मलाही ते भाव नीट शब्दांत मांडता येत नसतील. प्रथम आपल्यामध्ये स्पर्धा होती. त्यातून ईर्ष्या आली. आपण इतरांहून वेगळं काही करावं, अधिक श्रेष्ठ व्हावं, ही ईर्ष्या. सारी माणसं हेच करतात. श्रेष्ठत्व मिळण्याच्या लालसेनं. नंतर स्वजनांशी ईर्ष्या संपली. आर्यांची विद्या मिळवून त्यांच्याशी स्पर्धा करावी, त्यांच्याहून श्रेष्ठ व्हावं, ज्ञातीचं रक्षण करावं, शक्य तर आक्रमक आर्यांना कायमचं पराभूत करावं, ज्ञातिगौरव पुन्हा मिळवावा, ही ईर्ष्या मनी आली. समजलं ना तुला?'

'होय. एकलव्या, इथपर्यंत नीट समजलं. हेच ध्येय घेऊन आपण इथं आलो. पुढं सांग.' शंबरानं शान्त, गंभीर स्वरात सांगितलं.

एकलव्यानं पुढं बोलण्यास सुरुवात केली.

'इथं आलो, साधना सुरू केली. साधना करीत असता एक गोष्ट आपोपआपच

ध्यानी आली, स्वार्थ असेल, तर ज्ञानात मलिनता येते. पोटापुरतं, व्यवहारात उपयोगी व आवश्यक ज्ञान, ते ज्ञान नव्हे. ती विद्या. आपण ज्ञानासाठी आलो. कामापुरत्या विद्येसाठी नाही. प्रथम व्यक्तिगत प्रतिष्ठेचा स्वार्थ होता. तर नंतर ज्ञातिप्रतिष्ठेचा. व्यापक झाला, तरी स्वार्थ. इथं येताना स्वार्थानं आपण साधना सुरू केली.'

'पण, एकलव्या, व्यक्तिगत स्वार्थाला व्यापक स्वार्थाचं, सर्वांच्या हिताचं स्वरूप देणं म्हणजेच मानवता. पशुत्वाकडून खऱ्या मानवीयतेकडे जाणं, असं मायनं, गुरुदेवांनी सांगितलं नाही का?' शंबरानं प्रश्न केला.

एकलव्यानं होकारार्थी मान हलविली.

'एकलव्या', शंबर पुढं बोलू लागला, 'स्वार्थानं रंगलेलं ज्ञान अध:पातास कारण असेल. तर तू म्हणतोस, ते सर्व दोष आर्य समाजात आहेत; तरी त्यांचं कुठं अध:पतन होत आहे? त्यांच्यांत सामाजिक विषमता आहे. ज्ञान..... हे... हे ज्ञान तर मोजक्या श्रेष्ठांची मक्तेदारी.... दास बनलं आहे. तुझ्या म्हणण्याप्रमाणं त्यांचा कुठं अध:पात होतोय्? ते तर दाही दिशा पादाक्रांत करीत चालले आहेत.'

'तू ज्याला प्रगती म्हणतोस.... ते त्यांचं आक्रमण ही प्रगतीच आहे का? आज जे भव्यदिव्य दिसतं, ते सत्य कसं आहे, ते काळच ठरवू शकेल. रात्रीच्या अंधकारात भयदायी, भव्य वाटणाऱ्या छाया सूर्याच्या प्रकाशात अगदीच क्षुद्र व दीन भासत नाहीत का? मग सत्य कोणतं मानणार? सूर्यप्रकाशातलंच ना...?'

शंबरानं या प्रश्नावर होकारार्थी मान हलवली. एकलव्य तशाच ओघानं बोलू लागला :

'शंबरा, ज्ञानाला स्वार्थ चिकटला किंवा त्याच्यावर कोणाचा अधिकार, विषिष्ट ज्ञाती वगैरेंचं नियमन आलं, की त्या समाजाचं, स्वार्थी ज्ञानसाधना करणाराचं आणि ज्ञानाचंही अध:पतन होणारच.' एकलव्यानं ठाम सुरामध्ये सांगितलं.

'म्हणजे ही तुझी ज्ञानसाधना.... हे तू मिळवलं आहेस, ते सर्व... ज्ञातीसाठी नाही, तर त्याला कसल्याही स्वार्थाचा स्पर्श होऊ नये, यासाठी या निरुपयोगी ज्ञानाचं केवळ ओझं वाहणार. हे सर्व कष्ट, हे आयास, ही साधना.... सारं सारं फुकट.. एकू... ज्ञातिद्रोह करणार तू...' शंबराच्या स्वरात उत्तेजना, क्रोध, खेद - सारं काही होतं.

'नाही, रे, बाबा. असा रागाऊ होऊ नकोस. जेव्हा आवश्यक असतील, तेव्हा माझे प्राणही ज्ञातीसाठी असतील. मग विद्येचा काय प्रश्न? मी म्हणतो आहे, ते वेगळं. नीट समजून घे.....'

'काय... काय समजून घेऊ?' शंबराचा स्वर अद्याप तप्त होता.

'विद्या विमुक्त नसेल, सर्वांसाठी नसेल, तिला स्वार्थाचं अधिष्ठान दिलं जाईल, तर ती मलिन बनेलच. पतित होऊन ती इतरांच्या, साऱ्याच समाजाच्या पतनाला

कारण होईल. म्हणून मी ही विद्या साऱ्या अरण्यवासींना मुक्त हस्ते देणार. निषाद, शंबर, पुलिंद, किरातादी कोणालाही. फक्त त्यांची पात्रता, त्यांचे विचार पाहून देणार. एकलव्याचं हे श्रेष्ठत्व सिद्ध करण्यास किंवा टिकवण्यापुरती ती विद्या, ते ज्ञान असणार नाही, समजलं ना....?'

शंबरानं हुंकार दिला.

'म्हणूनच मी म्हटलं, की ज्ञानाचीसाधना करीत असता सारे स्वार्थी हेतु गळून गेले. माझी ही ज्ञानसाधना.... अरे, पुढच्या मागच्या हेतूपेक्षा, उपयुक्ततेपेक्षा त्या साधनेतल्या निर्भेळ, शुद्ध आनंदासाठीच अधिक आहे.' एकलव्यानं मोकळ्या स्वरात सांगितलं. त्याला आपल्या मनीचे भाव व्यक्त करता आल्यानं खूप समाधान वाटत असावं.

'पण, एकू, आर्य समाज त्याच्या पद्धतीनं अध:पतित होतो आहे. दुर्बळ बनतो आहे. तर त्याचं काही आपण का घ्यावं?' शंबरानं प्रश्न केला.

'शंबरा, आर्यांचं अंधानुकरण करायचं नाही. अंधानुकरण म्हणजे आत्मनाश. स्वत्व जातं व स्वत:लाही न कळता पतित होतो आपण; पण जुनं सारं जसंच्या तसं टिकवायचं म्हटलं, तरीही आत्मनाश होईल. जे नवं; पण अपरिहार्य आहे, आवश्यक आहे, ते स्वीकारलंच पाहिजे. हे एकत्रीकरण.... आर्य त्याला संकर म्हणतात, तोही आवश्यक आहे, शंबरा....' एकलव्यानं शांतपणे त्याला उत्तर दिलं.

'तो कशासाठी? म्हणजे तू...'

'थांब, गडबडीनं बोलू नकोस. बाण आणि शब्द विचारपूर्वक योग्य दिशेनंच सोडावेत. शंबरा, आपण निसर्गाची लेकरं. धरती संकरातूनच नवं निर्माण करते. झाडं, वेली, पशू-पक्षी अगदी मशकंसुद्धा निसर्गधर्मानं विकसित होतात. नव्या संकटांशी, बदलत्या स्थितीशी जुळवून घेत, आवश्यकतेप्रमाणे बदलत ते स्वत:चं अस्तित्व टिकवतात, वाढतात, खरं ना?'

'म्हणजे आपण तसंच करायचं, असं तुझं म्हणणं आहे ना?' शंबरानं प्रश्न केला; पण त्याचा स्वर विचारी होता.

'होय, मुद्दाम नव्हे. अंधानुकरण म्हणून नव्हे; नवं ते हवं, या हव्यासानं नव्हे. यांपैकी कोणत्याही कारणानं आपण आंधळेपणानं आपल्या परंपरेत, विश्वासात वा संस्कृतीमध्ये नवं घेण्याचा प्रयत्न केला, तर सर्वनाश ओढवेल. आवश्यक, अपरिहार्य आणि उचित तेवढंच पूर्ण विचारानं, डोळसपणे आपल्याला अनुरूप करून घ्यावं.' एकलव्य उद्गारला.

काही वेळ शांतता तशीच राहिली. दोघंही आपापल्या विचारात मग्न असावेत.

'एकू, तू म्हणतोस, ते समजलं मला.' शंबरानं म्हटलं.

शंबर काही क्षण शांत राहिला. स्वत:शीच विचार करीत.

पाखरांची किलबिल होत होती. रात्रीनं चांगलीच काजळी धरली होती. चांदण्याचा लपंडाव संपत आला होता.

'एकू, मी जरा मंदबुद्धी, मठ्ठ. मला या तुझ्या मोठ्या तत्त्वावर... तू दिलेल्या नव्या पाठावर विचार करायला हवा. नीट स्वत:शीच समजून घ्यायला हवं. मात्र मग.... काही मत देऊ शकेन मी.' शंबरानं जरा परिहास करीत सांगितलं.

'ते असो. हस्तिनापुरी काय घडलं....?'

'घडलं खूप.... पण जरा आहार घेऊ. मग सांगतो तुला सर्व. चल.' असं म्हणून शंबर त्याला घेऊन कुटीकडे निघाला.

●

१६

'सारं हस्तिनापुर उत्सवाप्रमाणं फुलून गेलं होतं. मी नित्यापेक्षा बराच आधी पोचलो, माध्यान्हाऐवजी पहिला प्रहर उलटत असतानाच...'

'अं... पहिला प्रहर... म्हणजे तुला पंख फुटले, की काय?' एकलव्यानंप्रश्न केला.

एकलव्य व शंबर उभयता आहार घेत होते.

एकलव्यानं शंबराला हस्तिनापुराची सारी घटना सांगण्यास भाग पाडलं होतं. जर ती सांगितली नाही, तर कुतूहल अतृप्त राहिल्यानं.... औत्सुक्यामुळं तो आहार नीट करू शकणार नाही, असं त्यानं सांगून शंबराला हस्तिनापुराची हकीकत सांगण्यास एकलव्यानं भाग पाडलं.

शंबर मूळ गोष्टीवेल्हाळ. एखादी गोष्ट कशी फुलवून .. खुलवून सांगण्याची सवय होती त्याला.

'पंख नाही... पाय फुटले.... पाय....!' शंबर सांगू लागला. 'रात्र संपून दिसू लागताच मी निघालो. काही अंतरावरून भारद्वाज पक्षानं दर्शन देऊन शुभशकुन केला. यात्रा सफल होणार, याचा आनंद झाला.'

'भारद्वाजाचा हस्तिनापुरी त्वरित जाण्याशी काय संबंध?' एकलव्यानं विचारलं.

शंबराची कथनशैली उत्तम होती; पण त्याला मधून मधून ऐकणाऱ्याची प्रतिक्रिया लागत असे. मग त्याची जीभ चौखूर धावत असे.

'त्याचीही गंमतच झाली. अरण्याजवळ मला एक मुक्त अश्व दिसला. तो.... तो बहुधा कोणत्यातरी वस्तीवरून पळाला असावा. प्रथम तो खूप विरोध करीत होता. पण.. मी त्याला हस्तिनापुरापर्यंत नेलं. अत्यंत वेगवान होता तो! मग हस्तिनापुराच्या अलीकडे एक छान जलप्रवाह आहे ना, त्याच्याजवळ हिरव्या कुरणात त्याला वेलींनी गुंतवून ठेवलं. आणि हस्तिनापुरी गेलो.... तो काय.... सारीच गडबड. सारं नगर शृंगारलेलं. लोक तर उत्सवासारखे नटले होते. सर्वजण घराबाहेर....'

'अरे, एखादा उत्सव असेल. मग.....?' एकलव्यानं त्याला मध्येच थांबवीत म्हटलं. त्याला हे वर्णन कितीही लांबू शकेल, याची कल्पना होती.

'मध्ये व्यत्यय आणू नकोस. हं... तर तो घोडा.. तो बांधला आणि प्रथमच मी तुझ्या त्या गुरूच्या आश्रमाकडे गेलो. मातेचं दर्शन घेऊ, असं वाटलं...'

शंबर सांगत असतानाच एकलव्यानं स्वत:शीच एक हळुवार स्मित केलं.

गुरू एकलव्याचा आणि गुरुपत्नी शंबराची. कारण ती त्याला भावली होती, आवडली होती. ती मात्र शंबराची माता.

'त्या आश्रमात मी गेलो.. आणि काय...' शंबर सांगताना परत थांबला.

'काय झालं...?' काहीशा आश्चर्यानं आणि चिंतेनं एकलव्यानं विचारलं.

'आश्रमात कोणी कोणी नव्हतं. अगदी स्मशानासारखं शांत होतं सगळं.'

'म्हणजे... म्हणजे माता... सेवक देखील?'

'हो ना.... कोणीच नव्हतं. फक्त गोशाळेतील तो वृद्ध गोपालक होता. तोही प्रकृति- अस्वास्थ्यामुळं होता, नाही तर तोही नसता....'

'का...का बरं? लौकर सांग. चिंतेनं इथं माझा प्राण सुकतो आहे. अरे, अश्वत्थामा आणि मातेचं काय...? ती... ती कुठं गेली होती?

एकलव्यानं अधीरपणे प्रश्न केला. मातेविषयीची ती चिंता पाहून आपलं चुकल्याचं शंबराच्या ध्यानी आलं. त्याची मुद्रा खर्रकन उतरली.

'क्षमा कर, मित्रा.... त्यांचं सर्व कुशल आहे. देवी एकवीरा, मातेला आणि अश्वत्थाम्याला दीर्घायु व आरोग्य देवो!' शंबर मनापासून उद्गारला.

'ठीक आहे तर... सांग आता तुझं ते...'

'अरे, तिथलेच नव्हे, तर साऱ्या नगरातील पौरजन उत्सवाला निघाल्याप्रमाणं धावत होते. घरंदारं. विधी, व्यापार... सारं जवळजवळ ठप्प. एवढे सारे पौर नरनारी कुठं गेले, कुठं जाताहेत, याविषयी अचंबा करीत होतो. आश्रमातल्या गोपालकाला काहीच नीटपणं ज्ञात नव्हतं! मग समजलं, की सारे आचार्य द्रोणांच्या शिष्यांच्या युद्ध-विद्येचं प्रदर्शन व कौशल्य- परीक्षा पाहायला गेलेत.'

'मग तूही गेलास?'

'होय ना, तिथं तुझे आचार्य आपल्या सर्व शिष्यांसह आले होते. अश्वत्थामा देखील त्यांत होता. सारे राजकुमार आपली शस्त्र-परीक्षा लटकं युद्ध करून देणार होते.'

'अं... युद्ध आणि लटकं....? कोणाशी?' शंबराच्या सांगण्यावरून ओघ कमी होताच, एकलव्य त्याला प्रश्न विचारून चालना देऊ लागला.

'एकमेकांशीच युद्ध करायचं, तर लटकंच हवं ना? नाही तर त्यांतील एखादा मृत्युमुखी पडला नसता का? मी रंगशाळेच्या जवळील उंच वृक्षावर चढून बसलो. सारं काही पाहिलं. सूर्योदयानंतर एका प्रहरानं सुरू झालेलं हे कौशल्य-प्रदर्शन माध्यान्ह उलटल्यानंतर दीर्घ काळानं संपलं. फार मनोरंजक.'

'कोणी कोणी काय काय दाखवलं?'

'भीम आणि दुर्योधन यांचं गदायुद्ध झालं. भीमाजवळ प्रचंड शक्ती आहे. दुर्योधनही कमी नाही. अरे, गदायुद्धाचे इतके विविध आणि नवीन पवित्रे मी प्रथमच

पाहिले. दोन घटिका घनघोर युद्ध झालं. लटकं नव्हे, खरंच! असं मला तरी वाटलं. मग दोघां आचार्यांनी ते सोडवलं....

'नंतर अनेक कुमारांची धनुर्विद्या.. रथांच्या शर्यती.. परस्पर-युद्ध... शस्त्रांसह अथवा बाहुयुद्ध... नंतर अश्वविद्या, गजविद्या, इत्यादी सर्व प्रकारच्या परीक्षा घेतल्या गेल्या.' शंबरानं सांगितलं. तरी पण तो काहीतरी मागं ठेवतो आहे, याची एकलव्याला खात्री होती. तो शंबराचा स्वभाव जाणत होताच.

'धनुर्विद्येत काय काय दाखवलं?'

धनुर्विद्येत सर्वांचं कौशल्य चांगलं आहे. सामान्य आर्यांपेक्षा चांगलंच. कदाचित आर्येतरांहून देखील. पण तसं असामान्य असं काही नव्हतं.'

'आणि अर्जुन?' एकलव्यानं उत्सुकतेनं विचारलं.

'अरे, तो तर रंगनायक. पण नायकाचं ते नायकत्वच हिरावलं गेलं. बिचारा!' शंबर उद्गारला.

'म्हणजे? ते कसे?'

'अर्जुनानं सर्व राजकुमारांच्या नंतर सर्व आपलं धनुर्विद्येतील कौशल्य दाखवलं. शब्दवेध केला. लक्ष्यवेधाचे अनेक चमत्कारिक प्रकार केले. प्रत्येक वेळी पौरजन मोठ्यानं ओरडून त्याला प्रोत्साहन देत असत, त्याचा जयजयकार करीत, उगीचच. कारण त्यानं दाखवलेलं कौशल्य श्रेष्ठ प्रतीचं होतं, पण असामान्य असं काही नव्हतं. त्यापेक्षा तुझं कौशल्य....'

'आपण रंगशाळेविषयी बोलतो आहोत, शंबरा. हे अतिशयोक्तीचं बोलणं..'

'नाही, एकू... यात काहीही अतिशयोक्ती नाही, हे मी एकवीरेला स्मरून सांगतो... अरे, मी रोज तुझ्या धनुर्विद्येचा अभ्यास, त्यातील लक्ष्यवेधाची प्रात्यक्षिकं, इत्यादी पाहतो ना...'

'पुरे... पुढं सांग.' एकलव्यानं सुचविलं.

'अर्जुनानं धनुर्विद्येचं छान कौशल्य दाखवलं. पण अहंकारानं, दंभानं भारावल्यामुळं ते कृत्रिम, आयासयुक्त वाटलं. कौशल्य, चापल्य, अचूकता, वगैरे सारं होतं, रे... पण.. तरीही सहजता नव्हती. फक्त गुरूनं घटवलेली पोपटपंची! तो स्वतः त्यात एकरूप.. एकजीव झाल्यासारखा वाटला नाही आणि त्याचीही फजिती झाली. तिथंच त्या सर्व रंगशाळेत सर्व नागरिकांपुढं!'

'अर्जुनाची... ?... का .... ? कशी बरं?' एकलव्यानं विचारलं

'तो कौशल्य दाखवून मागं सरला. सर्व रंगशाळेत गगनभेदी जयजयकार झाला. अर्जुनाची चर्या फुलून आली होती, द्रोणाचार्य, कृप, भीष्म वगैरे साऱ्यांच्या मुखांवर आनंद, कौतुक,आदी दिसत होतं. अर्जुनाचं श्रेष्ठत्व, आजचं रंगनायकत्व निर्विवाद मान्य झालं होतं. तोच वृक्षावर अचानक विद्युल्लता कोसळावी, तसं

झालं. सर्व प्रेक्षकांना अभिवादन करण्यास अर्जुन पुढं झाला, तेव्हाच...' आणि शंबर जणू विसाव्यासाठी थांबला.

'... काय झालं? कुठून कोसळली तुझी विद्युल्लता?' एकलव्यानं अधीर प्रश्न केला.

'अर्जुनामागून एक सामान्य वेषातील तेजस्वी तरुण पुढं झाला. त्यानं आपलं अस्त्रकौशल्य सभेला दाखवण्याची अनुमती मागितली....'

'मग...?'

'तशी अनुमती देण्यास आचार्य मंडळींचा विरोध होता. रंगशाळेचं कार्य झालं.....'

'पण अशा शस्त्रकौशल्याच्या प्रदर्शनामध्ये कोणालाही अनुमती असते ना..?'

'होय, त्यानं नेमकं तेच विचारलं. मग त्याला सम्राटांनी दुर्योधनाच्या विनंतीवरून अनुमती दिली आणि त्यानं अर्जुनानं केलेले सर्व शस्त्रविद्येचे प्रयोग तर केलेच; पण त्याहीपेक्षा अधिक व श्रेष्ठ असे प्रयोग केले. प्रथम काही काल तर सारे पौरजन.... आचार्य द्रोणदेखील स्तंभित होऊन पाहू लागले. नंतर जयजयकारानं सारं आकाश कोसळेल, असं वाटलं.....'

'कृपानं नको म्हणून केलेला अवरोध जर मान्यच झाला असता, तर हे देवदुर्लभ कौशल्य पाहायला मिळालं नसतं. त्या कुरुकुलातील वृद्ध योद्ध्यानंही 'मंच सर्वांसाठी, मुक्त असतो,' असं म्हटलं.मग त्यानं अर्जुनासारखे सर्व प्रयोग करून दाखवले. तेही अनायास, किती सहज. त्यामुळं तर ते अधिक नेत्रदीपक, आकर्षक वाटले. माध्यान्हीच्या तळपत्या सूर्याच्या किरणांत तो आपलं कौशल्य दाखवत होता. सूर्याच्या किरणांत त्याचं तेजही शतगुणित होतं. तो... तो जणू भूमीवर उतरलेला दुसरा सूर्य भासत होता. किती तेजस्वी, तरीही शांत, शूर! आणि धनुष्य तर त्याच्या शरीराचं अंगच जणू!.. 'शंबर सांगत असता, हातातील घास तसाच राहिला होता. दृष्टी कुठं तरी दूरचा वेध घेत होती. तो जणू तेच दृश्य मनानं पाहत होता.

'शंबरा, असा तुलाही मोहिनी घालणारा धनुर्धर होता तरी कोण?' एकलव्यानं कुतूहलानं विचारलं. अपरिचित आर्याची एवढी स्तुती, म्हणजे शंबर खरोखरीच प्रभावित झाला असावा.

'राधेय कर्ण असं नाव सांगितलं त्यानं. इतकंच नव्हे, तर त्यानं अर्जुनाला विद्यादर्शनासाठी द्वंद्वाचं आव्हान दिलं....'

'आणि मग... मग काय झालं?' त्याचं सर्व लक्ष आता शंबराच्या कथेवर केंद्रित झालं होतं.

शंबरानं परत सारी कथा सुविहितपणे सांगितली. सारं विस्तारपूर्वक सांगितलं.

कर्णाचं आगमन... त्याला झालेला विरोध.... नंतर त्यानं दाखवलेलं कौशल्य. साऱ्यांचे साधुवाद... नंतर त्यानं अर्जुनाला दिलेलं द्वंद्वाचं आव्हान... सारं काही चटकदारपणे शंबरानं वर्णन केलं.

'मग स्वीकारलं अर्जुनानं आव्हान?' एकलव्यानं प्रश्न केला.

'नाही. आचार्यांनीच त्यांचा लाडका शिष्य पराभूत होऊ नये, म्हणून पळवाट काढली.' शंबरानं सांगितलं.

'कसली पळवाट? द्वंद्वाचं आव्हान नाकारणारा तो कसला पुरुष.... नपुंसक...'

'पण ते आचार्यांनी नाकारलं. अर्जुनानं नव्हे! बरोबरीच्या लोकांनी द्वंद्व करावं. कर्ण हा सूतपुत्र असल्यानं त्याला राजकुमारांशी द्वंद्व करणं हे उचित नाही, अशी पळवाट काढली, त्या आचार्यांनी व अश्वत्थाम्याच्या मामानं.' शंबरानं सांगितलं. मग त्यावर दुर्योधनानं केलेला उपाय... तोही सांगितला. दुर्योधनानं कर्णाला अंगराज्य दिलं. त्याचा राज्याभिषेक तिथंच करून तो अर्जुनाच्या बरोबरीचा असल्याचं दर्शविलं. मग त्याच्या कुलावरून कर्णाचा उपहास करण्यात आला. तेही सांगितलं.

'त्यावर तो तेजस्वी राधेय काय म्हणाला?' एकलव्यानं विचारलं.

'अरे, एकू, तो धैर्यवान, स्पष्टवक्ता म्हणाला, 'मंत्रिगण आणि पौरजनहो, जन्माला येणं ही दैवाच्या अधीन गोष्ट आहे. पण कर्म हे ज्याच्या त्याच्या अधीन असतं. केवळ श्रेष्ठ कुळातील जन्मापेक्षा पौरुष आणि पराक्रम श्रेष्ठ आहे, असं मी म्हणतो. माझ्या पराक्रमानं, पौरुषानं ते मी कधीही सिद्ध करून दाखवू शकतो.' शंबरानं नेमके कर्णाचे शब्द उच्चारून दाखवले. नंतर कर्णाची खूपशी प्रशंसाही केली.

हे अघटित होतं. पण शंबराच्या स्वभावाला सुसंगत होतं. सर्वांनी लाथाडलं, त्याची बाजू घ्यायची सवय, त्यातून कर्णानं पुरुषार्थ व पराक्रमही दाखवला होता.

एकलव्य फक्त हुंकार देत होता.

'तपस्येच्या, साधनेच्या, कौशल्याच्या, अरे, कोणत्याही दृष्टीनं कर्ण श्रेष्ठ होता. मग... मग त्याचा असा अपमान करून या श्रेष्ठ व ज्येष्ठ म्हणवणाऱ्या दांभिकांनी काय साधलं? या घटनेचा अर्थ समजला तुला, एकलव्या?...'

एकलव्यानं आपली मान होकारार्थी हलवली आणि हुंकार दिला.

'असं.. तर.. तर सांग पाहू..!'

'शंबरा, ते राजकुमार ज्ञानाची साधना करीत नव्हतेच. ते केवळ आपल्या स्वार्थाच्या साधनेसाठी विद्याग्रहण करीत होते. त्यामुळं तर त्यांच्या विद्येत उणीव राहिली ही एक गोष्ट. आणि, शंबरा, या राजकुमारांची स्वार्थाची स्पर्धा उघड झालीय्. आता द्वेष, मत्सर, स्वार्थ, लोभ, कपट, आदींचं थैमान त्यांच्यामध्ये सुरू होईल. त्यामुळं ते स्वत:चा नाश करून घेतील.

'एकू, ते स्वत:ला आर्य म्हणवणारे असे का वागतात?' शंबरानं विचारलं.

‘शंबरा, कसले श्रेष्ठ नि कसले कनिष्ठ! श्रेष्ठ, कनिष्ठ आर्य, अनार्य.... हे सारे शब्दच केवळ. अरे, माणूस काही चांगलेपणाच्या, भलेपणाच्या सीमा मान्य करतो. साऱ्याच समाजाला ह्या सीमा मान्य होतात. ती माणुसकी. ही माणुसकी किंवा चांगुलपणाच्या सीमा सर्वांनाच सारख्या. त्या पुसतात, ते माणुसच नव्हेत. मग आर्य, श्रेष्ठ, नागर, असे शब्द फुकाचे.’

‘असं असेल, तर त्या आचार्यांच्या शिष्यांत एकतरी आर्य, नव्हे, मानव तरी आहे का? त्यांना त्यांच्या वृत्ती-प्रवृत्तीप्रमाणे शरीरं द्यायची झाली, तर त्यांतल्या एकाला तरी मानवी शरीर मिळेल का, रे?’ शंबरानं प्रश्न केला.

शंबराच्या प्रश्नावर एकलव्य हसला. ते खळाळत्या निर्झराशी स्पर्धा करणारं मोकळं हास्य होतं. शंबराच्या कल्पनेप्रमाणे मानवी शरीरावर विभिन्न पशूंची मस्तकं लावलेले कुमार एकलव्याच्या दृष्टीपुढं तरळले.

‘अरे, पण मानवी बुद्धी आहे....’

‘त्यामुळंच ते तुझे गुरुबंधू पशूहून अधिक घातकी आहेत. पशूंकडे स्वार्थ आणि तो साधण्यासाठी लागणारी दीर्घसूत्री बुद्धी नसते. म्हणूनच ते अधिक बरे. आपल्या जन्मजात अशा प्रवृत्तींना तरी धरून वागतात ते!’ शंबर उद्गारला.

एकलव्यानं उत्तर दिलं नाही, कारण कुठून तरी तो विषय गुरुवर यायला त्याला नको होता.

तरी शंबराला आता बोलण्याची हौस आली होती. एकवार स्फुरण चढल्यावर तो माघार घेणार नव्हता.

‘एकू, अरे, तो युवराज या पशूंच्यापेक्षा तरी बरा. तुला नाही तसं वाटत?’ शंबरानं विचारलं.

‘का.... का बरं?’

‘खोट्या अहंकारापायी आणि द्रोण- अर्जुनाच्या पक्षपाती प्रेमापोटी कृपानं राधेयाला अपमानित केलं. पण तरुण युवराजानं सरळ त्याला एक देश देऊन टाकला. किती मोठेपणा हा मनाचा! केवढं हे औदार्य!’ शंबर उद्गारला.

‘हे औदार्य का, शंबरा? हा मनाचा मोठेपणा, की स्वार्थी चतुराई....?’ एकलव्यानं नकारार्थी मान हलवीत उलट प्रश्न केला.

‘काय? चतुराई....? औदार्य नव्हे हे?’

‘हे औदार्य नव्हे, शंबरा.... मनाच्या मोठेपणापासून नव्हे, स्वार्थातून... दिलेलं दान, दाखवलेली ही उदारता, देणाऱ्याला आणि घेणाऱ्यालाही घातक ठरते, शंबरा.’ एकलव्य शांतपणे उद्गारला.

‘औदार्य घातक... चांगलेपणा दाखवणं. अन्यायात साहय्याला जाणं अयोग्य. एकू, अरे, बोलतो आहेस तरी काय? तुझं नेहमीच जगावेगळं...’ शंबरानं खेदानं

मान हलवीत सांगितलं.

'शंबरा, तू अज्ञानाचं सोंग आणतो आहेस, की खरंच युवराजाच्या कृत्यानं तुझी नेहमीच तीक्ष्ण असणारी बुद्धी भारून गेलीय, हे मी निश्चित करू शकत नाही. तू माझी परीक्षा तर पाहत नाहीस ना?' एकलव्यानं विचारलं.

'नाही. मला वाटतं, युवराजानं न्याय्य पक्ष घेऊन मनाची उदारता दाखवली आहे.' शंबर जोरात म्हणाला.

'शंबरा, ही उदारता नाही. स्वार्थ आहे. शत्रूच्या शत्रूला मित्र करावं, ही जुनी युद्धनीती नाही का?'

शंबरानं एकलव्याच्या प्रश्नावर केवळ मान हलवून संमती दिली.

बाहेर एकदम प्रकाश वाढला. एकलव्यानं बाहेर दृष्टी टाकली.

चंद्रोदय झाला होता. क्षणभर थांबून त्यानं पुन्हा बोलण्यास सुरुवात केली.

'राजपुत्रांमध्ये परस्पर असूया, द्वेष आहे! तो युवराज, आणि त्याचे भाऊ अर्जुनाचा व त्याच्या भावांचा द्वेष करतात. अर्जुनाच्या बरोबरीचा धनुर्धर वीर तर त्यांच्याकडे कोणीही नाही. राधेयाच्या रूपानं त्याला एक अतुलनीय वीर दासरूपानं मिळाला......'

'एकू, काय बोलतोस... दास?' शंबर मध्येच आश्चर्यानं उद्गारला.

'होय, शंबरा. दास्य हे शारीरिक नव्हे, तर मानसिकही असू शकतं! कर्ण हा अत्यंत अवघड आणि विचित्र स्थितीत होता. मनानं तो पराभूत, निराश आणि उपेक्षित होता. अशा वेळी दुर्योधनानं त्याला हात दिला. साह्य केलं. साह्य घेण्याच्या वेळी कर्णाच्या स्थितीमुळं कृतज्ञतेबरोबर एक आश्रित भावही त्याच्या मनात निर्माण होईल. त्याला निरंतर आपण दुर्योधनाचे उपकृत आहोत, असं वाटेल. त्यामुळं स्वाभिमानी, शूर कर्ण कधीच पूर्ण अर्थानं राधेय कर्ण म्हणून स्वतंत्र जीवन जगू शकणार नाही, शंबरा....'

'ते कसं...?

'स्वाभिमानी पुरुष उपकाराखाली दबले, की त्यांना त्या उपकाराची फेड केल्याविना शांती लाभत नाही. कर्ण उपकारांच्या ओझ्याखाली प्रथम कृतज्ञ होईल. स्वतंत्र विचार गमावेल. नंतर विवेक हरवेल. मग स्वत्व गमावेल. आणि शंबरा, स्वत्व गमावलेला कर्ण.. कर्ण असणार नाही, तर ती कर्णाची सावली असेल. असूनही नसल्यासरखा. त्याचे विचार, आचार, भावना.... सारं सारं दुर्योधनाच्या रंगानं रंगलं जाईल. स्वार्थ, द्वेष, हेवा यांच्या आंधळ्या शर्यतीत तोही धावेल. अरे, साऱ्या हस्तिनापुरात आपल्याला भेटलेला तोच एक मानवी असा आर्य होता. स्वार्थाच्या भस्मासुराला जाग येतेय्, असं दिसतेय, शंबरा....' एकलव्य विचारपूर्वक उद्गारला. तो साऱ्या परिस्थितीविषयी वेगळ्या दृष्टीनं विचार करीत होता.

एकलव्याच्या बोलण्यावर शंबर काही काळ स्तब्ध राहून, आहारात गुंग होता.

पुन्हा अचानक त्याला काही स्मरलं. पुन्हा वादाची ऊर्मी आली असावी.

'आणि एकू... तू एवढा निष्ठेनं अंध होऊन त्या गुरूची पूजा करतो आहेस, त्याचं काय?'

'त्याचं काय, शंबरा...?' एकलव्यानं शांतपणे प्रश्न केला. आज ना उद्या हा विषय निघणार होताच. अधिक काळ तो टाळणं शक्य नव्हतं.

'त्यानं पक्षपात केला. उघड उघड पक्षपात. आपल्यापेक्षा एका खूप लहानाला दिलेली वागणूक... अरे, त्यापेक्षा गुरू म्हणून... आपल्या ज्येष्ठत्वाचा उपयोग करून, तो ही स्पर्धा थांबवू शकला नसता का? अन्याय, विरोध करून द्वेषाचं बीज पेरलं त्यानं!' शंबराच्या स्वरात उपहास व तिरस्कार होता.

बोलण्याला सुरुवात करण्यापूर्वी एकलव्यानं चटकन् कुटीच्या चांदण्यात अस्पष्ट, अंधूक दिसणाऱ्या गुरुमूर्तीकडे पाहिले व किंचित मस्तक झुकवलं. जणू शंबराच्या धृष्ट शब्दांवर तो त्यांची क्षमायाचना करीत होता.

'शंबरा, जो शस्त्र उचलतो, तो विरोधातच उभा राहतो, त्याचा विचार विरोधक म्हणूनच करतो आपण. मग त्यात लहान- मोठा हा विचार नाही. तेव्हा कर्णाचं वय महत्त्वाचं नाही. दुसरा विचार असा, की गुरू हा मातेसारखा असतो. कर्णाला द्रोणांनी शिष्यत्व दिलं नाही. अर्जुनाला दिलं. अशा वेळी पुत्राला वाचवत असता कोणती माता, उचित-अनुचित, न्याय्य-अन्याय्य या गोष्टीचा विचार करील?' एकलव्य क्षणभर थांबला.

शंबर सावधपणे ऐकत होता.

'अरे, आचार्यदेखील मानवच ना? आपल्या मेहुण्याला - कृपाला वाचवण्याच्या भरात त्यांच्याकडून अतिरेक झाला खरा. कर्णाचा व्यकितगत अपमान केला कृपांनी. त्यांचा पक्ष घ्यायची, साऱ्या सभाजनांत त्यांचं रक्षण करण्यासाठी आचार्य द्रोणांना त्यांचं म्हणणं तसंच उचलावं लागलं....

'आणि, शंबरा, अर्जुनाचा जर त्यांनी पक्षपात केला. त्या क्षणी तरी मुळात कर्ण चुकलाय्...!' एकलव्य हसून बोलला.

'काय... काय... म्हणतोस...? कर्णाचं काय चुकलं?' शंबरानं आश्चर्यानं विचारलं.

'अरे, त्या रंगसभेचं प्रयोजन होतं, ते राजकुमारांचं शिक्षण... त्यांचं युद्धकौशल्य दाखवण्याचं. तिथं स्पर्धा नव्हती. आव्हान नव्हतं. कोण वरचढ आहे, हे दाखवण्याचं कारण नव्हतं. स्पर्धा असेल, तर परस्परांत ... द्रोणांच्या, त्यांनी ठरवलेल्या शिष्यांत. तिथं आव्हान, स्पर्धा करण्यासाठी कर्णाचं जायचं काय प्रयोजन? मग तो अपमानित झाला, तर तो कोणी केला, कसा झाला, हा विचार तरी कशाला? शंबरा, कर्णाच्या मनात असलेल्या हीनपणाच्या जाणिवेनं त्याची असूया जागृत

झाली आणि तो स्पर्धेत उतरला. अयोग्य वागण्याचे परिणाम त्यानं भोगले. शंबरा, एकाच छोट्याशा अयोग्य गोष्टीचे परिणाम जन्मभर भोगावे लागतात, असे आपले गुरू मेघवर्ण सांगतातच.' एकलव्यानं शांत संयत स्वरात सांगितलं.

शंबर स्वस्थ हाता. एकलव्याचं विवेचन बुद्धीला पटण्यासारखं होतं. तो शांतपणे एकलव्याचं बोलणं ऐकत होता.

'त्यानं अर्जुनाशी बरोबरी करण्यास का जावं? आपल्याला जन्मजात मोठेपणा नसण्याची खंत लपवण्यासाठी? ते न्यून झाकण्याची तो सतत धडपड करीत असतो. त्याच्या मनात खंत आहे, त्याला समाजात कमी लेखलं जातं. त्याचं योग्य ते मोठेपण नाकारलं जातं, याची.'

'माणूसच आहे ना तो!' शंबर उद्गारला.

'होय, पण मला पूर्वी भेटल्यावेळी तो विचारी, विवेकी आणि संयमी वाटला. पण तरीदेखील त्यानं असं केलं... असं व्हायला नको होतं. कारण... कारण..'

एकलव्य जरासा घुटमळला. बोलावं, का नाही, याचा विचार करीत असावा. पण पुन्हा बोलू लागला.

'स्वत:च्या चुकीनं कर्णानं आपल्या पौरुषाचा अपमान करून घेतला आहे. या घटनेनं त्याचं पौरुष खुरटेल. त्याच्या मनात या प्रसंगाची, त्यातल्या अनेकांच्या वागण्याची शल्यं बोचत राहतील. त्यानं त्याचं तेज, त्याचं पौरुष, शौर्य-सारं काही खुरटेल. स्वत:ला स्वत:च्या कर्तृत्वानं मोठं करता येतं असं तोच म्हणाला ना? मग, शंबरा, हा स्पर्धेचा एवढा एकच प्रसंग होता का? आता परत परत तो अर्जुनाशी स्पर्धा करील. स्वत:चं असलेलं मोठेपण त्या स्पर्धेतच हरवून बसेल. खऱ्या मोठेपणाचं दर्शन होऊनही त्याला ते लाभणार नाही. तोही थिटा बनेल, अपुराच राहील...'

एकलव्याच्या स्वरात काहीसा खेद होता. तो पुढं बोलत होता... आपल्याच नादात...

तो बोलताना शंबर भांबावलेल्या चर्येनं आणि विस्फारलेल्या, चकित होऊन आपल्या विक्षिप्त मित्राकडे पाहत होता. त्याला एकलव्याच्या वेगळ्या पण सत्यदर्शी विचारांची भूल नेहमीच पडत असे.

●

१७

'हे नवं अरण्य कसं भीषण पण रम्य आहे, नाही?' धर्म उद्गारला आणि प्रथमच साऱ्या राजकुमारांनी माना डोलावल्या.

आज प्रथमच दहा राजकुमार मृगयेस आलेले होते. त्यांच्या शिक्षणाचा भाग म्हणून आचार्य द्रोणांनी विशेष सूचना देऊन त्यांना पाठवलं होतं.

वनरक्षक,, अन्य सेवक, पदाती, रथ, अश्व आदी सर्व व्यवस्था त्यांच्याबरोबर होती. आचार्यांच्या आज्ञेचं दडपण असलं, तरी पण स्वतः आचार्य बरोबर नसल्यानं, त्यांना खूपच मोकळं वाटत असावं हे त्यांच्या संभाषणातून समजत होतं.

'आणखी किती दूर मृगयेस जावं लागेल?' शकुनीनं प्रश्न केला.

शकुनि काहीसा उभट चर्येचा, कृश तरुण होता. तारुण्याचं तेज काही त्याच्या चर्येवर दिसत नव्हतं.

'आता आपण इथं काही काळ विश्रांती घेऊ. वनरक्षक दिशाशोधनाला जातील. त्यांनी मृगयेचं स्थान निश्चित केलं, की मग आपण मृगयेस निघू.' दुर्योधनानं मोठ्या आढ्यतेनं आज्ञा केल्याप्रमाणे सांगितलं.

कोणी त्यावर कसलंच भाष्य केलं नाही. सारेच एका विशाल वटवृक्षाच्या छायेत गेले. सेवकांनी तिथं विश्रांतीसाठी बसण्याची व्यवस्था केली.

दुर्योधनानं एका सेवकाला आज्ञा करताच तो काही कुत्रे घेऊन निघाला. शिकारीचा माग काढून व दिशाशोधन करून, युवराजांना मृगयेच्या स्थानी नेणार होते. श्वापदांच्या पाऊलखुणांवरून स्थान-निश्चिती झाल्यावर जाण्यानं अकारण पायपीट टळणार होती.

'सुयोधना, हा वनप्रदेश किती रम्य आहे, नाही? शांत आणि निर्जन. चिन्तनासाठी योग्य. एकान्तदेखील किती मोहमय आहे. बघ!' धर्मराज सेवकांकडून शीतल जल-पात्र घेत, वनात इकडे तिकडे प्रसन्नपणे पाहत उद्गारला.

'होय तर; पण तुझ्यासारख्या संन्याशाला या असल्याच दरिद्री गोष्टींचं आकर्षण वाटणार...!' दुर्योधन जरा कुत्सितपणे उद्गारला.

'आणि या अरण्यात राहून करायचं काय? ते चिंतन केल्यानं पोट भरणार आहे का? उपाशी मरायला मात्र हे अरण्य चांगलं दिसतं.' भीमानं आपलं मत दिलं. त्याच वेळी जल घेऊन येणाऱ्या सेवकाला मिष्टान्नाचा करंडकही आणण्याची खूण केली.

‘वृकोदरा, अरे, आधी दम खाशील, की मिष्टान्न?’ दुःशासनानं भीमाची थट्टा केली. भीम मात्र खाद्यपेयांच्या संदर्भातील उपहास वा परिहासाकडे दुर्लक्ष करीत असे.

काही क्षणांत मिष्टान्न आले आणि त्याचबरोबर मृगयेविषयी चर्चा रंगू लागली.

मध्येच वनरक्षक येऊन मृगयेसाठी येण्यास सांगू लागले. कर्ण, अर्जुन, दुर्योधन, भीम, दुःशासन एवढे चटकन उठून निघाले.

झाडी वेडीवाकडी वाढली होती. त्यात वेलींनीही जाळी विणल्यामुळं, अरण्य देवतेनं कोणी सहजपणे प्रवेश करू नये, यासाठी संरक्षक व्यूह रचल्यासारखं दिसत होतं.

जवळच कुठंतरी कुत्र्यांचं भुंकणं ऐकू येत होतं. झाडीतून जात असता अचानक कुत्र्याचं भुंकणं बंद झालं. अन्य वनरक्षक असलेल्या जागी ते आले.

पुढं जाण्यासाठी सर्व निघाले, तोच त्यांना एक चकत्कारिक आवाज ऐकू आला... झाडीतून एका विचित्र प्राण्याचं तोंड दिसलं. चकित होऊन ते त्या दिशेनंच पाहू लागले... सर्वांनी आपापल्या शस्त्राला हात घातला होता... आणि.. तो प्राणी पुढं झाला. त्याच्या तोंडून चमत्कारिक स्वर निघत होता. सारे नेत्र विस्फारून त्या प्राण्याकडे पाहू लागले....आणि दचकले.

तो विचित्र प्राणी म्हणजे त्यांच्याच श्वानपथकातील माग काढणारा कुत्रा होता. सर्व श्वानांत मोठा, क्रूर आणि बलिष्ठ. श्वानपथकाचा नायक, पण कोणीतरी त्याची अवस्था विचित्र केली होती.

सात बाण सोडून त्याचं तोंड विचित्रपणे, पण त्याला घायाळ न करता संपूर्णपणे बद्ध केलं होतं. त्याला भुंकता येऊ नये.... त्याला तोंडाची हालचाल करता येऊ नये....

तो कुत्रा विचित्र स्वर काढीत, उड्या मारत जवळ आला. त्यांनी त्या बाणांची गुंफण पाहिली. मोठी विंचित्र होती. ती सोडवणं सहज शक्य दिसत नव्हतं.

‘कोण असेल हा दुष्ट? साहसिक.. यानं... यानं आमच्या श्वानाला असं बंधन करावं..?’ युवराज दुर्योधन प्रथम भानावर आला होता.

‘कोणी केली असेल या श्वानाची ही अवस्था?’ कर्ण स्वत:शीच उद्गारला.

अर्जुन मात्र मोहिनीमंत्र घातल्यसारखा एकटक त्या बाणांच्या गुंफणीकडे पाहत होता. त्याच्या मनात मात्र विचारकल्लोळ उसळला होता.

कोण... कोण असेल हा धनुर्धर...? केवढं हे कौशल्य? या मुक्या प्राण्याला कोणत्याही प्रकारे घाव न होऊ देता त्याच्या भुंकण्याची क्रिया बंद करणारा हा वीरश्रेष्ठ कोण बरं असावा?

अर्जुनाच्या मनात विचार येत होते.

'अरे... सोडवा त्या श्वानाला या दुःखातून!' कोणी तरी म्हटलं.

सारे राजकुमार व सेवक त्या श्वानाभोवती जमले. साऱ्यांनी पाहिलं व नकारार्थी माना हलवल्या.

त्या श्वानाला न दुखवता मुक्त करणं अवघडच आहे...

'आपण इतके असून ही शर-रचना...'

'युवराज, ही रचना कौशल्यपूर्ण व अवघड आहे. ती कशी सोडवावी, याचं ज्ञान नसेल, तर या मुक्या प्राण्याला दुखापत होईल.' कर्णानं उतावीळ युवराज दुर्योधनाला शांत स्वरात सांगितलं.

अर्जुनानं देखील होकारार्थी मान हलवली. खूप बारकाईनं निरीक्षण करून त्यानंही हाच निष्कर्ष काढला होता.

'म्हणजे हा श्वान आता न खाता पिता असाच मुख वासून राहू द्या.' त्याच वेळी मागून धर्मराजानं विचारलं. तो व अन्य राजकुमार येऊन पोचले होते.

'नाही. आपण त्या धनुर्धराचा शोध घेऊ. ज्यानं हे केलं, त्यानंच काढायला हवं.' अर्जुनानं सांगितलं. त्याला त्या श्रेष्ठ धनुर्धराला पाहण्याचं अपार कुतूहल होतं.

'... आणि या साहसाबद्दल त्याला दंड देऊ.' युवराज दुर्योधन उद्गारला; पण त्याच्या शब्दांना कोणी प्रतिसाद दिला नाही.

कोणी काही बोलण्यापूर्वीच मागून शब्द आले.

'दिगंतकीर्ती कुरूंचा विजय असो...'

सर्वांनी चटकन् त्या दिशेनं पाहिलं. एक वनरक्षक तिथं आला होता.

'सुचिकर्णा... हे...हे पाहिलंस?' युवराज दुर्योधनानं बोट दाखवून विचारलं.

'युवराजांचा विजय असो...'

'सुचिकर्णा, श्वानाला हे असं बंधन कोणी घातलं...?' अर्जुनानं मध्येच प्रश्न केला.

'आम्ही पूर्वोत्तर दिशेनं मृगयेच्या शोधात जात होतो. मध्येच हा करालमुख उजव्या बाजूला झेपावला. काही क्षण त्याचा भुंकण्याचा स्वर ऐकू आला. तीव्र स्वरात तो भुंकत होता. अचानक तो स्वर बंद झाला. म्हणून मी पाहण्यास पुढं गेलो. तवढ्यात तो झाडीतून विलक्षण अवस्थेत शेपूय पायांत घालून धावत मागे आला... म.. मी कुतूहलानं त्याच्याकडे ध्यान न देता पुढं गेलो. तिथं वेलींच्या घनदाट जाळ्या आहेत. वृक्ष तर परस्परांना गळा मिठी घालून उभे आहेत. त्या सर्व अरण्य प्रदेशात...'

'सुचिकर्णा, नेमकं सांग. अकारण शब्दभांडार दावू नको. अन्यथा तुझं नाव विरूपकर्ण होईल!' युवराज दुर्योधन कठोर स्वरात म्हणाला.

'म..मी... श्वानाची तशी अवस्था कोणी केली, हे पाहण्यास पुढं गेलो... तो.. तो केवढा आश्चर्यजनक प्रकार... आश्चर्य... महान आश्चर्य!'

'अरे, पण कसलं?' आता भीमानं गर्जना केली.

'तित् ... ति.. ति....!'

'असा भयभीत हेऊ नकोस. सारं नीट, शांतपणे सांग. भीमा, तू मागं हो.' युधिष्ठिरानं सांगितलं.

'तिथं एक अनार्य युवक धनुर्विद्येचा अभ्यास करीत होता. कसा... अचूक लक्ष्यवेध, असामान्य कौशल्य, अद्वितीय एकाग्रता- अगदी अनार्य वेषातील भगवान शिवच जसा... मी.. मी पुढं जाण्याचं साहस करू शकलो नाही.... क्षमस्व, युवराज... क्षमस्व...' सुचिकर्ण नामक तो वनरक्षक विनम्रपणे बोलला.

सारे शांत होते. कोणाच्याही तोंडून एक शब्द बाहेर पडला नाही. प्रत्येक जण विचार करत होता; पण प्रत्येकाचे विचार भिन्न भिन्न होते.

'सुचिकर्णा... तुला तिथं परत जाणं शक्य आहे? मार्ग मिळेल तो पुन्हा?' धर्मानं विचारलं.

सुचिकर्णानं केवळ मानेनंच होकार दिला; पण त्याच्या चर्येवर अस्वस्थता आणि नेत्रांत भय दिसत होतं. त्या धनुर्धराच्या एकान्ताचा भंग करण्याची कल्पना त्याला फारशी उचित वाटली नसावी.

'ज्येष्ठा... तिथं परत जाणं....'

'आवश्यक आहे, भीमा. या मूक प्राण्याला त्याच्या या यातनांतून मुक्त करणं हे आपलं कर्तव्य आहे. मी एकटाच या सुचिकर्णास घेऊन...'

'नाही, ज्येष्ठा, मीही येतो. असा हा अद्वितीय श्रेष्ठ धनुर्धर कोण आहे, ते पाहण्याचं कुतूहल आहे, मला...' अर्जुन ठाम स्वरात उद्गारला.

'आम्हीही हा धृष्ट अनार्य कोण, ते पाहायला जाणार...' दुर्योधनानं सांगितलं. कोणत्याही गोष्टीमध्ये आपण पांडवांच्या मागं राहणं त्याला कमीपणाचं वाटत असे.

सारेच जाण्यास तयार झाले. सुचिकर्ण पुढं होऊन मार्ग दाखवू लागला. संख्याबळामुळं प्रत्येकाचं धैर्य परतलं होतं. आपापली शस्त्रं सावरीत ते निघाले.

त्या निबिड अरण्यातील सर्व कसं भीषण, पण रमणीय दिसत होतं. लहानमोठ्या पक्ष्यांचा किलबिलाट, चीत्कार, ताम्रमुख मर्कटांचा किचकिचाट, त्यांची अनाहूतांच्या आगमनामुळं उडालेली धांदल सारंच कसं नावीन्यपूर्ण होतं. पण सर्वांचं लक्ष त्या असामान्य धनुर्धराला भेटण्याकडेच होतं. शिवाय त्या निबिड वृक्षवेलींतून मार्ग काढीत जाणं तेवढं सोपं नव्हतं. जेवढी शिकली, तेवढीही अरण्यविद्या पुरी पडत नव्हती.

सुमारे घटिकाभराच्या या प्रवासानंतर ते सर्व एका उंच शाल वृक्षापाशी आले.

'युवराज, तो दक्षिणेकडे पळस वृक्ष दिसतो ना. तिथं, तिथंच आहे तो धनुर्धर.' सुचिकर्णानं काही अंतरावर असणाऱ्या पलाक्ष वृक्षाच्या शेंड्यावरील गर्द लाल फुलांकडे निर्देश करीत सांगितलं.

सुमारे शंभर, दीडशे पावलांवर असूनही वृक्षांच्या गर्द वाढीमुळं पळसाचं फक्त रक्तवर्णी मस्तकच दिसत होतं.

अत्यंत नि:स्तब्ध अशा त्या वातावरणात शक्यतो कसलाही आवाज न होऊ देता सारे कुमार चालले होते. त्या अज्ञात धनुर्धराविषयी कुतूहल, आशंका, भय, आदी भावनांचं काहूर प्रत्येकाच्या मनी असावं.

ते सर्व काहीसे पुढं झाले, तोच त्यांच्या कानी परिचित ध्वनी आले.... खच्...... खच्.......

सारे जागीच चित्रासारखे खिळले.

...शरसंधानाचा परिचित स्वर.

सारे बाण अत्यल्प वेळात एकामागून एक सुटत होते. त्यांतही प्रत्येक दोन बाणांमधला समयदेखील तेवढाच होता. जणू कोणी मृदंगावर ताल धरीत असावं-असा. प्रत्येक बाण कुठंही घुसल्याचा ध्वनी मात्र येत नव्हता. का...? कशामुळं...?

प्रत्येकजण अगदी सावकाश, कसलाही ध्वनी न होऊ देता पळस वृक्षापर्यंत आला...

समोर अभूतपूर्व असं काही दिसत होतं... ते दृश्य पाहून प्रत्येक व्यक्ती खिळल्यासारखी झाली. विस्मयविस्फारित नेत्रांनी ते जणू पुढचं दृश्य पाहत होते. पण त्यांना त्याचा अर्थ समजू शकत नव्हता.

सर्व कुमार उभे होते, त्यांच्यासमोर हेतुत: केल्याप्रमाणं लंबगोलाकृती समतल भूखंड होता. कुठंही उंचवटा अगर झुडूप नव्हतं. सर्वत्र कृष्णदूर्वा उगवलेल्या होत्या. त्याही वीतभराहून अधिक नव्हत्या.

मधल्या मोकळ्या भूमीवर स्वच्छ सूर्यप्रकाश जरी येत असला, तरी वारा मात्र वृक्षलतांमुळं मोकळेपणी येऊ शकत नव्हता. धनुर्विद्येच्या अभ्यासासाठी आदर्श स्थळच जणू.

या भूखंडाच्या उत्तरेस एका प्रचंड निंबवृक्षाखाली एक ऋषिमूर्ती होती. त्या ऋषिमूर्तीचा एक हात जणू वर उचललेला होता. मूर्तीला दाढी व जटा होत्या. ती दूर सावलीत होती. त्यामुळं ती कसली आहे, कोणाची आहे, याविषयी काही निश्चित अनुमान करणं संभवनीय नव्हतं.

मूर्तीच्या उजव्या हाताला झाडीत लपवल्याप्रमाणे पर्णकुटी होती. एकच पर्णकुटी दिसत होती.

...आणि त्या सर्व परिसरात एकच युवक होता. सूर्यकिरणांनी, वाऱ्यानं

रापलेली पण तेजस्वी अशी चर्या, शोभिवंत दिसणाऱ्या कोवळ्या दाढीमिशा, रुक्ष भासणारे व वस्त्रांच्या पट्टीनं कपाळावरून मागे घेऊन बांधलेले व खांद्यापर्यंत येणारे केस, प्रमाणबद्ध बलदंड शरीर, चापल्ययुक्त हालचाल, कुशल शरसंधान ... सारे राजकुमार निश्चलपणे उभे राहून, त्या अनार्य युवकाकडे पाहत होते.

त्याच्या लयबद्ध हालचालींनी कर्ण आणि अर्जुन तर दिङ्मूढ झाले होते.

भात्यातील बाण भराभर सोडून त्यानं एक पूल तयार केला होता. एका वृक्षापासून तो दुसऱ्या वृक्षापर्यंत....

त्यावरून खूप बलिष्ठ दिसणारा अनार्य तरुण नाचत, उड्या मारीत पलीकडे गेला.. त्यानंतर एकच बाण त्या युवकानं सोडला... नि तो भक्कम बाणांचा पूल खाली कोसळला. एकेक बाण वेगळा होऊन....

त्याच वेळी सारे दचकले. त्यांच्या सर्व अंगांवरून एकदम रोमांच उभे राहिले. वरून त्या सर्वांच्या मस्तकी पुष्पवर्षाव होत होता.

दचकून सर्वांनी वर पाहिलं. पळस वृक्षावर चार बाण अशा कौशल्यानं मारलेले होते, की.. वरून शेंड्यावरील पुष्पांचे गुच्छ नेमके खालील राजकुमारांच्या शिरांवर पडावेत. या धनुर्धरानं आपल्या आगमनाची नोंद घेतली आहे, हे सर्वांच्या ध्यानी आलं.

सारे पुढं निघाले.

'साधु... साधु.... धनुर्धरा, धन्य आहे तुझ्या विद्येची!.... कौशल्याची...!'धर्मराज मोकळ्या मनानं उद्गारला.

'पण तू आमच्या श्वानास बंधन का केलंस?' युवराज दुर्योधनानं प्रश्न केला. अहंकार व उतावीळपणा त्यातून स्पष्ट होत होता.

'त्याच्या भुंकण्यानं माझी एकाग्रता भंग होऊ लागली, याच कारणानं त्याला मुखबंध करून मी सोडलं. पण तुम्ही सोडवलं नाहीत?' त्यानं प्रतिप्रश्न केला.

पण कोणीच त्याला उत्तर दिलं नाही. त्यानं अधिक काही न बोलता डोळ्याचं पातं लवतं, तेवढ्या अवधीत एक बाण धनुष्यास लावून सोडला. सारे सातही बाण बाजूला उडाले व श्वान बंधमुक्त झाला.

'धनुर्धरा, त्या मुक्या प्राण्याला या अशाच अवस्थेत दीर्घ काळ राहिल्यानं किती कष्ट होतील, याचा काही विचार....'

'का करायचा?' त्या धनुर्धरानं धर्मराजाला विचारलं. 'त्याचं मुखबंधन केल्यावर श्वान आपल्या स्वामीकडे जाणारच. तो करील मुक्त. मूक प्राणी म्हणून तर त्यास दुखापत न करता पाठवलं.'

धनुर्धराच्या या बोलण्यावर सारे शांत राहिले. जर मुक्या प्राण्याऐवजी मानव असता, तर... या विचारानं सारेच दबले होते.

‘मला आधी विचारायला येण्यापेक्षा तुम्ही श्वानाला मुक्त का केलं नाहीत?’ त्यानं प्रश्न केला, ‘तुमच्यापैकी कोणाही धनुर्धराला एवढं साधं करता आलं नाही?’ त्याच्या स्वरात उपहास नव्हता, की टीका नव्हती. केवळ आश्चर्य होतं.

सर्वांनी त्याची दृष्टी चुकवली.

‘हे वीरश्रेष्ठा, भगवान शिव निषाद वेशात वनविहार करीत असावेत, असे भासणारा तू कोण आहेस? मी अर्जुन, हा भीम, हा... युधिष्ठिर... हे कुरुराजकुमार-युवराज दुर्योधन व त्याचे भाऊ.....’

अर्जुनानं अत्यंत आदरानं सर्वांचा परिचय दिला.

‘आपण कोणी देव, गंधर्व किंवा यक्ष वगैरेंपैकी आहात का?’ युधिष्ठिरानं प्रश्न केला.

‘नाही. मी... कोणी यक्ष, गंधर्व नाही. मी निषाद महादण्डनायक हिरण्यधनूचा पुत्र एकलव्य... इथं विद्या साधना करतो.’ एकलव्य विनम्रपणे उद्गारला.

‘क...कोण...निषाद...एकलव्य?’ अनेकांच्या तोंडून विस्मयाचे उद्गार निघाले.

‘कोण तू... तू खरंच एकलव्य?’ ... अश्वत्थाम्यानं पुढं होऊन प्रश्न केला.

‘अरे.... अश्वत्थामा.. तू.. तू सुद्धा?’ एकलव्य बोलत बोलत पुढं आला आणि त्यानं आपले बाहू पसरले.

अश्वत्थामा काही न बोलता पुढं झाला. दोघेही उराउरी भेटले... दोघांनाही कसल्यातरी अननुभूत आनंदाची अनुभूती होत होती. दोघांच्या नेत्रांतून घळघळा अश्रू वाहत होते.

सारे राजकुमार मूर्तिवत उभे राहून ते दृश्य पाहात होते; पण कोणीही या युवकाचा पूर्वपरिचय आठवू शकले नाहीत.

‘तुमची स्नेहभेट संपली असेल, तर .... आचार्यपुत्रा, तर तुझ्या या अनार्य सुहृदाविषयी किंचित स्पष्टीकरण देऊन आम्हांला उपकृत कर.’ युवराज दुर्योधनानं तीव्र उपहासयुक्त स्वरात या मोहमय क्षणाचा भंग केला.

‘मी निषाद, हिरण्यधनूचा पुत्र एकलव्य. आणखी काय हवं....?

‘निषादा... तू आमच्या वनात आहेस....’

‘थांब, तू यवराज असलास, तरी मर्त्य आहेस, हे विसरू नको. मी कुरूंचा दास नाही. आणि कोणताही भूप्रदेश, ज्याच्याजवळ बल असते, त्या बलवंताचा असतो.....’

‘आम्ही इतकेजण...’

त्याचं वाक्य पूर्ण होण्याआधी एकएकी सपसप...... दोन दिशांनी बाण येऊन त्यांच्या पुढील भूमीमध्ये घुसून थरथरत राहिले.

सर्वांच्या चर्येवरील रंग उडाला.

'प्रत्येकाचा मृत्यू एकाच बाणावर लिहिलेला असतो आणि संख्येत शक्ती असती, तर.. चार पाच कोल्ह्यांनी मिळून एक वाघ मारल्याचं कधीच पाहिलेलं किंवा ऐकलेलं नाही' त्यानं उत्तर दिलं.

एकलव्याच्या स्वरात, आविर्भावात किंवा शब्दांत उपहास नव्हता. दंभ नव्हता. होतं सरळ व सत्य विधान. त्यामुळंच ते अधिक परिणामकारक होतं.

'निषाद युवका... तू कोणाकडून ही विद्या शिकतो आहेस?' अर्जुनानं आपल्या मनात डाचत असलेला प्रश्न विचारला.

हा धनुर्धर आपल्यापेक्षा श्रेष्ठ आहे, हे त्यानं पुरं ओळखलं होतं. त्याच्याविषयी मत्सर, एक अनामिक भय आणि त्याबरोबरच कुतूहल अर्जुनाच्या मनात जागृत झालं होतं.

'मी माझे गुरु, युद्धविद्येतील श्रेष्ठ आचार्य द्रोण यांच्या आशीर्वादानं इथं अध्ययन करीत आहे.' एकलव्य शांतपणे म्हणाला.

-आणि त्या सर्व राजकुमारांवर जणू विद्युत्पात झाला.

केवळ अर्जुनच नव्हे, तर राधेय कर्णदेखील स्तंभित होऊन त्याच्याकडे पाहत राहिले. साऱ्यांच्या चर्येवर अविश्वास स्पष्टपणे मुद्रांकित झाला होता.

'अरे, उन्मत्त निषादा, तू आपल्या असत्य भाषणानं गुरू द्रोणांवर घोर अन्याय करतो आहेस. त्यांचा अपमान करतो आहेस, याची तुला जाणीव आहे का?' संतप्त अर्जुनानं पाहिली प्रातिक्रिया व्यक्त केली. तो रागानं थरथरत होता.

त्याला आश्चर्याचा धक्का बसला होता. आचार्य द्रोणांचा शिष्य... आपल्यापेक्षा श्रेष्ठ...

'राजपुत्रांनो, तुम्ही माझे अतिथी आहात. अतिथीचा अवमान होऊ नये, हा निषादधर्म. अन्यथा माझ्यावर असत्य भाषणाचा आरोप करणाऱ्या जिव्हेला पुन्हा भाषण करण्याची संधी कधीच मिळाली नसती. अर्जुना, आम्ही नागर नाही, त्यामुळंच असत्यभाषी नाही, हे तू जाण.'

'पण.. पण...'

'अरे, स्वतः गुरूविषयी संशय घेणारा पापी माझ्या लेखी जिवंत मढं. आपण दुसऱ्याची साधना भंग करतो आहोत, व्यत्यय आणतो आहोत, याविषयी तुम्हांला लज्जा नाहीच. वर मस्तवालपणे खोट्या भाषणाचा आरोप करून माझा अपमान करतो आहेस? धर्मराजा, हीच का श्रेष्ठ आर्यसंस्कृतीची शिकवण? अर्जुना, नसलेल्या ज्ञानाची घमेंड ही, की सत्ता मस्तकी भिनली?' एकलव्य ताडताड बोलत होता. त्याचे शब्द झोंबरे होते; पण तो सत्य बोलत होता.

'क्षमस्व, धनुर्धरा... क्षमस्व, पण अर्जुनाचा प्रश्न तर सहजच सत्य आहे. तुम्हां उभयतांचं म्हणणं सत्य.... सत्यच असेल, तर, एकलव्या, दिन व रात्र एकाच वेळी

अस्तित्वात यायला हवी. अमावास्या व पूर्णचंद्र एका समयी असायला हवेत...' धर्मराजानं शांतपणे म्हटलं. एकलव्य सत्य बोलत असला, तरीही...

'ते कसं काय? यांत परस्परविरोधी काय आहे?'

'ऐक... अरे, सत्यवचनी निषादा... गुरू द्रोण तर नित्यवत हस्तिनापुरी असतात. तेही सतत आमच्या सान्निध्यात. गेल्या काही वर्षांत ते काही हस्तिनापुराबाहेर गेले नाहीत. असं असून गुरू द्रोणांच्या आशीर्वादानं विद्याप्राप्ती झाल्याचं सांगणं खोटं नव्हे?' अर्जुनानं जोरात प्रश्न केला.

'अरे अर्जुना, हा... हा एकलव्य आपल्या आश्रमात तातांकडे विद्याग्रहणासाठी आला होता ना... आपला एक सुहृद घेऊन....'

अश्वत्थाम्याला अर्जुनानं मध्ये थांबवलं.

'असेल, असेल. कदाचित. अनेक मागणारे येतात, पण म्हणून कोणीही त्यांचं शिष्यत्व मिरवून....'

'अर्जुना, पुन्हा एकवार सांगतो; जिव्हेला आवर घाल. तुला गर्व असेल, तर... धनुष्यबाणाच्या साह्यानं याचा निर्णय लावतोस......?'

'पण मानवी मृगया करण्याची आचार्यांची आज्ञा नाही. नाही तर.... काय, रे अर्जुना...' शकुनीनं गोड स्वरात डंख मारण्यास योग्य वेळ साधली.

अर्जुनाची चर्या पांढरी पडली.

'ते... ते.. कसं शक्य आहे?..... इतक्या दुरून.... हस्तिनापुरात राहून इतकी ... इतकी श्रेष्ठ विद्या..... छे!' युधिष्ठिर उद्गारला.

'ते तुम्हांला कळायचं नाही. तेवढी बुद्धी नाही तुमच्या जवळ. गर्वानं आंधळ्या झालेल्या बुद्धीला ते समजून घेताच येणार नाही.' एकलव्यानं कठोर व स्पष्ट शब्दांत सत्य सांगितलं.

अर्जुन एकलव्याच्या शब्दांनी विलक्षण लज्जित झाला होता.

एकलव्य इतका वेळ अश्वत्थाम्याचा उजवा हात आपल्या डाव्या हाती धरून बोलत होता. आता त्यानं तो सोडला होता. डावा पायही थोडा पुढं व पावित्र्यात आला होता. खांद्यावरील धनुष्य कोणत्याही क्षणी हाती आलं असतं.

'निषादा, आमच्या वनात आमच्या अनुमतिविना राहून, तू अपराध केला आहेस.' युवराज दुर्योधन बोलला.

खरं तर अर्जुनाच्या फजितीमुळं तो आनंदित झाला होता; पण आपलं मोठेपण नेहमी सर्वांपुढं सर्वकाळ दाखवण्याचा त्याचा यत्न असे.

पण एकलव्यानं उत्तर न देता केवळ एक दृष्टी त्याच्यावर टाकली. त्याच्या अंतर्भेदी दृष्टीनं युवराज अंतर्बाह्य थरारला. एक स्मित करून एकलव्य सरळ अश्वत्थाम्याकडे वळला.

'सुहृदा, सर्व कुशल आहे ना?' त्यानं मधुर स्वरात प्रश्न केला. 'तू किती दीर्घ कालावधीनंतर भेटतो आहेस....'

अश्वत्थाम्याशी बोलताना एकलव्याच्या स्वरातील ऋजुता व नम्रता लक्षणीय होती. इतरांशी मात्र तो स्पष्ट व सडेतोड बोलत होता.

'तू इथं या निबिड वनप्रदेशात एकटा राहतोस, एकलव्या... इथं राहण्याचे कष्ट नाही का होत तुला?' अश्वत्थाम्यानं चिंतेनं विचारलं.

'काही मूल्य दिल्याविना काय मिळतं, मित्रा? आम्ही तर वनचर, सुसंस्कृत श्रेष्ठ आर्यांप्रमाणे आम्हांला पुरा-पट्टणांची सवय तरी कुठं असते?' एकलव्य हसत उत्तरला. त्याचे बोल सहज व सरळ होते. त्यात उपहास व परिहासाचा लेशही नव्हता. पण लज्जित, संतप्त व मत्सरग्रस्त अर्जुनाला मात्र हा आपला उपहास असं वाटलं.

'चल. भीमा, आपण जाऊ या. अनार्याच्या शब्दांतील सत्य पारखल्याविना मला स्वास्थ्य लाभणार नाही.' असं म्हणून अर्जुन माघारी वळून चालू लागला.

भीमानं व धर्मानं एक कटाक्ष एकलव्यावर टाकला आणि तेही अर्जुनामागून जाऊ लागले. क्षणमात्र घुटमळून युवराज दुर्योधन वळताच सारेच परतू लागले.

अश्वत्थाम्याचा हात एकलव्याच्या हाती होता. त्यामुळं तो चटकन् जाऊ शकला नाही.

'सुहृदा एकलव्या... ईश्वर तुझी इच्छा पूर्ण करो... येतो मी.'

'नाही... अरे, तुझं काही आतिथ्य.. काही उपायानं..'

'नाही, एकलव्या, मला या राजकुमारांबरोबरच राहिलं पाहिजे. जर ते सर्व गेले, तर- तुझी आकस्मिक भेट हीच केवढी आनंदपर्वणी होती. येतो मी. मातेला सांगेन तुझ्या भेटीचं वृत्त. ती आनंदित होईल....'

'माझे प्रणाम सांग मातेला व गुरुदेवांना...' एकलव्य उद्गारला आणि जड अंतःकरणानं त्यानं निरोप दिला...

पाणावल्या डोळ्यांनी धूसर दिसणाऱ्या परस्परांच्या आकृती दिसेनाशा होईतो ते वळून वळून पाहात होते...

●

१८

अस्वस्थ अर्जुनाच्या मनात अन्य कसलाही विचार येत नव्हता. एक.. फक्त एक...

एकलव्य.. तो निषाद.... तो.. तो द्रोणांचा शिष्य... जगदेकवीर तो आणि मग आपण..

अरण्यातील लज्जास्पद प्रसंग त्याच्या मनातून जात नव्हता आणि त्यामुळं मनाची आग होत होती. तो द्रोणांचा शिष्य?

आचार्यांनी आपल्याला शब्द दिला होता. आपल्यापेक्षा श्रेष्ठ शिष्य कसा... आपल्याला दिलेल्या शब्दांपासून फिरले असतील आचार्य....?

नाही... नाही.... त्रिवार, शतवार नव्हे सहस्रवार नाही. द्रोणशिष्य...? अशक्य...

खान, पान, निद्रा - काही काही सुचत नव्हतं. आचार्यांना कधी भेटतो आणि कधी त्यांचं स्पष्टीकरण घेतो, या एका विचाराशिवाय अर्जुनाला दुसरं काही सुचत नव्हतं.

विचारांच्या वावटळीत मस्तक भणभणत होतं. तो आचार्यांचा शिष्य असेल, तर आचार्यांनी वचनभंग.

नाही... असं मनात आणणंही पाप होतं. आचार्यांचं वचन... त्यांनी प्रतिज्ञापूर्वक दिलेला शब्द असत्य ठरणार नाही.

त्यांची प्रतिज्ञा.... ते वचन ... त्याला आठवलं. त्यांनी दिलेलं वचन...' 'वत्सा अर्जुना.. या गंगेला स्मरून मी तुला प्रतिज्ञापूर्वक सांगतो की माझा अश्वत्थामा, तसा तू. तुझ्याहून श्रेष्ठ शिष्य मी तयार करणार नाही. तूच माझा मानसपुत्र. माझ्या ज्ञानाचा वारस तू, अर्जुना!... तू- तुला मी विद्यावारस म्हणून स्वीकारीत आहे!' आचार्य उद्गारले होते.

अर्जुनाला जगदेकवीर करण्याचे हे गुरुदेवांचं वचन आणि.... आणि तो निषाद-शिष्य... हे बरोबर जुळत नव्हतं. आचार्य आपल्या वचनापासून ढळले असतील.. नवी शंका त्याचं हृदय पोखरत होती.

हे नवे आव्हान उभं असल्याचं अर्जुनानं ओळखलं होतं. आचार्य द्रोण... या.. या निषाद-युवकाला शिकवणं अशक्य होतं. मग... हे नैपुण्य.... हे चापल्य आठवणी येत होत्या....

....आणि त्याबरोबर त्याचा भडका उडत होता. पण तो एकाच गोष्टीचा विचार

करीत होता की ही एवढी विद्या, हे कौशल्य, हे चापल्य.... हे सारं या युवकानं कसं बरं साध्य केलं असेल?.... आपल्याला होईल हे....?

अशा विचारात अर्जुन व अन्य शिष्यगण हस्तिनापुराजवळ केव्हा आले, हे देखील त्यांना समजलं नाही.

एकटा कर्ण दुर्योधनाचा निरोप घेऊन निघून गेला. बाकीचे शिष्य रथांतून उतरून आचार्यांकडे गेले.

आचार्य द्रोण नित्याच्या जागी येऊन बाहेर पाहत बसले होते.

उंच वृक्षांच्या पानांमधून शिरपणारी प्रकाशकिरणं लोभसवाणी दिसत होती. सारा आश्रमपरिसर त्या किरणांनी न्हाऊन निघाल्यामुळं वेगळाच व सौंदर्यपूर्ण दिसत होता.

आचार्यांना इथं बसून हे दृश्य पाहणं खूप आवडत असे.

ते असे काही वेळ बसले, तोच त्यांच्या कानांना परिचित कोलाहल ऐकू आला. राजकुमार....

'प्रणाम आचार्य....' दुर्योधन बोलला.

'मृगया कशी झाली, युवराज...?' आचार्यांनी प्रश्न केला.

अचानक सारे शांत झाले. परस्परांकडे पाहू लागले. आज मृगयेत काही विशेष घडल्याचं आचार्यांनी ओळखलं.

'काय झालं, युवराज?'

'आज.... आज आम्हांला एक चमत्कार पाहायला मिळाला.' दुर्योधन उद्गारला.

'कसला?'

'एका निषाद-युवकानं अत्यंत कौशल्यानं सात बाण मारून आमच्या करालमुख श्वानाचं तोंड असं जखडलं, की त्याला तोंड मिटता येत नव्हतं किंवा भुंकताही येत नव्हतं.....'

'असं?... वा; छान!...'

'आणि, आचार्य, त्याचं ते कौशल्य कुणालाही त्या कुत्र्याची सुटका करता येऊ नये, इतकं श्रेष्ठ होतं.' शकुनि मध्येच उद्गारला.

'म्हणजे?'

'कुत्र्याची त्या क्लेशदायी स्थितीतून मुक्तता करण्याची बुद्धी किंवा साहस एकही द्रोण-शिष्य दाखवू शकला नाही.....'

'शकुनि...' आचार्यांचा स्वर तीव्र होता.

'ही वस्तुस्थिती आहे, आचार्य.' दुर्योधन त्याच स्वरात शकुनीच्या साह्याला धावला. 'आपला लाडका शिष्य अर्जुनदेखील हातपाय गाळून स्वस्थ बसला.'

दुर्योधनानं पुढं होऊन स्पष्टीकरण दिलं. सर्व धनुर्धरांची फजितीही स्पष्ट

सांगितली.

'दुर्योधना, समजलं मला. जा, विश्राम घ्या. याविषयी अधिक चर्चा व वाच्यता नको. मी पाहीन, काय करायचं, ते माझ्या ध्यानी आलं सारं!' आचार्य द्रोणांनी शांत स्वरात सांगितलं.

फक्त अर्जुनाला थांबण्याची खूण केली.

सारे कुरुकुमार व पांडव भरामरा निघाले.... एकटा अर्जुन मात्र मागे राहिला होता.

'अर्जुना... तुलाही तो धनुर्धर आपल्यापेक्षा श्रेष्ठ आहे, असं वाटतं?' आचार्यांनी उठत विचारलं.

आचार्य उठून पुढच्या मोकळ्या पटांगणामधून अभ्यासिकेच्या दिशेनं निघाले.

अर्जुनही त्यांच्याबरोबर जात होता.

उंच वृक्षाच्या मधून झिरपणाऱ्या किरणांनी उपवनाचं सौंदर्य कसं वेगळंच दिसत होतं; पण त्या दोघांचंही तिकडे लक्ष नव्हतं.

'होय आचार्य, तो श्रेष्ठ धनुर्धर आहे. खचित आहे; पण त्याचं श्रेष्ठत्व किंवा त्यानं केलेला अपमान हा केवळ जिव्हारी लागला, असं नाही. पण...'

अर्जुनाच्या स्वरात खेद, दुःख, अगतिक चीड असं काही होतं. आचार्य त्यामुळं मध्येच थबकून त्याच्याकडे पाहू लागले.

'बोल... वत्सा अर्जुना, स्पष्ट बोल.'

'आचार्य, तो श्रेष्ठ धनुर्धर... तो वनचर निषाद... म्हणतो, तो आपला शिष्य आहे...'

'काय?' आचार्य विलक्षण दचकले होते.

'होय, आचार्य..... तो आपला शिष्य आहे....'

'असं कोण म्हणतो?'

'तोच मोठ्या अभिमानानं सांगत होता. त्याच्या शब्दांत सत्य होतं. आचार्य.' अर्जुनानं तीव्र स्वरात म्हटलं.

आचार्य द्रोण काही न बोलता क्षणकाळ स्तब्ध राहिले.

अपमानित व अस्वस्थ अर्जुन गप्प राहू शकला नाही.

'आचार्य, आपण मला शब्द दिलात. सर्वश्रेष्ठ धनुर्धर करण्याचा, जगदेकवीर बनविण्याचा... कृतविद्य म्हणून माझा गौरव केलात. कसला कृतविद्य मी....? कसली विद्या? मी... मी आचार्य द्रोणांचा विद्यावारस मानसपुत्र अर्जुन .....एका सामान्य निषादाकडून अपमानित, पराभूत झालो साऱ्यांसमोर....' बोलताना अर्जुनाचा कंठ भावनांनी भरून आला होता.

'अर्जुना.... एका मृगयाजीवी किरातानं काही बालिश शरक्रीडा दाखवल्यानं

एवढा अस्वस्थ झालास......? अरे..... त्याला समंत्र धनुर्विद्येचं ज्ञान कुठून बसणार?'

'क्षमा असावी, आचार्य. त्याचं कौशल्य, त्याचा आत्मविश्वास...छे! आचार्य, त्यानं दाखवलेली धनुर्विद्या पोरखेळ नव्हती. त्यावर आपल्याच पद्धतीचा स्पष्ट ठसा होता.'

अर्जुनाच्या बोलण्याचा अर्थ स्पष्ट होता. त्यानं केलेल्या आरोपानं आचार्यांचं सर्वांग थरारलं, अंतर्मनात भीतीची एक चमक उठून गेली.

युवराज दुयोधनानंही त्यांच्यावर परोक्ष आरोप केलाच होता. आता अर्जुन.....

कुरु-राजपुरुषांना जर असाच संशय आला, तर... आचार्यांच्या मनी विचार आला व ते आपादमस्तक थरारले.

'अर्जुना... तो माझा शिष्य असणं शक्यच नाही आणि तूही हे जाणतोस....!'

'आचार्य, माझा ज्ञानाच्या कक्षा फारच तोकड्या आहेत. दिसणारी वस्तुस्थिती मी आपल्यापुढं ठेवली आहे. सर्व कुरुपुत्रांच्या पुढं त्यानं आपण द्रोणशिष्य असल्याचं अभिमानपूर्वक स्पष्ट केलं. शंका दर्शवताच आव्हान दिलं त्यानं आणि आपली निक्षून आज्ञा होती, म्हणून आम्ही सारे अपमानित व उपहासित असे परत आलो.'

'हा काय प्रकार ते मला पाहावं लागेल, अर्जुना......!' अत्यंत प्रयासानं स्वत:ला सावरीत आचार्य काही क्षणांच्या शांततेनंतर बोलले.

'अवश्य, आचार्य. मी बोललो, यापैकी एक शब्द जरी असत्य असला, तरी माझा उजवा हात तोडून देईन. कुरुकुलाची अप्रतिष्ठा किंवा माझ्यापेक्षा श्रेष्ठ धनुर्धर आहे, याचं मला तेवढं दु:ख होत नाही. पण.... जेवढं...'

अर्जुन घुटमळला.

'जेवढं काय?' आचार्यांचा स्वर कठोर होता.

'जेवढं तो तुमचा शिष्य असल्याचं आहे. त्यानं शाबरी किंवा अन्य गुप्त मंत्रातंत्रानं विद्या मिळवली असेलही, कदाचित; पण भारतश्रेष्ठ आचार्य द्रोणांनी दिलेलं वचन.... त्यांचा शब्द...'

'द्रोणांचा शब्द कधीही असत्य होणार नाही. मेरुमंडल डळमळेल, सूर्य आपला प्रकाश सोडेल; पण द्रोण शब्द मिथ्या होणार नाही. अर्जुना, पृथ्वी उलथीपालथी करावी लागली, तारामंडल कोसळावं लागलं, तरी चालेल; पण आपला शब्द खोटा होण्यापेक्षा हा द्रोण प्राणत्याग करील, अर्जुना.....!'

आचार्यांचा स्वर तीव्र आणि कठोर होता. त्यांच्या शब्दांतील काठिण्य जणू अर्जुनाचे सारे संदेह भेदून गेले.

'बालकाला क्षमा असावी, आचार्य!' अर्जुन मान खाली घालून उद्गारला, 'अपमानाच्या क्षोभामुळं काही अनुचित शब्द अनवधानानं बोललो असेन, तर क्षमा

असावी. आपणांविषयी शंका नव्हती. तशी शंका येण्यापूर्वी मी.....'

'पुरे अर्जुना!' जा, विश्रांती घे. तो निषाद जर माझा शिष्य म्हणवीत असेल... तर ... मी माझी प्रतिज्ञा सत्य होती, हे सिद्ध करेन....' आचार्यांनी सांगितलं आणि ते पाठमोरे झाले......

●

११

प्रात:कालापासून एकलव्याचं मन अस्वस्थ होतं. अकारण कसली तरी हुरहुर त्याला लागली होती.

आपली सर्व आन्हिकं उरकताना, प्रातराहार घेत असता, त्याचं लक्ष कुठंच लागत नव्हतं. शंबरही लवकरच घरी जाण्याच्या विचारात गुंग होता. आज तो उत्तरेस अधिक घोर वनात मृगयेस जाणार होता.

उत्साहानं बडबड करीत सूर्योदयाबरोबर सारं आवरून शंबर गेला; पण एकलव्याच्या सकाळच्या व माध्यान्हीच्या आहाराची व्यवस्थाही करून गेला होता. तरीदेखील सूर्य माथ्यावर येईतो आपण येऊ, असं सांगून गेला होता.

विमनस्क अवस्थेत शंबराला निरोप देऊन तो काही काळ स्वस्थ बसला. असं का होतं आहे, याविषयी विचार करूनही उमगत नव्हतं.

आपण आता घरी जाणार असल्यामुळं आपलं मन असं अस्वस्थ, उत्सुक झालं आहे, असं त्यानं मनाला समजावलं.

शंबर जाताच व्यायाम, ध्यान वगैरे करून त्यानं कसाबसा उपाहार केला. कारण शंबराची त्याला धास्ती होती. जर आल्यावर आपण आहार न घेतल्याचं आढळलं, तर....

आज चित्त विचलित होतं. विशेष म्हणजे, का, हेच कळत नव्हतं.

नित्याप्रमाणे तो आपल्या अभ्यासस्थानी आला. सूर्याला प्रणाम करून तो आपल्या गुरुमूर्तीपुढं आला.

गुरुमूर्तीला प्रणाम करून, तो आपल्या नेहमीच्या अभ्यासाला लागला. नेहमीच्या सवयीनं .... सरावानं अभ्यासानं बाण सुटत होते.. पण त्यात नित्याचा उत्साह नव्हता.

क्षणभर थांबून एकलव्यानं स्वत:शीच विचार केला :

आजचा एक दिवस विश्राम...

नाही... त्यानं जोरात मान हलवली.

मनाचं असं कौतुक करण्यानं ते नेहमीच असं करील. एक दिवस कर्तव्यच्युत होण्याला, अकारण हट्टाला वाव दिला, तर साऱ्या जीवनाची तपस्या मग धुळीस मिळेल. अग्निकण अत्यंत लहान असूनही तो सारं अरण्य भस्मसात करून टाकतो. मनातील विकाराचंदेखील असंच. माता आणि ज्ञातिगुरू नेहमी हे उदाहरण देत....

माता.. मेघवर्ण..... बाप्पा....

त्यांच्या स्मरणानं त्याचं अस्वस्थ मन अधिकच कातर बनलं.

क्षणभरात त्यानं आपलं मन आवरलं. स्वत:ला सावरून तो आपला नित्याचा सराव करू लागला... काळपुरुषाशी शर्यत लागल्याप्रमाणं.... एकही क्षण वाया न घालवता...

पळ.. घटिका... प्रहर.... कालरथ चालला होता. बाण भराभर संपत होते.

शेवटी एकलव्यानं एक अर्धचंद्राकृती बाण भात्यातून काढला. नित्याप्रमाणं शंबरानं सुगंधी पुष्पांची माला एका उंच वृक्षाच्या शाखेला टांगलेली होती.

एकलव्यानं अत्यंत बारकाईनं बारीकशा फांदीवर टांगलेल्या पुष्पमालिकेकडे पाहिलं. वर आकाशाकडे दृष्टी टाकली.

धनुष्याला बाण लावून त्यानं प्रत्यंचा ओढली. अंतिमक्षणी प्रत्यंचा ओढून धरलेल्या स्थितीतच हाताला कोपराजवळ जरा हलवल्यासारखं केलं.... आणि बाण सोडला.

बाण, पक्ष्यानं सूर मारावा तसा, हवेतून गेला. अलगदपणे मालेत अडकून उंच उंच गेला... उंच खूप उंच... जणू अनंत आकाशात सूर्यदेवाच्या गळा ही माळ घालण्याची या धनुर्धराची इच्छा असावी.

.... बाण कुठं गेला, त्याची दिशा पाहण्यासाठी दृष्टी उचलावी, तोच तो बाण खाली आला ... सहजतेनं, पण वेगानं... तो बाण कुठं व कसा पडला, हे समजलंच नाही, तोवर ती पुष्पमाला मात्र अलगदपणे येऊन त्या मूर्तीच्या गळ्यात पडली. त्याच क्षणी एकलव्यानंदेखील आपला माथा मूर्तीच्या दिशेनं लवविला.

'धन्य... धन्य, धर्नुधरा, धन्य तुझी विद्या आणि धन्य तुझं शरसंधान! प्रत्यक्ष देवेंद्रदेखील तुझ्यापुढं फिका पडेल! अरे, युगायुगांतून असा एखादाच धनुर्धर जन्माला येत असतो.'

स्वर उमटला आणि एकलव्याचं मस्तक उचललं गेलं. त्यान पुतळ्याकडे रोखून पाहिलं.

'काय... कोण.... गुरुदेवांची वाणी.... छे:! ते कसं शक्य आहे? माझ्या व्याकूळ मनाला आज कसले भास होत आहेत? अरे..... गुरुदेव... गुरुदेव!' एकलव्यानं आर्त स्वरात म्हटलं.

नकळत मोठ्या स्वरात त्यानं गुरुदेवांना साद घातली आणि पुतळ्याच्या दिशेनं भराभर दोन पावलं पुढं गेला.....

'वत्सा एकलव्या... तू खराच श्रेष्ठ धनुर्धर आहेस. तू कृतविद्य आहेस!

वीरश्रेष्ठा, तू खरोखर धन्य आहेस!.....'

पुन्हा उमटलेल्या त्या स्वरानं तर एकलव्य व्याकूळ झाला. आचार्यांच्या स्वरानं त्याच्या अस्वस्थ मनातील भावनांना उधाण आलं.

'गुरुदेव... गुरुदेव, खरंच का तुम्ही माझ्याशी बोलता आहात? या मूर्तिरूपातूनदेखील तुम्ही माझ्याशी बोलता आहात. केवढी कृपा या बालकावर. धन्यभाग्य मी! .... आता... आता तुमच्या खऱ्या दर्शनानं केव्हा बरं कृतार्थ होईन मी?.... गुरुदेव.... गुरुदेऽऽव......' एखाद्या व्याकूळ बालकानं मातेला साद घालावी, त्या आर्ततेन त्यानं साद घातली.

'वत्सा, एकलव्या.... हा पाहा..... मी ....मी प्रत्यक्ष द्रोण तुझ्याकडे आलो आहे.' पुतळ्याजवळील वृक्षामागून पुढं येत द्रोणांनी म्हटलं.

एकलव्यानं विस्फारित नेत्रानी पुढं येत असलेल्या आचार्यांकडे पाहिलं. त्याचा स्वत:च्या नेत्रांवर विश्वास बसत नव्हता. नेत्रांची उघडझाप करीत तो पुन्हा पुन्हा आचार्य द्रोणांकडे पाहण्याचा यत्न करीत होता. नेत्रांत अश्रू भरले होते. प्रयत्न करूनही तो आपला भावावेग आवरू शकत नव्हता.

तो तसाच पुढं धावला.... हरिणीकडे धावणाऱ्या पाडसाच्या गतीनं.

पुढं जाऊन त्यानं आचार्यांच्या पायांशी लोटांगण घातलं. पायांवर मस्तक ठेवून तो तसाच राहिला.

आचार्यांना आपल्या पायांवर होणारा जलाभिषेक जाणवत होता... पण काय करावं, हे सुचत नव्हतं, म्हणूनच की काय, ते तसेच काही काळ किंकर्तव्यमूढ व भावाकुल होऊन उभे राहिले.

आचार्यांना आजवर ही निष्ठा... हा प्रेमभाव... एवढी भक्ती कुठंही दिसली नव्हती. ही समर्पणाची भावना..... हा उदात्त.... निरपेक्ष शिष्यभाव....

आचार्यांचाही कंठ दाटून आला. जीभ जड झाली. तोंडातून शब्दही फुटेना....

त्यांनी एकलव्याचे सुडौल, बलिष्ठ बाहू धरून त्याला उठवलं. स्वत:च्या पुत्राहून अधिक प्रेमानं छातीशी धरलं. त्याचं मस्तक अवघ्राण केलं.

एकलव्याचा हा भक्तिभाव... त्याचं विद्याकौशल्य, ही निष्ठा पाहून आचार्य स्वत:लाच विसरून गेले होते.

अनपेक्षितपणे आचार्यांनी दाखवलेल्या प्रेमामुळं आणि दिलेल्या सन्मानामुळं एकलव्याची स्थिती तर अधिकच विकल व भ्रांत झाली; पण निश्चयानं, प्रयत्नपूर्वक स्वत:ला सावरून त्यांच्यापासून विलग होऊन उभा राहिला.

एकलव्य आचार्यांवर एकचित्त दृष्टी लावून होता. आचार्य त्याच्याकडे पाहत होते. अश्रुधूसर नेत्रांनी दोघेही एकमेकांकडे पाहत राहिले.

दोघांचेही शब्द मूक होते. पण स्पर्शानं साऱ्या अनुभूती.. साऱ्या भावना

परस्परांना सांगितल्या होत्या. परस्परांच्या मनांत संक्रमित झाल्या होत्या.

'वत्सा एकलव्या, तू खरोखरच श्रेष्ठ धनुर्धर बनला आहेस. कृतविद्य आहेस तू!' आचार्य मुक्त मनानं पण अद्याप भावरुद्ध कंठानं म्हणाले.

'आपलीच कृपा, गुरुदेव! आपल्या प्रेमळ आशीर्वादानं व प्रभावानंच मी अल्पशी विद्या आत्मसात करू शकलो, आाचार्य!' विनम्र स्वरात एकलव्य उद्गारला.

आचार्य एकलव्याकडे अनिमिष नेत्रांनी पाहत होते.

निषाद..... अनार्य.. पण किती विनम्र, किती ऋजु, किती सुसंस्कृत! आर्याहून आर्य आहे हा....।

'आचार्य.. आपण केवढी कृपा केलीत या अज्ञ बालकावर... या अं... थांबा... मी.... आसन आणतो.' एकलव्य आचार्यांच्या आतिथ्यासाठी धावपळ करू लागला.

'असो, एकलव्या, आसनादी उपचार कशाला? या वृक्षातळी शिलाखंडावर बसेन... मी.....' आचार्य प्रसन्न स्वरात म्हणाले आणि ते शिलाखंडाकडे गेले.

एकलव्य धावत पुढं झाला, त्यांन तो शिलाखंड झरझर फुंकर मारून व वृक्षाच्या छोट्या फांदीच्या साहाय्यानं स्वच्छ केला.

'एकलव्या, वत्सा, तू धन्य आहेस!' आचार्यांचा स्वर प्रसन्न होता.

एकलव्य विनम्रपणे उभा होता. तो काहीच बोलला नाही.

'वत्सा, एकलव्या.. कृतविद्य आहेस तू! फारच श्रेष्ठ प्रतीची विद्या तू आत्मसात केली आहेस. पण, वत्सा, ही विद्या तू साध्य केलीस तरी कशी?'

आचार्यांच्या स्वरात कौतुक होतं, वात्सल्य होतं. ते एकलव्याच्या विद्यासाधनेनं प्रसन्न झाले होते. ते स्वत:ला विसरून त्याचं कौतुक करीत होते.

'आचार्य... या..... या बालकाला आपल्याच अनुग्रहानं हे साध्य झालं.'

'म्हणजे.....? तू ही विद्या स्वयंप्रयत्नांनी, स्वत: तपस्येनं मिळवलीस ना?'

'प्रयत्न आणि साधना? असेलही... पण ही विद्या... आपल्या आशीर्वादाचं फळ आहे, आचार्य आपलीच देणगी....'

'म्हणजे?... ते कसं शक्य आहे? तू आपल्या कष्टानं, सतत साधनेनं ही विद्या मिळवलीस ना?'

'नाही, गुरुदेव, केवळ स्वत:च्या बळावर नाही, तर आपल्याच गुरुमंत्रामुळं....'

'ऐका... ऐका, गुरुदेव.... निषादाच्या मुखातून ऐका!' अर्जुनाचा कटु स्वर उमटला.

'काय.... मी तुला विद्या दिली, एकलव्या?' आचार्यांच्या स्वरात आश्चर्य, खेद आणि भय यांचं विलक्षण मिश्रण झालं होतं.

'होय, आचार्य. आपल्या गुरुमंत्रामुळंच हे शक्य झालं.'

'माझ्या? मी केव्हा.... कोणता गुरुमंत्र तुला दिला? मला तर स्मरत नाही.'

द्रोण किंचित कठोर व स्पष्ट शब्दांत म्हणाले. त्यांचा स्वर कोणत्यातरी अनामिक भयानं काहीसा कंपित होत होता.

'आचार्य, आपण, आम्ही हस्तिनापुरी आल्यावेळी सांगितलं होतं... या अर्जुनाला... त्याच्या लक्ष्यवेधाचा गौरव करताना...'

'काय.... काय सांगितलं होतं?' अर्जुनानं विचारलं.

'अर्जुना, निष्ठा, एकाग्रता आणि अभ्यास यांमुळं काहीही साध्य करून घेता येतं...' एकलव्यानं सांगितलं.

'होय, वत्सा.... इन्द्रपददेखील त्यामुळं प्राप्त होऊ शकतं.' आचार्य गंभीर स्वरात उद्गारले. त्यांच्या दृष्टीसमोर तो मागील प्रसंग अंधूकसा साकार झाला.

अर्जुनालाही तो प्रसंग नेमका आठवला. त्यानं आपले लज्जितभाव लपविण्यासाठी मान खाली घातली.

'मी ते ऐकलं, आचार्य. आपण काही कारणानं माझा स्वीकार करू शकला नाहीत, पण आशीर्वादानं मी संतुष्टलो. आपलं वचन हाच माझा गुरुमंत्र.... आपण प्रत्यक्ष जरी माझ्या सान्निध्यात नसला, तरीही हा आपला आशीर्वाद आणि गुरुमंत्र मला मार्गदर्शन करीत होता. शिवाय आपण मूर्तिस्वरूपात सतत माझ्या सान्निध्यात होता.' एकलव्याच्या शब्दांतून प्रेम व भक्ती ओथंबत होती.

'पण... पण तेवढ्यानं तुला ही सर्व विद्या साध्य झाली?' अर्जुनानं चकित होऊन विचारलं.

सहज, सरळ आणि साधेपणानं ही विद्या या निषादानं मिळविली असेल, यावर अर्जुनाचा विश्वासच बसत नव्हता. काहीतरी शाबरीविद्या, तंत्रमंत्र यांच्या साहाय्यानं एवढी विद्या मिळविली असावी, असं त्याला वाटत होतं.

त्यापेक्षाही आचार्य द्रोण, एकलव्याच्या विद्याकौशल्यानं, वर्तनानं आणि नम्रतेनं प्रसन्न व प्रभावित झाले आहेत, त्यामुळं अशा वेळी पुढं काय होईल, या विचारानं तो अस्वस्थ झाला होता.

'सर्व विद्या साध्य झाली वा नाही, हे गुरुदेव जाणोत, मला फक्त साधना करणं.... तेवढंच माहीत आहे.'

'आणि या साधनेमध्ये तुला कधी अडलं नाही...'

'असा कोण असेल, ज्याला साधनेमध्ये अडणार नाही! अनेकवार मीही अडलो. गोंधळलो... मार्ग दिसेनासा झाला.' एकलव्यानं अर्जुनाच्या प्रत्येक प्रश्नाला सरळ उत्तर दिलं.

'मग तू काय केलंस?' अर्जुन आता अधीर झाला होता.

'मी गुरुदेवांचं मार्गदर्शन घेतलं.' एकलव्य मोघम उत्तरला! तो आपल्या स्वत:विषयी अधिक बोलण्यास उत्सुक नव्हता.

'म्हणजे काय केलंस? सर्व नीटपणे सांग, एकलव्या!' आचार्यांनी आज्ञा केली.

'मी गुरुदेवांकडे सर्व समस्या नेत असे, त्यांच्या कानी माझ्या अडचणी घालीत असे. त्यांना साकडं घालून त्यांच्यापुढं बसे. मग गुरुदेव कृपा करीत. माझ्या समस्येचं समाधान मला मिळे. गुरुदेव जसं मार्गदर्शन देत.....'

'गुरुदेव मार्गदर्शन देत...? गुरुदेव.. अरे शठा...' संतापानं विकृत स्वरात अर्जुन ओरडला, 'गुरुदेव हस्तिनापुरातून बाहेर देखील पडले नाहीत. आणि तू प्रत्येक वेळी गुरुदेव मार्गदर्शन देत, असं म्हणतोस? ही मृत्तिकामूर्ती.... म्हणजे... म्हणजे तुला...'

'अर्जुना, जीभ आवर. अरे, पाषाणमूर्तीमध्ये देवाचा साक्षात्कार होतो तुम्हाला. आणि तू... तू गुरूप्रतिभेला.... मृत्तिकामूर्ती म्हणून हेटाळणी करतोस?... अरेरे अभागी तू! गंगेत राहून कोरडा!....' एकलव्याचा स्वर संयमी होता. तरीही तो तीव्र उपहासानं भरलेला होता.

'अर्जुना, अरे, केवळ तीव्र इच्छेनं काहीच साध्य होत नाही. त्याला ध्यासाची, कृतीची जोड द्यावी लागते. केवळ दुसऱ्याचा मत्सर केल्यानं श्रेष्ठत्व प्राप्त होत नसतं. मी परत सांगतो, ते... सत्य सांगतो, की प्रत्येक वेळी माझी समस्या शरणागत भावानं गुरूपुढं ठेवत असे. अनन्यभावानं त्यांना शरण जात असे.. आणि, अर्जुना मला प्रत्येक वेळी गुरुदेव माझ्या समस्येचं समाधान सुचवीत असत.'

एकलव्याच्या शब्दांत सत्याची प्रखर शक्ती होती. त्याचे नेत्र कठोर व किंचित लाल झाले असले, तरी त्यानं आपला स्वर संयत ठेवला होता.

ज्येष्ठ, श्रेष्ठ आणि श्रद्धेय अशा गुरुदेवांचं भान ठेवण्याचा तो सर्व शक्तीनं यत्न करीत होता, असं दिसत होतं.

आचार्य त्याच्याकडे एकटक पाहत होते. त्यांच्या नेत्रांत प्रगाढ स्नेह, संतोष आणि प्रसन्नता होती. ते प्रत्येक क्षणाला दिसणाऱ्या या एकलव्याच्या मोठेपणानं, त्याच्या संयमानं, विचारीपणानं अधिकाधिक चकित होत होते.

'अर्जुना, एकलव्य म्हणतो, ते सत्य आहे. अखेर इच्छाशक्तीबरोबर कठोर तपस्याही असेल, तर अन्त:प्रेरणेमुळं आपला मार्ग बरोबर दिसतो, असं ऋषी, मुनी, वेदान्ती, अनुभवानं सांगतात. अरे, प्राणिमात्राच्या अंतर्यामी ईश्वराचं अधिष्ठान नसतं का?' द्रोण प्रसन्नपणे उद्गारले.

अर्जुन काही न बोलता स्वस्थ राहिला. त्यानं एक दृष्टिक्षेप आचार्यांकडे टाकला. आचार्यांनी तो पाहिला आणि त्यांची चर्या खर्रकन् उतरली. अर्जुनाच्या तोंडावरून, त्याच्या दृष्टीवरून त्याच्या मनीचे भाव स्पष्टपणे कळू शकत होते.

इथं आपण का आलो आणि काय करतो आहोत, याचे संकेत अर्जुनाच्या दृष्टीतून दर्शविले गेले होते. त्यामुळं आचार्यांना सारं ब्रह्मांड डळमळतं आहे, असा क्षणभर भास झाला.

अर्जुनावर दृष्टी जाताच मोहनिद्रेतून पुन्हा भानावर आल्याप्रमाणे त्यांना झालं.

त्यांची चर्या काळवंडली. नेत्रांतील तेजही मंदावलं.

'एकलव्या, खरंच तू धन्य आहेस. श्रेष्ठ धनुर्विद् आहेस. देवांतदेखील असं एकाग्रतेचं, निष्ठेचं उदाहरण दुर्मीळ आहे. पण, मुला.... तू.. तू.. खरंच मला आपला गुरु मानतोस?' आचार्य द्रोणांनी निर्जीव स्वरात विचारलं.

'होय, गुरुदेव, निःसंशय मी आपणांलाच गुरु मानतो.' एकलव्यानं विनम्रभावे सांगितलं आणि तोही आपल्या कर्तव्याचं भान जणू आकस्मिकपणे आल्याप्रमाणे म्हणाला, 'गुरुदेव, आपण प्रथमच मला दर्शन दिलंत. आपलं आतिथ्य करण्याचा योग मला लाभला, ही केवढी...'

'थांब, एकलव्या! तुझ्यासारखा शिष्य लाभणं हे गुरूचं महद्भाग्य. तू मला गुरू मानलंस. मीही धन्य झालो. तुझं शरसंधानातील कौशल्य, चापल्य आणि लक्ष्यवेधातील अचूकता, तुझं प्रावीण्य मी पाहिलं. तुझं.... तुझं शिक्षण संपूर्ण झालं आहे, एकलव्या...' आचार्य द्रोणांनी सांगितलं.

'म्... म्हणजे, गुरुदेव?'

'वत्सा, गुरूनं द्यावी, अशी धनुर्विद्या तुला साध्य झाली आहे. आता व्यासंगानं तिची धार वाढवण्याचं काम केलं, म्हणजे पुरे. पण.. पण, एकलव्या....' आचार्य बोलताना जरा अडखळले.

'आज्ञा, गुरुदेव!'

'तू खरंच मला आपला गुरू मानतो आहेस? याविषयी कोणताही किन्तु तुझ्या मनी नाही ना?' आचार्यांनी प्रश्न केला.

'नाही, गुरुदेव! आपणच माझे गुरू. माझ्या ज्ञानसाधनेला दिशा दिलीत, मार्गदर्शन दिलंत, आपणच माझे गुरू....' एकलव्यानं ठामपणे सांगितलं. त्याच्या स्वरात आदर आणि श्रद्धा यांचं आगळं मिश्रण होतं.

'असं... अरे, गुरू मानीत असलास, तर.... गुरूकडून झालेल्या ज्ञानप्राप्तीला गुरुदक्षिणा द्यावी लागते. मला गुरुदक्षिणा द्यायला हवीस तू.. जर तू मला गुरू मानीत असलास, तर....' अर्धवट गंभीर, अर्धवट विनोदी अशा आविर्भावात गुरुदेव द्रोणांनी सांगितलं.

'गुरुदक्षिणा? अवश्य, गुरुदेव. धन्यभाग्य मी. अं... पण.. मी निर्धन. मी.. काय... काय देणार मी?... पण, गुरुदेव, आज्ञा करावी. माझे प्राणही आपल्या चरणी अर्पण करण्यास धन्यताच वाटेल!' एकलव्य हर्षित व उत्तेजित होता.

द्रोणांनी आपली विद्या सुफल झाल्याचं सांगितलं व आपला शिष्य म्हणून स्वीकारलं, या दोन गोष्टींनी त्याचं मस्तक जणू आभाळाला टेकलं होतं.

'धन्य... धन्य तू, एकलव्या...! अरे, कोणीही तुझ्यासाठी प्राण द्यावे, एवढा गुणसंपन्न तू. तुझे प्राण कोण मागेल? प्रत्यक्ष भगवान् एकलिंग तुझी परीक्षा घेण्यास आले, तरी वरदान देऊन धन्य होतील...'

'म्हणूनच भगवान् शिव हे आंधळेपणाने करून साऱ्या विश्वाला संकटात लोटतात. तरी पण, गुरुदेव, आपले वर कसेही असले, तरी ते सत्य व्हावेत, याची दक्षता घेतात ते.' अर्जुनाचा स्वर शांत होता, पण त्यातून खदखदणारी चीड आचार्यांना स्पष्ट जाणवली.

आचार्यांचं मन लंबकाप्रमाणे एकाएकी दुसऱ्या टोकाला झोका घेऊ लागलं.

'एकलव्या... अरे, गुरू शिष्याकडे काहीही दक्षिणा मागतो... तू... तू.. देणार?'

'होय, गुरुदेव!' एकलव्यानं द्रोणांच्या प्रश्नावर संक्षिप्त उत्तर दिलं.

'तर मग.... गुरुदक्षिणा म्हणून तू.. तू..... तुझ्या उजव्या हाताचा अंगठा देशील का?' आचार्य द्रोणांच्या तोंडून प्रश्न गेला.

आचार्यांच्या प्रश्नावर काही क्षण काहीच उत्तर न आल्यानं त्यांची अंतराळात रोखलेली दृष्टी खाली वळली.

ते आश्चर्यानं प्रथम स्तंभित झाले, मग दुःखानं हतबुद्ध!

आचार्यांच्या तोंडून शेवटचा शब्द बाहेर पडत असतानाच एकलव्याची सहज हालचाल झाली. पापणी लवण्याइतकाही अवधी जाण्यापूर्वी त्याच्या कटीला डाव्या हाताजवळ असलेलं लहान खड्ग चटकन कोशातून बाहेर आलं..

ज्या सहजतेनं.... चापल्यानं ते बाहेर आलं, तसंच ते पुढं आलं....

भयचकित अर्जुनाच्या नेत्रांची दोन वेळा उघडमीट झाली असेल, नसेल, तेवढ्याच अवधीत...

आचार्यांनी या हालचाली पाहिल्या. त्या वेळी डाव्या हातातील छोटं खड्ग ... अन् आचार्यांना काही बोलण्याची संधी मिळालीच नाही.

एकलव्याचं छोटंसं धारदार खड्ग त्याच्या अंगठ्यावरून फिरलं होतं. अंगठ्याचं पुढचं पेर मुळापासून अलग होऊन गुरू द्रोणांच्या पुढ्यात पडलं होतं.

गुरू द्रोणांची चर्या सारं रक्त शोषून घेतलं गेल्यासारखी पांढरी पडली होती.. सारं शरीर अचेतन, काष्ठवत झाल्याप्रमाणे ताठ व अविचल झालं होतं.

आणि अर्जुन....

अर्जुन विस्फारल्या नेत्रांनी एकलव्याच्या खाली पडलेल्या तुटक्या अंगठ्याकडे पाहत होता. तो वादळात सापडलेल्या पाचोळ्याप्रमाणे थरथरत होता.

एकलव्य चटकन् वाकला.... त्यानं गुरुदेवांपुढं पडलेला अंगठा उचलला.... सुकलेल्या पानावर व गवतावर पडल्यानं त्याला माती लागली नव्हती. त्यानं खालचंच एक वडाचं पान उचललं. डाव्या हातानं ते आपल्या चर्मवस्त्राला पुसलं. ते आपल्या उजव्या तळहातावर ठेवून, त्यावर तो अंगठा ठेवल्यावर तो उजवा हात पुढं धरला.....

तो रक्तस्नात अंगठा.... त्यातून गळणारं रक्त.. द्रोण व अर्जुनाची भयचकित दृष्टी त्यावर खिळली होती. समोरचं दिसूनही उमगत नाही, असे ते भांबावल्यासारखे पाहत होते.

'गुरुदेव.. धन्य... धन्यभाग्य मी! आपण मला गुरुदक्षिणा मागितली जी मी देऊ शकलो. माझ्याहून माझा अंगठा धन्य.. गुरुदेवांची इच्छा पूर्ण करू शकला तो....' एकलव्य बोलत होता. त्याच्या स्वरात दुःखाचा लेश नव्हता. 'जर आपण सारं शरीर मागितलं असतं, तरी ते देण्यात मला धन्यच झालं असतं.'

'एकलव्या.. वत्सा... काय... काय केलंस हे...?' आचार्य दुःखविकल स्वरात कसेबसे उद्गारले.

'अं... काय?...' आचार्यांच्या स्वरातील दुःख, क्षोभ आदींच्या उद्रेकानं एकलव्याला धक्का बसला होता. तो गोंधळला होता.

'म्हणजे, आचार्य, ही आपली... गुरुदक्षिणा ! ही... मान्य नाही?'

'अं... हं.....!' आचार्यांच्या तोंडून एक दीर्घ निःश्वास सुटला. 'कसला गुरू.... कसली दक्षिणा!' ते स्वतःशीच पुटपुटले.

'म्हणजे आपण संतुष्ट नाही?' एकलव्याचा व्यथित प्रश्न ऐकून द्रोणांना भान आलं.

'नाही, एकलव्या, तू आणि तुझ्या निष्ठेला जगात तोड नाही. तुझ्यासारखा शिष्य या जगात कधी झाला नाही, पुढं होणार नाही. एकलव्या, विश्वाच्या अंतापर्यंत, चंद्रसूर्य असेपर्यंत... तुझी कीर्ती अक्षय राहील. तुझी गुरुदक्षिणा गुरूचंच सत्त्व हरण करणारी आहे. पण... पण, बाळा...' आचार्य काही क्षण थांबले. 'बाळा एकलव्या... तुझी धनुर्विद्या.. तुझी साधना... एकलव्या, या हतभागी अगतिक, गरीब गुरूजवळ शब्दांविना काहीच नाही. फुकाचे..... मूल्यहीन शब्द. भगवान् शिव तुझं कल्याण करो, बाळा... तुझं जीवित सफल होवो... सुफल होवो.. तुझी धनुर्विद्या... पुढच्या दोन बोटांनी सिद्ध होईल. माझी सर्व विद्या तुला समंत्र साध्य होईल. गुरूचं सारं सत्त्व..... सारी पुण्याई आज तुझी ... तुझी झाली!'

-आणि बोलता बोलता पुढचे शब्द तसेच सोडून आचार्य गर्रकन मागे वळले. अवरुद्ध कंठामुळं त्यांना अधिक बोलणं शक्य झालं नसावं.

स्वतःवर ताबा नसल्याप्रमाणे ते चालत होते. त्यांचे झोक जात होते. असह्य

ओझं खांद्यावर पडल्याप्रमाणे त्यांचे खांदे पडले होते. मस्तक खाली घालून जाणारी त्यांची पाठमोरी आकृती विलक्षण केविलवाणी दिसत होती.

त्या आपल्या गुरूच्या आकृतीकडे एकलव्य अनिमिष दृष्टीनं पाहत होता.

एकलव्याच्या तृप्त तेजस्वी मुद्रेकडे पाहत स्तिमित अर्जुन काही क्षण तिथंच थांबला आणि मग अचानक भानावर आल्याप्रमाणे आचार्यांच्या मागून धावला.

गुरुदेव दिसेनासे होइपर्यंत त्यांच्या पाठमोऱ्या आकृतीकडे अनिमिष नेत्रांनी पाहणाऱ्या एकलव्याला मात्र अन्य काहीही दिसत नव्हतं.

गुरुदेव आले. त्यांनी शिष्यत्व स्वीकारलं, या अपूर्व आनंदात त्याला आत्मविस्मृती झाली होती. अंगठ्यातून गळणाऱ्या रक्ताचं त्याला भान नव्हतं

-आणि तृषार्त धरती जणू रक्ताचं अर्घ्य घेऊन शांत होत होती.

●

२०

आनंदित शंबर कोणालाही चाहूल न लागू देता, शक्य तेवढा भराभर येत होता.

अचानकपणे एकलव्यापुढं जाण्याचा त्याचा विचार होता. एकू या वेळी आपल्या अभ्यासात मग्न असेल, माध्यान्हीचा उपाहार घेतलाच नसेल, याची खात्री होती. आज केलेली अपूर्व मृगया दाखवून एकलव्याला चकित करायचं, या एकाच विचारानं तो भारलेला होता. त्यामुळं लागणाऱ्या-ओरबाडणाऱ्या काट्याकुट्यांची पर्वा न करता तो निघाला होता.

तो जाळीतून बाहेर पडला. एकूला साद घालण्यासाठी तो तोंड उघडणार, तोच...

एकू एकटा नव्हता... त्याच्यातील सहाव्या इंद्रियानं जणू सूचना दिली... त्यानं तोंड गपकन् मिटलं आणि तो समोर पाहू लागला.

समोरचं दृश्य तो आपल्या दृष्टीत साठवण्याचा प्रयत्न करू लागला. झाडीच्या दिशेनं जात असलेल्या पाठमोऱ्या द्रोणांना त्यानं त्वरित ओळखलं. हस्तिनापुरामध्ये मधून मधून तो त्यांना कुठं कुठं आडून आडून पाहत असे. त्यांच्याविषयी कोणतीही चांगली भावना नसल्यानं उलट त्यांच्या पक्षपाती ढोंगीपणाची घृणाच असल्यानं तो दूरच राही.

द्रोण... गुरू... तो एकूचा गुरू... इथं का...? त्याच्या मनात विचार आला. कोणत्याही चांगल्या गोष्टीसाठी द्रोण इथं येणं शक्य नव्हतं, असं त्याला वाटलं. त्याची दृष्टी वळणार, तोच मुद्रेवर अत्यंत विचित्र भाव असलेला अर्जुन आचार्यांच्या मागून धावलेला त्याला दिसला.

दोघेही... गुरुशिष्य... दांभिक.. गर्विष्ठ... अहंकारी... या अरण्यात... एकूकडे?

शंबरावर जणू वीजच कोसळली. पिलाच्या रक्षणासाठी माता एकदम सावध व्हावी व धावावी, तसा शंबर एकलव्याकडे धावला.

एकलव्य पाठमोरा होता. शंबर त्याच्यापर्यंत पोहोचला.... आणि.... समोरचं दृश्य पाहून तिथंच थबकला. एकाच दृष्टिक्षेपात तिथं घडलेलं महाभीषण नाट्य त्याच्या ध्यानी आलं. पळभर त्याचा मेंदू या दृश्यामुळं सुन्न, बधिर झाला.... समोरचं दृश्य जणू दिसेनासं झालं, पण अरण्यवासीयांच्या सहज स्वभावाप्रमाणे तो त्वरित सावरला.

'एकू....काय झालं, रे, हे?... तुझ्या हाता... हातातून हे रक्त कसलं....?'

त्यानं ओरडून विचारलं, तो त्याची दृष्टी रक्तरंजित अशा अंगठ्यावर गेली.

'एकू... तुझा अंगठा... अंगठा कापला...? कोणी....केाणी...कोणी कापला? त्या मत्सरी अर्जुनानं?... तो काय तुझ्यापुढं उभा राहणार?... नाही... नाही!... हे नीच कर्म त्या ढोंगी, पक्षपाती, अधम गुरूचं... थांब, त्या नीचाचं मस्तकच कापतो... मी... थांब... नीच, अधम, आर्या... थांब, हा शंबर तुझ्या दृष्कृत्याचं प्रायश्चित देण्यासाठी... सोड... सोड मला, एकू.....' संतप्त शंबर ओरडला.

एकलव्याचा तुटलेला अंगठा... त्याचा रक्ताळलेला हात... आणि घाईनं निघालेला द्रोण या सर्वांचा निष्कर्ष त्यानं त्वरित काढला होता.

कोणत्याही क्रियेवरील त्वरित प्रतिक्रिया हे अरण्यातील आयुष्यक्रमाचं एक आवश्यक आणि अपरिहार्य अंग होतं. त्यामुळं या घटनेची प्रतिक्रिया शंबरावर अत्यंत तीव्रतेनं उमटली.

आचार्यांचा शिरच्छेद करण्याच्या इच्छेनं तीव्र संतप्त होऊन तो निघाला. त्याची मन:स्थिती पाहता तो आचार्यांना मरणप्राय दुखापत करील, आणि त्यात स्वत: देखील घायाळ होईल, हे उघड होतं.

शंबराचं भान क्रोधानं हरवलं होतं, तरी एकलव्याला या गोष्टींचं भान होतं. आपल्या जवळची.... आवडती दोन्ही माणसं आपल्यासाठी अशी दु:खी व्हावी, हे एकलव्याला मानवणारं नव्हतं. त्याच्याही शारीरिक व मानसिक प्रतिक्रिया शंबराप्रमाणेच त्वरित होत होत्या.

त्यानं शंबराला घट्ट मिठी मरली. शंबर सुटण्याची धडपड करू लागला.

'शंबरा.... शपथ आहे तुला माझी. तू जर गुरुदेवांच्या मागे गेलास,... तर ... तर मी माझं मस्तक किंवा हातच तोडून घेईन, हे तुला एकवीरेची शपथ घेऊन सांगतो.'

एकलव्याचे शब्द ऐकताच शंबर एकदम शांत झाला.

काही काळ तो तसाच एकलव्याकडे पाहत राहिला... साऱ्या घटना खऱ्याच आहेत, याची जणू तो पुन्हा खात्री करून घेत होता.

'एकू... तू... तुझ्या उजव्या हाताचा... अंगठा... तुझी... तुझी धनुर्विद्या !' आणि परत त्याचा संताप उसळला.

'थांब, शंबरा... पुढं बोलू नकोस... माझ्या या हातातून असा रक्तस्राव होतो आहे आणि, शंबरा, मित्रा, उपचार करण्याऐवजी तू त्याच्याविषयी केवळ चर्चा करतो आहेस... कसली, रे, ही प्रेमाची उलटी रीत? शंबरा..?'

एकलव्य भराभर बोलत होता. या वेळी शंबराला जर गुंतवलं नाही, तर काही तरी अनर्थ होईल, याची त्याला कल्पना नव्हे, खात्री होती.

शंबरानं त्याचं बोलणं ऐकलं.

काही क्षणांतच त्याच्या जखमेवर दगडी पाल्याचा रस पिळला जात होता. शंबरानं हात घट्ट पकडून उंच धरला होता. त्यामुळ रक्त वाहण्याचं थांबलं होतं.

'काय.... काय झालं हे !... कसं झालं.. सांग...' शंबराचा स्वर अतिशय कठोर आणि रागीट होता.

'शंबरा... काही विशेष नाही....'

'तुझा अंगठा कोणी तोडला? कोणी...?'

'मी... माझा मीच, शंबरा...!

एकलव्याच्या शांत उत्तरानं समोर वीज कोसळलेली पाहावी, तसा शंबर विस्मित झाला.

'तू... तू तोडून दिलास? .... का .... कशासाठी....?'

'मी... माझा अंगठा गुरुदक्षिणा म्हणून कापून आचार्यांना अर्पण केला आहे...!

'तू काय...? तू गुरुदक्षिणा म्हणून... अरे मूर्खा.... कसली गुरुदक्षिणा ? कोणत्या गोष्टीची? न शिकवलेल्या विद्येची? त्या लुच्च्या, स्वार्थी आर्यानं तुझी साऱ्या जीवनाची तपस्या धुळीस मिळवली. त्यानं तुझे इतक्या दिवसांचे कष्ट लुटले... देवी एकवीरा त्याला पशूचं मरण देईल... अरे, ज्यानं काहीच दिलं नाही. फुकाचा वांझोटा आशीर्वाद देण्यापलीकडे काहीही दिलं नाही. त्याला तू कोणती ही गुरुदक्षिणा दिलीस!... का...का...का...एकलव्या...!'

शंबराला आपल्या रागाचा, दुःखाचा आणि क्षोभाचा उद्रेक केवळ बोलण्याविना काढणं शक्य नसल्यानं... काही करणं अशक्य असल्यानं त्याची अवस्था भ्रमिष्टासारखी झाली होती. अगतिकतेनं त्याचं देहभानच हरपलं होतं. रागानं त्याचे डोळे गरगर फिरत होते. मुठी आवळल्या जात होत्या. पुन्हा पुन्हा तो द्रोण गेलेल्या दिशेनं पाहत होता. त्याचे नेत्र अश्रूंनी भरल्यासारखे दिसत होते.

'शंबरा, अरे, त्यांना गुरुदक्षिणा देणं हे तर माझं कर्तव्यच...'

'गप्प बैस, षंढा !...' शंबरानं गर्जना केली, 'त्या ठकाच्या गोड बोलण्याला भुललास? त्यानं काय शिकवलं तुला? अरे दुर्बुद्धी... का असा विनाश ओढवून घेतलास? त्याला विचारलं का नाहीस? कशाची गुरुदक्षिणा...? त्यांच्याकडून निदान एवढं तरी ऐकून घ्यायला हवं होतंस... त्याला स्व:ताची लाज वाटली असती तर तो चालता झाला असता. जनामनाची लाज नसलेला, स्वार्थी व पशूसारखा क्रूर असा तो गुरू... बळी देण्याच्याच योग्यतेचा आहे तो!'

'त्या नीच... अधमाधम गुरूला... काय... काय करू, रे...' बोलता बोलता शंबरानं अचानक सूचिमुख बाण काढला. तो धनुष्याला लावला. आकर्ण प्रत्यंचा ओढली आणि डोळ्याचं पातं लवण्यापूर्वी सणसणत तो बाण सुटला.

बाण अचूकपणे पुतळ्याच्या डाव्या वक्षातून आत वेगात घुसला होता. केवळ

शेवटील पिसं वगळता सारा बाण नेमका हृदयात आरपार गेला होता.

'माते एकवीरे... माझं सर्वस्व घे... प्राण घे... पण हा शूल त्या पापी, गुरुत्वाला कलंक अशा, आर्याच्या हृदयी टोचू दे. जिवंतपणीच मरणप्राय वेदना त्याला भोगू दे. कुत्र्याचं मरण येऊ दे त्याला.... देवी एकवीरे, या बालकाचं मागणं पुरव. त्या बदली माझं जीवित घे....'

'शंबरा... शांत हो... मित्रा...!'

'मेला... संपला तुझा मित्र ... मेला! तू चोहोबाजूंनी वडवानल पेटवून, मला वर शांत होण्यास सांगतो आहेस? तुझ्या ह्या असल्या आदर्शामागे आंधळी धाव घेण्याच्या वृत्तीमुळं मला मातेनं तुझ्याबरोबर येण्याची आज्ञा दिली. महादंडनायक... ज्ञातिगुरू.... साऱ्यांच्या मनी तोच विचार असला पाहिजे. अरे, व्यवहारहीन... मूर्खा... मी... मी मातेला माझं हे अपयशी तोंड कसं दाखवू....? नाही... त्यापेक्षा एखाद्या कराल व्याघ्राच्या तोंडी भक्ष्य म्हणून....'

'म्हणजे माता वाघापेक्षा भयंकर वाटते का तुला...?' एकलव्यानं स्मित करीत विचारलं.

एकलव्यानं शंबराला शांत करण्यास केलेल्या या थट्टेचा परिणाम मात्र उलटा झाला. क्रोधाचा भडका उडाला. शंबर आयुष्यात प्रथमच त्याच्या अंगावर धावून आला.

'तू... तू... कृतघ्न, कर्मदरिद्री आहेस...! तू क्रियानष्ट... नतद्रष्ट आहेस....! मातृपितृद्रोही आहेसच... अरे... तू ज्ञातिद्रोही देखील आहेस.... निषाद कुलकलंका....!'

'शंबरा...' क्षीण स्वरात एकलव्य उद्गारला. त्याची चर्या विवर्ण झाली.

'मी... मी... तुझं रक्षण करण्यास बांधला गेलो आहे, रे.... नाहीतर...' शंबर अनावर उमाळ्यानं क्षणभर थांबला.

'एकू, खरा निषाद म्हणून तुझा वधच करणं... नव्हे, तुझ्यासारख्या ज्ञातिद्रोह्याला एकवीरेला बळी देणं हेच माझं खरं कर्तव्य आहे. मातेचा... महादंडनायकांचा... साऱ्या शंबर, पुलिंद, किरात-निषाद महासंघाचा, साऱ्या ज्ञातीचा द्रोह केलास...! अरे, तुला काय अधिकार होता असा अवमान करण्याचा? तुला एका दांभिक आचार्याच्या खोट्या अधिकारावरून या साऱ्यांना ओवाळून टाकण्याची बुद्धी झाली तरी कशी...?'

'शंबरा... शांत हो... अरे, मित्राच्या व्यक्तिगत नुकसानीमुळं असा वाहवून..'

'जीभ आवर, तुझं शब्दजाल पसरू नकोस, तुझ्या व्यक्तिगत नुकसानीनं मी वेडावलोय् ....? खरं...? अरे मूर्खा, मी वेडावलो आहे, तो तू आपलं कर्तव्य विसरलास, म्हणून! साऱ्या निषादांचं स्वप्न तू उद्ध्वस्त केलंस... साऱ्या निषादांच्या आशा... आकांक्षा... सारा भविष्यकाळ धुळीस मिळवलास.'

'एक सामान्य निषादपुत्र असतास, तरीही असला अविचार करण्याचा तुला अधिकार नव्हता... महादंडनायकाचा पुत्र तू... तू कुमारदंडनायक... ज्ञातीपेक्षा

स्वत:ला मोठा समजतोस तू...?' शंबरानं एकलव्याला प्रश्न केला.

एकलव्य पांढऱ्याफटक चर्येनं त्याच्याकडे पाहत उभा होता.

'शंबरा.... मी ज्ञातिद्रोह केला.... असं तुला वाटतं...?' अडखळत अस्पष्ट स्वरात एकलव्यानं प्रश्न केला.

'तुला नाही वाटत?'

'तर मग... शंबरा.... नाही.... तू माझा शिरच्छेद करून एकवीरेला बळी दे... तेच योग्य होईल !' एकलव्य हळुवार स्वरात म्हणाला.

'शक्य नाही ते... नाही तर... आणि तू शपथेनं बांधून ठेवलं नसतंस तर... मी त्या दांभिकाची मृगया केली असती... अरे, शिष्यानं स्वकर्तृत्वावर मिळवलेली, आपण न दिलेली विद्या लुबाडण्याचा काय अधिकार होता त्या लुच्च्याला? ध्यानात धर, एकलव्या.... ज्यांच्यासाठी त्यानं हे कृत्य केलं, ते.... तेच... त्याला ठार मारतील. मृगया-पशूपेक्षाही हीन मरण येईल त्याला... माता एकवीरा त्याला कधीच शांती... स्वास्थ्य.... काहीही लाभू देणार नाही....' उन्हाळी पावसात गारा पडाव्यात, त्याप्रमाणे शंबराच्या तोंडून शब्द बाहेर पडत होते.

एकलव्य हतबुद्ध होऊन ऐकत होता.

'तू आदर्शामागे आंधळी धाव घेतल्यानं मातापित्याची, ज्ञातीची अवस्था काय होईल, या कल्पनेनंच थरकाप होतो माझा.... अरेरे... माणिक म्हणून जीव घालवीत हाती घ्यावी.... ती... गुंज निघावी...'

शंबराचे बोल एकलव्याच्या हृदयात काट्याप्रमाणे घुसत होते, तरीही तो शांत, अविचल उभा होता. शंबराच्या दुःखाच्या आणि रागाच्या या दर्शनानं तो हताश व भयविस्मित झाला होता. त्याच्या शब्दांनी एकलव्याचा अंतरात्मा थरारला.

'शंबरा, मी सांगतो, ते ऐक....'

'ऐक? काय ऐक? अरे अविचारी मूर्खा.... आर्यविद्या आत्मसात करण्यास तू आलास... काय केलंस..? निषादविद्याही गमावून बसलास. जन्मविरूप झालास.... तू फक्त पोपटपंची करणारा मूर्ख, आर्यांसारखा स्वत:पुरता, स्वार्थी विचार करायला शिकलास तू. आर्यांच्या थोड्या सहवासात देखील आत्मसंतुष्ट वृत्ती उचललीस... आपल्या गुरुदेवांची शिकवण... त्या थोर मातापित्यांचे संस्कार... सारं सारं विसरलास!...' शंबराची रागाची लाट कमी होत नव्हती. उलट, परत परत रागाची उसळी घेत होती.

'खोट्या मोठेपणाच्या अभिलाषेची तू साऱ्या भविष्याची होळी केलीस...! अरे, नेहमीची तुझी तीव्र बुद्धी गेली तरी कुठं...?' शंबरानं प्रश्न केला. त्याच्या शब्दांचे तीव्र आघात होत होते.

'एकलव्या, सद्‌गुणांचा अतिरेकदेखील मारक असतो. तुझ्या गुरुभक्तीचा अतिरेक एकलव्य म्हणून तुला मारक ठरला. ठरो तो; पण ज्ञातीची भविष्याची

आशा... त्यांची जगण्याची.... प्रगतीची महत्त्वाकांक्षा.... साऱ्या साऱ्यांची राख केलीस तू ! या अतिरेकी सद्‌गुणानं, अविवेकी गुरुभक्तीनं!' शंबराच्या स्वरातील क्रोध मावळत होता. त्याची जागा व्याकुळतेनं, दुःखानं आणि आंतरिक वेदनेनं घेतली होती.

'नाही... नाही. शंबरा, असं होणार नाही. झालं नाही....!' एकलव्य उद्गारला.

'जळालं.... जळालं ते स्वप्न....! परकी आक्रमण थोपवण्याचं.... स्वतःचं संरक्षण करण्याचं.... आणि दीनदुःखितांच्या.... दुबळ्यांच्या.... आर्तांच्या अश्रूंना बांध घालण्याचं....'

'नाही, शंबरा, ते स्वप्न दग्ध झालं नाही.' एकलव्य मध्येच ठामपणे म्हणाला, पण दुःखी शंबराचं त्या शब्दांकडे ध्यानच नव्हतं. 'स्वप्नं कधी मरत नसतात, शंबरा...'

'आपोआप मरत नसतीलही ती... पण तुझ्यासारखे... आंधळे भक्त मारतात त्यांना... स्वतःच किंवा तुझ्या त्या लुच्च्या आचार्यासारखे स्वार्थापोटी मारतात ती स्वप्नं.... अरे, स्वप्नांवर जगताना सत्याकडे डोळेझाक केलीस तू...'

'खेद करू नको, शंबरा, व्यर्थ दुःखी होऊ नको... अरे, मी जे दिलं, ते मी मिळवलं, त्यापुढं काहीच नाही...'

'असं तुला वाटतं.... कारण अद्यापही तू...'

'मी पूर्ण विचारानं बोलतो आहे, शंबरा. अरे, मी रक्ताचं अर्घ्य दिलं आहे हे विद्येला. रक्ताच्या एका एका थेंबातून शेकडो एकलव्य निर्माण होतील. मी प्रत्येक निषाद-युवकातून नवा एकलव्य घडवीन. सारे निषाद, किरात... शंबर... सारे अरण्यवासी एकलव्याच्या विद्येनं आणि संघशक्तीनं नवं बलिष्ठ निषादराष्ट्र निर्माण करतील... शंबरा...'

'मला तुझी कीव येते, एकलव्या... तू जितका तिरस्कारास पात्र आहेस, तितकाच दयेस... ' एकलव्याचं बोलणं थांबवून शंबर बोलला.

'क... काय... म्हणतो आहेस तू हे?' एकलव्याला शंबराचं बोलणं ऐकून धक्का बसला होता.

'एवढा भीषण प्रकार होऊन, कष्टानं मिळवलेल्या धनुर्विद्येला वंचित होऊन देखील तुझं स्वप्नरंजन संपलं नाही? स्वतःची फसवणूक करण्याची तुझी सवय एवढ्या घोर अनुभवानंतरही गेली नाही?' शंबरानं खेदानं मान हलवीत विचारलं.

'शंबरा, अंगठा गेल्यानं विद्या गेली नाही. ती माझ्या शरीराच्या अवयवात नव्हती. शरीर हे तर माध्यम असतं... आवश्यक माध्यम... पण तरीही खरी विद्या आहे, ती माझ्या सबल बुद्धीत... माझ्या... माझ्या सशक्त मनात....'

'नको परत शब्दजाल मांडू. अन्य कोणीच नाही; पण, एकलव्या... तुझा तू मात्र त्यात सापडून पूर्ण फसला आहेस...'

'शंबरा, एक अवयव शस्त्रानं कापला गेला. माझी इच्छाशक्ती, माझी विजिगीषुवृत्ती... ती तर नाही ना कापली गेली? एक अंगठा गमावल्यानं झालंय काय? अंगठा किंवा बोट दोर खेचत नसते... खेचते, ती मनातील ईर्ष्या... तेवढी तर आहे ना! आजवर अंगठ्याच्या साह्यानं, गुरुच्या साह्यानं ज्ञान मिळवणारे खूप असतील; पण या चार बोटांच्या सहशक्तीचं बळ कोणी जाणलंय? गुरुवर्यांच्या आशीर्वादाने या चार बोटांनाच अंगठ्याहून अधिक बळ येईल. तू भिऊ नको. मी विद्या गमावली नाही. हाही त्या गुरूचा आशीर्वाद असेल. तू म्हणाला होतास, की कौरव... पांडव... हस्तिनापुराच्या कोणत्याही आर्याहून मी अधिक धनुर्विद्या जाणतो, हो ना?'

एकलव्याच्या प्रश्नावर शंबरानं काही वेळ त्याच्याकडे एकटक पाहिलं. अचानक त्याच्या दृष्टीत कणव आली.

मूर्ख आशेपेक्षा घोर निराशा बरी. एकू, खोट्या आशेच्या मृगजळामागे लागून तू ही दुरवस्था करून घेतलीस... अरेरे ! जातीला, माता-पित्याला, गुरूला तोंड दाखवणं अशक्य असलं, तरी.... तरी देखील जाऊ परत....' शंबर निराश, हताश स्वरात म्हणाला.

'का... कशासाठी...?' इतका वेळ शांत व संयमी स्वरात बोलणाऱ्या एकलव्यानं विचारलं. पण त्याचा स्वर तीव्र होता.

'अपेशी, अयशस्वी, अनावश्यक आणि जातीला भारभूत म्हणून परत जाऊ. तुझ्या एकलव्यानं असलं शेळीच्या शेपटीप्रमाणं अनावश्यक जीवन जगावं, असं वाटतं तुला?' एकलव्याच्या तीव्र स्वराला असलेली आर्त किनार शंबराच्या हृदयात भिडली.

शंबराच्या सरळ मनाला, एकलव्याच्या दृष्टीनं आपण विचारच केला नाही, हे जाणवलं. कोणत्या परिस्थितीत.... अपरिहार्यपणे किंवा निरुपायाने एकलव्यानं हे केलं असेल.... हे दिव्य करताना...

'एकू...' त्यानं एकलव्याचा डावा हात पकडला. त्या हाकेत त्याचा नेहमीचा स्नेहभाव, प्रेम, आदी सारं होतं. 'अरे... अरे, काय रे, करायचं आपण...? त्या धूर्त... त्या कपटी... स्वार्थी गुरूकडे देखील एवढी विद्या नव्हती. त्यानं शिकवलेले... त्याचे शिष्यदेखील तुझ्यापुढं थिटे पडले. स्वतःचा उणेपणा असा उघड झाला. तुला लहान करून... आपण मोठेपण साधण्याचा पाशवी प्रयत्न केला त्यानं....' शंबर अद्याप त्या घटनेच्या प्रतिक्रियेतून... सावरला नव्हता.

'जे झालं, त्याचा मला खेद नाही. आनंदच आहे. मी केलं, ते उचित व आवश्यकच होतं. शंबरा, तू गुरूदेवांना दोष देऊ नकोस. त्यामुळं मला व्यथा होतात. मनाला दुःख होतं...' एकलव्यानं निर्णायक स्वरात म्हटलं.

'त्या... त्या हीन... बरं.... तुझी इच्छा.... चल, जाऊ तर आता लोकांमध्ये

परत...’

‘नाही....’

‘काय....? नाही...? मग असंच जीवनभर बहिष्कृत म्हणून...’ शंबराचा स्वर आश्चर्य व खेद यांमुळं विकृत झाला होता.

‘शंबरा, अशा जिवंतपणी मृत एकलव्यानं खरंच ज्ञातीकडे जावं म्हणतोस? का जायचं? कशासाठी? इथं दुःख झालं, म्हणून? मला दुःख झालं नाही. शिवाय दुःखापासून पळण्यानं किंवा तिकडून पाठ फिरवण्याचं दुःख नाहीसं होईल का, शंबरा? मी इथं राहणार... काही दिवस इथं...’

‘इथं.... या...या स्थानी... जिथं तू सर्वस्व गमावलंस....’ शंबरानं एकलव्याचं बोलणं मध्येच थांबवून आश्चर्य व्यक्त केलं.

‘होय.... इथं राहून दोन बोटांनी धनुर्विद्येच्या अभ्यासाला लागणार....’

‘जळो ती धनुर्विद्या! परत तो अभ्यास.... का? कशासाठी?’ शंबरानं स्वर चढवून विचारलं.

‘शंबरा, धनुर्विद्येतील सारी गुह्यं मला आता माहीत आहेत. समंत्र अस्त्रविद्या मला आपोआपच स्फुरते. फक्त आता दोन बोटांनी प्रत्यंचा ओढण्याचा अभ्यास केला, म्हणजे....’

‘एकू.... अरे, अद्याप तुला काही करण्याची इच्छा आहे, म्हणजे....’

‘मीही माणूसच आहे. मलाही माझी स्वप्नं आहेतच. माझं ज्ञान माझ्या जवळच आहे. स्वयंस्फूर्त व तपस्येनं साध्य केलेलं ज्ञान कोणीही हिरावून घेऊ शकत नाही. छेदू शकत नाही. गेलं, ते फक्त कौशल्य. अभ्यासानं ते कौशल्य मी पुन्हा मिळवीन. फक्त दहा पूर्ण चंद्रांच्या मुदतीत मी पूर्वीप्रामाणेच.... नव्हे पूर्वीहून अधिक प्रभावी शरसंधान करेन.’ एकलव्य आत्मविश्वासानं म्हणाला.

‘तसंच होवो... एकलव्या... तसंच होवो... !’ शंबर पुटपुटला.

●

२१

घनदाट आणि विस्तीर्ण अरण्य. अनेकविध श्वापदांचे आवाज, मर्कटांचा आणि पक्ष्यांचा ध्वनी यामुळं त्याच्या भीषणतेत अधिक भर पडत होती.

बिल्व, पिंपळ, श्रीपर्णी, अरिष्ट, गिरिकर्णिका, वट, आदी वृक्षांची दाटी होती. त्याच्या गर्दीतून ताल, शाल, देवदार, आदी वृक्ष आपलं उंच मस्तक जणू मोकळ्या श्वासासाठी वर काढत होते. गारवेलीपासून ते खाजकुयलीपर्यंत नानाविध वेलींची जाळी तिथं होती. वन्य श्वापदांबरोबरच विविध प्रकारचे सरपटणारे प्राणी देखील तिथं विपुल होते.

अशा त्या घोर अरण्यातून एकलव्य व शंबर राजपथावरून जात असल्याप्रमाणे सहजतेने जात होते. मध्येच असलेले अडथळे ते आपल्या परशूंनी दूर करीत होते व रस्ता निर्वेध करून पुढं जात होते.

शंबराचा बांधा किंचित स्थूलसर वाटत होता, तरी दोघांचीही शरीरं आटीव, बलिष्ठ व कमावलेली दिसत होती. दोघांच्याही पायांत गुडघ्यांपर्यंत चर्मावरणं होती— सुडौल, गोलाकार खांद्यावरील धनुष्यं व पाठीवरील भाते हे जणू शरीराचं अंग बनून राहिल्यासारखे भासत होते.

दोघांनीही आपल्या पाठीवर भरगच्च भरलेल्या पडश्या टाकलेल्या होत्या– भरलेल्या असूनही त्या झोळ्या अगदी मोकळ्या असल्याप्रमाणे ते सहजतेनं वागवत होते.

एकलव्याच्या चर्येवरील छोटीशी दाढी व मिशा त्याच्या सावळ्या पण तेजस्वी मुद्रेला शोभून दिसत होत्या. त्याच्या बलदंड पौरुषात देखील एक सात्त्विकता जाणवत होती.

शंबर कमी उंचीमुळं जरा स्थूल भासत असला, तरीही त्याच्या स्नायुबद्ध प्रमाणशीर शरीरामुळं बलदंडपणात तो एकलव्याहून कमी नव्हता. उलट, तो अधिक शक्तिशाली व रागीट असावा, असं वाटत होतं. त्याचा काहीसा चौकोनी चेहरा, रुंद जिवणी, बसकं नाक आणि भेदक तेजस्वी नेत्र त्याच्या उग्रतेत भर घालीत होते.

विभिन्न झाडींच्या गर्द पर्णराजीतून लपंडाव करीत आलेल्या सूर्यकिरणांच्या प्रकाशात त्यांची सावळी शरीरं लखलखत होती. त्यांच्या चालीत लगबग आणि उत्साह दिसत होता, शक्य तेवढं वेगानं जाण्याकडे त्यांचं लक्ष होतं. तरी देखील

सभोवारचं नावीन्य व सौंदर्य पाहून एकमेकांना दाखवून ते पुढं जात होते.

माध्यान्हवेळा जवळ आली होती. तरीही सूर्यदेवाचा ताप त्यांना जाणवत नव्हता.

कुठूनतरी माकडांचा कल्लोळ ऐकू येत होता. ते किचकिचाट करून परस्परांना आपल्या रानात या नवीनच आलेल्यांच्या हालचालींची माहिती देत होते.

वेली व फांद्या बाजूला करून जात असताना अचानक मध्ये मोकळा भाग आला. तो भाग जरा खडकाळ होता. त्यामुळं किंवा अन्य काही कारणानं तिथं गवताशिवाय काही नव्हतं. खुरटी झुडपं देखील नव्हती. तरीदेखील त्या मोकळ्या जागेत ते एकदम आले नाहीत. ते अत्यंत सावधगिरीनं चारी दिशांनी लक्ष देत पुढं जात होते.

त्या मोकळ्या जागेच्या मध्यावर ते आले. एकदम वाद्यांचा धडाका सुरू झाला.

प्रथम एकाएकी आवाज येताच ते दोघेही तिथेच मुरून बसले. जणू एखाद्या मोठ्या दगडाचा आभास व्हावा, तसे; पण काही पळात त्यांनी ते स्वर ओळखले आणि ते ताडकन उभे राहिले.

वाद्ये शुभसूचक होती. त्यांतून स्वागताचा संकेत स्पष्ट होत होता.

'कुमारदंडनायक एकलव्य आणि आचार्यपुत्र शंबराचं स्वागत असो.' अचानक स्वर उमटला.

स्वर ओळखीचा असा वाटत होता.... पण... इतस्तत: कोणीही व्यक्ती दिसत मात्र नव्हती.

गडबडल्यासारखं न दाखवता दोघंही पुढं निघाले. फक्त मस्तक झुकवून त्या स्वागताचा त्यांनी स्वीकार केल्याचं दर्शविलं.

डोळ्यांच्या कोपऱ्यांतून ते सर्वत्र पाहत होते. सहजपणे. पण त्यांना कोणी दिसत नव्हतं. ही अशी थट्टा हा तर निषादांचा सहजस्वभाव होता.

'शंबरा, आपल्या आगमनाविषयी आपल्या घरी काही कळवलं होतंस?'

एकलव्याच्या प्रश्नावर शंबरानं विस्मित दृष्टीनं त्याच्याकडे वळून पाहिलं.

'मी... केव्हा... अन् कशासाठी कळवणार? आणि आपण तर सर्वांना चकित करण्याची योजना करीत होतो....' शंबर स्वत:च चकित झाला होता.

'हं... म्हणजे आपल्या आगमनाची वार्ता समजली असावी, म्हणून तर स्वागताचा सोहळा.... पण आपण त्यांना चकित करू शकलो नाही, याचा आनंद होतोय् मला...'

'अं.... ते का...?'

'कारण त्यामुळं आपले लोक किती नित्य सावध आहेत, ते समजलं....'

एकलव्य व शंबर-दोघेही अगदी फुसफुसत्या स्वरात बोलत होते. ओठही न

हलवता व निरखून पाहिल्याविना ते बोलताहेत, याची शंकादेखील कुणाला आली नसती.

दोघेही त्या मोकळ्या जागेतून अरण्याच्या दिशेनं गेले. अरण्याच्या जवळ पोहचताच अचानक त्यांच्या चारी दिशांनी तरुण दिसू लागले.

त्या अर्धगोलाकार मंडलाच्या मध्यभागी एक भीमकाय तरुण उभा होता. बलिष्ठ, दीर्घबाहू व काहीसा उग्र भासणारा हा तरुण ओळखीचा वाटत होता. पण.... त्याचं स्मरण न झाल्यानं एकलव्यास ओशाळवाणं वाटलं. त्यानं डोळ्यांच्या कोपऱ्यातून शंबराकडे पाहिलं.

'विशालकेतु...' शंबर पुटपुटला.

'विशालकेतु...सुहृदा...' भराभर पावलं टाकीत दोन्ही बाहू उभारून एकलव्य पुढं झाला.

त्याच्या कृतीत, त्याच्या शब्दांत इतका सहज आर्जवी भाव होता, की विशाल-केतु उत्स्फूर्तपणे पुढं आला. ते दोघेही उराउरी भेटले.

'केवढा छान, बलिष्ठ पुरुष दिसतोस तू, नरव्याघ्रच जणू!' एकलव्य उद्गारला.

सरळपणे मनापासून केलेल्या प्रशंसेने विशालकेतूची चर्या फुलली. त्याच्या डोळ्यांत प्रसन्नता चमकू लागली.

शंबराच्या मुखावर समाधानाचं स्मित तरळलं. एकूनं पहिल्या भेटीत सर्वांना जिंकलं होतं. आपलंसं केलं होतं.

विशालकेतूनं शंबराकडे पाहिलं. दोघेही निषादांच्या रीतीप्रमाणे उराउरी भेटले.

'शंबरा, सर्व कुशल आहे ना?' विशालकेतूनं प्रश्न केलां.

'आतापर्यंत मित्र आणि आप्तांचा दुरावा हेच एक उणं होणं... ते दूर झाल्यानं एकवीरेच्या कृपेनं सर्व मंगलच आहे मित्रा.' शंबर उत्तरला.

विशालकेतू व एकलव्य एकमेकांचे हात धरून निघाले.

सारे निषाद-युवक त्यांच्यामागे होते. मागून येणारे तरुण संकेत करून शंबर व एकलव्याकडील अनेक नवीन गोष्टींकडे लक्ष वेधीत होते. सारेजण त्यांच्याकडील विविध आयुधांकडे-विशेषतः एकलव्याच्या खांद्याला असणाऱ्या विशाल धनुष्याकडे पुन्हा-पुन्हा पाहत होते.

शंबर सूक्ष्म दृष्टीनं सारं टिपत होता– कोणालादेखील कसलीही जाणीव न होऊ देता.

थोडसं अंतर ओलांडून जाताच, त्यांना एक अस्पष्टशी पाऊलवाट दिसली. दाट वृक्षराजी व गवत यांमुळं जवळूनदेखील ती नवख्याला दिसली नसती. त्या पाऊलवाटेनं विशालकेतु एकलव्याला पुढं नेऊ लागला.

सुमारे शंभर पावलं जाताच ते वळले. दोन - तीन वेळा वळणं घेतल्यानंतर

अकस्मात ते वस्तीजवळ आले.

समोर एक खळाळता झरा होता.

वस्तीच्या उजव्या दिशेनं येणारा तो प्रवाह वस्तीच्या जरा अलीकडे सुमारे पंधरा हातांच्या उंचीवरून खाली उडी घेत होता.

त्या रम्य धबधब्याच्या पूर्वेला देवी एकवीरेची मूर्ती होती. तिच्यापुढे धगधगतं अग्निकुंड होतं. तर त्याच्या पुढं बरंच मोठं, मोकळं पटांगण होतं.... निषादांचं सभास्थान....

एकलव्याची पावलं रेंगाळली. त्याचा माथा एकवीरेच्या पुढं व त्या सभास्थानापुढं काहीसा नम्रपणे झुकला.

त्या... त्या... साऱ्या आसमंतामध्ये त्याला परत एका नव्या अननुभूत भावनेनं भरून आलं. हृदयातील मागील आठवणी आणि इतकी वर्षं दडपून ठेवलेले, साधनेमुळं न जाणवलेले भाव उचंबळून आले.

...आणि अचानक त्याचे डोळे वाहू लागले.

शंबराचीही अवस्था त्याच्यापेक्षा वेगळी नव्हती.

पण काही क्षणांतच त्यांची ही भावसमाधी भंग पावली.

'थांब... कोण आहेस तू?' कडक स्वरात प्रश्न आला.

एकलव्यानं समोर पाहिलं. विचारांच्या व भावनांच्या वादळात समोर आचार्य मेघवर्ण आले असल्याचं त्याला भान नव्हतं.

त्यांच्या वृद्धसभेचे पाच वृद्ध उभे होते. एकलव्याचा... बाप्पा... नाही... आणि कोणी नव्हतं.

'मी हिरण्यधनूचा पुत्र, एकवीरेचा पूजक, निषाद-कुलीन एकलव्य आचार्यांना आणि वृद्धांना अभिवादन करीत आहे.' एकलव्यानं प्रथम भूमीवर गुडघे टेकले. नंतर भूमीवर मस्तक टेकून विनम्रभावे सर्वांना प्रणाम केला.

'तू एक तपाहून अधिक काळ ज्ञातीबाहेर राहिला होतास ना?'

'होय, आचार्य, मी आर्यविद्या....विशेषतः युद्धविद्या व धनुर्विद्या शिकण्यास गेलो होतो.' एकलव्यानं विनम्र उत्तर दिलं.

'तू विद्या घेऊन आलास का?'

'हो. मी कृतविद्य होऊन आलो आहे.'

एकलव्य साऱ्या प्रश्न प्रश्नांची शांतपणं व आत्मविश्वासानं उत्तरं देत होता. स्वीकार होण्यासाठी ही परीक्षा होती. ज्ञातीनं स्वीकार केल्याशिवाय आपले आप्तही आपल्याला भेटणार नाहीत, हे त्या दोघांना माहीत होतं.

'तू कृतविद्य आहेस, तर विद्येची परीक्षा देण्यास सिद्ध आहेस?' आचार्यांचा स्वर अत्यंत अलिप्त व कठोर होता.

'होय, आचार्य. आपल्या आशीर्वादाच्या बळानं मी कोणतीही परीक्षा देण्यास सिद्ध आहे.'

'तू निषाद राष्ट्रातून जाण्यापूर्वी काही बंधनं स्वीकारली होतीस....'

'होय, आचार्यवर.'

'त्या सर्व बंधनांचं पालन तू योग्य प्रकारे केलेलं आहेस का? निषादांच्या श्रद्धा, त्यांची परंपरा आणि त्यांचा धर्म यांचा द्रोह होण्यासारखं काही तुझ्या हातून घडलं आहे का?

'मी हिरण्यधनूचा पुत्र एकलव्य, बाप्पा आणि माता एकवीरेच्या चरणांचं स्मरण करून सांगतो, की मी निषाद-धर्माचं योग्य प्रकारे पालन केलं आहे. जी बंधनं स्वीकारली, ती पूर्णपणे पाळली आहेत. निषाद-धर्माशी शरीरानंच नव्हे, तर मनानंही द्रोह केलेला नाही.'

एकलव्याच्या शब्दांतील सत्य त्याच्या ठाम स्वरामधून, त्याच्या मुखावरील व डोळ्यांतील भावांवरूनही स्पष्ट होत होतं.

'तसं असेल, तर... निषाद राष्ट्रात तुझं स्वागत असो. आपल्या शुद्धतेचा उच्चार करून तू एकवीरेला पुष्पहार अर्पण कर.'

'आपली आज्ञा प्रमाण, आचार्यश्रेष्ठ !' एकलव्य शांतपणे उत्तरला.

दोन तीन पावलं पुढं टाकली. मग थांबून त्यानं देवीकडे पाहिलं.

पळभर एकाग्रपणे देवीकडे पाहिलं. नंतर त्यानं मस्तक विनम्रपणे वाकवून प्रणाम केला.

नंतरच्या साऱ्या हालचाली हा एक जणू दृष्टिभ्रमच आहे, असं सर्व उपस्थितांना वाटलं– इतकं ते सारं सहज व वेगात घडलं.

सुमारे दोनशे पावलांवरील देवीला प्रणाम करून तो ताठ झाला. त्याच क्षणी त्याचा डावा पाय पुढं झाला. खांद्यावरील धनुष्य हाती आलं. भात्यामधील एक अर्धचंद्राकृती बाण निघाला. तो धनुष्यावर बसला. प्रत्यंचा आकर्ण ओढली गेली...

देवीच्या भव्य मूर्तीच्या मागील बाजूस एक उंच पलाशवृक्ष होता. रक्तवर्णी फुलांनी तो फुलून गेला होता. बाण वेगात गेला...

वृक्षांच्या शेंड्यावरील रक्तवर्णी पुष्पगुच्छ अलगद खुडला गेला.

बाणाचा वेग... दिशा... त्यांमुळं फुलांच्या झुपक्याला मिळालेला झोका...

तुटलेल्या फुलांचा गुच्छ नेमका एकवीरेच्या मस्तकावर विसावला. त्याच क्षणी एकलव्याचे गंभीर स्वरातील स्वर उमटले :

'माझ्या व शंबराच्या मर्यादा राखण्याविषयी, निषादधर्माच्या पालनविषयी माता एकवीरा कौल देवो.'

पलाश फुलांचा तो गुच्छ काहीसा हलल्यासारखा झाला.

सारे अवाक् होऊन या दृश्याकडे पाहत राहिले होते. एकवीरेच्या मस्तकी शोभणाऱ्या किंचित थरारणाऱ्या पुष्पगुच्छाकडे....

साऱ्यांचे श्वास रोधले गेले... वाराही थांबला होता. सारे चित्रासारखे स्तब्ध होते.

वरून, उंचावरून आलेला अर्धचंद्रकृती बाण खचकन् देवीच्या समोरच्या भूमीत घुसला. क्षणमात्र थरथरला. तेवढ्यात तिच्या मस्तकावरील फुलांचा झुपका उजवीकडे गडगडला. प्रथम खांद्यावर पडून, मग तो खाली ओघळून पुढं पडला.

पुढं येणारा गुच्छ जमिनीवर न पडता, नेमका एकलव्याच्या बाणाला अडून बाणावर अधांतरी झुलत राहिला.

सारा जमाव जणू मोहिनी-मंत्राखाली असावा, तसा स्तब्ध होता.

— आणि पळभरातच सर्व भानावर आले. प्रचंड घोषात एकवीरेचा जयजयकार झाला. नंतर कुमारनायक एकलव्याचा.

सारं आकाश निनादून गेलं. आसमंत थरारला. एकवीरेच्या उग्र चर्येवरदेखील स्मितरेषा उमटली असावी, असा भास झाला.

पक्ष्यांनी कलकलाट करून व वस्तीवरील पशूंनी आपला स्वर कोलाहलात मिसळून त्याला एक वेगळीच छटा दिली.

अकस्मात मेघवर्णाचा हात उंचावला. सर्वजण एकदम शांत झाले. कोलाहल निमाला.

'निषादवीर हो,... देवीनं आपला कृपाप्रसाद वीर एकलव्याला दिला आहे. अन्य कोणास काहीही शंका किंवा आक्षेप असतील, तर त्यानं ते स्पष्ट व उघडपणे सांगावं...' गुरू मेघवर्णांनी आपल्या घनगंभीर व कठोर स्वरात सर्वांना आवाहन केलं.

सारेजण मंत्रमुग्ध झाल्याप्रमाणे उभे होते. एकलव्याचं धनुर्विद्या-कौशल्य व देवीचा प्रसाद यांमुळं ते जणू भारले गेले होते.

तेवढ्यात एक वृद्ध पुढं आला.

'तू निषाद आहेस व निषाद-धर्म पाळतोस ना ?' एका वृद्धानं-कपिंजलानं प्रश्न केला.

'होय, ज्येष्ठा !'

'तू कुमारनायक होतास. त्याचं मानचिन्ह तुला ज्ञातीकडून देण्यात आलं. कुठं आहे ते ? आर्य या पिसाच्या शिरोभूषणाची हेटाळणी करतात, म्हणून तू लाज वाटून ते काढलंस ना?' कपिंजलाचा स्वर कर्कश होता.

सारे त्या बोलानं थरारले.

'नाही, श्रेष्ठ, मी विद्या घेण्यास गेलो होतो. तिथं सारे सारखेच ज्ञानाची उपासना करतात. मी कुमारनायक... सर्वांहून वेगळा... श्रेष्ठ... हा अहंभाव, मोठेपणा नसावा, या विचारानं तो उतरवून ठेवला....'

एकलव्य किंचित घुटमळला,

'आपण माझी परीक्षा घेऊन.... आपली जर अनुमती असेल, तर...?

'वा... धन्य, एकलव्या...!

'शाबास... मुला...!

'खरा निषाद तू !...

अनेक प्रकारच्या आरोळ्या उमटल्या.

मानचिन्ह धारण करावं, अशासाठी अनेकांनी ओरडून सूचना दिल्या.

एकलव्य शांत होता.

गदारोळानं, कोलाहलानं सारा आसमंतच दुमदुमून गेला.

एकलव्यानं श्वेत गरुडाचं पीस घेतलं व ते वृद्ध कपिंजलापुढं धरलं...

कपिंजलानं त्याच्याकडे रोखून पाहिलं. त्याची दृष्टी जणू त्याच्या मनाचा ठाव घेत होती. मग त्यानं ते पीस घेतलं व एकलव्याच्या मस्तकी खोचलं.

पुन्हा जयघोषाचा व धन्यवादाचा मोठा ध्वनी उमटला. एकलव्यानं एकवीरेला, कपिंजलाला व नंतर सर्व ज्ञातीला विनम्रपणे प्रणाम केला व साऱ्यांवरून दृष्टी फिरवली.

जवळ जवळ सर्वच होते.... पण...

त्याची भिरभिरणारी दृष्टी पाहून, ज्ञातिगुरू मेघवर्ण पुढं आले.

'एकू..' त्यांनी त्याला जवळ ओढलं आणि.... त्यांच्या पहिल्याच शब्दानं त्याच्यावर वज्रपात झाला. तो पोरका झाला होता. महादण्डनायक हिरण्यधनू आपल्या अनुयायांचे प्राण वाचवण्यासाठी एकवीरेच्या चरणी गेला होता. आत्माहुती देऊन त्यानं इतरांना वाचवलं होतं.

यांत्रिकपणे गुरू मेघवर्णाच्या मागून ते दोघेही देवी एकवीरेपुढं गेले. मनोभावे प्रार्थना करून आपल्या माय व बाप्पासाठी शुभ मागितलं.

गुरू मेघवर्णानं त्यांच्यावर तीर्थ शिंपडलं. आता तो पुन्हा ज्ञातीत आला होता.

चटकन उठून आपल्या मायकडे धावावं, असा उमाळा त्याला आला होता; पण मनाला वाटलं, तरी... तरी.. मोठ्या कष्टानं संयम करून तो वळला.

माय व बाप्पाच्या आठवणीत रंगलेल्या एकलव्याला आपण कुटीपर्यंत पोचल्याचं जाणवलंच नाही. तो कुटीपर्यंत आला व अचानक थांबला.

त्याची कुटी होती... पण..

पण फक्त कुटीच होती... दारात हसतमुख माय नव्हती.

...कुटीचं दार बंद होतं.

– आणि कुटीवर पंख पसरवून उडणाऱ्या गरुडाचा ध्वज नव्हता... म्हणजे... म्हणजे...

'माय.. बाप्पा...' त्याच्या हृदयाच्या तळापासून साद उमटली. मोठ्यानं हाक दिली, असं त्याला वाटलं पण... त्याच्या तोंडून शब्दही उमटला नव्हता. फक्त ओठ हलले होते.

सुन्न होऊन तो ओसाड, ओक्याबोक्या दिसणाऱ्या कुटीकडे पाहत राहिला. वेडावलेल्या भेकरासारखा.

●

२२

द्रोण अस्वस्थपणे युद्धशिबिरात येरझारे घालीत होते.

अत्यंत अस्वस्थपणे, अधीर.

इच्छापूर्तीचा क्षण जवळ येत होता, तसतशी त्यांची ही अस्वस्थता वाढत होती. द्रोणांच्या मनाप्रमाणेच बाहेर आकाश भरून आलं होतं. हवा कुंद होती. वातावरण गदगदत होतं.

— आणि द्रोण...

आजचा दिवस दीर्घ प्रतीक्षेनंतर त्यांच्या रूक्ष जीवनात आला होता. असह्य मनोदाह, अनंत कष्ट व अपार अट्टहासानंतरचा हा शुभदिन.

द्रुपदानं केलेला मर्मभेदी अपमान, जिव्हारीचा सल ते अनेक वर्षं सोसत होते. अपमानित, जिवंतपणी मृत असं जिणं जगत होते; पण आज सूडाची ही शुभ घडी आली होती. तरीही ते अस्वस्थ होते.

कारण आज... या घडीला.. इथं युद्धशिबिरातदेखील दारुण अपेक्षाभंगाचे, घोर उपेक्षेचे आणि अपमानाचे ते क्षण – नको असणारे; तरीही विसरता न येणारे.... मनानं ते पुन्हा भोगत होते. काळाचं भान विसरून मध्येच ते संस्मरणाच्या भोवऱ्यात भिरभिरत होते.....

'...आर्ये, पुत्र आज विशेष आनंदित दिसतो. कित्येक दिवसांनी हर्षानं बागडणारा आशुबाळ डोळ्यांना किती सुखकर होतो आहे !' द्रोण संतोषानं उद्गारले.

आज कुटीच्याभोवती आनंदाचं साम्राज्य होतं.

पण नेहमी...

बाहेर निसर्ग वसंत साजरा करो, की वर्षा, त्यांच्या दरिद्री कुटीत असायचा ग्रीष्मच. दारिद्र्याच्या सूर्यानं निर्माण केलेला अभावाचा उन्हाळा.

'आर्यश्रेष्ठ, आज दूध मिळाल्यानं बाळ आनंदात आहे.' कृपीच्या शांत उत्तरानं आचार्य दचकले.

'दूध...? कुठलं दूध? आर्ये, या दरिद्र्याच्या कुटीतील कामधेनू... लक्ष्मी आहेस तू... पण दूध?... कुठून मिळवलंस...?'

सभोवारचे आश्रमवासी आपल्यासारखेच दरिद्री आहेत. शिवाय... शिवाय राजगृहात वाढलेल्या पत्नीकडे याचकवृत्ती मुळीच नाही, हे ते जाणून होते.

'आज आशुबाळाला त्याच्या खेळगड्यांनी खूपच चिडवलं. तो रुसून बसला. मुळी ऐकेना... मग... मग मी सातूचं पीठ पाण्यात कालवलं आणि दिलं. ते पिऊन तो आनंदानं खेळतोय्. ते.. पौष्टिक असतं.' तिनं जरासं घुटमळत सांगितलं.

द्रोणांची मुद्रा एकदम पांढरीफटक पडली.

'धिक्कार असो माझ्या जिण्याला...! धिक्कार असो या दैवाचा आणि विद्येचा...!'

'नाथ...' कृपीनं आचार्यांचा क्षोभ आवरण्याचा प्रयत्न केला, पण द्रोणांच्या भावना पावसाळी नदीप्रमाणे उफाळल्या होत्या. विवेकाचे, विचाराचे सारे बंध त्यांपुढं कोसळले होते.

दुःखसंतप्त आचार्यांनी स्वतःला नाही नाही ती सर्व दूषणं लावून घेतली होती. आपल्या अभावग्रस्त जिण्याचा त्यांना वीट आला होता. त्यांचा स्वतःचा पिंड नकार आणि अभावावरच पोसला होता. त्याचं त्यांना आजवर कधीही दुःख झालं नव्हतं. पण आज आपल्या अजाण मुलाची दारिद्र्यानं अशी क्रूर थट्टा करावी, हे त्यांना असह्य झालं होतं. आजवर त्यांच्या जीवनाची दिशा वेगळी होती. धन, संपत्ती यांचा मोह त्यांना कधीच नव्हता. विद्या हेच धन, त्याचं रक्षण व संवर्धन हेच जीवित-कर्तव्य होतं; पण आज..

दाही दिशा आज आपणांवर कोसळताहेत, असं त्यांना वाटलं. या प्रसंगानं आपल्या पौरुषाचा अपमान झाला आहे, असं त्यांच्या मनानं घेतलं. स्वच्छ, पण दारिद्र्याच्या खुणा स्पष्ट दिसणाऱ्या झोपडीकडे त्यांनी एकवार पाहिलं.

मग त्यांची दृष्टी आपल्या पत्नीकडे गेली... कृपी... गौतमी... कुरूंच्या राजप्रासादात वाढलेली ही सुलक्षणी ऋषिकन्या... केवढ्या सुखवैभवातून या दारिद्र्यात, वनवासात आली. तरीही ती किती सोशिक, आनंदी. ओढघस्तीच्या कष्टप्रद जीवनात येऊनही हिची शान्ती व गोडवा अणुमात्र कमी झाला नाही.

खरंच... खरंच का तिची आपल्या पतीकडून... माझ्याकडून काहीच अपेक्षा नसेल?...

छे... असलीच पाहिजे.

एक पतिव्रता... एक आदर्श पत्नी म्हणून तिनं सारं गोड मानून घेतलं असेल का?

असेलही... पण...

आता ती माता होती. माता...

पशुपक्ष्यांतील मातासुद्धा आपल्या पिलाओठी चांगला घास देण्यास धडपडतात. मग.... मग या सेवापारायण पतिव्रतेला मुलाला पिठाचं पाणी देताना काहीच का वाटलं नसेल? असेल.

खचितच वाटत असेल...

'नाही... कृपी, नाही. यातून मार्ग शोधलाच पाहिजे. बाळाची अशी क्रूर थट्टा माझ्यानं सोसवत नाही. उद्याच जातो... नव्हे, आत्ताच, असाच. उत्तरेचा पांचालाधिपती द्रुपद माझा बाळसखा... दोन पिढ्यांचा स्नेह आमचा... सहज मित्रभेटीस जातो. त्याला सर्व कळेल. तो... तो देईल धेनू... पण.. पण.. याचना नाही करणार...' इतके शब्द द्रोणांनी म्हटले आणि दचकून सभोवार पाहिलं.

शिबिरात कोणीच नव्हतं. कोणीच त्यांचं हे भाषण ऐकलं नव्हतं.

कित्येक वर्षांपूर्वी घडलेला हा प्रसंग. पण मनावर तापल्या लोखंडानं डागल्याप्रमाणे मनावर उमटला होता. त्याचा दाहही तितकाच ताजा होता.

अचानक शिबिरासमोर कसला तरी कोलाहल झाला. कोणीतरी बाहेर आपणाला सादावतं आहे, ही जाण झाली व ते भानावर आले.

'गुरुदेव.... आचार्य...'

द्रोण गर्रकन मागे वळले.

'कोण... अं.. अर्जुना, काय झालं?' त्यांनी घाईने आलेल्या अर्जुनाला विचारलं.

'आपण सांगितल्याप्रमाणे, गुरुदेव.'

'म्हणजे?'

'कुरुपुत्रांनी द्रुपदसेनेची धूळधाण उडवली. पांचाळ सेनापती पराभूत होऊन बंदी झाले. नंतर स्वत: द्रुपदराजा युद्धात आला. त्याच्या प्रखर प्रतिकारामुळं युद्धाचा रंग पालटण्याची भीती आहे...'

'ती कशी...? आणि तू...?'

'आपली आज्ञा घेण्यासाठी आलो आहे. युद्धातील द्रुपदाच्या विजयाचा नेमका क्षण पराभवात बदलण्यास...'

'जा, वत्सा. विजयी हो. सांगितलेलं सारं ध्यानी ठेव. कोणाचाही वध करायचा नाही. शक्यतो... आणि दोघांनी दोन कुशींनी द्रुपदाच्या स्थानावर जायचं. द्रुपदाला जिवंत पकडून वेगानं परतायचं. त्याच क्षणी तू विजयशंख वाजवायचा, की भीमानं साऱ्या विजयभेरी, नगारे वाजवायचे. मग द्रुपदसैन्याची कोंडी करून त्या सर्वांना शरण आणायचं. सारं नीट ध्यानी आलं...?'

'होय, गुरुदेव...' अर्जुन उतावीळपणे म्हणाला. त्याला युद्धक्षेत्री जाऊन पराक्रम गाजवण्याची उतावीळी झाली होती.

आचार्यांना ते पाहून संतोषच झाला.

'ये तर तू. विजयी भव !' आचार्य उद्गारले, आणि अर्जुन शिबिराबाहेर धावला.

त्यांनी बाहेर पाहिलं.

माध्यान्हीचा समय असावा. उष्ण वारा वाहत होता. युद्धाच्या भयंकर व

वेगवान हालचालींनी उंच उंच धुरोळ्याचे लोट उडत होते. ती सुंदर समृद्ध अहिच्छत्रा... नगरी धुरोळ्यानं माखून निघत असावी.

अहिच्छत्रा.. आजची युद्धमग्न. ध्वंसनष्ट होऊ घातलेली अहिच्छत्रा...

आणि ती... आपण प्रथम पाहिलेली...

अहिच्छत्रा... कुरूंच्या हस्तिनापुराच्या तोडीची देखणी नगरी. पांचाळाच्या भाळप्रदेशीचा कुंकुमतिलकच जणू. तिचं प्रथमदर्शन किती सुभग व सुखदायी होतं...

प्रशस्त पथ, उत्तुंग वीथी. ठायीठायी असणाऱ्या वाटिका... सारं कसं रेखीव.

द्रोण प्रथमदर्शनीच त्या नगरीच्या प्रेमात पडले होते. अशा या नगरीचा स्वामी आपला बालसखा आहे... अभिमानानं त्यांचा ऊर भरून आला होता.

अंगठीतल्या खड्याप्रमाणे नगरीच्या मध्यभागी द्रुपदाचा राजप्रासाद शोभत होता. ते तिकडे भरभर निघाले.

या इथं शिबिरात येरझाऱ्या घालीत असताही आचार्य द्रोण तो कित्येक वर्षांपूर्वीचा श्रांत, पण उत्साही द्रोण अनुभवत होते.

अचानक बाहेर कसलातरी कोलाहल झाला. आचार्य भानावर आले. ते युद्धशिबिरात होते. आचार्यांनी कोलाहलाच्या दिशेनं पाहिलं.

अनेक कावळ्यांनी एका पक्ष्याला घेरलं होतं. सारे कावळे आनंदानं गलगा करीत होते. त्या लहानशा पाखराला ते भिववीत होते...

कोणीतरी प्रथम पुढं सरुन चोच मारली असती... आणि मग संतप्त द्रोणांनी मागं फिरून धनुष्य व बाण घेतलं. चटकन् बाण धनुष्याला लावून ते आले... पण लक्ष्यवेध कोणाचा करणार?... धूर्त व बुद्धिमान कावळे त्यांच्या चाहुलीनं पार पळाले होते. बलिष्ठाशी वैर करायला ते मूर्ख नव्हते.

संतप्त आचार्य इकडे तिकडे पाहत होते.

आता आचार्यांना ते कावळे दिसत नव्हते. त्यांना दिसत होते असहाय, दीन, द्रोणाभोवती खदखदा हसणारे मानवी देहांतील कावळे.... द्रुपदाचे ते लाचार अनुयायी.... सभाजन...

द्वाराबाहेर हास्यकल्लोळ ऐकून द्रोण थांबलो. बरोबरीचा परिचारक निघून गेला होता.... त्या द्वारावर प्रतिहारी होता; पण त्याचे कान व मन आतल्या कल्लोळाकडे होते.

थबकलेल्या द्रोणांना आठवला अश्वत्थामा... पिठाचं पाणी पिऊन आनंदानं बागडणारा भाबडा पोर...

त्यांनी निश्चयानं पाऊल पुढं टाकलं...

प्रतिहारीला काही समजण्यापूर्वीच ते राजा द्रुपदापुढं उभे होते.

त्यांनी स्वस्तिवचन उच्चारलं.... साऱ्या राजसभेचे नेत्र शूलाप्रमाणे त्यांच्यावर रोखले होते. राजा द्रुपद... त्याच्याही नेत्री विस्मय व आशंका होती. मुद्रेवर होती प्रश्नचिन्हं. हा असा अनाहूत प्रवेश करणारा साहसी धटिंगण कोण....?

द्रुपदानं आपल्याला ओळखलं नसावं, हे मात्र द्रोणाच्या ध्यानी आलं.

'हे राजा द्रुपदा, मी आचार्य अग्निवेशांचा शिष्य, ख्यातकीर्त भारद्वाजपुत्र द्रोण. मी... मी तुझा बाळसखा द्रोण. हे पांचाळश्रेष्ठा, त्या आपल्या बालस्नेहाचं स्मरण करून मी तुझ्या भेटीस आलो आहे. मित्रभावनेनं, मैत्रीची इच्छा धरून आलो आहे.'

द्रोणांच्या स्पष्ट, सरळ शब्दांनी राजा द्रुपद स्तंभित झाला होता. त्यानं द्रोणांना आपादमस्तक न्याहाळलं.

द्रोणांच्या स्थितीवरून दारिद्र्याचं स्पष्ट दर्शन घडत होतं.... जीर्ण, मलिन वस्त्रं.... कृश देहयष्टी... क्लांत चर्या...

'स्नेह... सुहृद्भाव...' तो पुटपुटला. त्यानं द्रोणांची स्थिती पारखली होती.

'होय, नृपश्रेष्ठा ! आचार्य अग्निवेशांच्या आश्रमात, हे द्रुपदा, तुझ्या मधुर स्नेहामुळं व प्रेमळ वर्तनामुळं माझ्या रूक्ष, एकाकी जीवनात केवढा आनंद निर्माण केला होतास!.... नृपश्रेष्ठा, या मृतप्राय पोरक्या ऋषिपुत्राला तू आपल्या स्नेहसंजवनीनं पुनर्जन्म दिला होतास.... तुझ्या या स्नेहाचं... सुहृद्भावाचं स्मरण करून मी आलो आहे.'

'स्नेह... सुहृद्भाव... माझा?....' भुवई वर चढवीत द्रुपदानं विचारलं.

भूतकाळात हरवण्याचा द्रोणांचा नेहमीचाच स्वभाव. त्यांच्या दृष्टीला त्या वेळी राजसभेत बसलेला, क्रोधित होऊ लागलेला द्रुपद दिसत नव्हता. त्यांना दिसत होता आचार्य अग्निवेशांच्या आश्रमातील बाळसखा...

'होय... तुझा स्नेह, द्रुपदा. त्या वेळी.... बाळपणी तू म्हणाला होतास....'

'काय... काय म्हणालो होतो मी?' राजा द्रुपदाच्या तीव्र स्वरात क्रोध व तिरस्कार होता; पण तो द्रोणांना जाणवला नाही. ते आपल्याच रंगात दंग होते.

'द्रोणा, मी... मी माझ्या पित्याचा आवडता पुत्र आहे. तेव्हा पित्यामागून माझाच अभिषेक होईल. त्या वेळी.... मित्रा, शपथपूर्वक सांगतो, की माझं राज्य तुझंच असेल. सारं सुख, सारे उपभोग, धनसंपत्ती... सारं सारं द्रोणा, तुझं असेल; आणि....'

'बस्स... पुरे कर ही बडबड !....' राजा ओरडला. त्याचा स्वर संतापानं विकृत झाला होता. क्रोधानं तो थरथरत होता.

द्रोण एकदम भानावर आले. पण आपलं काय चुकलं, हेच त्यांना समजत नव्हतं. राजाची वृत्ती त्यांच्या परिचयाची नव्हती, की राजसत्तेमुळं व्यक्तीमध्ये होणाऱ्या बदलाचाही त्यांना अनुभव नव्हता.

'ब्राह्मणा... तू भारद्वाज-पुत्र म्हणवतोस. ज्ञानी असल्याचा आव आणतोस. पण

तू पशुसारखा, असंस्कृत आणि बुद्धिहीन दिसतो आहेस. मैत्रीच्या इच्छेनं माझी राज्यलक्ष्मी उपभोगण्यासाठी तू आला आहेस काय? वा: ! भूतकाळातील भाकडकथा सांगून शब्दांचं मायाजाल मांडण्यापेक्षा सरळ याचक म्हणून काही मागतास, तर तुझी इच्छा पुरवली असती...'

द्रुपदाचा स्वर चढला होता. आरक्त नेत्र, कपाळावरील आठ्या, थरथरणारं शरीर या सर्व गोष्टी त्याचा असीम क्रोध व्यक्त करीत होत्या.

सारी राजसभा स्तब्ध होती. समोरील नाट्याकडे डोळे विस्फारून पाहत होती. दारावरील प्रतिहारी थरथर कापत होता. त्याच्याकडे कोणाचं लक्ष नव्हतं. पण आता आपल्यावर कोणता प्रसंग येतो, त्याची त्याला चिंता व भय होतं.

द्रोणांची अवस्था मस्तकी वीज पडल्याप्रमाणे झालेली होती. चेहरा काळाठिक्कर पडला होता. सुन्न पुतळ्यासारखे ते उभे होते.

द्रुपद अग्निवर्षाव करीत होता :

'तू स्वत:ला ब्राह्मण म्हणवतोस... ब्राह्मण्याचं सोड; पण साध्या जनरीतीचं ज्ञानदेखील तुला नाही. व्यवहाराचा संस्कार तुला नाही. अन्यथा असमानांत मैत्री नसते, ही साधी गोष्ट तुला समजली असती. मैत्री असते ती बरोबरीच्या लोकांत. कुठल्यातरी पुराण्या मैत्रीची कथा घेऊन आला आहेस...

'अरे दरिद्र्या, असेलही मैत्री तेव्हा... दोघेही विद्यार्थी. एवढीतरी समानता होती. त्या वेळी काही कृपेचा लाभ तुला मिळालाही असेल. पण तेवढ्यावर तू मैत्री समजून येतोस...'

द्रुपदाच्या तोंडून अमोघ व क्लेशदायी शब्दवर्षाव होत होता.

द्रोण मुसळधार वृष्टीत स्तब्ध उभ्या वृक्षासारखे जागीच खिळून उभे होते.

'स्नेह असतो, तो बरोबरीच्यांत! सूर्याची काजव्याशी मैत्री....? कासवाचा वाऱ्याशी स्नेह? दरिद्री याचकानं एकदम राजाच्या स्नेहाची कामना धरावी...? काय हे धारिष्ट!'

द्रुपदाचे शब्द तप्त लोहरसाप्रमाणे द्रोणाच्या कानांत घुसत होते. अंगार लागल्याप्रमाणे ते शब्द मनाचा दाह करीत होते.

केवढा दारुण अपमान! कसली जीवघेणी फसवणूक! अरेरे! लज्जा व क्रोध यांमुळं द्रोण वीज कोसळलेल्या वृक्षाप्रमाणे जागीच ताठरले होते.

'तुझ्या दारिद्र्याची कीव करणं देखील अयोग्य आहे. कारण तू... साधा दरिद्री नाहीस. कर्मदरिद्री आहेस. अरे, मूर्ख याचका, लक्ष्मी कोणाही पुरुषार्थी माणसांच्या गळा माळ घालते. पण तू... मला तर तू बुद्धिदरिद्रीही दिसतोस. मूर्खांचं साहस अनाकलनीय असतं, असं म्हणतात. तुझंही असमानांतील मैत्रीचा शोध घेण्याचं साहस, म्हणजे असं अनाकलनीयच आहे.

'सशाच्या शिंगाचा शोध घेणाऱ्या मूर्खा, स्नेहानं राज्यलक्ष्मीचा लाभ होतो, हे तुला तुझ्या बुद्धिदारिद्र्यानं दाखविलेलं मृगजळ आहे. समजलास.... ?'

इतका वेळ अंगार ओकल्यानंतर द्रुपदाचा क्रोध काहीसा शांतवला असावा. क्रोधाचा पहिला आवेश ओसरताच, उपहास आणि तिरस्काराचा भडिमार सुरू झाला होता.

सुरुवातीला संतप्त द्रुपदाकडे भेदरून पाहत असणारे सभाजन आता त्याच्या बोचऱ्या उपहासावर खदखदा हसत होते. सभेत हास्यकल्लोळ उमटले होते.

द्रोण... लज्जेनं, अपमानानं मृतप्राय झालेले द्रोण, एकटक द्रुपदाकडे पाहत होते.

आता द्रुपदानं शेवटचा आघात केला :

'तरीपण दारी आलेल्या याचकाला तसाच विमुख पाठविण्याची पांचालरीती नाही...'

साऱ्या सभेनं वाहवा करीत माना डोलावल्या.

'तुझ्यासारख्या व्यवहारहीन, असंस्कृत आणि बुद्धिहीन माणसासाठी काही करणंही अनुचित आहे. तरीपण आचार्य अग्निवेशांचं नाव तू सांगतो आहेस. त्यांना स्मरून, पांचालांच्या दानी परंपरेचा विचार करून, मी तुला पोटभर खाऊ घालतो आहे. विसर ते स्वप्नातलं राज्य. जा, पोटभर जेव. उपाशीपोटी असली राजाच्या मैत्रीची स्वप्नं पडतही असतील कदाचित...'

द्रुपदाच्या प्रंशसोद्गारांनी साऱ्यांनी या औदार्याची प्रशंसा केली.

'जा आणि आज शिकलेल्या पाठावर नीट मनन कर. यापुढं तरी नीट शहाणपणानं वाग....'

'हो ना ! पढतमूर्खाचा व्यवहारात काय बरं उपयोग...?' कोणीतरी उद्गारलं.

द्रोणांनी त्या मदांध राजाकडे एकवार दृष्टी टाकली आणि ते मागे वळले. त्याच क्षणी त्यांचा एक निश्चय झाला. या मित्रद्रोह्याला व्यवहाराचा नवा पाठ शिकवायचा.

दारातून बाहेर पडत असता, काही अस्पष्टसे शब्द आणि प्रचंड हास्यकल्लोळ त्यांच्या कानी आला. तो... तो त्यांचा आजवर पाठलाग करीत होता.

त्या दिवशी द्रुपदाच्या राजसभेत एक द्रोण मेला होता. एक नवा द्रोण जन्मला होता. प्रेमळ, अल्पसंतुष्ट, स्वाभिमानी द्रोण.... ज्ञानेच्छु द्रोण त्या कठोर उपहासाच्या अग्नीत जळून राख झाला.

नवा द्रोण होता लक्ष्मीला दासी बनविण्याच्या... द्रुपदाला धडा शिकविण्याच्या ईर्ष्येनं पेटून उठणारा द्रोण.. रात्रंदिन आतल्या आत जळणारा द्रोण... स्वत्वाला, स्वाभिमानाला, विवेकाला तिलांजली दिलेला द्रोण...

त्याच वेळी प्रचंड कोलाहल ऐकून द्रोण दचकले. आपल्या विचारातून भानावर आले.

विजयभेरी... शंखनाद... हो उच्च स्वरातील हा शंखनाद भीमाचा !

जिंकलो !.... मी जिंकलो ! शिष्यांनी तो सुखाचा क्षण आपल्याला दाखवला.

सुखाची एक शिरशिरी आचार्यांच्या सर्वांगावर उमटली. इतक्या वर्षांची इच्छा पूर्ण झाली. द्रोणांचं मन उसळ्या मारू लागलं.

द्रोण गडबडीनं आसनावर जाऊन बसले आणि अधीरपणे शिबिरदाराकडे पाहू लागले.

'प्रणाम, आचार्य....आपल्या आशीर्वादानं विजयी होऊन आलेला अर्जुन व आपले शिष्यगण आपल्याला अभिवादन करीत आहेत...'

'नित्य विजयी राहा, वत्सांनो. या....'

आचार्यांच्या शब्दांबरोबर अर्जुनासह पांडव व दुर्योधनामागून काही कौरव आत आले. साऱ्यांनी विनम्रपणे प्रणाम केले.

'आचार्य, पराभूत द्रुपदाला आपल्यापुढं उपस्थित करण्याची आज्ञा व्हावी.' आचार्यांनी आज्ञा देताच दुर्योधन बाहेर गेला. राज द्रुपदाला पुढं घालून घेऊन आला.

'आचार्यश्रेष्ठ, पराजित द्रुपदास आपला दास म्हणून आम्ही आपले शिष्य आपल्या चरणी उपस्थित करीत आहोत.' दुर्योधन उद्गारला.

'आणि, आचार्य, जिंकलेलं पांचाळ राज्य त्याच्या राज्यलक्ष्मीसह आपली गुरुदक्षिणा म्हणून अर्पण करीत आहोत. त्याचाही स्वीकार व्हावा, आचार्य...' अर्जुनानं हात जोडून विनंती केली.

आचार्य काहीच बोलले नाहीत. त्यांची दृष्टी समोर हात बांधून उभ्या असलेल्या द्रुपदावर खिळली होती.

उत्तरीय नसलेला मुकुटहीन द्रुपद... युद्धानं क्लांत, रक्तस्नात, फाटक्या, धूलिभरित वस्त्रांतील द्रुपद... त्यांनी रोखून पाहिलं.

– आणि द्रुपदाची वेगळीच रूपं त्यांच्यापुढं साकारली. बालपणीचा सहृदय द्रुपद... त्याचं ते प्रेमळ, गोड रूप...

तरुणपणीचा राजसभेतील मदांध सत्ताधीश... आणि हा... आताचा....

विचारात गढलेले आचार्य द्रोण दुःशासनाच्या कटु शब्दांनी भानावर आले.

द्रुपदाची दृष्टी पुढं गेली.

समोर आसनावर कोण हा तापसी? त्याला ओळख पटली नाही... युद्ध सुरू झाल्यापासून तो गोंधळला होता. कुरूंशी कसलंही वैर नसता त्यांनी अचानकपणे आक्रमण केलं होतं. त्याचा प्रतिकार... आकस्मिक व सर्वंकष युद्ध....

साऱ्या घटना इतक्या वेगात आणि आकस्मिकपणे घडल्या होत्या, की आपण सत्य अनुभवतो आहो, की स्वप्न, याची त्याला भ्रांती पडली होती.

'आचार्य, स्वीकृत आहे ना गुरुदक्षिणा...?' पुन्हा एकवार अर्जुनानं विचारलं.

त्याला उत्तर न देता आचार्य द्रुपदाला उद्देशून बोलू लागले,

'पांचालाधिपतीचं स्वागत असो. दानी, शूर आणि सकलगुणसंपन्न अशा

द्रुपदाचं हा भारद्वाजपुत्र द्रोण स्वागत करीत आहे. एका दरिद्री, व्यवहारशून्य, पढतमूर्खाचं स्वागत गोड मानून घ्यावं, द्रुपदराज....' आचार्यांचा स्वर संथ होता, पण झोंबणाऱ्या उपहासानं भरलेला.

द्रुपदाच्या बुद्धीत प्रकाश पडला. त्यालाही सर्व घटनांचं स्मरण झालं.

या दीर्घद्वेषी द्रोणानं आपल्या अपमानाचा सूड घेतला होता. तेही काट्यानं काटा काढून आपल्या शिष्यांकडून.... लहान, अननुभवी अशा तरुणांकडून पराभूत करून!....

'बोला, पांचालराज, आपलं काय प्रिय करू...? या ब्राह्मणाजवळ दारिद्र्य असेल; पण ते धनाचं! अभाव असेल, तर तो दंभ आणि अहंकाराचा. उणीव असेल, तर ती सत्तेमुळं येणाऱ्या उन्मत्तपणाची. कृतघ्नता नसेल, शब्द पाळण्याचं वृत्तिदारिद्र्य असेल.... तसल्या व्यवहारज्ञानाचे पाठ आणि तसले श्रेष्ठ सुसंस्कार होण्याचं भाग्य सर्वांनाच कुठून बरं मिळणार?....

'ब्राह्मवृत्ती असल्यानं तू आपल्या जिवाची भीती बाळगू नकोस. दास... जित... म्हणून कसलाही संकोचदेखील करू नकोस. मला ओळखलंस तरी का?' द्रोणांनी प्रश्न केला.

द्रुपद तसाच डोळे विस्फारून पाहत होता. द्रोण त्याच्याकडे पाहत असता, अचानक त्यांना द्रुपदाच्या बालपणीच्या कृत्याचं स्मरण झालं. त्या काळातील त्याची सहृदयता स्मरली. त्यांच्या विचारानं एकाएकी विरुद्ध दिशा धरली.

सहृदयतेनं, करुणेनं त्यांचं हृदय भरून आलं.

'द्रुपदा, ब्राह्मवृत्ती म्हणजे काय? तिथं ज्ञान हेच धन. तप हेच सामर्थ्य आणि सत्त्व हेच भूषण. तू सत्ता आणि संपत्तीमुळं मदांध झालास. माणूसपण देखील विसरलास. अरे, राजाचा वेश असो, की तापसाचा... महत्त्वाचा असतो आतला माणूसच. तुझ्या राजवेशामुळं आतला माणूसच संपून गेला होता.

'जगात नित्य असं काय आहे? सत्ता? संपत्ती? सत्य आहे फक्त ज्ञान. नित्य आहे फक्त सद्गुण आणि शील. अस्थिर राज्यलक्ष्मीला कवटाळून तू सत्य विसरलास.'

द्रोण बोलत होते. इतकी वर्षं मनात साचलेला सारा विखार ते व्यक्त करीत होते.

द्रुपद अत्यंत लज्जित अवस्थेत हे सारं ऐकत उभा होता, या दरिद्री द्रोणाशी आपला परिचय झाला, त्या दिवसाला, याच्या स्नेह जोडण्याच्या आपल्या असमंजसपणाला आणि आपल्या स्वत:ला मनातल्या मनात शिव्याशाप तो देत होता.

'पांचाळा, आज तू जित आहेस. म्हणजे दास. स्वत:वर देखील आता तुझा अधिकार नाही. आता तरी या भारद्वाजपुत्र द्रोणाची मैत्री स्मरण्याइतका मद तुझ्या डोळ्यांवरून उतरला आहे का?'

द्रुपदाची मान खाली होती. तो काहीच उत्तरला नाही. तो जिवंतपणी ही मरणयातना भोगत होता. राज्य गेलं. क्षत्रियात्वाचा दंभही गेला.

'आतातरी ते उन्मत्त व्यवहाराचं ज्ञान जाऊन त्या स्थानी खरं ज्ञान तुला झालं का?'

'अरे, मी ब्राह्मण. क्षमा हे आमचं भूषण. त्यातून तू माझा बाळसखा. पण आता तू माझा सखा कसा होणार? असमानांची मैत्री नसते, हाही व्यवहाराचा पाठ तुझ्या ध्यानी असेलच. तू जित, मी जेता. तू दास, मी पांचाळलक्ष्मीचा धनी... पण हा श्रेष्ठ-कनिष्ठाचा व्यवहार मी शिकलो नाहीच; पण तुला मात्र तसं वाटलं नाही....'

द्रोणाचार्य क्षणभर घुटमळले. त्यांनी त्वरित काही निर्णय घेतला असावा.

'द्रुपदा, तुझ्यामाझ्यांतील भेद मी नष्ट करतो. तू आपलं वचन पाळलं नाहीस, तरी ते मी पाळतो. तुझं अर्ध राज्य मी तुला माझी स्नेहभेट म्हणून परत देतो आहे. म्हणजे आपली बरोबरी होईल.

'त्यामुळं आपला दर्जा समान होईल ना?...'

कौरव-पांडव – सारे स्तब्ध होऊन हे संभाषण ऐकत होते.

'द्रुपदा, उत्तर पांचाळावर माझी आणि दक्षिण पांचाळावर तुझी सत्ता राहील. त्यामुळं आपण समान दर्जाचे होऊ. मग तरी या दरिद्री, व्यवहारहीन द्रोणाची मैत्री तुला स्वीकृत होईल ना?'

द्रोणांच्या प्रश्नावर द्रुपद पांढरा पडला.

असलं औदार्य दाखवून या कुटिल आचार्यानं त्याला कृतज्ञ... कायमचं अंकित करण्याचा घाट घातला होता.

द्रुपदाच्या मनानं उसळी मारली; पण क्षणभरच....

प्रसंगावर दृष्टी ठेवून व पराकाष्ठेचा प्रयत्न करून द्रुपदानं स्वत:ला सावरलं.

'हे ब्राह्मणश्रेष्ठा... पुरुषार्थी पुण्यवान पुरुषाला शोभेसंच तुझं वर्तन आहे. गुण व वर्तन यांनी तुझं श्रेष्ठत्व सिद्धच झालं आहे... अशा श्रेष्ठ पुरुषाच्या स्नेहाचा लाभ होऊन मी धन्यजीवित होईन. हे वीरश्रेष्ठ भारद्वाजपुत्रा, तुझी मैत्री... निरंतर मिळणं.... एवढीच कामना मी करतो.'

द्रुपदाच्या शब्दाबरोबरच द्रोण पुढं झाले.

ही सर्व घटना, संभाषणं टिपत एक अजागळसा दिसणारा निषाद आचार्यांच्या शिबिराच्या छायेत बसला होता. त्याच्या मख्ख चर्येवरून त्याला चाललेल्या या प्रसंगामध्ये काही समजत असल्यासारखं दिसत नव्हतं.

द्रोणांनी पुढं होऊन द्रुपदाचा हात मैत्रीसाठी धरला आणि छायेप्रमाणे तो निषाद तिथून नाहीसा झाला. द्रोणांविषयीची प्रत्येक महत्त्वाची घटना आपल्या महादण्डनायकाला त्वरित समजायला हवी, यासाठी त्याची त्वरा होती.

●

२३

'एकू...'

माता रत्नगर्भेनं आर्त साद घातली.

तिच्या स्वरातील विस्मय आणि वेदना एवढी तीव्र होती, की एकलव्याच्या हातातील घास खाली पडला. शेजारी आहार घेणारा शंबर तर दचकून उठलाच.

मातेच्या दृष्टीला एकलव्याची दृष्टी भिडली. ती कुठं पाहते आहे, हे त्याच्या ध्यानी आलं आणि त्यानं मान खाली घातली.

एकलव्याच्या ज्ञातिसभेनं पारखून घेतलं. नंतर लगेच महादण्डनायकत्त्वाची स्पर्धा व एकवीरेचा कौलही घेण्यात आला होता. एकलव्य महादण्डनायक निवडला गेला होता. त्या वेळी पतीच्या स्मरणानं व्याकूळ रत्नगर्भा-एकूकडे इतक्या सूक्ष्मपणे लक्ष देऊ शकली नव्हती; पण आज...

ती भयचकित नेत्रांनी एकलव्याच्या उजव्या - अंगठा नसलेल्या हाताकडे पाहत होती.

'एकू?... काय झालंय रे?' तिनं प्रश्न केला.

एकलव्याची मान खाली राहिली. त्याच्या तोंडातून शब्दही फुटला नाही. काय नि कसं सांगावं, हेच त्याला उमजत नव्हतं.

'शंबरा! एकूच्या अंगठ्याला काय झालं?'

'त्यालाच विचारा ना!'

'म्हणजे? तू सांगणार नाहीस? तुला माहीत आहे ना?...'

'होय, माते.'

'सांग तर.'

'न घेतलेल्या वस्तूचं मूल्य आहे ते !' शंबर कडवट स्वरात उद्गारला. मातेच्या प्रश्नानं मागील सर्व प्रसंगांच्या कटु स्मृती उजळून आल्या होत्या.

'म्हणजे काय, नीट सांग बरं.' मातेनं आज्ञा केली. तिचा स्वर कठोर होता.

शंबरानं इथून गेल्यानंतर गुरुदक्षिणेच्या प्रसंगापर्यंतचं सारं कृत्य सुसंगतपणे मातेला सांगितलं. कसलाही पाल्हाळ न लावता.

माता शांतपणे सर्व ऐकत होती.

झोपडीत उन्हाचा एक लहानसा कवडसा आला होता. तो हळूहळू पूर्वेकडे सरकत होता. तसाच समयही. पण त्याचंच नव्हे, तर पुढं असलेल्या अन्नाचंही भान

कोणाला नव्हतं.

‘एकू, तुला त्या आर्यगुरूनं आश्रमात ठेवून घेतलं नव्हतं तर...’

एकलव्यानं केवळ मानेनंच होकार दिला.

‘तरीही गुरुदक्षिणा मागावयाला तो आला नि तू त्याला दिलीस?’ रत्नगर्भेच्या शांत व संयत स्वरात क्षोभाचं लवमात्र चिन्ह नव्हतं.

एकलव्यानं परत मान हलवून होकार दिला.

दुपारची वेळ.

सारं वातारवण तप्त होतं. सूर्यदेवाच्या प्रखर तापानं सारं अरण्य मलूल पडलं होतं.

अशा या उष्ण वेळी या घटनेनं माता रागावली नव्हती. तिच्या शांत व गंभीर दर्शनानं एकलव्य व शंबर चक्रावले होते. अंतर्यामी थरारले होते.

‘माय... त्यांनी मला गुरुमंत्र दिला होता. विद्या कशी साध्य करावी, साधना कशी करावी...’

‘हं.... गुरुमंत्र, म्हणे! चार पोकळ शब्दांचे बुडबुडे... ती तसली, दुसऱ्यासाठी केलेली पोपटपंची...’

दबल्या स्वरात बोलणाऱ्या एकलव्याला मध्येच थांबवीत तीव्र स्वरात शंबर बोलू लागला.

‘थांब, शंबरा, तू अडवू नकोस. एकू, तुला त्याचं गुरुऋण आहे, असं मनापासून वाटत होतं? ऋण फेडण्याची.... गुरुदक्षिणा देण्याची तुझी इच्छा होती...?’

मातेच्या प्रश्नावर एकलव्यानं होकार दिला.

‘त्यानं प्रत्यक्ष काहीही न करता देखील...?’

शंबरानं परत उसळी मारली.

मातेनं एकलव्याकडे प्रश्नार्थक दृष्टीनं पाहिलं.

एकलव्यानं हुंकार दिला.

काही क्षण तसेच शांततेत गेले. एकलव्याला व शंबराला परस्परांच्या हृदयाची धडधड ऐकू येत होती.

‘एकू.... एक निषाद म्हणून महादण्डनायकाचा व माझा पुत्र म्हणून तू जे केलंस, ते योग्यच केलं आहेस. मला तुझा अभिमान वाटतो.’

रत्नगर्भेचे शब्द ऐकून शंबरानं आश्चर्यानं आ वासला. एकलव्याची मान खालीच राहिली.

‘एकू, एकवार आपण ऋण मानलं, की ते देणं माणसाचं कर्तव्य आहे. नाहीतर आपल्याला ते मनानं मिंधं करील. मनात दास्य निर्माण करील. तू मानलंस,

ते ऋण देऊन मुक्त झालास, हेच योग्य; पण....' रत्नगर्भा घुटमळली.

'पण काय, माते...?'

'पण तुझा गुरू... तो मात्र गुरूसारखा वागलच नाही. ज्ञानी माणसासारखंही वागला नाही. एखाद्या असंस्कृत दासासारखा वागला, शरीरानं नसेल; पण मनानं...'

त्याच वेळी कुठंतरी पाल चुकचुकली.

एकलव्यानं व्यथित दृष्टीनं मातेकडे पाहिलं.

'होय, बाळा, दासाप्रमाणं! शरीराचं दास्य कधी तरी संपेल. पण मनाचं? मनाचं दास्य त्यालाही जाणवेल कधीतरी. पण त्या वेळी खूप उशीर झालेला असेल. आणि मिळालेलं... मिळवलेलं सारं विफल वाटेल त्याला. सारं असून एकाकी व रिकामाच राहील तो. तशा त्या घोर अवस्थेपेक्षा मृत्यू मानवेल त्याला...'

'तसंच होवो! माते, तसंच होवो!' शंबर मध्येच उद्‌गारला आणि परत पालीनं शब्द केला.

'शंबरा!' एकलव्याच्या स्वरात निषेध होता. 'माय, मी... मी स्वत: होऊन ही गुरुदक्षिणा दिलीय्. तू गुरुदेवांना शापून त्याला उणेपणा देऊ नको, गं... मी जर स्वत:ला त्यांचा शिष्य मानत असलो, तर... तरच गुरुदक्षिणा दे...'

'असं तो दांभिक म्हणाला? म्हणणारच ! अरे, शब्दांचे खेळ करून असत्याला सत्याचे रंग देणारे श्रेष्ठ, सुसंस्कृत आर्य ते....' शंबर मध्येच जोरात बोलला.

'थांब, शंबरा जरा स्वस्थ राहा... एकू, मी त्याल शापत नाही. फक्त त्याच्या कृत्याचे त्यालाच भोगावयाला लागणारे परिणाम सांगितले. बाळा, माणसाचं मन त्याच्या चुकीसाठी जे प्रायश्चित्त देतं, ते सर्वांत अधिक भयंकर; पण तुझ्या सरळ, सत्यप्रिय आणि भावमय वृत्तीचा त्या आर्य गुरूनं अन्याय्य....'

'माते...पण....'

'नीट समजून घे, वत्सा. ज्ञानाला हवं पावित्र्य. ज्ञान स्वतंत्र हवं, तरच ते मंगलमय होईल. कल्याण करेल. पण या दोन्ही गोष्टी गमावल्या ना तुझ्या गुरूनं...? अरे, सामान्य माणसानं क्षुद्र स्वार्थापायी असं वागावं, तर खपेलही. पण ज्ञानी व्यक्तीनं.... त्यातही गुरू म्हणवून घेणाऱ्यानं असं करावं...?'

'पण.... त्यालाही काही कारणं असतील. बाध्य झाल्यामुळं...'

'आचार्य किंवा गुरू हा बाध्य नसावा, एकू.'

'त्यांच्यावर रागावू नकोस, माय...ते...'

'रागावण्याएवढी पात्रता नाही त्यांची.... एकू. कोणत्यातरी हेतूनं... स्वार्थानं त्यांनी राजाघरचं दास्य पत्करलंय्. ज्ञानाला विकताहेत ते! विद्येला बटीक केलंय् त्यांनी. आणि तिथं... तिथंतरी काय पक्षपातच करतात ना...? काय, रे शंबरा?'

मातेच्या प्रश्नावर शंबरानं हस्तिनापुरातील सारी स्थिती सांगितली. कर्णाचा

वृत्तान्त सांगितला.

ते सर्व ऐकत असताना रत्नगर्भेची चर्या क्षुब्ध व गंभीर होती. तिच्या कपाळावरील फुगलेली शीर तिच्या मनातील अप्रिय विचारांची साक्ष देत होती.

'बघ, एकू! हा पक्षपात नव्हे? हे मनानं स्वीकारलेलं दास्य नव्हे?' परत रत्नगर्भा बोलू लागली.

'तुझ्या आचार्यांनी आपल्या ह्या दुष्कृत्यामुळं केवढा घोर अन्याय केलाय्....'

'माते...?'

'तुझ्यावर नव्हे. त्यानं गुरुदक्षिणा मागितली. ती तू दिलीस. तो तुझा व्यक्तिगत मोठेपणा...'

'किंवा मूर्खपणा!' शंबर मध्येच बोलला. रत्नगर्भा त्याच्याकडे लक्ष न देता पुढं बोलू लागली.

'तुझ्या... म्हणजे माझ्या पुत्राच्या वैयक्तिक हानीमुळं मला वाईट वाटणारच. पण माझं मोठं दु:ख वेगळंच आहे, वत्सा...'

'कोणतं, माते...?'

'अरे, विद्येची इच्छा करणाऱ्या भावी पिढ्यांचा नि साऱ्या कुमारांच्या मनाचा अंकुर खुडलाय् त्यांनी. पुढं विद्येची याचना करणाऱ्या साऱ्या विद्यार्थ्यांवर आणि निर्माण होणाऱ्या आचार्यांवर.... दोघांवरही अन्याय केलाय, रे...'

रत्नगर्भेचा स्वर व्याकूळ होता.

एकवार मनाचं ऋण मान्य केल्यावर ते देण्यामध्ये एकलव्यानं काहीच तिरस्करणीय केलं नव्हतं; पण आचार्यांचं वागणं हे घोर अन्यायाचं होतं.

'पण, माय, आपल्याला ज्ञात नसणारी पण योग्य अशी कारणं असतीलही त्यांच्या या वागण्याला...'

'एकू... तुझी ही आंधळी निष्ठा....'

रत्नगर्भेनं हातानं खूण करून शंबराला थांबवलं.

'बाळा एकलव्या, जो चुकून पडतो, त्याला देव, दैव किंवा त्याचे स्वत:चे प्रयत्न तरी वाचवू शकतात. पण डोळे उघडे ठेवून, जर कोणी खड्ड्यात उडी मारील, तर त्याला कोण वाचवील? अशांची कीव करावयाची असते. कारण ते अज्ञानी असतात. पण तुझा गुरू ज्ञानी आहे, एकू! त्यांनी आर्य आणि अनार्यांच्याच नव्हे, तर साऱ्या मानवजातीच्या विनाशाचं बीज पेरलंय्....'

'विनाशाचं बीज? ते कसं, माते?' शंबरानं प्रश्न केला.

मघापासून पूर्वेकडे सरकणारा कवडसा आता पूर्वेकडील कुडावर विसावला होता. या मायलेकरांचं हितगूज ऐकण्यासाठी सूर्यदेवांचा तो दूत जणू रेंगाळत होता.

'शंबरा, गुरू आपल्याला पूज्य, वंदनीय. आर्य असो, निषाद असो, गुरूला

मानतात. का?' रत्नगर्भेनं प्रश्न केला.

'कारण तो ज्ञानाची संजीवनी देतो. आपल्याला पशूहून वेगळं माणूस बनवितो.' शंबरानं विद्यार्थ्याच्या भावानं उत्तर दिलं.

'म्हणजे विद्येनं, ज्ञानानं माणूस पशूहून श्रेष्ठ बनतो, म्हणून ज्ञान श्रेष्ठ, विद्या ही देवता, हो ना?'

रत्नगर्भेच्या प्रश्नावर दोघांनीही माना होकारार्थी हलविल्या.

'अशी ही विद्या स्वार्थापायी विकली जाऊ लागली, तर अनर्थ होईल. ज्ञानानं सत्ता आणि दास्य आपण होऊन पत्करलं, तर... ती... ती देवता उरणार नाही. पिशाच बनेल. ज्यांची ती दासी बनेल, त्यांचं दुसऱ्यावर, अज्ञानी दुर्बळावर अधिकार गाजवण्याचं साधन बनेल. आणि दुष्टांना ही शक्ती जर हाती मिळाली, तर...'

क्षणभर थांबून तिनं दोघांकडे पाहिलं.

'म्हणून, एकू, तू मिळविलेली युद्धविद्या, पात्रता पाहून कोणालाही देण्याच्या तुझ्या निर्णयानं मला आनंद झालाय्. अरे, आपल्या माणूसमात्रांचा विकास... सर्वाचं हित हाच तर ज्ञानाचा हेतु. ती विद्या स्वार्थानं मलिन झाली, तर सर्वांचा सर्वनाश करील. आणि एकू, या अध:पाताला कारण तुझा गुरू होत आहे, याचं नवल आणि दुःख होतंय् मला.'

'पण, माय, तू माझ्यावर रागावली नाहीस...!'

'नाही, रे, तू स्वत:चा धर्म पाळलास, योग्य तसाच वागलास...'

'आणि माझ्यावर, माय?' शंबरानं विचारलं.

'तुझ्यावर...? का रे, वेड्या?'

'तुला वचन दिलं होतं मी... तरी... मी त्याचं रक्षण करू शकलो नाही...?'

'कोणापासून रक्षण? गुरूपासून, त्याच्या स्वत:च्या मनापासून? शंबरा, त्याच्या मनानं घेतलेल्या निर्णयापासून तू कसा वाचवणार होतास? आणि, वेड्या, तू गुरुदक्षिणा देण्यापासून परावृत्त केलं असतंस, तर आयुष्यभर त्याचं मन खात राहिलं असतं. त्याची विद्याही पूर्ण फलदायी झाली नसती. गुरूनं दक्षिणा मागितल्यावर त्यानं दिली ना?'

'होय, माते.'

'मग तो आपल्या धर्माचं पालन करीत होता. आपले श्रेष्ठ संस्कार टिकवले त्यानं. गुरूची विद्या घेतली. त्याची स्वार्थी व भ्याड वृत्ती घेतली नाही त्यानं. एकू, तुझा पुत्र म्हणून अभिमान वाटतो. पण...'

'पण काय, माते...'

'आता तू तसा स्वतंत्र नाही. निर्णय घेताना, कोणाला काही देताना, विसरू नकोस, की तू निषादांचा महादण्डनायक आहेस....'

'होय, माते. ज्यांनी मला आपलं प्रेम दिलं, आपला विश्वास आणि निष्ठा

दिली, त्यांचं हे माझ्यावरील ऋण मी कधीच विसरणार नाही. एकवीरेला साक्ष ठेवून सांगतो, माते,माझा प्रत्येक निर्णय ज्ञातीच्या कल्याणासाठीच असेल.' एकलव्याच्या स्वरात निश्चय होता.

'तथास्तु, एकलव्या. तसंच होवो.' माता गंभीरपणे उद्‌गारली.

अचानक एकलव्याला स्मरलं.

'माय...'

'काय, रे?'

'अगं... आचार्यपत्नी... अगदी तुझ्यासारखीच आहे, बघ. मायिस्त, बोलणं, दिसणं, वागणं... सारं सारं गोड... होय ना, शंबरा?....' एकलव्यानं शंबराची साक्ष काढली.

'होय, आहे खरी. तीही शंबराची एक माताच आहे, शंबराला या गोष्टीचा अभिमान वाटतो. अतिशय... चांगली आहे.'

'म्हणजे कशी, शंबरा....?' रत्नगर्भेनं विचारलं.

'कशी म्हणजे? माय कशी चांगली असते? मायसारखीच ना? तशीच आहे ती.' शंबर गोंधळून उद्‌गारला.

रत्नगर्भेनं स्मित केलं, तर एकलव्य मोठ्यानं हसला.

'त्या बिचारीचा त्या स्वार्थी, दांभिक गुरूशी विवाह झालाय्. तिचा काय दोष म्हणा. आणि तुझ्या मूर्ख निष्ठेशी आणि त्या दुष्टाला अपकृत्याशीही तिचा काही संबंध नाही.' शंबर उसळला.

एकलव्य निरुत्तर होऊन गप्प बसला.

'एकू, वत्साऽ...'

रत्नगर्भेच्या हाकेबरोबर एकलव्यानं वर पाहिलं.

'एकू, ज्ञातीचे पण जिंकून तू महादण्डनायकपद मिळवलंस, आता विवाह कर.'

'माते...'

'होय, वत्सा, मग मी लोकांच्या सेवेला पूर्णपणे...'

'माते, आम्हांला कंटाळलीस...'

रत्नगर्भा काही बोलणार, तोच बाहेरून साद आली.

'महादण्डनायक एकलव्या...'

एकलव्य लगबगीनं उठून कुटीच्या बाहेर आला. बाहेर ज्ञातिगुरू मेघवर्ण उभे होते.

तिसऱ्या प्रहराचा आरंभ होत होता. त्यांच्या चर्येवर विशिष्ट कोनांतून उन्हं पडली होती. त्यांत त्यांची सावळी मुद्रा आणि करड्या दाढी-मिशा चमकत होत्या.

विस्कळीत पांढरे केस मागे मानेवर पडले होते. त्यांचे घारे-करडे डोळे उन्हात चमकत होते.

'प्रणाम, गुरुदेव...'

'कीर्तिमान हो! आमचा दीपक...? आहे ना? अद्याप त्याला बापाच्या घरी भय वाटतं...'

मेघवर्णांनी त्याच वेळी झोपडीतून बाहेर येत असलेला शंबर पाहिला.

'गुरुदेव, येऊन जरा छायेखाली बसावं. शंबराचा शोध घेण्यास...'

'नाही. त्याचा काय शोध घेणार? तो तर तुझ्या सावलीसारखा असतो. पण एक चिंताजनक वार्ता आहे.' विशाल लिंबाच्या छायेत बसत गुरू मेघवर्ण उद्गारले.

'काय...? कोणती वार्ता...?'

याच वेळी विशालकेतु, सूचिकर्ण आणि अन्य दोन नायकांसह तिथं आला. तो उत्तेजित व संतप्त दिसत होता.

'ये, बंधु विशाल... काय झालंय्?'

'आर्यांचे अत्याचार! दुसरं काय?'

'कोणता नवा अत्याचार?' शंबरानं विचारलं. प्रत्येक जण क्रुद्ध व चिंतित दिसत होता. पण कोणीच उत्तर दिलं नाही.

'आपणच सांगावं, गुरुदेव.'

'महादण्डनायका, आत्ताच हा सूचिकर्ण वार्ता घेऊन आला. एका निषादीला तिच्या पाच पुत्रांसह जिवंत जाळण्यात आलं....'

'कुठं?... कोणी?'

'पाण्डवांनी एका निषादीस तिच्या पाच पुत्रांसह जाळून टाकलं...'

'काय? जिवंत दहन केलं?' शंबरानं मोठ्यानं विचारलं. 'आणि निषाद असूनही ते असे कसे निष्क्रिय मेले?'

'....कारण ते निद्रिस्त होते.'

'हं! गुरुदेव, सत्य जेवढं डोळ्यांना दिसतं, तसं व तेवढंच असत नाही, असं तुम्हीच सांगता ना? सारी घटना सांग, सूचिकर्णा!' एकलव्यानं सांगितलं.

मेघवर्णांनी कौतुकभरल्या दृष्टीनं एकलव्याकडे पाहून स्मित केलं. प्रत्येक गोष्ट नीट समजून घेऊन मगच त्यावर विचार करण्याची एकलव्याची पद्धत होती. कोणत्याही गोष्टीनं तो एकदम विचलित होत नसे.

त्याच्या या विवेकी थंडपणाचं मेघवर्णांना नेहमीच कौतुक वाटत असे.

'महादण्डनायका, पाण्डव वारणावतास होते, ते भव्य नव्या प्रासादात! तो केवळ त्यांच्यासाठी बांधण्यात आला होता. पुरोचन नावाच्या शिल्पीनं तो बांधला. वारणावतात लोकप्रिय झालेले पाण्डव तिथं सुखानं राहत....'

'चार चंद्रांहून अधिक काळ पाण्डव तिथं राहिलं. मग एका चंद्रहीन रात्री त्या भव्य आणि सुंदर प्रासादास आग लागली.'

'कशी?'

'तेच तर गूढ आहे....'

'तूझ्यापासूनही, सूचिकर्णा?' एकलव्यानं आश्चर्य दर्शवून प्रश्न केला,

'नाही... पाण्डवांनीच त्याला आग लावली.'

'पण पाण्डव कुंतीसह त्या भयंकर अग्नीमध्ये जळून मेल्याचा सर्वांचा समज आहे.' सूचिकर्ण सावकाश सांगत होता.

'हं!' एकलव्यानं हुंकार दिला.

'कारण त्या अग्नीमध्ये नंतर सात प्रेतं मिळाली आणि....'

'सातच?'

'हो, सेवक स्थानिक होते. ते सायंकाळी परत जात. पाच पाण्डव, कुंती माता व पुरोचन एवढेच तिथं राहत. या चंद्रहीन सायंकाळी एक निषादी पाच पुत्रासंह तिथं आली. काही याचना करण्यासाठी.'

'याचना करण्यास...? निषादी?' संतप्त शंबराचा प्रश्न उमटला.

'होय, गुरुपुत्रा, त्या निषादीस भोजन देऊन विश्रांतीसाठी कुंतीमातेनं रहावून घेतलं, याची कल्पना कोणालाच नव्हती. सेवक तर निघून गेलेच होते. उत्तर रात्री अचानक प्रासादास आग लागली.'

'सात प्रेतं मिळाली. वारणावतात शोक आणि संताप याला काही मर्यादाच नव्हती. साऱ्या कुरु साम्राज्यात शोक सुरू आहे...'

'आणि पाण्डव, सूचिकर्णा?'

'ते... त्यांनी भूगर्भात एक विवर काढून ठेवलं होतं. आग लावून त्या विवरमार्गातून पाण्डव कुंतीसह मोठ्या गंगा नदीच्या पलीकडे गेले. कोणाला ते समजलं नाही.... सारं नगर शोकाकूल....'

'आणि कौरव आनंदानं बेभान! होय ना. त्यामुळं कोणी अधिक विचारणा करणारच नाही.' शंबर उद्गारला.

'म्हणजे, शंबरा, पाण्डवांना त्या प्रासादामध्ये जिवंतपणी जाळून टाकण्याचा कौरवांचा डाव पाण्डवांनी हाणून पाडला. देवानं त्या निषादीला तिथं नेमकं पाठविलं. बदली म्हणून. शिवाय यात पुरोचनाचाही बळी गेल्यानं दोन्ही पक्षांचं साधलं....'

'ते कसं, एकलव्या?'

'म्हणजे निषादीविषयी सांगणारा आणि आपल्या विनाशात भाग घेणारा एक शत्रू पाण्डवांनी संपविला, कौरवांचं दुष्ट कारस्थान माहिती असणारा एकच बाहेरचा माणूस. तो पुरोचन! त्याचा परस्पर काटा निघाल्यानं अधिक लाभ!' एकलव्य स्वत:शीच विचार केल्याप्रमाणे बोलत होता. 'काय करावं, असं तुला वाटतं, विशालकेतु?' एकलव्यानं शांतपणे प्रश्न केला.

'हा अपघात नाही. निषादीची समजून उमजून हत्या करण्यात आलीय्. आपण या अत्याचाराचा सूड घ्यायलाच हवा.'

'आणि तुला, शंबरा?'

'आर्येतरांना आर्य पशूंइतकंही मूल्य देत नाहीत, हेच यावरून दिसतं. या अत्याचाराचं प्रायश्चित्त दिलं गेलं पाहिजे.' शंबराचा स्वर क्रुद्ध होता.

'कालमेघा....!'

'मलाही शंबराप्रमाणेच वाटतं. असल्या अत्याचाराला प्रायश्चित्त द्यायचंच.'

'कोणी द्यायचं?'

'आपण !' तिघेही एकसुरात बोलले.

'आणि सूड कोणावर घ्यावा, विशाल?'

'पांडवांवर, त्यांनीच हे अघोरी कृत्य केलंय् ना?....' विशालकेतूनं प्रश्न केला आहे.

'पाण्डवांचा सूड घ्यायचा, म्हणजे त्यांना निद्रिस्त असता मारायचं. जशास तसं! आणि हे कोण करणार? विशाल, तू?'

एकलव्याच्या प्रश्नावर विशालकेतूनं नकारार्थी मान हलवली.

'कालमेघा, तू?'

'अं.. मी?....' एकदम दचकून कालमेघ उद्‌गारला. 'मी....पाण्डवांना...'

'का? तू पाण्डवांनाच काय, प्रत्यक्ष मृत्यूला देखील भिणारा नाहीस. मग....'

'नाही... पण.... मी....' कालमेघ गोंधळला.

'मला माहीत आहे, कोणीही अरण्यवासी हे करणार नाहीत. अरे, आपण निषाद. वाघासारख्या हिंस्त्र पशूलादेखील अंगावर घेऊन मारणारे आपण. शत्रूची देखील अशी निजले असता भ्याड मृगया करणार नाही. मी निषाद म्हणून जन्मलो, मी तुमचा मित्र आहे, याचा मला अभिमान वाटतो.'

एकलव्याच्या शब्दांनी साऱ्यांच्या मुद्रा उजळल्या.

'आणि पाण्डवांचा सूड घेऊन आपण आपलंच नुकसान करून घेऊ..'

'ते कसं....?'

'वारणावताचा तो प्रासाद जाळण्याची सारी तयारी कौरवांनी केली होती. त्यांनी आपल्या दायादांच्या नाशासाठी ती सारी योजना आखली. कारस्थान, प्रेरणा-सारी त्यांची. पण प्रत्यक्ष त्यांनी जाळलं नाही, म्हणून ते निर्दोष. होय ना?'

एकलव्याच्या प्रश्नावर कोणी बोललं नाही. ते सर्व लक्षपूर्वक ऐकत होते.

'पाण्डवांनी निषाद-कुटुंबाचा बळी दिला. का? स्वसंरक्षणासाठी. आपद्धर्म म्हणून त्यांच्या धर्माप्रमाणे ते वागले. मग ते तरी दोषी कसे.?'

'त्यातून, वीर हो, आपण दोघांपैकी एकावर सूड घेण्यात आणखी दोन प्रकारे

हानी आहे. एक तर त्यामुळं आपण दुसऱ्याचा मार्ग निष्कंटक करून देऊ. उन्मत्त कौरव किंवा स्वार्थी पाण्डव-दोन्हीपैकी कोणी उरलं, तरी आपल्याला लाभ काय? दोघेही शत्रूच. उलट, त्यामुळं दुसरा आपल्याशी युद्ध करेल, त्याच निमित्तानं. मग आर्यांशी युद्ध करण्यापेक्षा त्यांच्या परस्पर-विद्वेषात उभयता दुर्बळ ठरावे, हे आपल्याला ज्ञातीला लाभदायी नाही का?'

एकलव्य भराभरा बोलत होता. सारे त्याच्याकडे पाहत होते. एक नवा आदर सर्वांच्या चर्येवर होता.

'म्हणजे? निषादीच्या हत्येचा प्रसंग दुर्लक्षित करायचा?' शंबराचा स्वर कटु होता.

'ती का तिथं गेली होती, सूचिकर्णा? याचनेसाठी?'

'अं... ती भ्रष्ट व पतित होती. ज्ञातीनं तिला बहिष्कृत केलं होतं.'

'म्हणजे? आपण उदार आहोत. पित्याच्या दुष्कृत्यांची, अपराधांची शिक्षा आपण पुत्र, पुत्रीला दिली नाही. मार्गभ्रष्ट चुकून झाले, तर आपण त्यांचा स्वीकार करू. पण जे स्वार्थासाठी दूर गेले, त्यांचं काय? निषाद पद्धतीचा, धर्माचा त्याग केला. ती आपल्या दृष्टीनं मृत आहेत. घुबडासारखे पशूंत नाहीत नि पक्ष्यांतही नाहीत, अशांसाठी आपण आपलं सर्वस्व पणाला का लावायचं? अर्थात जर तुम्हांला सर्वांना तसं वाटतं, तर... तर तसं करू.'

एकलव्यानं आपलं म्हणणं मांडलं. आणि साऱ्यांकडे पाहिलं.

'महादण्डनायकाचे शब्द योग्य आहेत. हा काल कलहाला योग्य नाही. तसंच ते कारणही. आपण आपलं सामर्थ्य वाढवीत राहावं, हेच उचित आहे.' ज्ञातिगुरू मेघवर्ण उद्गारले, आणि सर्वांनी संमतिदर्शक उद्गार काढले.

एकलव्यानं नेतृत्वाची पहिली कसोटी जिंकली होती.

●

२४

'देवी एकवीरेचा विजय असो.'

अचानक मागून स्वर उमटला.

शीतल सांजवेळी एकलव्य आपल्या आवडत्या शिलाखंडावर बसला होता. समोर झरा झुळझुळत होता.

आता एकलव्याच्या महादण्डनायक-पदाला उलटत्या वर्षांबरोबर स्थिरता आली होती. साऱ्या निषादराष्ट्रात शांती व समृद्धी होती. संघटित प्रतिकार होऊ लागल्यानं आर्य आक्रमणंदेखील थंडावली होती.

एकलव्य आपल्या ज्ञातीच्या प्रगतीचा विचार करीत बसला होता.

मागून आवाज येताच एकलव्यानं चमकून मागे पाहिलं. मागे उलूक उभा होता.

सूचिकर्ण व उलूक हस्तिनापुरी गुप्त वार्ता मिळविण्यासाठी राहत. ते स्वत: सहसा येत नसत. तसंच महत्त्वाचं काही असेल, तर...

एकलव्याच्या मनात आशंका उमटली.

'उलूका, काय विशेष घडलं? कोणाचं आक्रमण....'

'नाही, महादण्डनायका! पण मोठी विचित्र वार्ता आहे. अगदी धक्कादायक...'

एकलव्यानं त्याच्याकडे टक लावून पाहिल. धक्कादायक असेल; पण आपल्याशी प्रत्यक्ष संबंध नसावा, असं अनुमान त्यानं काढलं. उलूक तेवढा काही उत्तेजित दिसत नव्हता.

उलूकामागेच शंबर, कालमेघ, दीर्घबाहु, विशालकेतू, आदी आले होते.

सारे येऊन बसले आणि एकलव्यानं उलूकाला बोलण्यास सुचविलं.

'महादण्डनायका, खूप वार्ता आहेत. वनवासात फिरणाऱ्या पाण्डवांचे द्रुपदाच्या कन्येशी लग्न झालं. अर्जुनानं तिच्या स्वयंवराचा पण जिंकला; पण त्या वृद्ध मातेनं सांगितल्यानं पाचही पाण्डवांची वधू झाली ती...'

'काय? पाच पाण्डवांची वधू ? हे... हे सुसंस्कृत श्वेतवर्णीय पशू....' शंबर तिरस्कारनं उद्गारला. इतरांच्या चर्येवरही आश्चर्य व घृणेचे भाव उतरले.

एकलव्य मात्र शांतपणे ऐकत होता.

उलूक पुढे सांगू लागला.

'तिथेच त्यांना कृष्ण भेटला...'

'कृष्ण...?' एकलव्याने प्रश्न केला.

'तो... तो पूर्वी मथुरेला होता. नंतर त्याने द्वारकेला नवे राज्य स्थापन केले. तो म्हणजे...

'महादण्डनायका...' मध्येच काही आठवीत शंबर उद्गारला.

एकलव्याने त्याच्याकडे पाहिले.

'आपण तुझ्या गुरुकडे जात होतो, खूप खूप वर्षांपूर्वी... तेव्हा वाटेत एका आश्रमाच्या पलिकडच्या अरण्यांमध्ये...' शंबर डोळे बारीक करीत बोलत होता. थोडसं आठवण करीत स्वत:शी बोलल्यासारखा...

'त्या अरण्यांत दुपारी तू पावा वाजवीत होतास... तिथें एक सावळां, अरादी अरण्यवासी वाटावा असा सावळा मुलगा, एका बारीक मुलाला घेऊन आला होता...'

'हो... फार छान वागला बोलला तो.. त्याने आपला लांबसा पावा.. आडवा धरून वाजवून दाखवला..' एकलव्याला तो प्रसंग आठवला. 'फारच छान वाजवला होता नाही त्याने...'

'हो... त्याने तुला आपला पावा आणि मैत्रीचे वचन दिले होते... तू... तू... त्याला मोरपीस दिले होतेस.'

'पण...'

'तो मथुरेचा होता. आणि त्याचे नाव कृष्ण.' शंबराने सांगितले.

क्षणभर दोघेही शांत राहिले. जणु मागचा प्रसंग आठवीत असावेत.

मग एकलव्याने उलुकाला पुढे बोलण्यास खूण केली.

उलूक बोलू लागला..

'शृगाल पाण्डवांबरोबर होता. त्यांच्याबरोबरही तोही परतला. पाण्डवांनी येताच राज्याचा दायभाग मागितला.'

'कसला भाग?' विशालकेतूनं विचारलं.

'दायभाग, राज्यातला आपला वाटा!'

'राज्यातला वाटा?' एकलव्याच्या स्वरात त्याला वाटलेलं आश्चर्य स्पष्ट होतं.

'आणि तो मिळाला?' शंबरानं विचारलं.

'होय...'

'बरं झालं. त्यामुळं त्यांची शक्ती विभागून आपला त्रास कमी होईल....'

'किंवा दुप्पट वाढेलही.' विशालकेतूच्या शब्दांवर एकलव्यानं आपली प्रतिक्रिया सांगिली.

'होय, महादण्डनायका! त्या वृद्ध राजानं पाण्डवांना त्यांचा भाग म्हणून खांडववन दिलं...'

'म्हणजे हस्तिनापुराच्या दक्षिणपूर्वेकडील तो सुंदर आणि घनदाट वनप्रदेश...'

'तोच तो, गुरुदेव!' शंबराच्या प्रश्नावर उलूक उत्तरला.

शंबर आता ज्ञातिगुरु झाला होता. मेघवर्ण आपल्या भजन-चिंतनामध्ये मग्न असत.

'पण वनात... तसल्या गहन वनात राहण्याची पाण्डवांकडे वृत्ती नाही आणि शक्तीही नाही....'

'म्हणून तर त्यांनी ते वन जाळून भस्मसात केलं.' उलूकानं शंबराचं वाक्य पूर्ण केलं.

सर्वांना आश्चर्याचा धक्काच बसला. सर्वांत प्रथम सावरला एकलव्य.

'काय केलं, उलूका? ते.... ते गहन पण रमणीय... विविध पशुपक्ष्यांनी भरलेलं... नर, वानरादींचे श्रेष्ठ वसतिस्थान.... ते रमणीय वन नष्ट केलं? इतक्या साऱ्यांना गृहहीन करून....'

'नाही, एकलव्या, गृहहीन करून नाही. तसे पाण्डव धर्मनिष्ठ आणि दयाळू आहेत.'

'मग...'

'घरं नष्ट झाल्यानं जिवंतपणी मरणयातना भोगाव्या लागू नयेत, म्हणून त्या वनाबरोबरच तिथल्या रहिवाशांना देखील जाळून टाकलं.'

'जिवंत जाळलं?'

'होय, नायक विशालकेतु, जिवंतपणी जाळलं,' असं म्हणून उलूकानं त्या रौद्रभीषण घटनेचं वर्णन केलं. त्याच्या पाल्हाळिक वर्णनात अमानुष क्रौर्याची सारी कथा स्पष्ट झाली.

अग्निप्रलयातून निषादादी आर्येतर व अन्य वनचर बाहेर येत.... अशांना परत त्या धडाडत्या अग्नीतच टाकण्यात येई. लहान मुलं... स्त्रिया किंवा लहान पक्षीदेखील या संहार-सत्रातून सुटले नाहीत.

ऐकत असता सर्व थरारत होते. शहारत होते. दुःखानं उसासे सोडत होते. आणि तीव्र संतापाचे उद्‌गारही काढीत होते.

एकलव्य देखील उत्तेजित होत होता.

– आणि हा सर्व अमानवी संहार, हे क्रौर्य का?

'पाण्डवांनी त्याठायी नवं हस्तिनापुर वसवणं सुरू केलं आहे. खांडवप्रस्थाचं नामकरण आता इन्द्रप्रस्थ असं केलं आहे.' उलूकानं सांगितलं व या भीषण कथावार्तेचा समारोप केला.

सारी रात्र शांत होती.

वसतीवरून देखील कसला ध्वनी नव्हता.

'एकू.... किती भीषण... केवढं अमानवी क्रौर्य... काय हा अविवेकी संहार...!'

'होय, शंबरा, महाभीषण! आर्य दिवसेंदिवस अधिकाधिक अविवेकी आणि विध्वसंक होताहेत. असा उन्मत्त संहार करून स्वत:चा नाश सत्वर ओढवून घेताहेत....'

'असेल... असेल, एकू... पण तोवर आमचं काय? ते करताहेत, ते उचित वाटतं त्यांना. पुरं आणि पथ ही आर्य संस्कृतीची प्रतीकं. कृत्रिम आणि दिखाऊ गोष्टींचीच आवड आर्यांना. तीच त्यांची संस्कृती. वनं, उपवनं, वृक्षवेली कशा चालतील त्यांना?....'

'हं.... अर्थात पुरं, पथ आदींची आवश्यकता नाहीच, असं म्हणणं....'

'एकू... तू आर्यज्ञानाबरोबर आर्यवृत्तीही...'

'थांब, शंबरा, पुढं बोलू नको. ज्यांच्यामुळं पश्चात्ताप होईल, असे शब्द मुखावाटे काढू नयेत. कुठला तरी राग आपण आपल्या जवळच्या माणसावर काढतो आणि नंतर दु:खी होतो. तू तसंच करतो आहेस, शंबरा!' एकलव्य खेदानं मस्तक हलवीत बोलला.

शंबरानं प्रत्युत्तरासाठी तोंड उघडलं; पण लगेच मिटलं.

'शंबरा, आपण भूमिपुत्र. निसर्गाचे नियम पाळून साधं पण सुखी जीवन जगतो. पण ते सुख आपल्या दृष्टीनं. आपण मानतो, म्हणून. आपल्या जीवनात अधिक संचय नाही. अनावश्यक संग्रह नाही. जे निर्माण करू शकत नाही, ते नष्ट करण्याचा आपल्याला अधिकार नाही, असं आपण मानतो, निसर्ग ही भूमी... ही आपली माता. जे जगण्याला आवश्यक, तेवढंच आपण निसर्गातून घेतो. फार पुढचा विचार करत नाही. आपली ही जीवनपद्धती व तिचे नियम पूर्वजांनी ठरवले....'

एकलव्य बोलत होता. सारे शांतपणे ऐकत होते.

'आर्य संस्कृतीमध्ये अनावश्यक तेवढा उद्याचा विचार आहे. ती संचयावर आधारलेली आहे. ज्याचा संचय मोठा, तो श्रेष्ठ.'

'संचय म्हणजे लोभ. लाभानं वाढतो, तो लोभ. संचयामुळं लोभ येतो. त्याच्यामागून द्वेष, क्रोध हे सारे आले. पण आर्यं-संस्कृती वाईट, आर्य ते हीन, असं म्हणणं आंधळ्या द्वेषाचं.'

'आपण आर्यांचा द्वेष करीत राहिलो, तर आपली प्रगती कधीच करू शकणार नाही. बलवान बनू शकणार नाही आणि निसर्गाच्या नियमाप्रमाणे कलहात टिकूही शकणार नाही.' एकलव्य बोलत होता.

रातकिड्यांचा स्वर आता काहीसा मंदावला होता. आकाशात लक्षावधी तारका चमकत होत्या. वनदेवीचे रक्षक काजवे काळोखात प्रकाशाचे पट्टे ओढीत फिरत होते.

'शंबरा, आपण मृगया करतो. त्यात क्रौर्य नसतं. संहाराचा उन्माद नसतो. विशाल, तू कधी मृगीवर बाण मारतोस?...'

'कोण मी? एकलव्या, तू माझी थट्टा करतो आहेस, की अपमान? मी शुद्ध निषाद...'

'म्हणजे मारण्यात, संहारात देखील आपण काही नियम पाळतो. हा विवेक आर्यांना नाही. कारण ते श्रेष्ठ! त्याचा अहंकार आहे त्यांना. पण, वीर हो, जीवनाच्या कलहात श्रेष्ठांचा, बलिष्ठांचा विजय अपरिहार्य आहे. त्यावर उपाय एकच....'

'कोणता, एकू...'

'आपलं बळ वाढवायचं. आर्यांची शक्ती विभाजित होत असेल, तर आपण एकोपा करायचा. बळ वाढवायचं. आर्यांना इकडे दृष्टी वळवण्याचंही सामर्थ्य होऊ नये, इतकं; आणि शंबरा, निसर्गाच्या नियमांना डावलून निसर्गाचा नाश करून, आर्य, आपलाच नव्हे, साऱ्यांचा नाश ओढवून घेतील. निसर्गचक्राचा तोल ढळेल, अशा अविवेकानं प्रलय ओढवेल, शंबरा, प्रलय!'

'महादण्डनायका, पाण्डवांनी खांडववनाऐवजी आपल्या वनावर आक्रमण केलं असतं, तर....'

विशालकेतूच्या शब्दांवर सारे थरारले.

'तर, विशाल, या ठायी... पाण्डव-राजधानीऐवजी त्यांची स्मृतिचिन्हं उभारावी लागली असती!' एकलव्य शांत स्वरात उद्‌गारला.

क्षणभर सारे स्तब्ध होते.

'काय... आर्यांचा तू युद्धात पराभव केला असतास? आर्य युद्धविद्या...'

'विद्या ही कोणाची मिरासदारी नाही. राजा सुदास कोण होता? अनार्य. त्यानं आर्य राजांचा पराभव केला नाही?'

एकलव्याच्या प्रश्नावर सारे शांत राहिले.

'शंबरा, शस्त्रं लढत नाहीत. लढतं, ते मन! अस्त्र-शस्त्रं सारी साधनं! ती लढत नाहीत. लढते, ती त्यामागील प्रेरणा, सारी श्रद्धा! ती मनाला शक्ती देत असते. त्यामुळं माझा विजय निश्चित होता व आहे!' एकलव्याचा स्वर शांत पण निश्चयी होता.

सारे एकलव्याच्या शेवटच्या वाक्यावर काहीसे विस्मित झाले.

'एकू, मला आश्चर्य वाटतं तुझ्या विश्वासाचं. कशावरून असं म्हणतोस?'

शंबराच्या प्रश्नावर एकलव्य स्वतःशीच हसला. माणूस कधी कधी आपल्या फार निकटच्यालादेखील नीट समजू शकत नाही, याची त्याला गंमत वाटली.

'अरे, अर्जुन का लढणार होता? स्वतःच्या जीवन-मरणासाठी? अस्तित्वासाठी? कोणत्या प्रश्नावर युद्ध खेळणार होता? सत्यासाठी, धर्मासाठी, की, ज्ञातीसाठी?

नाही! कशाहीसाठी नाही.'

'अर्जुन लढणार होता आत्मगौरवासाठी, प्रतिष्ठेसाठी किंवा स्वार्थासाठी! अरे, इंद्रप्रस्थ निर्माण करायला त्याला काय हे एकच वन होतं? आणखी अनेक ठिकाणं होती. पण आमच्या वनावर त्यानं आक्रमाण केलं असतं, तर... ते आपलं घर होतं. इथं आपलं सर्वस्व होतं. त्याशिवाय....'

'शिवाय काय?'

'आपण संघटित आहोत. युद्धविद्येतील प्रगत ज्ञान आत्मसात केलंय. युद्ध जिंकणं किंवा सर्वनाश करून घेणं हे दोनच पर्याय आपल्यापुढे होते. इथं लहान बालकानं देखील प्राणपणानं प्रतिकार केला असता. पाण्डवांपुढं आणखी पर्याय होते.

'पाण्डवांच्या राजधानीच्या निर्माणासाठी तेच फक्त लढले असते. आर्यअनार्यांचं संकुल युद्ध नव्हतं ते. पण अपल्या पाठीशी महासंघातील सारे उभे राहिले असते. अनपेक्षित विरोध आणि प्रतिकार झाला असता. नैतिक आणि आत्मिक श्रद्धांमुळं आम्ही नक्कीच श्रेष्ठ होतो. विजय आमचाच होता. आर्य वरवर श्रेष्ठ आणि बलिष्ठ दिसले, तरी दुबळेच आहेत. त्यालाच ते सामर्थ्य मानीत आहेत!' एकलव्यानं आपलं म्हणणं स्पष्ट केलं.

'एकू... तू आमचा आहेस, निषादांचा महादण्डनायक आहेस, याचा अभिमान वाटतो मला...' शंबर भारावल्या स्वरात बोलला.

'होय... होय...'

'सत्य आहे, महादण्डनायका...'

अंधार कापीत स्वर उमटले.

'पण, महादण्डनायका, आपण काहीच करायचं नाही?' उलूकानं प्रश्न केला.

'एक तर काहीही करण्यापूर्वी आपल्या महासंघातल्या साऱ्या निषाद, शंबर, पुलिंद नायकांचा विचार घ्यायला हवा. तसं करण्यासारखं खूप आहे...'

'काय ते?' विशालकेतूचा स्वर उत्सुक होता.

'या आर्य अत्याचाराची वार्ता सर्वांना सांगून सावध करायला हवं. साऱ्या आर्येतरांना याविषयी कळवून त्यांच्यात एकजूट व प्रतिकार करण्याचं साहस जागृत करायला हवं.

'आपल्या सर्व तरुणांना नव्या युद्ध-कल्पना समजावल्या पाहिजेत, त्याशिवाय त्यांचा सराव करून घेतला पाहिजे.

'सर्व आर्य राष्ट्रांतून आपले गुप्तचर वार्ता मिळवण्यासाठी पाठवायला हवेत. आर्यांच्या प्रत्येक कृतीविषयी लगेच माहिती मिळावी, अशी व्यवस्था उभी करायला हवी. त्याच्यासाठी उद्योगी, शिक्षित व चतुर असे युवक तयार केले पाहिजेत.'

एकलव्य भराभर बोलत होता. सारे फक्त माना डोलावीत होते.

'विशाल, दीर्घबाहु, आपण सारे आर्येतर फक्त आपल्यापुरतं पाहतो. आत्मगौरवात गुंग राहतो. या वृत्तीमुळं खांडवप्रस्थातील वीरही एक नव्हते. परस्पर द्वेषामुळं ते संघटित प्रतिकार नाही करू शकले. एकोपा ही जगण्यासाठी आक्रमणाचा प्रतिकार करण्यासाठी पहिली गरज आहे. खांडवप्रस्थाचा हा पाठ तरी आपण घेऊ, साऱ्यांना सांगू.'

'आता आपण युद्धाला उभे राहिलो, की सारे आर्य एक होतील. आपल्याला ते मानवणार नाही!' एकलव्यानं आपलं मत सांगितलं.

'आणि या पाशवी अत्याचाराचा सूड...?'

'सूडाचा मार्ग सुखद दिसला, तरी आत्मनाशी असतो, शंबरा प्रत्येक गोष्टीला निश्चित असं मूल्य द्यावं लागतं. सूडाचं मूल्य आपल्याला परवडणार नाही, शंबरा!' एकलव्य शांतपणे म्हणाला. त्याचे विचार व बोलणं सरळ, स्पष्ट होतं.

साऱ्यांनी माना डोलावून संमती दिली.

प्रत्येक जण आपापल्या विचारात गढून गेला.

●

२५

ताड् ताड् पावलं टाकीत आचार्य द्रोण बाहेर आले. कौरवांच्या भव्य राजप्रासादाबाहेर उभं राहून त्यांनी सभोवार पाहिलं. जणू आपण कुठं आहोत, हेच त्यांना उमगत नसावं.

कपाळावर ताठरलेली शीर, आरक्त नेत्र... थरथरणारं शरीर.... ज्वालामुखी खदखदत असल्याची सारी लक्षणं होती.

मद्यप्यासारखे कसेबसे अनियमित पावलं टाकीत ते रथापाशी आले. जणू त्यांचं त्यांनाच कसे व कुठं जात आहोत, हे समजत नसावं.

नेत्र भकास होते. उघडे असूनही काही दिसत नसल्यासारखे.

द्रोणांचे उत्तरीय त्यांच्या खांद्यावरून ओघळून भूमीवर लोळत होत; पण त्याचं त्यांना भान नव्हतं.

कसे तरी येऊन ते रथात चढून बसले. ते पाहून दुरून सूत धावत आला. रथावर चढून बसले. रथावर चढून त्यानं अश्वांचे वेग हाती घेतले. मागे वळून अनुमतीसाठी आचार्यांकडे पाहिलं.

आचार्यांची चर्या संतप्त होती. ते विचार-समाधीत बुडाले होते. त्यांचे विचार अप्रिय व दुःखदायी असावेत, हे त्यांच्या आविर्भावावरून स्पष्ट दिसत होतं.

सूतानं लगामांना हलकासा हिसका दिला. अश्व वेधक व संथ गतीनं पुढं निघाले.

आचार्य आपल्या विचार-विश्वात गुंग होते.

आजचा क्लेशकारक प्रसंग त्याच्या मागील पार्श्वभूमीसह त्यांच्या दृष्टीसमोर येत होता....

त्यांना आठवत होतं : पाण्डव खांडवप्रस्थाला गेलेले दिवस. आचार्यांना नंतर काही दिवस उगाच एकाकी वाटत होतं.

सूर्याच्या फेऱ्या चालल्या होत्या. दिनरात्रीचा लपंडाव होत असता दिन, सप्ताह आणि संवत्सरे उलटत होती.

असंच एक दिवस राजसूय यज्ञाचं निमंत्रण आलं. पाण्डवांनी या भव्य यज्ञाचं आयोजन अत्यंत योजनापूर्ण पद्धतीनं पार पाडलं; पण....

कौरवांचा अपमान करण्याचा पोरकट मूर्खपणा पाण्डवांच्या हातून घडला. मत्सरावर अपमानाची डागणी म्हणजे तापात झालेली पिशाचबाधाच.

राज्य मिळवण्यापेक्षा ते टिकवणं अधिक अवघड, हा अनुभव द्रोणांनाही

होताच. मत्सरी कौरवांनी द्यूताचं आव्हान दिलं. रणमैदानात पाण्डव अजेय होते; पण द्यूतात?

क्षत्रियत्वाविषयीच्या भ्रामक कल्पना आणि धर्माधर्माची भ्रांती यांमुळं धर्मराजानं आव्हान स्वीकारलं. कपटद्यूताचा परिणाम व्हायचा तोच झाला.

पाण्डव हरले.

केवळ राज्यलक्ष्मीच नव्हे; तर द्रौपदीच्या रूपानं स्वत्व देखील त्यांनी गमावलं.

तरीही युधिष्ठिर सावरला नाही.

बांधवांना किंवा पत्नीला पणाला लावण्याचा नैतिक अगर धर्मदत्त अधिकार युधिष्ठिराला आहे का, याचा विचार करणार कोण?

कौरव विजयाच्या उन्मत्त दर्पात, तर पाण्डव पराभवाच्या लाजिरवाण्या ग्लानीत!

त्या दिवशी उन्मत्तांच्या आणि लाचारांच्या मेळाव्यात स्त्रीच्या दास्याची विजयपताका रोवली गेली.... आर्यत्वच नव्हे, मानवताच कलंकित झाली.

– आणि आपण त्या मेळाव्यात होतो, हे आचार्य कधीच विसरू शकत नव्हते.

कुरुराजसभेत उन्मत्त आणि लाचार, भोगी आणि भीरू प्रवृत्तींचं नागडं प्रदर्शन घडलं. संस्कृतीचा दंभ असणाऱ्या आर्य समाजातील हे पशुत्व भयचकित करणारं होतं.

— आणि तिथं आचार्य द्रोण.... भारद्वाजपुत्र, परशुरामशिष्य द्रोण मूक साक्षीदाराच्या लाचार भूमिकेत उपस्थित...

आचार्य द्रोण तो प्रसंग विसरू शकत नव्हते. इतकंच नव्हे, अगदी आजवर कृपीच्या दृष्टीला दृष्टी देऊ शकत नव्हते.

त्याच्याच भरीला आजचा हा प्रसंग.

केवळ स्मरणानं देखील त्यांची अंतर्बाह्य आग होत होती. त्यात चूकदेखील त्यांची स्वत:चीच होती, त्यामुळं तर...

द्यूतात जिंकून, पाण्डवांना वनवासाला पाठवूनही कौरवांचं समाधान झालं नव्हतं. वनातील पाण्डवांपुढं आपलं वैभव व मोठेपणा दाखवायचा, त्यांना अपमानित करायचं, या ईर्ष्येनं घोषयात्रेच्या व मृगयेच्या निमित्तानं कौरव गेले.

पाण्डवांऐवजी स्वत:ची फजिती पाहून परतले.

पाण्डवांऐवजी कौरवांना चित्ररथ गंधर्व भेटला... गंधर्वांशी त्यांनी युद्ध केले. मायावी युद्धात प्रवीण गंधर्वांनी कौरवांना बंदी केलं. कर्णानं रणांगणातून पळ काढला.

आदल्याच सायंकाळी ही फजीत-यात्रा आली व कौरवांच्या या घोषयात्रेतील

एका सेवकाकडून सारी घटना आचार्य द्रोणांना समजली.

अहंमन्य दुर्योधन आणि मोठेपणाच्या कांक्षेनं झपाटलेला सूतपुत्र राधेय यांच्या फजितीनं द्रोणांना मनातून आनंद झाला होता.

सकाळी कुरुसभेला आरंभ झाल्यावेळी कुरुपुत्र आले नव्हते. नित्याचे न्यायनिवाडे व इतर कामकाज संपलं. काही मोजके सदस्य वगळता सारे गेले व राजसभेचे औपचारिकपण संपलं.

त्याच वेळी श्रांत व युद्धाची चिन्हं वागवणारे कुरुपुत्र दुर्योधनासह सभेत आले.

'कोण... कोण ते...?' हा... माझ्या लाडक्या युवराजाच्या पावलांचा आवाज...' धृतराष्ट्र उत्सुक स्वरात उद्गारला. अंध धृतराष्ट्राचे कान फारच तीक्ष्ण होते.

'युवराज आपल्या बांधवांसह आले आहेत.' विदुरानं मधुर स्वरात सांगितलं.

'दुर्योधना... ये वत्सा, ये. कसा आहेस...? मृगया झाली?'

'होय, महाराज. आपल्या आशीर्वादानं आम्ही क्षेम आहोत.'

धृतराष्ट्राच्या आंधळ्या वात्सल्यानं युवराजाच्या स्वरातील निरुत्साह नेमका टिपला.

'मृगया संतोषपूर्ण. सारे कुशल. तरी तू असा का निरुत्साही? तुझा स्वर असा कष्टी का?'

'नाही... सारं क्षेम आहे, तात...'

'नाही, युवराज. तू काहीतरी लपवीत...'

'न... नाही, महाराज. जरा श्रमी आहोत...'

'श्रमी? क्षत्रियाला मृगयेचे श्रम?....'

दुर्योधनाची अवस्था बिकट होत होती.

'नाही, महाराज. द्वैतवनात गंधर्वांशी झालेल्या युद्धामुळं आम्ही श्रमी आहोत...' काहीतरी गडबडगुंडा करीत दुःशासनानं स्पष्टीकरण दिलं.

सारे शांत होते. बहुतेक सर्वांना द्वैतवनातील घटनेचं ज्ञान असावं; पण ते पितापुत्रांचं संभाषण होतं. शिवाय राजकारणात ज्ञानापेक्षा अज्ञान दाखवणं अधिक लाभदायी ठरतं, हे ते जाणून होते.

'कोण... कोण विजयी झालं?' अधीरपणे धृतराष्ट्रानं विचारलं.

'विजय?... अं... आमचाच झाला...'

'वा, छान ! विदुरा... विजयोत्सव साजरा करा. गुढ्या-तोरणं उभारा... नगर शृंगारा... त्वरित हे शुभवर्तमान पौरजनांना घोषित करा....'

युद्धाचं वर्तमान दुःशासन सांगत असता पूर्णपणे ऐकूनही न घेता नेहमीच्या अधीर स्वभावाप्रमाणे भराभर आज्ञा दिल्या.

‘अं...न्...नाही... नको, महाराज....’ दुर्योधन अडखळत बोलला.

त्याची मुद्रा काळवंडली. मान खाली गेली.

मंत्रागारात भीष्मादी अनेक ज्येष्ठ सभासद उपस्थित होते; पण ते सारे गप्प होते....

एक अवघडलेली शांतता पसरली होती. त्या शांततेनं धृतराष्ट्राला गुदमरल्याप्रमाणे झालं.

‘अरे, आहे तरी काय?... काय झालं...? अं... अरे, या अंधावर कोणी तरी दया करा आणि सांगा...’ धृतराष्ट्राच्या या त्रागयाची सर्वांना सवय होती.

‘महाराज, आपण जिंकलो... म्हणजे कौरव-पाण्डव मिळून जिंकले. प्रथम जेव्हा कुरुपुत्रांचं गंधर्वांशी युद्ध झालं, तेव्हा गंधर्व जिंकले. चित्ररथ गंधर्वानं कौरवांना पराभूत करून, बंदी करून....’

‘काय... माझ्या पराक्रमी पुत्रांना पराभूत केलं...? बंदिवान केलं?’ धृतराष्ट्राच्या दुःखाला व आश्चर्याला सीमा नव्हती.

‘पण, महाराज... त्यांच्या बंदिवासाची वार्ता द्वैतवनात पाण्डवांना समजली. मग पाण्डवांनी – म्हणजे फक्त भीम व अर्जुनांनी पराक्रमानं युवराजांची मुक्तता केली....’

‘आणि... तर... मग... महापराक्रमी कर्ण... तो अंगराज... युवराजांचा सखा राधेय कुठं होता...? कोणत्याही प्रसंगी कौरवांना अन्तराय न देण्याचं त्याचं वचन....’

‘पण, महाराज, अंगराजांचा त्यात काय दोष? महापराक्रमी अंगराज तिथंच होते. पण घोड्यांनी घोटाळा केला. महाराज...’ मध्येच गुरू द्रोणांचा झोंबरा उपहासपूर्ण स्वर उमटला.

‘घ... घ... घोड्यांनी काय केलं?’

धृतराष्ट्रच नव्हे, तर सारेच द्रोणांच्या बोलण्यावर गोंधळले होते.

सारे कुरुपुत्र एका बाजूला मान खाली घालून उभे होते. कर्ण त्यांच्यांतच उभा होता.

‘महाराज, घोड्यांना दिशाज्ञान न झाल्यानं त्यांनी युद्धभूमीच्या विरुद्ध दिशेला पळ काढला. अंगराज असहाय झाले. अन्यथा... युवराजांना अंतराय न देण्याचं वचन पूर्ण करण्यासाठी त्यांनीही बंदिवास पत्करलाच असता.’

द्रोणांचं उपहासपूर्ण बोलणं ऐकत असता कर्णाचं विशाल मस्तक वर आलं. त्याच्या विशाल कपाळावर आठ्या होत्या. दृष्टी उचलली गेली. काळेभोर टपोरे नेत्र रोखले गेले. त्या नेत्रांत काहीशी लाल छटा होती.

पण तरीही कर्ण काहीही बोलला नाही.

'माझ्या बलाढ्य पुत्रांचा पराभव झाला, तर....!' धृतराष्ट्र रडवेल्या स्वरात उद्‌गारला... पण.... लगेच त्यानं स्वतःला सावरलं. 'अं... असो; पाण्डव तरी आमचेच. आता पण्डु नाही. तेव्हा माझीच लेकरं ती...' धृतराष्ट्रानं पुस्ती जोडली.

'सूक्ष्म विचार केला, तर ते सत्यच आहे, महाराज.' विदुरानं तत्त्वज्ञान सांगून सारवासारव केली.

तोवर द्रोणांची दृष्टी कर्णाच्या दृष्टीला भिडलेलीच होती. कर्णाच्या नेत्रांतील क्रोध जाऊन त्या जागी तुच्छता व तिरस्कार असल्याचा भास आचार्यांना झाला. दृष्टीत सुप्त आव्हान आहे, असं त्यांना वाटलं.

'पण, महाराज, त्यात कौरवांची अपकीर्तीही झाली. वर, पाण्डवांशिवाय कौरव स्वसंरक्षणही करू शकत नाहीत, हे राज्यलक्ष्मीचं रक्षण काय करणार, असा समज पौरजनांत पसरेल ना? सर्व आर्यावर्तात ही वार्ता पसरेल ना? शिवाय...' विचार करण्यापूर्वीच द्रोणांच्या तोंडून भराभर शब्द बाहेर पडत होते. 'शिवाय खऱ्या शौर्याची, पाण्डवांच्या शौर्याची दुंदुभी साऱ्या आर्यावर्तात वाजेल...'

सारी सभा सौम्यप्रकृती द्रोणाचं हे वेगळं रूप पाहत होती; पण आता मात्र कर्णानं हळुवार स्वरात प्रश्न केला,

'पाण्डवांच्या यशाचं वावडं आपल्याला कधीपासून, आचार्य?'

'खऱ्या शौर्याच्या कौतुकाचं वावडं का बरं असावं? पिसं खोवून कावळ्यांनी गरुड होण्याचे यत्न मात्र उघडे पडले. वीर, महारथी वगैरे मोठी बिरुदं मिरवून स्वतःला सजवणाऱ्यांनी युद्ध म्हणजे पोरखेळ समजला, खोट्या अहंकारापायी कुरुप्रतिष्ठा पणाला लावली, या गोष्टीचं मला नवल वाटतं.'

द्रोणाच्या या दाहक व आक्रमक टीकेमुळं सारे स्तंभित झाले होते. सदा प्रसन्न व समतोल वृत्तीचे विदुर देखील अवाक् होऊन पाहत राहिले.

एवढ्यावरही द्रोण थांबले नाहीत.

'यामुळं एक गोष्ट स्पष्ट झाली. आपल्या एकट्याच्या बाहुबलावर कुरुसाम्राज्य रक्षण करण्याच्या वल्गना तरी थांबतील.' आचार्यांच्या स्वरात तीव्र उपहास होता.

'आम्ही पराभूत झालो आहोत.... पण यामागली कारणं न पाहता उगाच आगपाखड करण्याचं काहीच प्रयोजन नव्हतं.' पराकाष्ठेचा संयम करीत संयत स्वरात राधेय म्हणाला.

'हे बोलणं भाग पडलं, महारथी कर्णा. स्वतःच्या बाहुबलाच्या एवढ्या वल्गना करून, स्वतःच्या शौर्याचा डंका वाजवणारे तुम्ही युवराजांना शत्रूच्या हाती सोडून पळून गेलात.... वर निर्लज्ज समर्थन...'

'आचार्य....' कर्ण कडाडला.

केवळ त्या स्वरानं दचकून द्वारावरील प्रतिहारीच्या हातीचा दण्ड खाली पडला.

'संतप्त होऊन कोणाला भय दाखविता? मी अशा ओरड्याला भ्यायला आपल्या अश्वशाळेतील अश्वपालक नाही, अंगराज....' आचार्यांनी परत प्रहार केला.

द्रोणांनी ज्या प्रकारे 'अंगराज' शब्द उच्चारला होता, त्याहून त्यांनी 'सूतपुत्रा' म्हटलं असतं, तर कमी अपमानस्पद वाटलं असतं.

'भ्याडाला भय दाखवण्याची आवश्यकताच काय, आचार्य? आमची टवाळी केल्यानं तुमच्या शौर्याच्या किंवा कर्तृत्वाच्या दिगंत कीर्तीमध्ये भर का पडणार आहे? तुम्ही हे बोलून आपल्या अधिकाराचं अतिक्रमण करता आहात. आपल्या मर्यादा ओळखायला शिका, आचार्य...' कर्णाचा स्वर स्पष्ट होता; पण संयमी.

पण आचार्यांच्या क्रोधानं उसळी मारली.

'काय म्हणतोस....? अधिकार नाही? मी... मी मर्यादांचं अतिक्रमण केलं? काय....? आणि कौरवांचा हितचिंतक काय तू एकटाच आहेस?.... आणि... मला भित्रा म्हणतोस?'

'मी एकटाच नसेनही, पण कौरवांच्या हिताचा विचार तुम्ही खचित करीत नाही. सत्याला मरण नसतं. आणि तुम्ही भ्याड आहात, हेही सत्य आहे. तुमचं ज्ञान ही ढाल आहे, आवरण आहे. तुमचा भयगंड झाकण्याचं, स्वार्थाचं, साधन आहे ते.

'काय...? माझ्याचकडून विद्याग्रहण करून.... कृतघ्ना...'

'थांबा, आचार्यश्रेष्ठ! अधिक असत्य बोलून आमचे कान नका विटाळू.' कर्णाचा स्वर तीव्र होता, तरीही संयत.' ईश्वराची थोर कृपा, की मी तुमचा शिष्य नाही. गुरूला ज्ञानाबरोबर मनाचं मोठेपण, निरपेक्ष आणि निष्पक्षपाती वृत्ती लागते, याची कल्पना तरी आहे का तुम्हांला?'

'कधी स्वीकार केला होतात माझा शिष्य म्हणून? एक क्षणभर तरी शिष्य या भूमिकेतून माझ्याकडे पाहिलं होतं? स्वार्थी, पोटभरू लाचारी आणि स्वार्थ यांच्यापलीकडे कधी दृष्टी गेली होती तुमची? गुरुत्व नसलेले गुरू तुम्ही. खाल्ल्या अन्नाला न जागणारे तुम्ही, मला, दरिद्री पोराला शिकवणार ? स्वतः कृतघ्न असून दुसऱ्याला कृतघ्न म्हणता? केवढा विनोद! हा : हाः....'

कर्णाचं हास्य साऱ्या सभागारात प्रतिध्वनित होत होतं.

भीष्म, विदुरादी ज्येष्ठ सदस्य, मंत्रिगण, सारे राजपुत्र, इतकेच नव्हे, तर स्वतः सम्राट धृतराष्ट्रदेखील भयविस्मित होऊन हे वाग्युद्ध ऐकत होते.

द्रोण संतापानं थरथर कापत होते.

'अरे.... सूतपुत्रा.... तू...'

'मी सूतपुत्र आहे. आणि त्याचा मला उचित अभिमानही आहे. एखाद्या जातीत जन्म घेण्याला काय कर्तृत्व लागतं? हलक्या जातीत जन्मलो, म्हणून त्या जातीचा

द्वेष केला नाही, की जातिकर्तव्यात अंगचोरपणा केला नाही. श्रेष्ठाचं सारथ्य करण्यास मला लज्जा वाटत नाही; पण तुम्ही..... स्वत:च्या जातीशी देखील द्रोह करून....'

'काय... काय बरळतो आहेस? अरे, उन्मत्त सूतपुत्रा, मी....'

'थांबा! पुढचे शब्द उच्चारू नका. तुम्ही ज्ञातिश्रेष्ठा ब्राह्मण म्हणवता, कोणत्या ब्राह्मण धर्माचं पालन केलंय् तुम्ही? क्षमा हा ब्राह्मणाचा धर्म! शांती ही ब्राह्मणांची वृत्ती, द्रुपदाच्या स्नेहाची, उपकाराची जाण त्याच्या क्षणाच्या लहानशा अपराधासाठी विसरलात. पराभूताचं जिणं हे क्षत्रियाला मरणाहून दु:सह, ते देऊन द्रुपदाचे पांग फेडलेत. हेच का तुमचं ब्राह्मण्य? ज्या सुहृदाचं प्रेम, औदार्य भोगलंत, त्याच्या अपराधाची क्षमा करण्याचा मोठेपणा नसलेल्यानं कशाला मोठ्या जातीचा दंभ बाळगावा? यावर बोलण्यासारखं बरंच आहे; पण....'

कर्णाच्या स्वरात संयम होता. राजसभेची मर्यादा पाळण्याइतपत संयम; पण तुच्छता आणि तिरस्कारानं भरलेला.

कर्णाचे शब्द धबधब्यासारखे द्रोणांवर कोसळत होते.

'अंगराज कर्णा, क्रोधाला आवर घाल. अंगराजा, आचार्य वयोवृद्ध, तपोवृद्ध आहेत. ज्येष्ठांचा अपमान करणं योग्य नाही.' विदुरानंच भानावर येऊन कर्णाला आवरण्याचा यत्न केला.

विदुराच्या या शब्दांचा परिणाम मात्र विपरीतच झाला. कर्ण शेपटीवर पाय पडलेल्या नागासारखा चवताळला.

'क्षमा करावी, विदुरमहाराज? कोणतं तप केलंय् यांनी? मला तर ज्ञात नाही. पण राजसभेतील एका तरी सभासदास ज्ञात आहे का? तपामुळं दृष्टी शुद्ध होते. यांच्या शुद्ध दृष्टीला काय दिसतं? इतरांचे दोष, उणी? फक्त हीन शब्दांत इतरांचं उणं काढणं, दुसऱ्याचा तेजोभंग करणं यात यांची तपस्या मोठी आहे.'

कर्ण शराप्रमाणे शब्दांची वृष्टी करीत होता. त्याच्या स्वरात राग नव्हता. त्यात होता कटु उपहास, तिरस्कार आणि तुच्छता.

'वयानं ज्येष्ठत्वाचा मान द्यायचा, तर.. पण ते असो. आम्ही हरलो. होय. आम्ही हरलो. कारण आम्ही लढलो, तरी युद्धात एकाची जीत होण्यास दुसऱ्याची हार होणं आवश्यक आहे, हे युद्धशास्त्राच्या या आचार्यांना ज्ञात नाही? पण कसं असणार? एक तरी युद्ध या आचार्यांनी लढलं आहे?

'हार-जीत समानपणे स्वीकारतो, तो योद्धा. आयुष्यात एक तरी हार सहजतेनं स्वीकारण्याची शक्ती आहे यांच्याकडे?.... या युद्धविद्येच्या पंडितांनी साऱ्या जीवनात लढाई पाहिली, ती एक. त्या एकुलत्या एक लढाईतही लढले यांचे शिष्य. हे तर केवळ प्रेक्षकच....'

कर्णाची मुद्रा तप्त सूर्याप्रमाणे दिसत होती. सारे त्याच्याकडे एकटक पाहत होते.

'आजवर कोणती हार मोकळं मन करून स्वीकारली यांनी? खोटा आत्मगौरव किवा स्वत:चा कल्पित अहंगंड कुरवाळण्यात सारं आयुष्य घालवलं. केवळ युद्धविद्येचे आचार्य झाल्यानं कोणी योद्धा होत नाही, की राजकुलाचं गुरुपद मिळाल्यानं तपोवृद्ध होत नाही.

'योद्धा असतो कसा?... बोलतो कसा?.... हारजीतीमध्ये वागतो कसा? हे जाणायचं असेल, तर पाहा पितामह भीष्मांकडे.... योद्ध्यानं दुसऱ्यांचा सन्मान कसा करावा, हे साऱ्यांनी या पितामहांकडून शिकावं. जीवनात पराभव स्वीकारून देखील जगद्वंद्य झालेत ते...'

'पुरे, कर्णा, लहान तोंडी मोठा घास घेतो आहेस तू. अरे, तू आश्रित. युवराजांनी केवळ झूल पांघरवली, म्हणून तर...'

'मी त्यांच्याशी कृतघ्न नाही. आश्रित असून कृतघ्न आहेत, त्यांचं काय? आणि एका आश्रितानं दुसऱ्या आश्रिताला हिणवण्याचं, श्रेष्ठत्व गाजवण्याचं काय प्रयोजन?'

'आपल्याहून अर्ध्या वयाच्या व्यक्तीला हिणवण्यासाठी, खिजवण्यासाठी ज्या हीन पातळीवर तुम्ही उतरता आहात , त्या पातळीवर जाऊन तसं उत्तर देण्याची पात्रता माझ्यात नाही. मी कुठं आहे श्रेष्ठकुलीन?'

'पण, आचार्य, कालच्या लज्जास्पद घटनेला... कौरवांच्या पराभवाला.... लागलेल्या कलंकाला जर खरं कोणी कारण असेल, तर.... हे गुरुदेव, हे राजकुलाचे आचार्य.... हे तुमचे शालक द्रोण...!

'काय....?'

'आचार्य द्रोण पराभवाला कारण....?'

'काय हा आरोप...'

'कर्णाच्या धृष्टतेला सीमा नाही.'

सभासदांची प्रतिक्रिया व्यक्त होत होती.

'होय, सभाजन हो, पुन्हा पुन्हा सांगतो, या कौरवांच्या पराभवाचं एकमेव कारण म्हणजे हे स्वार्थी, पक्षपाती, गुरुत्व नसलेले अहंकारी गुरू द्रोण!...'

'राधेया.... आता मात्र फारच अमर्यादा...' विदुरानं कठोरपणे कर्णाच्या संतापाच्या स्फोटाला आवर घालण्याचा एक दुबळा यत्न केला.

खूप दिवसांच्या अपमानांचं सारं सोसलेलं विष ज्वालामुखीप्रमाणे बाहेर येत होतं. राधेयाला आवरण्यास कोणी समर्थ नव्हता.

'सत्यानं अमर्यादा होत असेल, तर त्याला काय उपाय, विदुरा...? मी

बोलतो, हे असत्य नाही. मी सूतपुत्र असून कधीही असत्य भाषण केलं नाही, करणार...'

'पुरे कर ही आत्मप्रौढी! अरे उन्मत्ता, गुरुद्रोह्या.... सांग! सांग हे आचार्य पराभवाला कारण कसे ?अन्यथा....'

'पुरे कर, कृपा! मेहुण्याचा झाला, म्हणून अन्यायाचा, असत्याचा पक्ष घेऊ नकोस, कौरवांनी यांना गुरुपद दिलं. ज्याची खरी वृत्ती ओळखून बालमित्रानं दूर लोटलं, अशा हतभागी, दरिद्री ब्राह्मणाला केवळ गुणग्राहक वृत्तीमुळं पितामहांनी राजकुलातील कुमारांचं गुरुपद दिलं. का? कशासाठी? त्यांनी राजकुमारांना विद्यादान करावं, यासाठी. होय ना?'

कर्णाच्या प्रश्नावर राजसभेतील साऱ्यांच्या माना हलल्या. अगदी नकळत.

'साऱ्यांना यांनी शिकवलं. सारे यांचेच शिष्य. महाराज, पितामह, सभासद हो! विचार करा. या सर्व शिष्यांत केवळ एकच शिष्य महापराक्रमी बनतो. जगदेकवीर होतो. सारे बाकीचे निष्प्रभ, निःसत्त्व ठरतात. यात गुरूंचा काहीच दोष नाही?'

'पण गुरू शिष्याच्या योग्यतेप्रमाणे....'

'म्हणजे, कृपा, एका शिष्याशिवाय इतर सारे शिष्य निस्तेज आणि पौरुषहीन होते? या युवराजापासून शंभर कुरुपुत्रांत सारेच गुणहीन होते? अयोग्य होते? की आपणच लावलेल्या पक्षपाताच्या वृक्षाला आलेली ही फळं?

'सदस्यहो, स्वतःच्या अंतर्यामीच्या ईश्वराला स्मरून सर्वांना समान विद्यादान केलं असल्याचं प्रमाण करतील हे गुरुदेव? मी दरिद्री सूतपुत्र. एक आश्रित. स्वार्थ सिद्ध होण्याला अपात्र; आणि योग्यतेचा प्रश्नच असेल, तर निषादराज हिरण्यधनूचा पुत्र एकलव्य....'

'त्या अनार्याला आर्यविद्या द्यायची? म्हणजे...' आचार्य द्रोणांना आपला हरवलेला स्वर मिळाला होता जणू; पण कर्णानं त्यांना पुरतं बोलू दिलं नाही.

'मोठेच अनर्थ झाले असते. इथं आर्यांच्या भावी पिढ्यांना वाचवण्याचं महान पुण्यकार्य केलं का? की स्वार्थातला अडसर दूर केलात? त्या सामान्य, तुच्छ अनार्यानं स्वतःच्या प्रयत्नानं, दीर्घ अभ्यासानं धनुर्विद्या मिळवली. तीही, ज्याचे डिंडिम तुम्ही वाजवता, त्या अर्जुनापेक्षा किती तरी श्रेष्ठ - तेव्हा न दिलेल्या विद्येची गुरुदक्षिणा घेण्यासाठी कोण गेलं होतं? फक्त आपल्या लाडक्या अर्जुनाचं श्रेष्ठत्व टिकवण्यासाठी त्याचा अंगठा कापण्याचं सत्कर्म केलंत, की आर्यराष्ट्राच्या कल्याणासाठी?'

कर्णाचे अमोघ वाग्बाण आचार्यांचा मर्मभेद करीत होते. त्याच्या या अनपेक्षित आणि अचूक विवेचनावर कोणाला काय बोलावं, हेच सुचत नव्हतं.

'इथंही, हस्तिनापुरात आपण पक्षपातानं विद्या दिलीत. कौरवांचं अन्न खाऊन

हा उघड द्रोह नव्हे? कृतघ्नता नव्हे? सर्व विद्या सर्वांना दिलीत ? गंधर्व हे मायावी युद्धात प्रवीण. त्याविषयी कधी एक तरी अक्षर तुम्ही कुरुपुत्रांना सांगितलं होतं? की ते सारे मठ्ठ आणि अयोग्य? आमच्या निंदेतून देखील अर्जुनाचे गोडवे तुम्ही गाता आहात. हेसुद्धा तुमच्या दुटप्पी स्वभावाचं, दुहेरी निष्ठांचं आणि दुभंग व्यक्तिमत्त्वाचंच दृश्य स्वरूप नव्हे का, आचार्यश्रेष्ठ?'

'आचार्यश्रेष्ठ' या शब्दातला उपहास तर कमालीचा तिखट आणि असह्य होता.

फळावर मारलेल्या दगडानं आग्यामोहोळ अंगावर यावं, तशी द्रोणांची अवस्था झाली होती.

'राधेया, ज्येष्ठ अशा ब्राह्मणाचा असा अपमान केल्यानं तुझ्या स्वतःच्या पराभवाचा कलंक पुसला जाणार आहे का?' भीष्मांनी संयत स्वरात विचारलं, तरीही त्यांचा अभिप्राय स्पष्ट होता.

'नाही, पितामह. तसा प्रयत्नही नाही. केवळ दुसऱ्याचं उणं काढून स्वतःच्या दोषांवर पांघरूण घालता येत नाही, हा पाठ सूतपुत्र म्हणून आजन्म शिकत आणि शिकवत आलोय् मी.

'वीराची हार नव्या विजयाची प्रेरणा ठरायला हवी. त्यासाठी पराभवाची बोच राह्यला हवी, या पराभवाचं स्मरण मला नव्या साधनेच्या दिशा दाखवेल; पण दुसऱ्याला सतत हिणवणं हे श्रेष्ठत्त्वाचं लक्षण? ते ब्राह्मण्य नव्हे. अणि गुरुत्वही नव्हे. आर्यधर्माच्या सनतन कसोटीवर एकवार स्वतःचं ब्राह्मण्य व आचार्यत्व तपासून पाहावं यांनी! हे हे ब्राह्मण्य? हं.... असल्या पिंडबुभुक्षित ब्राह्मण्यापेक्षा सूतपुत्र म्हणून शत जन्म घेण्यास मी शतवार तयार होईन....'

कर्णाच्या उद्‌गारांवर मंत्रिगणातील काहींची कुजबूज झाली, पण कर्णाला मोठ्यानं विरोध करण्याचं साहस कोणीच केलं नाही.

कर्णाच्या शौर्यापेक्षा शीघ्रकोपी दुर्योधनाचं भय साऱ्या सभासदांना अधिक होतं.

सम्राट धृतराष्ट्र विचारी चर्येनं कर्णाचं सारं भाषण लक्षपूर्वक ऐकत होता.

कुरुपुत्रांच्या चर्या-विशेषतः दुर्योधनाची उजळली होती.

'पुरे... आता. अशा परस्पर-विवादांनी का कुरुराज्याची शक्ती वाढणार आहे?' अंध धृतराष्ट्रानं प्रश्न केला. मग त्यानं आचार्यांना उद्देशून बोलण्यास सुरुवात केली.

'आचार्य, राधेय अनुभवहीन आहे. तरुण आहे. त्यामुळं विवेक कमी आहे. त्याच्या धृष्टतेची क्षमा करा त्याला. त्याच्या वतीनं हवं तर मीच....'

'नको... नको, महाराज.... मी... मी कौरवांचा आहे व आमरण कौरवांचाच राहीन...' द्रोण कसेबसे स्वतःला सावरत बोलले.

'ठीक... ठीक... असा अपापसांत कलह होणं अयोग्य. त्यानं शक्तिपात होतो.

आणि पाण्डव आपल्या बांधवांच्या मदतीला आले, तर काय झालं? यायलाच हवं. त्यांचं कर्तव्यच ते. त्यांनी कुलरीत आणि जनरीत पाळली. असो.... पंडूचे ते सारे पुत्र आणि... ती... ती चारुगात्री याज्ञसेनी. सर्व कुशल आहेत ना?....' धृतराष्ट्रानं आपल्या सवयीप्रमाणे वेगळाच प्रश्न विचारला.

क्षणभर त्या प्रश्नावर एक विचित्र शांतता पसरली. नंतर एक राजपुत्रानं सर्वांचं कुशल धृतराष्ट्राच्या कानी घातलं.

'छान... छान.. बाळांनो, जा... जा तर तुम्ही... विश्रांती घ्या. राधेया, तुही जाऊन विश्रांती घे. आता संयम शिकायला हवा साऱ्यांनी.' राजा धृतराष्ट्रानं साऱ्यांना उद्देशून अगदी मोघम असं तत्त्वज्ञान सांगितलं.

धृतराष्ट्र अंध होता. त्यामुळंच तो अत्यंत धूर्त आणि संशयी होता. कर्णाच्या स्पष्ट भाषणचा, त्यातील दोषारोपांचा परिणाम त्याच्यावर निश्चित झाला होता. त्यामुळंच त्यानं कर्णाला एकाही शब्दानं दोष दिला नव्हता.

अतिशय क्षुब्ध, संतप्त मनःस्थितीतदेखील हे आचार्य द्रोणांना जाणवलं होतं. त्याचा अर्थही त्यांच्या ध्यानी आला होता.

आचार्यांचं स्थान ढळलं होतं. ते यापुढं असूनही नसल्याप्रमाणेच गौण राहणार होते; पण कुरुसभेचा त्याग करणं त्यांना शक्य नव्हतं.

आपणच निर्माण केलेल्या चक्रव्यूहात ते अडकले होते... आमरण.

— आणि कुरुराज्याचा त्याग करून जाणार कुठं?

स्वतःच्या राज्यात... उत्तर पांचाळात...

या विचाराबरोबर ते स्वतःशीच खिन्न हसले.

ते राज्य... हे लुटूपुटीचं राजेपद... हे....

जिवंतपणी मृतवत झालेल्या अपमानानं जळणारा द्रुपद...

जगणं अशक्य करील...

नाही... इथंच जगलं पाहिजे.... इथंच मेलंही पाहीजे.... सन्मानानं असो, की अपमानानं!

'सूता, मला नदीतीरी सोड. अन् तू आश्रमात परत जा.' आचार्यांनी आज्ञा दिली.

सूतानं फक्त मान डोलावली.

●

२६

'प्रणाम, महादण्डनायका, असं आकस्मिक आगमन...' समोर उभ्या महादण्डनायक एकलव्याला प्रणाम करीत उलूक उद्गारला.

आकस्मिकपणे आपल्यासमोर हस्तिनापुरात एकलव्याला पाहून तो विस्मित झाला होता, गोंधळलाही होता; पण त्यानं चटकन स्वतःला सावरलं.

'एकवीरेची तुझ्यावर कृपा असो, उलूका. आर्यांची प्रगती, त्यांचे परस्पर-कलह यांविषयी तू कळवतोस; पण एकवार प्रत्यक्ष पाहावंसं वाटलं. शिवाय आचार्यांना भेटूनही कित्येक संवत्सरं लोटली....

'.... म्हणजे.... आचार्यांना भेटायला....'

घुटमळत बोलणाऱ्या उलूकाच्या स्वरातील अस्वस्थ आशंका त्यानं नेमकी टिपली.

'का....? आचार्यांचं कुशल तर आहे ना?'

'होय, तसं कुशल आहे.'

'म्हणजे....'

'आताच काही क्षणांपूर्वी त्यांचा सारथी रिकामा रथ घेऊन गेला. विचारलं होतं मी त्याला... तो म्हणाला...'

'काय....? काय म्हणाला तो? सांग, उलूका. सत्वर सांग.' एकलव्याच्या स्वरात तीव्रता, उत्सुकता आणि शंका होती.

उलूकानं सारथ्याकडून कळलेला राजमंत्रागारात घडलेला सर्व प्रसंग चित्रवत सांगितला.

द्रोणांच्या अपमानाची, अगतिकतेची ही कथा ऐकताना एकलव्याच्या चर्येवर दुःख, क्षोभ, क्रोध, आदी भावनांचं इन्द्रधनू उमटत होतं.

उलूकाचं कथन संपताच एकलव्य शब्दही न बोलता आश्रमाच्या दिशेनं वळला.

क्षुब्ध आणि विमनस्क स्थितीत भराभर पावलं टाकीत तो जात होता. उलूकाला त्याच्याबरोबर धावावं लागत होतं.

तो आश्रमापाशी आला, त्याच वेळी एक रथ वेगानं आश्रमात प्रवेश करून पर्णकुटीपुढे थांबला.

एका गौर, उंच व बलिष्ठ पुरुषानं बाहेर उडी घेतली. रथ वळून जात असता तो उच्च स्वरात सादावत सोपान चढून आत निघाला.

एकलव्य येऊन तसाच क्षणभर उभा राहिला.

त्याच वेळी त्याला आतील बोलणं ऐकू येऊ लागलं. बोलणं ऐकणं अधिक असंस्कृत, की त्यात मध्ये विक्षेप करणं, याविषयी गोंधळात तो तिथंच उभा राहिला.

'अंब... अंब...'

'कोण? अश्वत्थामा.... काय, वत्सा?'

अश्वत्थामा अत्यंत घाईनं आश्रमात आला होता. आश्रमात प्रवेश करून त्यानं सभोवार पाहिलं. इथं आचार्यांचा रथ आल्याचं दिसत नव्हतं, की त्याची चाहूलही लागत नव्हती... म्हणजे आचार्य इथं सुद्धा नसावेत? मग?

अश्वत्थामाचा गोंधळ ती पाहत होती.

'काय हवं, वत्सा?'

'अं... अंब, तात अद्याप आले नाहीत?' आपली उत्तेजना लपवीत अश्वत्थाम्यानं प्रश्न केला.

'नाही. पण... तू कसा आलास?'

'मी-मी विकर्णाबरोबर आलो. राजसभेचं काम संपलं होतं. तातांचा रथ दिसत नव्हता...' तो घुटमळला.

'म... मला वाटलं, तात...'

'काय झालंय्, वत्सा?' कृपीनं शांतपणे प्रश्न केला. ती एकटक अश्वत्थाम्याकडे पाहत होती.

अश्वत्थाम्यानं आपल्या मातेकडे पाहिलं. तिची स्निग्ध-प्रेमळ; पण अंतर्भेदी दृष्टी आपल्या मनाचा ठाव घेते आहे, असा त्याला भास झाला. त्याचा अधिकच गोंधळ उडाला.

'अं... कशाचं? कशाविषयी विचारते आहेतस तू, माते?' समोरच्या आसनावर बसून तो म्हणाला.

'हं! वत्सा, तू आता मोठा झालास ना...!' तिनं एक दीर्घ निःश्वास सोडला. 'स्त्रीला आपल्या मातृत्वाची मर्यादा कळतच नाहीत, बघ. जन्मापासून मृत्यूपर्यंत मातृत्वाची भूमिका सुटत नाही. हीच स्त्रीची खरी शोकांतिका...'

'अंब!' मातेचा व्यथित स्वर ऐकून अश्वत्थामा अस्वस्थ झाला होता.

'होय, रे; मातेची भूमिका सुटत नाही. कारण ती सुटली,तर प्रलय ओढवेल. मातेला कधीच कळत नाही, की आपली मुलं मोठी झाली असतील. त्यांचं वेगळं विश्व असेल. त्यांचीही काही गुपितं असतील. स्त्रीचं चांगुलपण हेच स्त्रीच्या दुःखाचं

मूळ असावं, हा केवढा दैवदुर्विलास!'

'अंब, काय बोलतेस तू हे?'

'आपल्या माणसावर हातचं न राखता प्रेम करण्याचा गुण स्त्रीत असतो. सर्वस्व द्यावं. साखरेसारखं आपलं अस्तित्व विसरून दुसऱ्याच्या जीवनात गोडवा आणावा, हा तिचा नैसर्गिक स्वभाव-धर्म... पण तो तिच्या दुःखाचं देखील मूळ कारण होत नाही का? एखाद्याचं बळ असावं, तिथंच मर्मस्थान असतं...'

'पण.... पण, माते, काहीच गुपित...'

'पुढं बोलू नको, वत्सा. असत्य आत्मघातकी असतं. ते स्वतःच स्वतःचा नाश घडवतं. अरे, ही तुझी अस्वस्थता, चंचल शोधदृष्टी... शरीराचा कंप... चर्येवरील पांडुर छटा... वेड्या, जिला मुलाची अस्वस्थता शब्दांनीच सांगावी लागते, ती कसली माता?' कृपी स्मित करीत म्हणाली, पण त्या स्मितात प्रसन्नता नव्हती. खेद होता, कारुण्य होतं.

'अंब... तू... तुझ्या मनाला त्रास होऊ नये...'

'बरोबर! वृद्धापकाळी पुत्रानं जपायचं असतं ना स्त्रीला? परावलंबी अबला ती! पण पुत्रा, तू सांगितलं नाहीस, तर माझ्या मनी अनेक दुष्ट शंका येतील. त्या कुशंका लाकडातील भुंग्याप्रमाणं माझं मन पोखरतील. मनानंच निर्माण केलेल्या संदेहाची भुतं सतत भोवती फेर धरून मला भेडसावतील. त्याहून सत्य समजण्यामुळं अधिक त्रास होणार नाही...'

'माते, पण मी....'

'बरोबर आहे तुझं. अज्ञानात सुख असतं, म्हणून आपल्या घरातील स्त्रियांना सुखी ठेवण्यासाठी अज्ञानातच ठेवलं पाहिजे, हा उदात्त विचार ज्या पुरुषोत्तमानं प्रथम केला, तो धन्य! पण, बाळा अश्वत्थामा, तू मात्र कधीही विसरू नकोस...'

'काय, अंब?' ती जरा थांबताच अश्वत्थाम्यानं अधीरपणे विचारलं.

'ज्ञानातलं दुःख, अज्ञानातल्या सुखापेक्षाही शतपट बरं, कारण ते मनाला शक्ती देतं. सामर्थ्य देतं. संकटाला सामोरं जायला धैर्य देतं.'

कृपीच्या शांत शब्दांवर अश्वत्थाम्याची चर्या ओशाळवाणी दिसू लागली.

'जाऊ दे, वत्सा.' असं म्हणून ती उठून अश्वत्थाम्याच्या शेजारी बसली. त्याच्या पाठीवर हात ठेवला.

'आज राजसभेत काही अप्रिय प्रकार घडला...'

'कसला...?'

'तातांचं कर्णाशी वादंग झालं. कर्णानं तातांचा अपमान केला... दुरुत्तरं केली...'

'शक्य नाही, वत्सा... तू काही चुकीचं ऐकलं असावंस!' संथपणे कृपी

उद्‌गारली.

अश्वत्थामा चकित झाला होता.

'क... काय ? मला प्रत्यक्ष शकुनीनं...'

'मग ते असत्यच... शकुनि कलहप्रिय आहे. आणखी अनेक गुणांबरोबर तोही त्याचा एक गुण. आणि कर्ण... पोरकेपणाचं ओझं घेऊनच जगात आलाय् बापडा. पण ज्येष्ठांना अकारण दुरुत्तरं तो कधीच करणार नाही. त्यालाच कोणी हिणवलं, तर.. तर ते नैसर्गिक नाही का?'

कर्णाविषयी आपल्या मातेचा हा विश्वास अश्वत्थाम्यास चकित करणारा होता.

'अंब... तू एवढ्या निश्चयानं कसं सांगू शकतेस....?'

'कारण मी माता आहे, आशू! मातेचं मन असलं, की पुत्राचं मन उघड्या ग्रंथासारखं वाचता येतं!'

'तो... तो राधेय तुझा पुत्र?' अश्वत्थाम्यानं स्पष्ट स्वरात विचारलं.

'इथं ज्ञानार्जनासाठी येत नव्हता तो? शिष्य हा एक प्रकारे पुत्रच असतो ना?' कृपीनं प्रश्नातूनच उत्तर दिलं.

'मग शिष्य असून गुरूचा त्यानं अपमान करावा? अशा शिष्याला...'

'तू काही प्रत्यक्ष तो प्रसंग पाहिला नाहीस. ज्याच्याकडून ऐकलंस, तो शकुनि काही विश्वास धरण्यासारखा नाही. शिवाय तो ज्ञानार्जनास येत होता. पण त्याचा कुणी शिष्य म्हणून स्वीकार केला होता? पानातील अन्नकण सांडतात, ते किडा-मुंगी खातात. अशा वेळी तेवढ्यावर कोणी आपण अन्नदान केल्याचं सांगावं का?'

अश्वत्थामा या प्रश्नावर चकित झाला होता. तो आपल्या मातेच्या विचारमग्न रूपाकडं पाहत राहिला.

कृपीचं त्याच्याकडे लक्ष नव्हतं. अश्वत्थामा लहान असेतोवर मायलेक असे बसत. मनीचं गूज बोलत; पण अश्वत्थाम्याचं जग विस्तारलं. आणि कृपी पुन्हा एकाकी झाली. मनातलं सारं बोलत होती, स्वत:लाही नकळत.

'अरे, स्वत: सोसलेल्या घावांचं स्मरण ठेवून माणसानं दुसऱ्याची दु:खं जाणायला हवीत. ती कमी करता येत नसतील, तर वाढवू तरी नयेत. राधेय माझ्यासारखाच आश्रित. कुलवान दिसतो. पण हीनकुळी दैवानं मिळाली. सूतपुत्र बनला– तिथंही पुन्हा आश्रितच. कुणी दिली असेल माया त्याला? खरी, निरपेक्ष माया.... कदाचित त्याच्या राधामाईनं दिलीही असेल त्याला. अपमान आणि उपेक्षा यापलीकडे काय बरं मिळालंय त्याला?'

'इतरांकडून निराश झाला. निराशेची व्यथा ओळखली त्यानं, म्हणून दानव्रत चालवतो तो. आपण चांगलं तेवढं घ्यावं, वत्सा... अन् काय, रे?.... तू राजसभेत नव्हतास... तर कुठं बरं गेला होतास?'

अश्वत्थामा कृपीच्या प्रश्नावर गोंधळला. त्याला राजसभेचं काम रूक्ष वाटे. राजसभेतील वाद, तिथलं राजकारण, परास्परांतील स्पर्धा यांची त्याला घृणा येत असे.

'मी... मी विकर्णाबरोबर उपनिषदांतील शंका विचारण्यास वेदशाळेत गेलो होतो. घोषयात्रेहून युवराज पराभूत होऊन परतले आहेत. तिथंच कौरवांचं चित्ररथ गंधर्वांशी युद्ध झालं होतं. कर्ण युवराजांचं रक्षण करू शकला नाही, यावरून तातांनी... अं.. कर्णाला विचारलं. आणि मग.... ते वादंग झालं.' स्वत:लाही नकळत अश्वत्थाम्यानं ऐकलेला सारा प्रकार मातेला सांगून टाकला.

'दुर्योधन म्हणजे अंगठा चोखणारा बाळ तर नव्हे त्याचं रक्षण करावयाला. उघड्या डोळ्यांनी, सारासार विचार करून त्यानं ते युद्ध ओढवून घेतलं होतं ना? त्यातून ते गंधर्वांशी युद्ध ! मायावी कपट-युद्धात त्यांच्या पुढं क्वचित कोणी टिकेल. त्यातून कर्णालाच हे का विचारावं? त्याला विचारण्याचा इतरांना काय अधिकार?'

कृपीच्या मुद्देसूद प्रश्नावर अश्वत्थामा काहीसा निरूत्तर झाला.

बाहेर तिसरा प्रहर उलटत होता. गाईंच्या हंबरण्याचा स्वर मधूनच उमटत होता. आश्रमाच्या पूर्वेस मोकळ्या असणाऱ्या उपवनांतून मोठ्या प्रमाणावर किलबिलाट ऐकू येत होता.

मायलेक आपल्या बोलण्यात गुंतल्यानं त्यांना बाहेरची चाहूल लागत नव्हती.

'पण, अंब, युवराजांना जर काही अनिष्ट प्रकाराला तोंड द्यावं लागलं असतं, तर...?'

'तर काय झालं असतं? प्रत्येकाला स्वत:च्या कर्माची फळं भोगावी लागतात. इतरांनी, अगदी पुत्रासाठी मातेनंही, भोगू म्हटल्यानं देखील शक्य नसतं. आणि दुर्योधनाची चिंता करावयाला त्याचे माता-पिता नाहीत? समर्थ पितामह देखील आहेत.'

अश्वत्थाम्यानं कृपीच्या बोलण्यावर मान हलवली; पण तो काही बोलला नाही.

'त्यांनी का नाही कर्णाला विचारलं? या... या घटनेच्या वेळी ज्येष्ठ कौरव तिथं होते ना? मग ते का नाही या विवादात पडले?'

'महात्मा विदुरांनी यत्न केला.... पण...'

'त्यांनी केला. कारण ते सर्वांहून वेगळे.... समदर्शी आहेत. तेही खूप सुख भोगताहेत. इथं कुरु-साम्राज्यात त्यांची काय स्थिती आहे? खूप खूप काम करण्याचं, कुरूंसाठी झिजण्याचे सर्व अधिकार त्यांना आहेत. पण अन्य अधिकार? ते मात्र कसलेच नाहीत. अन्य शिष्यांनी का नाही मध्यस्थी केली? सखोल विचार कर या गोष्टींचा; पण, वत्सा, तू... तू तिथं असतास तर... काय, रे, केलं

असतंस?' कृपीनं मृदु स्वरात प्रश्न केला.

'अं.. मी... मी, अंब? मी तातांचा असा अपमान कदापि सहन केला नसता. त्या उद्धटाला कठोर शासन केलं असतं...' अश्वत्थामा त्वेषानं म्हणाला.

'म्हणजे नेमकं काय केलं असतंस, वत्सा? आणि कर्णाचं बोलणं, त्याचा पक्ष न्याय्य असता... तुला तो न्याय्य आहे, हेही माहीत असतं, तरी....?'

कृपीचा प्रश्न ऐकून अश्वत्थामा डोळे विस्फारून कृपीकडे पाहू लागला, आजवर कधी न पाहिलेली नवीनच माता आपण पाहतो आहोत, असं त्याला वाटू लागलं.

'पुत्रा, तू आपल्या तातांचा पक्ष घेशील, याविषयी शंकाच नाही. कारण ते तुझे संस्कार आहेत. तीच लोकरीत आहे. न्यायापेक्षा, नीतीपेक्षा आत्मीय श्रेष्ठ, हाच आजचा युगधर्म. स्वार्थाची ही शिकवण तुमच्या मनावर बिंबते आहे. कळत किंवा नकळत!

'हाच विचार तुझ्या पित्याच्या अन्य शिष्यांनी केला असेल. वत्सा, आत्मीय कोण, याची व्याख्या प्रत्येकजण परिस्थिती व आवश्यकतेनुसार ठरवीत असतो.'

कृपीच्या शब्दांनी अश्वत्थाम्याला बसलेला धक्का त्याच्या मुखावर स्पष्ट दिसत होता. सत्य असल्यानं कृपीचं बोलणं अधिक मर्मभेदक होतं.

'पण.... अंब, असं कसं म्हणजेस? तातांचे सारेच शिष्य... तातांचा प्रिय शिष्य अर्जुन....'.

'तोदेखील प्रसंगी स्वार्थाची... आत्मीयाचीच निवड करील. आणि तरीही त्याला दोष देता येणार नाही.' तिच्या स्वरात खेद होता; पण तिचा आपल्या बोलण्यावर ठाम विश्वास असावा, असं दिसत होतं.

'अंब.... मी अननुभवी, वयानं लहान, पण.... पण मला हे पटत नाही, तातांनी अर्जुनावर किती माया केली.... माझ्याहून अधिक मन लावून त्याला धनुर्विद्या दिली....'

'कारण, वत्सा, तो त्या वेळी आत्मीय होता.'

'आणि तरीही तो तातांच्या मायेशी प्रतारणा करील, द्रोह करील, असं म्हणतेस? छे:! असंभव! नाही... मला पटत नाही.'

'वत्सा अश्वत्थाम्या, इथं विद्या घेण्यासाठी येत होते, ते कशासाठी विद्या घेत होते? स्वार्थाचं एक साधन, म्हणून! ते कृतविद्य होऊन गेले नाहीत, तर क्रीतविद्य होऊन गेले. आपापल्या आवश्यकतेप्रमाणं आणि शक्तीप्रमाणे विद्या मोलानं विकत घेऊन गेले. मला सांग, अश्वत्थाम्या, योग्य अधिष्ठान नसेल, तर.... उचित प्रयोजन नसेल, तर कोणतं कार्य सफल होईल?'

'नाही; पण, माते....' अश्वत्थाम्यानं मान हलवीत म्हटलं. तो बोलणार होता; पण कृपी आपल्या विषयाच्या ओघात गुंग होती.

'ज्या गोष्टीचं अधिष्ठान मंगल, त्याचे परिणाम मंगल, श्रद्धेच्या अधिष्ठानानं

पाषाणमूर्तीत देखील ईश्वराचा साक्षात्कार करतो आपण....'

'तर या कौरव-पाण्डवांच्या विद्येला कोणतं मंगल प्रयोजन आहे? आपल्यातल्या पशुत्वावर मात करण्याला शिकवतं, ते ज्ञान. असे कोण ज्ञानी आहेत या आर्यश्रेष्ठ राजपुत्रांत?'

कृपी बोलत होती. प्रश्नांतून उत्तरं मांडत होती. तिचे विचार विवेकपूर्ण व सूत्रबद्ध होते. ती आपल्या मनातील खळबळ मांडत होती का?

अश्वत्थामा आपल्या मातेकडे एकटक पाहत होता. शांत, स्निग्ध दृष्टी, सरळ धारदार नाक, पातळ जिवणी, किंचित निमुळती हनुवटी, रुंद कपाळावर आलेल्या करड्या बटा... त्यामुळं घडणारं आकर्षक प्रौढत्वाचं मनोज्ञ दर्शन.....

'बाळा हस्तिनापुरातील त्या ज्ञानयज्ञाला कोणतं मंगल प्रयोजन होतं? ज्ञानानं मानवी मनातील हीण जायला हवं. इथं छात्रांनी युद्धविद्येचं एकांगी शिक्षण घेतलं. स्वार्थ, लोभ, मत्सर, आदी तसेच राहिल्यामुळं युद्धविद्या शिकलेले पशू निर्माण झाले. मानवतेचे कोणते संस्कार झाले?'

'अरे, युद्धविद्या ही तर साऱ्या ज्ञानसाधनेत एक प्राथमिक व कनिष्ठ विद्या स्वसंरक्षण हा तिचा मूळ उद्देश. तो किती उरलाय्?'

कृपी बोलत होती. अचानक तिला सारं स्मरलं. हे असलेच विचार बीजरूपानं त्या निषादकुमारांनी मांडले होते. अचानक तिला आठवला एकलव्य....

'अरे, यांच्याहून तो निषादकुमार एकलव्य श्रेष्ठ!....'

'कोण... तो अनार्य? माते, म्हणतेस काय तू...!'

'तो अनार्य? आणि कोण आहेत आर्य? आर्यत्व म्हणजे का गोरा रंग? आर्याघरचा जन्म? वृत्ती आणि कृतीमध्ये कोण आहेत आर्य? हे उन्मत्त कौरव, की ते स्वार्थी पाण्डव? स्वार्थानं ज्ञान मलिन करणारे हे आर्य? की ज्ञानानं आपलं आणि दुसऱ्यांचं जीवन परिपूर्ण करणारे ते आर्य?' कृपीचा स्वर क्षुब्ध होता.

कृपीनं एकलव्याची आठवण काढताच अश्वत्थामा थरारला. गुरुदक्षिणेच्या प्रसंगाची कृपीला कल्पना आहे काय, या विचारानं त्याची छाती धडधडत होती. कृपीच्या बोलण्याचा ओघ अखंड होता.

'चिंतन कर. आत्मशोधन कर, वत्सा. अहंकारी दुर्योधन आर्य, की तामसी भीम? स्वार्थी महत्त्वाकांक्षी अर्जुन आर्य, की मदांध दुःशासन आर्य? युधिष्ठिर आर्य, की शकुनि आर्य?

'काही मानवी मूल्यं, काही नियम आपण मानतो. मानले पाहिजेत. त्यांच्या तालानं आणि तोलानं जीवन समृद्ध करणं हेच माणसाच्या जन्माचं लक्ष्य. ही मूल्य पाळतो, तो आर्य.'

कृपीच्या स्वरातील सात्त्विक क्रोधामुळं अश्वत्थाम्याच्या हृदयाचा थरकाप होत होता.

'माते, हे श्रेष्ठ आर्यपरंपरेतील राजपुत्र...'

'त्या श्रेष्ठ परंपरेतील कोणती श्रेष्ठ गोष्ट आहे त्यांच्याकडे? स्वार्थ आणि सत्तेबरोबर अघोरी शस्त्रविद्या आहे. विवेकाचा, संयमाचा गंधही नसणारे हे प्रलयाचे अग्रदूत आहेत केवळ!'

कृपीच्या संयत स्वरातून तिचा क्षोभ स्पष्टपणे व्यक्त होत होता. तिच्या मुद्रेवर कसल्यातरी भयंकर कल्पनेनं वाटलेली भीती उमटली होती.

'माते.....एवढी क्षुब्ध.... काय झालं...?'

'काय झालं?.... काय व्हायचं उरलंय, वत्सा...?'

'म्हणजे...?'

'अरे, भरल्या कुरुसभेत पाण्डवपत्नीला एक दासी म्हणून स्त्रीला अपमानित केलंत तुम्ही! सारे नरवीर, शूर, श्रेष्ठ, आर्य होतात तुम्ही. तुम्ही कसलं आर्यत्व सिद्ध केलंत?

'तिथं असलेल्या एकालाही द्वेष आदी विसरून माणूस होता आलं नाही? तिथल्या एकालाही आपल्या मातेचं स्मरण झालं नाही पुत्रा,.... तू... तूही होतासना त्या राजसभेत...?' अगतिक चीड आणि दुःख कृपीच्या हळुवार स्वरातून देखील व्यक्त होत होती.

त्या प्रश्नाबरोबर अश्वत्थाम्याचा चेहरा पांढरा फटक पडला. त्याचं सर्वांग थरथरू लागलं. मस्तक खाली झालं.

'वत्सा, युयुत्सु वृती, स्वाभिमान, इतकंच काय, स्वार्थ देखील माणसात असायला हवा, हे सारे गुण म्हणजे प्रगतीच्या पायऱ्या आहेत. मानवाची देवत्वाकडे प्रगती करणाऱ्या पायऱ्या... पण जर एखादीच पायरी पकडून बसलं, तर.....?'

'जाऊ दे, वत्सा! जे घडलंय्... आणि जे घडतंय्, ते सारं अनुचित आहे. अशुभ आहे. प्रलयाची नांदीच आहे जणू.....'

अचानक थकल्याप्रमाणे गौतमी कृपी थांबली. मनातली शल्यं व्यक्त केल्याचं समाधान तिच्या नितळ पण दुःखी चर्येवर दिसत होतं.

एवढ्यात रथाचा धडधडाट ऐकू येऊन दोघांनीही वर पाहिलं. आचार्यांचा रथ रिकामा आला होता.

'सूता... तात...? तात कुठं आहेत?' अश्वत्थाम्यानं अधीर होऊन विचारलं.

'ते नदीतीरी एकान्तामध्ये...'

'चल.. मला घेऊन चल...' अधीर अश्वत्थाम्यानं रथात उडी घालून आज्ञापिलं.

'नको... नको, वत्सा...' कृपीचा स्वर रथाच्या धडधडाटात विरून गेला.

'हं.... या वेळी आयपुत्रांना एकांताचीच आवश्यकता होती.' कृपी स्वत:शीच पुटपुटली.

संभाषणात व्यत्यय नको, म्हणून एकीकडे उभा राहिलेला एकलव्य पुढे झाला.

'प्रणाम माते.....'

कृपीनं वर पाहिलं. क्षणभर ती तशीच समोरच्या सावळ्या, बलशाली पुरुषाकडे पाहत राहिली.

दृष्टीला दृष्टी भिडली.

त्या काळ्याभोर नेत्रांतील जिव्हाळा...

'एकू... बाळा एकलव्या.....'

एकलव्यानं पाहिलं. दृष्टीतील करुणेचं पटल विरलं. अथांग स्नेह धारा त्यातून स्त्रवू लागली.

एकलव्य प्रणामासाठी वाकला.

कृपीनं त्याचे हात धरले. त्याचं मस्तक अवघ्राण केलं. प्रथमच. आणि एकलव्य- महादण्डनायक, निषादवीर एकलव्य त्या मायेत विरून गेला.

'वत्सा.... तू... तू आलास ... मला... मला वाटलं....' कृपीच्या नेत्रांतून मुक्तपणे अश्रू वाहत होते.

'मी... मी येणार नाही, असं वाटलं. चुकलं माझं, माते.... यापूर्वी यायला हवं होतं. पण ज्ञातीची कर्तव्यं, विवाहोत्तर...' एकलव्य थांबला. 'पण माझे उपहार, वायनं... ती..'

'वेळोवेळी पोचत होती. एकू.... वत्सा, तुझ्या मनी...'

'काही किल्मिष नाही, माते. मला धन्यजीवित केल्याबद्दल किल्मिष कशासाठी?'

'एकलव्या, मला... मलाच नव्हे, तर आर्यपुत्रांना, आचार्यांनादेखील खूप अपराधी वाटतं, रे! रात्रीची निद्रादेखील वेळोवेळी भंगते... केवळ विचारानं...!

'माते, क्षोभ करू नकोस उगाच! अग, जे दिल्यानं मला एवढं धन्य...'

'पण, वत्सा, घेणाऱ्याचं काय? ते लघुत्व, ते वर्तन.....'

'माते, त्यांचा अधिकार होता तो. आजही माझ्या मनी आचार्यांच्याविषयी केवल प्रगाढ आदरच आहे, हे मी एकवीरेला स्मरून सांगतो....'

'एकू.. वत्सा.. बाळा....' कृपीला भरून आलं. बोलणं अशक्य झालं.

'माते, ईश्वरसाक्ष सांगतो, गुरुच्या कृपेने आजही माझी विद्या परिपूर्ण आहे, सर्वश्रेष्ठच आहे.'

कृपीच्या नेत्रांतून अश्रूंची झड सुरू झाली.

'माते. तुझे अश्रू....'

'आनंदाचे आहेत. बाळा, मनातली अपराधीपणाची भावना अश्रूंनी धुण्याचा यत्न करते आहे, रे. तुझ्या या थोर मनाच्या दर्शनानं माझं मातृत्व धन्य झालं, चल, .. मातेच्या हातचं काही घे....'

'ही वायनं घे, माते...' आपण आणलेलं गाठोडं तिच्या पुढं ठेवून तो उद्गारला.

या क्षुब्ध अवस्थेत आचार्यांना भेटण्यापेक्षा मातेची भेट घेऊन त्वरित प्रयाण करण्याचा निश्चय त्यानं केला होता.

●

२७

दिवसामागून दिवस जात होते, वर्षे उलटत होती आणि कालचक्राचा रथ भरधाव जात होता.

भारतवर्षातील घटनांना देखील वेग आला होता. एकलव्य आपल्या नित्यकार्यात मग्न होता.

निषाद महासंघाचे अन्य आर्येतरांशी संबंध मैत्रीपूर्ण व चांगले होते. त्यांचं सामर्थ्य देखील वाढलं होतं. कोणत्याही आर्यराजानं सहजपणे आक्रमणाचं साहस करू नये, एवढं तरी होतंच. हिमाचलापासून -विंद्याचलापर्यंतच्या सर्व आर्येतरांशी चांगले संबंध होते.

एकलव्याच्या प्रयत्नानं एकंदर आर्येतरांमधील परस्पर संशय व सततच्या कलह आणि युद्धाला आळा बसला होता.

पण बंधुभाव व एकजूट मात्र पूर्णपणे नव्हती.

आर्य राष्ट्रांतून येणाऱ्या वार्तामुळं आर्य-आक्रमण होणार नाही, याचा एकलव्याला पूर्ण विश्वास होता. सारे आर्य राजे एका नव्या भांडणात ओढले जात होते...

पाण्डव-कौरवांच्या वैराच्या ठिणगीचा आता वडवानल झाला होता. पाण्डवांनी अज्ञातवासातून येऊन आपल्या अधिकारांची मागणी केली होती. 'दायभाग' म्हणून त्यांना हक्काचं राज्य हवं होतं. कुलपरंपरेनं राज्य ही कल्पनाच निषादांना घृणास्पद वाटत होती.

माणसाच्या गुणांना, कर्तृत्वाला विकसित करणारी आपली परंपरा त्यांना श्रेष्ठ वाटे. अशी गणतंत्र आर्य राष्ट्रांतून फारशी नव्हतीच. फक्त अंधक-वृष्णी यांच्या संयुक्त गणराज्याचं व त्यातील कृष्ण नावाच्या एका आर्याचं नाव सर्वतोमुखी होतं. पण ते खूप दूर पश्चिमेला प्रभासतीर्थाजवळ असल्यानं निषादांचा कसलाही संबंध त्याच्याशी नव्हता.

निषादांना कौरव-पाण्डवांचं भांडण बालिश वाटत होतं. त्यांना दोन गोष्टीचं आश्चर्यही होतं.

काहीही न करता पाण्डवांना राज्याचा वाटा हवा होता. असा काही प्रसंग निषादांमध्ये येताच, तर एकमेकांत युद्ध करून किंवा दोन्हीकडील श्रेष्ठ वीर निवडून त्यांच्या द्वंद्वानं निर्णय लागला असता.

पण या कौटुंबिक भांडणामध्ये साऱ्या आर्य राजांनी सहभाग घेऊन संकुल युद्ध

मांडलेलं होतं.

अर्थात त्यामुळं खरंच आर्य निर्बळ झाले असते, या गोष्टीचा अनार्यांना आनंदच होत होता.

याबरोबर काही गोष्टी चिंताजनकही होत्या.

सर्वांत चिंताजनक होतं निषाद युवकांचं परिवर्तन.

अनेक कारणांनी निषाद युवकांचा आर्यसंपर्क वाढत होता. आर्यांचं पाहून निषाद युवकांमध्ये आत्मगौरवाची भावना वाढत होती. निषादांत ज्ञातिप्रतिष्ठेपेक्षा व्यक्तिगत प्रतिष्ठेचा मोह वाढत होता. त्यामुळं आधी ज्ञातीचा विचार ही कल्पना त्यांच्या मनातून पुसट होत होती.

-आणि हे भयावह होतं.

शांती आणि समृद्धीमुळं परस्परांतील एकी संपून पुन्हा वैरभाव जागा होण्याची भीती एकलव्याला अधिक भेडसावीत होती.

शस्त्रविद्येचं शिक्षण घेतल्यानं प्रत्येकाचे बाहू फुरफुरत होते; आणि म्हणून...

याविषयी विचार करीत एकलव्य, शंबर, दीर्घबाहु वगैरे बसले होते.

विशालकेतूचा पुत्र भल्लक एकलव्याजवळच उभा होता.

भल्लक एकलव्यामागे सावलीप्रमाणे असे. त्याचं शस्त्रविद्येचं व अन्य शिक्षणही एकलव्यानं केलं होतं. तो संयमी, चतुर आणि शूर होता.

दुसरा प्रहर उलटत होता.

वर्षा ऋतू संपून गेला होता. हवेत गारवा होता. साऱ्या वनप्रदेशावर एक नवी टवटवी आल्यानं सर्व अरण्य अत्यंत रमणीय दिसत होतं.

अचानक पूर्वेकडून काही कोलाहल ऐकू आल्यानं एकलव्यानं पाहिलं.... वृक्षवेलीच्या गर्द राईमुळं त्याला दिसू शकत नव्हतं.

एकलव्य भल्लक गेलेल्या दिशेनं पाहत राहिला.

चतुर भल्लक सारं व्यवस्थितपणे करेल. याचा त्याला विश्वास होता. अवघ्या काही क्षणांत त्याला भल्लक काही व्यक्तीसह येताना दिसला.

'महादण्डनायका, हे कौरव राजांचे दूत....' भल्लकानं सांगितलं.

'महावीर निषादमहाधिपती एकलव्यमहाराजांचा विजय असो!' उभं राहत, नम्रपणे वाकून प्रणाम करीत, आर्यदूतानं एकलव्य येताच आर्यरीतीप्रमाणे अभिवादन केलं.

किंचित मान हलवून एकलव्यानं ते स्वीकारलं. सरळ जाऊन तो तिथल्या उच्चासनावर बसला.

ते साधं आसन संपूर्ण व्याघ्रचर्मानं आच्छादल्यानं अत्यंत उठावदार दिसत होतं. बरोबर पाय ठेवण्याजागी वाघाचं मस्तक यावं, अशी त्याची रचना होती.

'भल्लका, अतिथींच्या व्यवस्थेत उणं पडू देऊ नका! हे आर्यश्रेष्ठा, या वनप्रदेशात तुला काही कष्ट झाले नाहीत ना?'

'नाही, महाराज, आपलं आतिथ्य सम्राटांच्या अतिथिशाळेहून लेशमात्र कमी नाही. एवढ्या दुर्गम वनात आपण निर्माण केलेलं हे साम्राज्य आणि सुखं कल्पनेतही न येणारी आहेत. या सेवकाचं परमभाग्य, की आपलं दर्शन घडून असलं स्वर्गीय आतिथ्य लाभलं.' दूतानं मुक्त कंठानं स्तुतिवर्षाव केला.

एकलव्य असली साखरपेरणी समजू शकत होता.

'निषाद राष्ट्रांत आपलं स्वागत असो. पण या भेटीचा हेतू काय? कुरुश्रेष्ठांनी आजवर तर कधी निषादांशी संबंध ठेवला नव्हता. आताच भारतसम्राटांना वनवासी अनार्यांचं स्मरण का बरं व्हावं? काही उपहार घेऊन आला असल्यानं शत्रुत्वाच्या हेतूनं भेट नसावी...!'

' नाही..... नाही, एकलव्य महाराज.. आश्वस्त असावं.' एकलव्याचं बोलणं मध्येच तोडत दूत उद्गारला, 'क्षमा असावी. एकलव्यमहाराज. कुरुकुलश्रेष्ठ नरवीर, भावी भारतसम्राट दुर्योधन महाराजांनी आपल्या स्नेहाच्या तीव्र अभिलाषेनं या पामराला पाठवलं आहे. मी वसंतक, युवराजांच्या अंतरंग सचिवांपैकी एक.....'

'पण, अमात्यश्रेष्ठा, आजवर युवराजांना या अरण्यवासीयांचं स्मरण नव्हतं, की मैत्रीची आवश्यकता नव्हती?' एकलव्यानं प्रश्न केला.

एकलव्याचा स्वर शांत होता. या भाषणात उपहासाची काही छटा आहे का, याविषयी वसंतकानं विचार केला; पण एकलव्याची चर्या निर्विकार होती. त्याची दृष्टी सरळ व शांत होती.

'नाही, एकलव्यमहाराज, आपलं विस्मरण कधीच झालं नव्हतं. आपल्या मैत्रीची कांक्षा व अपेक्षा नेहमीच होती. पण... पण, महाराज.. युवराज राजकार्यात व्यस्त असल्यामुळं...'

'मग आता राजकार्याचं काय झालं? युवराजांनी राजकार्य सोडलं...?

की ते पुन्हा पांडवांच्या हाती दिलं? त्यांची तशी मागणी असल्याचं ऐकलं होतं....'

एकलव्याच्या शब्दांवर वसंतकाची चर्या विवर्ण झाली. त्यानं एकलव्याकडे निरखून पाहिलं. एकलव्य निर्विकार होता.

समोरचा अनार्य राजा धूर्त आहे, की सरळ भाबडेपणानं हे प्रश्न विचारतो आहे, याचा निर्णय वसन्तक करू शकला नाही.

पण एकलव्याच्या स्पष्टवक्तेपणामुळं मात्र तो काहीसा धास्तावला.

'नाही... तसं नाही, महाराज... आपल्या न्यायी, सुनियंत्रित शासनाची प्रशंसा सर्व आर्यावर्तात आहे. दुर्योधनमहाराज देखील अशा रीतीनं नित्यश: आपल्याविषयी

धन्यतेचे उद्गार काढतातच.....'

'असं? आश्चर्यच म्हणायचं! सर्व कुरुकुलाचं कुशल आहे ना? तो वृद्ध वीर... काय ते त्याचं नाव...'

'भीष्म, महाराज, देवव्रत भीष्म. सर्वांचं कुशल आहे, महाराज.....'

'ठीक आहे तर. दुर्योधन महाराजांना त्यांच्या स्नेहभेटीबद्दल कृतज्ञता कळवा. त्यांनी स्नेहदान केल्यानं आम्ही धन्य झालो आहोत. निषाद राष्ट्राला भारतसम्राटांच्या स्नेहाविषयी नेहमीच धन्यता वाटेल. आमच्याही स्नेहभेटी आम्ही देऊ. तोवर आमच्या अन्य आतिथ्याचा स्वीकार करावा.....'

एकलव्यानं भेट संपविल्यासारखं सांगितलं. अर्धवट उठल्याप्रमाणं केलं.

वसंतक गोंधळून गेला.

'अं.... म.. महाराज... एकलव्य महाराज...'

त्याच्या स्वरात अधीर व्याकुळता होती.

'काय, अमात्यश्रेष्ठ? आणखी काही...'

'निमंत्रण आहे, महाराज.....'

'निमंत्रण.....? कसलं निमंत्रण?' एकलव्याच्या मुद्रेवर आश्चर्याचे भाव उमटले.

'युद्धनिमंत्रण.... महाराज....'

'युद्ध? कोणाशी युद्ध? त्यांच्याशी युद्ध?'

'नाही.... नाही, महाराज... पांडवांशी युद्ध!'

'असं? पण पांडवांशी आमचं काहीच शत्रुत्व नाही....' एकलव्यानं अतिशय भाबडेपणानं प्रश्न केला.

'अं... पण पांडवांना युद्धाची इच्छा आहे....'

'असेलही. आमचा त्यांच्याशी काय संबंध?'

एकलव्याच्या प्रश्नांनी वसंतक गोंधळला होता. त्याला काय बोलावं, सुचत नव्हतं. आपली थट्टा करण्यात येत आहे का, याविषयी त्याला सतत शंका होतीच; पण एकलव्य व अन्य सारे निषाद गंभीर दिसत होते.

'महाराज, पांडव वनवासातून आल्यावर त्यांनी राज्य मागितलं. दुर्योधनमहाराजांनी त्यांच्या या मागणीला स्पष्ट नकार दिला...'

'कारण राज्य मागून मिळत नसतं. ते बाहुबलावर मिळवावं लागतं, होय ना?'

'अत्यंत उचित, महाराज, आपलं बोलणं अत्यंत योग्य आहे. पण पंडुपुत्र अकारण व अन्याय्य कलह करू पाहताहेत. त्यांना युद्धज्वर आहे. त्याला उतारा देण्याचं कार्य... म्हणजे अपरिहार्य म्हणून दुर्योधन महाराजांना त्यांच्याशी युद्ध करावं लागत आहे. आपणही या कार्यात न्याय्य पक्षाकडून युद्धात सहभाग घ्यावा, यासाठी युवराजांनी आपणांस निमंत्रित केलं आहे.' भराभर पाठ केल्यासारखं वसंतकानं भाषण केलं.

वसंतकाची बोलण्याची पद्धती नम्र होती; पण ही दुर्योधनाची इच्छा म्हणजे आज्ञा आहे, असा गर्भित अर्थ होता.

'मी एकट्यानं भाग घेण्याचं निमंत्रण आहे, की साऱ्या निषाद राष्ट्रानं?'

'साऱ्यांनी, महाराज...'

'हे राज्याचं भांडण कौरव-पांडवांचं. त्याच्याशी साऱ्या निषादांचा काय संबंध आहे, अमात्यश्रेष्ठ?'

वसंतक काहीसा निरुत्तर झाला. तो एकलव्याकडे पाहतच राहिला.

'आणि, वसंतका, युवराजांना पांडवांशी होत असलेल्या युद्धात आमचं साह्य हवं आहे. हो, की नाही? तर मग एवढा वळसा घेऊन सांगण्यापेक्षा ते सरळ का नाही सांगितलंस?

'अमात्य, आम्ही वनवासी, असंस्कृत. एवढी आडवळणाची भाषा कशी कळणार आम्हांला?'

एकलव्य स्पष्टपणे बोलत होता. वसंतकाची चर्या काळवंडली होती. त्यानं खाली मान घातली.

दूतकर्म स्वीकारताना त्यांन खूप वल्गना केल्या होत्या. आपल्या चतुर व गोड संभाषणामध्ये त्या अनार्याला सहज गुंडाळू, असं त्याला वाटलं होतं; पण....

एकलव्य साधा सरळ दिसत होता; पण त्याच्या सरळ प्रश्नांना तोंड देणं आपल्याला अवघड जात आहे, याची खात्री वसंतकाला पटली.

एकलव्याच्या शौर्याचा धाक त्यानं मार्गात अनुभवला होता. केवळ त्याच्या नावामुळं साऱ्या अरण्यवासीयांकडून प्रवासात सर्व सहकार्य मिळत होतं.

एकदाही एकलव्याविषयी अनादराचा शब्द त्यानं ऐकला नव्हता.

'अमात्य वसंतक, तुमच्या येण्याचं प्रयोजन समजलं. कुरूंना युद्धात निषादांचं साह्य हवं आहे. कुरूंच्या स्नेहासाठी या गोष्टीचा विचार करण्यास हरकत नव्हती; पण तुम्हांला आमच्या शासनपद्धतीविषयी माहिती आहे का?'

'होय, महाराज.... आर्य गणराज्याप्रमाणे आपल्या राज्याची व्यवस्था आहे. पण, महाराज, आपण सर्वश्रेष्ठ महानायक....'

'नाही. आपली कल्पना आहे, तसे सर्वाधिकार मला नाहीत. एकतर कौरवांचा हा कौटुंबिक झगडा आहे. दुसरं, यापूर्वी कौरवांनी कधीही स्नेहाविषयी आस्था दाखवली नाही. तिसरं, या पश्नात आर्य व अनार्य या दोन वेगळ्या समूहांच्या संबंधांचा विचार करावा लागेल...'

एकलव्य भराभर बोलत होता. तिथं उपस्थित असणारे सर्व पुतळ्याप्रमाणे पूर्ण निर्विकार उभे होते. त्यांच्याकडे पाहून त्यांच्या मनांत काय आहे, याची कल्पना येत नव्हती.

वसंतक एकलव्याचं स्पष्ट व विचारपूर्ण भाषण ऐकत होता.

'त्यापेक्षा अधिक म्हणजे निषाद-सेनापती विशालकेतु उपस्थित नाहीत.

आम्हांला प्रत्येक निर्णय प्रथम शासन समितीत घ्यावा लागतो. निर्णय युद्धविषयक असल्यानं सेनाध्यक्षाची उपस्थिती तर आवश्यक आहे. ते एक सप्ताहानं येतील. नंतर आम्ही गणसभा बोलावू. अमच्या नायक सभेची संमती घेतल्यावर देवी एकवीरेला कौल लावू. मग आम्ही तुम्हांला उत्तर देऊ शकू...'

'अं.. पण, महाराज...'

'आम्ही महादंडनायक आहोत. सर्वप्रिय आहोत, तरीही एवढा मोठा निर्णय घेण्याचं स्वातंत्र्य आम्हांला नाही.'

'तुम्हांला जाण्याची घाई असेल. युवराज दुर्योधनांना तुमच्या कुशल व अनुभवी साह्याची आवश्यकता भासेलच. होय. ना....?'

एकलव्याच्या प्रश्नाबरोबर वसंतक एकदम दचकला. असेच हात हलवीत युवराजांकडे जायचं, म्हणजे...

'तुम्ही सुज्ञ आहात. अनुभवी आहात, शक्य तितक्या त्वरेनं आम्ही निर्णय घेऊ. अर्थात आमची सहानुभूती सत्पक्षालाच राहील.

'महादण्डनायकाच्या अधिकरांत मी एकच गोष्ट करू शकतो. तेवढी मी करेन.'

'कोणती, महाराज?' वसंतकानं अधीरपणं प्रश्न केला.

'निषाद, शंबर, पुलिंद, आदींच्या महासंघातील कोणीही युवराजांच्या विरुद्ध युद्धात सहभाग घेणार नाही. युवराजांच्याविषयी आम्हांला आदर आहे. त्यांनीच प्रथम आम्हांला स्नेहाचा हात दिला. त्यांच्याकडेच आमची सहानुभूती असेल.'

'उचित आहे, महाराज.' अत्यंत संतुष्ट स्वरात वसंतक म्हणाला.

'कोणी निषाद, शंबर.. जर व्यक्ती म्हणून कौरव अगर पांडवांच्या पक्षाकडून युद्धास उभी राहील, तर त्याविषयी आम्ही काहीही करू शकणार नाही...' हे बोलत असता एकलव्यानं आपल्या सहकाऱ्यांकडे पाहिलं. साऱ्यांच्या माना संमतिदर्शक हलल्या.

'योग्य... अत्यंत न्याय्य, महाराज....'

'इतकंच नव्हे, तर आमच्या सदिच्छा आम्ही तुमच्या बरोबर देतो आहे. त्यांचं प्रतीक म्हणून युद्धादी प्रसंगात अत्यंत उपयुक्त अशा औषधी व दुर्मिळ अशा वनस्पती आपल्यासह देतो...'

'महाराजांचं औदार्य व विवेक धन्य होय!' वसंतकाच्या स्वरात उत्साह होता...

एकलव्यानं आपलंच म्हणणं मान्य केलं आहे. केवळ आडवळणानं, थोड्या दिरंगाईनं तो ते मान्य करीत आहे, असा त्याचा समज झाला.

'आपल्या सद्भावाविषयी युवराजांची खात्री पटेल, महाराज. आपण उचित असंच करता आहात...'

'पण कुरुसैन्याची तयारी....'

'होते आहे, महाराज. कुरूंचं व त्यांच्या समर्थकांचं सैन्य दहा अक्षौहिणींहून अधिक आहे. पांडवांचा दळभार जेमतेम अर्ध्यानं असेल. अद्याप एक मासाहून अधिक अवधी आहे....'

'युद्ध सैन्याच्या संख्येवर जिंकलं जात नसतं.' असे शब्द एकलव्याच्या ओठावर आले होते; पण तो तसं बोलला नाही.

'वा! ... छान! म्हणजे विजयश्री युवराजांनाच वरणार, तर?' एकलव्य उद्गारला, 'कोणकोणते वीर युवराजांच्या पक्षाला आहेत?'

वसंतकानं भराभर नावं घेतली.

त्वरित, एक गोष्ट एकलव्याच्या ध्यानी आली. कर्ण वगळता सारे श्रेष्ठ धनुर्धर वृद्ध होते.

'ठीक आहे, अमात्यश्रेष्ठ! आपण थोडी विश्रांती घेऊन निघावं. तोवर आपल्यासह देण्याच्या वस्तूंची व अन्य सुविधांची व्यवस्था करण्यात येईल...'

'आज्ञा, महाराज.' वसंतक संतुष्ट स्वरात उद्गारला.

'ज्ञातिगुरू, आपण व उलूक यांनी अतिथीची व्यवस्था करावी. मी भल्लकासह अन्य काही निषाद-वीरांना घेऊन अल्पकाळ पूर्वाचलाकडे जातो आहे. सारी व्यवस्था आपण करावी.'

'ते सर्व तसंच होईल, महादण्डनायका....' ज्ञातिगुरू शंबर गंभीर स्वरात म्हणाला.

'उलूका, सन्मान्य अतिथींना घेऊन जा. त्यांच्या आहार, विश्रांती, आदींची व्यवस्था कर.'

एकलव्याच्या आज्ञेबरोबर वसंतक एकलव्याचा जयजयकार करून संतुष्ट मनानं गेला. आपल्याकडे सैन्यबळाची विचारणा केल्यावरून आपलं हे दूतकर्म यशस्वी झाल्याची त्याला खात्रीच वाटत होती.

'शंबरा, तुला कसं वाटतं माझं उत्तर....?'

'योग्य... अत्यंत उचित, महाराज...' शंबर वसंतकाचं शाब्दिक प्रतिरूप व्यक्त करीत उद्गारला.

सारे खळाळून हसले.

'आपण प्रत्यक्ष युद्धात भाग घ्यायचा नाही. फक्त आपल्या पाठिंब्याचा आभास उत्पन्न करायचा, ही कल्पना चांगली आहे.' शंबर उद्गारला.

'या युद्धात सहभागी न होताही आपल्याला विपुल शिकता येईल...'

'काय, तात....?' एकलव्याच्या धाकट्या पुत्रानं-सिंहनादानं विचारलं.

'आर्यांची नवी शस्त्रं, युद्धाचे व्यूह आणि त्यांचे परिणाम पाहायला मिळतीलच. त्याशिवाय युद्धाचे परिणाम पाहता येतील.... ज्यासाठी मी आपलं आर्येतरांचं परस्पर युद्ध टाळण्याचा नेहमी यत्न करीत असतो.' एकलव्याच्या या शब्दांवर सारे शांत राहिले.

'पाहा, तात, या युद्धात आपण सावधपणे सहभाग घेतला, तर....'

'कशासाठी, भल्लका?'

'युद्धाचा प्रत्यक्ष अनुभव...'

'आणि त्यासाठी द्यावं लागणारं मूल्य? भल्लका, आपले युवक अकारण मृत्युमुखी जातील. निषाद, शंबर, आदी किती दुर्बळ होतील त्यामुळं? आणि असल्या भीषण युद्धात सावधपणा वगैरे कुठून उरणार? मरणं किंवा मारणं हाच एक पर्याय! आपण निषाद! सावधपणे, अंग चोरून अथवा अधर्मानं लढणं आपल्या रक्तातच नाही. पण आपण उद्या, सूर्योदयाबरोबर हस्तिनापुरास निघू....'

'काय? हस्तिनापुरी....?'

'का? कशासाठी महादंडनायका...?'

'तुझ्या मस्तकात काही...'

'शंबरा, नीट ऐकून घे. अकारण टीका करण्याची सवय सोड आता. मी दीर्घबाहु व आणखी तीन तरुणांना घेऊन मध्यमार्गानं हस्तिनापुरी जातो आहे.

'आपण विद्या घेऊन आल्यापासून हस्तिनापुरी नाही गेलो. आर्यांच्या प्रगतीविषयी कल्पना येईल. त्याशिवाय मला युद्धविषयक सिद्धता प्रत्यक्षच पाहायची आहे...'

'का? तुला युद्धात भाग घ्यायचा नाही, तर मग सिद्धता पाहून काय करणार? तुझ्या डोक्यात नक्की काय आहे...?'

'दगड आहे डोक्यात. तू भारीच संशयी आहेस....'

'हास्य-विनोद करून टाळू नकोस....' शंबरानं रागानं म्हटलं. त्याच्या दृष्टीत संशय होता.

'बाबा, रे चार निषाद घेऊन का युद्धावर जाईन? वेड्यासारख्या शंका घेतोस, बघ.'

'प्रेम वेडंच असतं....'

'मुळीच नाही. पण ते जाऊ दे.. या मुलांना व नायकांना घेऊन आर्यपद्धती, युद्धाची सिद्धता दाखवीन, मातेलाही भेटेन आणि अवघ्या एक किंवा दोन दिवसांत परत फिरेन.' एकलव्यानं शांत, गंभीर स्वरात सांगितलं.

'माझ्या शपथ....'

'शंबरा....' एकलव्याचा स्वर रागीट होता. शंबर नरमला.

'मला माहीत आहे, की युद्धात एकट्यानं भाग घेण्यास तू भिणार नाहीस...'

'भय आहे, बाबा शंबरा, भय आहे; पण ज्ञातीचं. मी एकलव्य नाही.... महादंडनायक आहे, माझ्याशी ज्ञातीचं भवितव्य निगडित आहे. ते पणाला लावेन का मी?'

एकलव्याच्या प्रश्नावर शंबरानं नकारार्थी मान हलविली.

'शंबरा, ही युगातून क्वचित घडणारी घटना आहे. त्याचे परिणाम घोर होतील....'

'सत्य आहे तुझं. जाऊन ये.' शंबर उद्गारला.

नंतर एकलव्य इथल्या व्यवस्थेविषयी बोलू लागला; पण त्याचं मन हस्तिनापुराचे विचार करीत होते...

गुरुदेव, माता कृपी...अश्वत्थामा... साऱ्यांची स्मरणं मनात एक हुरहूर निर्माण करीत होती....

●

२८

'तात, आपल्याला मिळालेल्या वार्ता असत्य तर नव्हत्या?' सिंहनादानं शंका काढली.

सिंहनादाला शंका येणं साहजिक होतं. कारण ज्या युद्धाविषयी ते ऐकत होते, त्याचं कोणतंही चिन्ह नगरात दिसत नव्हतं.

हस्तिनापुराच्या पूर्वद्वारातून त्यांनी प्रवेश केला होता.

महाद्वारातून आत आल्यापासून एकलव्यही प्रत्येक पावलाला विस्मित होत होता. त्याच्यासह आलेले निषाद तर मुग्धमोहित झाल्यासारखे झाले होते. एकलव्यानं पूर्ववयात पाहिलेलं हे हस्तिनापुर नव्हतंच जणू.

सारी नगरी जणू समृद्धीत नहात होती. उन्मत्त अहंकार आणि सुखासीन अलिप्तता ही समृद्धीची वैशिष्ट्यं प्रत्येक पावलाला जाणवत होती व यथा राजा, तथा प्रजा या न्यायानं ते पदोपदी जाणवतही होतं आणि बोचतही.

हस्तिनापुरी नित्य राहणरा सूचिमुख त्यांच्या बरोबर होता. त्याच्याशिवाय इतरांना आर्यभाषा ज्ञात नसल्याचंच नाटक ते वठवीत होते. अनेक नागरिक ते जात असता तुच्छतेचे उद्गार काढीत. त्यांचं अनार्याविषयीचं अज्ञान व मूर्ख बडबड ऐकून एकलव्याची करमणूक होत होती. सिंहनाद प्रसंगी संतप्त होत होता.

त्या समृद्ध आणि विस्तृत नगरीवर युद्धाचं सावट किंवा चिंता लोकव्यवहारातून दिसत नव्हती. त्यामुळं युद्धविषटक वार्ता असत्य असावी, असा संशय सिंहनादास आला होता.

नगरी आणि लोकव्यवहाराचं निरीक्षण करीत ते द्रोणांच्या आश्रमापाशी आले.

एकलव्य चकित होऊन थबकला. सारा आश्रम राजविलासी झाला असल्याचं दिसत होतं.

ते आश्रमाच्या दारातून आत शिरत असता एक रिकामा रथ मागून आला.

'एकलव्या, हा द्रोणरथ...' सूचिमुख म्हणाला.

'आचार्याविषयी विचार.'

सूचिमुखानं रथ थांबवून विचारणा केली.

'आचार्य द्रोण... ते तर गेला सप्ताह युद्धशिबिरात कुरुक्षेत्रावर होते. भीष्मासह युद्धक्षेत्रावर, योजनेवर दृष्टी ठेवण्याचं, कमतरतेची पूर्तता करून घेण्याचं काम ते करीत होते.'

'आणि माता कृपी...?'

'ती बंधूंच्या घरी गेली आहे. आचार्य कुरुक्षेत्राहून आल्यावर ती परत येणार, अश्वत्थामा युवराजांबरोबर... त्यांची दुसरी सावलीच.....'

सूत वृद्ध होता. त्यामुळं वाचाळही. त्यानं सारी माहिती अनायास सांगितली. त्यातून सूचिमुख भेटी, उपहार वगैरे घेऊन मातेकडे येत असल्यानं परिचित होता.

'सूचिमुख, तुला नगर परिचित आहे. तेव्हा तू सिंहनाद व दीर्घबाहु यांना नगर फिरून दाखव. सिंहनादाबरोबर जाऊन सारे उपहार व भेटी कृपाघरी मातेला नेऊन दे...'

'आणि तू, ताता....' सिंहनादानं विचारलं.

'मी, भल्लक, व्याघ्रमुख यांना घेऊन कुरुक्षेत्री जातो. सिंहनाद, माता कृपीला आपलं कुशल दे. माझी आणि ज्ञातिगुरूंची ती दुसरी माताच आहे. तिला तो सन्मान आणि प्रेम दे...'

'होय, तात, पण मी....'

'तू मातेचा आशीर्वाद घेऊन कुरुक्षेत्री ये. आणि ज्ञातिगुरू शंबराचं कुशलही तिला दे. तिच्याकडून काही निरोप शंबराला असेल, तर विचार. नीट समजून घे. अन्यथा शंबर....'

'पण तू कुठं असशील, महादण्डनायका?' सूचिमुखानं प्रश्न केला.

'मी कुरुक्षेत्री जातोय्. आचार्य द्रोणांच्या शिबिरात. आता पहिल्या प्रहरात निघू. मध्ये विश्रांती घेऊन, उद्या दुपारी पोचू. प्रथम साऱ्या शिबिराचं, युद्धाच्या तयारीचं निरीक्षण करू. सायंकाळ गडद झाल्यावर मी आचार्यांना भेटेन. त्यांच्या शिबिराच्या पश्चिमेला तुम्हांला भेटेन.'

सूचिमुखाचा होकार येताच एकलव्यानं अश्व वळवला. अवघ्या काही क्षणांत हस्तिनापुराच्या दक्षिणद्वारातून बाहेर पडून तो कुरुक्षेत्राकडे निघाला.

अश्व एकीकडे बांधू विचारमग्न एकलव्य भराभर पावलं टाकीत निघाला होता. बरोबर असलेल्यांचं त्याला भानच नव्हतं. त्यांना जवळ जवळ धावावं लागत होतं. एकलव्याच्या वेगवान चालीनं वाट भराभर संपत होती; पण त्याचे विचार मात्र संपत नव्हते.

कुरुक्षेत्राच्या जवळ येताच त्याला निरनिराळे कोलाहल ऐकू येऊ लागले.

'भल्लका, सारं नीट पाहा. म्हणजे आर्य युद्धपद्धती लवकर ध्यानात येईल. आक्रमण थांबवण्यासाठीही निषादांना काय करावं लागेल, याविषयी कल्पना येईल. जे समजणार नाही, त्याविषयी विचारा. कोणाशी बोलावयाचं नाही. आर्यभाषा तुम्हांला येत नाही, हे दाखवायचं. मी बोलेन.' एकलव्यानं सविस्तर सूचना दिल्या.

-आणि मग ते युद्धाच्या पूर्वसिद्धतेचं निरीक्षण करीत फिरू लागले.

युद्धाची महाप्रचंड सिद्धता पाहून एकलव्य दु:खविस्मित झाला होता.

युद्धाची पूर्वसिद्धताच भयभीत करण्यासारखी भव्य होती. एवढ्या भव्य नियोजनानं युद्ध करणाऱ्या आर्यांपुढं आर्येतर टिकणंच अशक्य आहे, याची त्याला मनोमन जाण झाली. त्या गोष्टीचं त्याला दु:खही झालं.

एका कुटुंबातील परस्पर-विद्वेष, भांडण मिटवण्यासाठी सुसंस्कृत म्हणविणाऱ्या आर्यांनी संपत्ती आणि मानवी श्रम व जीवनांचा एवढा अपव्यय करावा, त्याचं त्याला आश्चर्यही वाटलं.

जागोजागी भल्लकाला तो या साऱ्या गोष्टींची कल्पना देत होता.

अंधार होईतो ते सारीकडे पाहत फिरत होते.

अंधार झाला. रातकिड्यांची समूहगायनं सुरू झाली. आहार घेऊन एकलव्य आचार्यांच्या शिबिराकडे निघाला. विचारांच्या तंद्रीतच तो शिबिराजवळ पोचला. तो भल्लकाला तिथंच थांबवून पुढं गेला. आचार्यांच्या शिबिराबाहेर एक वृद्ध प्रतिहारी होता. फार सेवक-वर्ग दिसत नव्हता.

त्यानं प्रतिहारीकडे आचार्यांविषयी विचारणा केली. त्यानं आत जाण्याची खूण केली. आचार्यांचं दार पूर्वीप्रमाणेच मुक्त होतं, याविषयी एकलव्याला समाधान वाटलं.

शिबिरद्वाराजवळ जाऊन एकलव्यानं हलकेच हाकारलं. एकदाच नव्हे, तीनदा हाकारून देखील आतून काही प्रतिसाद आला नाही.

क्षणभर विचार करून त्यानं स्वर उंचावला.

'अं... कोण... कोण ते? या... आत या...' आतून काही थकलेला स्वर उमटला.

एकलव्य सावकाश आत गेला.

आचार्य मंचकावर बसले होते. विचारात मग्न, काहीसे खिन्न, अशा आविर्भावात. एकलव्यानं पुढं जाऊन भूमीवर मस्तक ठेवून प्रणाम केला.

'मी हिरण्यधनूचा पुत्र एकलव्य प्रणाम करतो आहे, आचार्यश्रेष्ठ..'

'आयुष्यमान भव...' द्रोण प्रथम सहजपणे उद्गारले, आणि मग ते स्वत:च दचकले. अचानक त्यांनी डोळे विस्फारून पुढं पाहिलं... जणू एखादं भीषण स्वप्न सत्य व्हावं, तसे भाव त्यांच्या चर्येवर होते.

एकलव्य त्यांच्याकडे पाहून गोंधळला. त्यानं आर्तपणे सादावलं,

'गुरुदेव...'

'अं..क.. कोण एकलव्य?... निषादश्रेष्ठ, अनार्य महासंघाचा महादण्डनायक, वीरश्रेष्ठ एकलव्य.. इथं? .... या युद्धशिबिरात?'

आचार्यांच्या चाचरत्या स्वरात आश्चर्य आणि भय होतं, याचंच एकलव्याला आश्चर्य वाटलं.

'होय, गुरुदेव आपल्या अनुग्रहानं धन्यजीवित एकलव्य आपल्या दर्शनासाठी इथं उभा आहे.'

'पण... तू....तुम्ही इथं कसे, निषादराज...?' काहीसं चाचरत आचार्यांनी प्रश्न केला. त्यांचा गोंधळ स्पष्टपणे कळत होता.

'गुरुदेव, मी आपला बालक एकलव्य आहे. आपला शिष्य. कृपा करून आपण मला बहुमानानं संबोधित करू नये. मी इथं आपल्यापुढं निषादराज नाही.' एकलव्यानं नम्रपणे सांगितलं.

'पण तू इथं का आला आहेस?' आचार्यांनी विचारलं आणि ते उंच्यापुऱ्या, बलिष्ठ, तेजस्वी, पण सावळ्या पुरुषाकडे पाहतच राहिले.

'मी आपला अभिप्राय समजलो नाही, आचार्य!'

'तू.... या... या.... विराट भारतीय युद्धापूर्वी केवळ माझं दर्शन घेण्याच्या अभिलाषेनं आला आहेस?' आचार्यांचा स्वर काहीसा तीव्र होता; पण त्या तीव्रतेमागे कसली तरी सूक्ष्म भीती असल्याचा भास एकलव्याला झाला.

'आपलं दर्शन हे.. हे येण्याचं एक प्रयोजन आहेच...'

'असं...? आणखी दुसरं?'

'आर्यांच्या युद्धपद्धती, युद्धपूर्वनियोजन वगैरे तरुण निषादांना दाखवावं, ही इच्छा...'

'म्हणजे आणखी इच्छा....?'

'इच्छा नाही, मी युद्धासाठी निमंत्रित आहे, गुरुदेव!' एकलव्य शांतपणे उत्तरला; पण त्यामुळं आचार्य मात्र विलक्षण अस्वस्थ बनले.

'कोणाकडून?... हं... आलं ध्यानी.... युवराज दुर्योधनाकडून, होय ना? शंकाच नाही. आवळ्या भोपळ्याची मोट बांधण्याचे त्याचेच यत्न चालू आहेत.' अर्धवट स्वत:शी, अर्धवट एकलव्याला उद्देशून आचार्य बोलले.

एकलव्य काही न बोलता स्वस्थ राहिला.

'तू यात भाग घेणार आहेस? कसा? निषादराज, म्हणून की वीरश्रेष्ठ एकलव्य म्हणून?'

'आचार्य आमच्या निषादांमध्ये सर्वच राजे. कोणी एकटाच राजा नाही, की सम्राट नाही. मी केवळ महादण्डनायक. आर्य भाषेत गणाधिपती. निर्णय, गणानं म्हणजे, नायकसंघानं घ्यायचे. मी केवळ वापरात आणायचे. गणराज्यात राजाचे अधिकार मला कसे असणार?' एकलव्यानं शांतपणे स्पष्टीकरण दिलं.

'पण निषादांत तू अत्यंत प्रिय आहेस. तू त्यांच्या मनावर अधिराज्य गाजवितो

आहेस. त्यामुळं कोणत्याही सम्राटाहून अधिक अधिकार आहेत तुला.....'

'ते मी ज्ञातीच्या कल्याणासाठीच वापरतो आहे, याची खात्री आहे, तोवरच, आचार्य; आणि एवढा विश्वास आणि निष्ठा त्यांनी दिली, तर मी.. मी माझ्या लोकांशी संबंध नसलेल्या युद्धात त्यांना कसं ओढणार? संबंध नसलेल्या युद्धात ओढण्याचा मला काय अधिकार? त्यामुळं त्यांचं काय भलं साधणार? आणि हे युद्ध अशा कोणत्या थोर उद्दिष्टांच्या स्थापनेसाठी आहे?....

'सत्याच्या ... सत् आणि असत्...'

'नाही, आचार्य मी अल्पबुद्धी; पण मला तसं वाटत नाही....'

'काय... म्हणजे?'

'वाईट मार्गाचा अवलंब करून चांगलं निर्माण होऊ शकेल, असा माझा विश्वास नाही आणि अनुभव देखील नाही. त्यातून हे कौरव-पाण्डवांचं युद्ध तर अगदी क्षुद्र हेतूनं आहे.'

एकलव्याच्या शब्दांवर आचार्यांना वाटत असलेलं आश्चर्य त्यांच्या ताम्रगौर चर्येवर स्पष्ट दिसलं.

'गुरुदेव, हे युद्ध कशासाठी? स्वार्थ साधण्यासाठीच. युद्धाचं कारण कौरव-पांडवांचा वैयक्तिक द्वेषभाव, राज्याची, सुखाची तीव्र लालसा हेच तर आहे....'

'नाही, एकलव्या, कौरवांच्या बाबतीत तू म्हणतोस, तसं आहे; पण अर्जुनाच्या-पांडवांच्यावर अन्याय....'

'कोणता अन्याय? राज्यात पांडवांचा वाटा द्यायला ते पांडवांनी अगर पंडूनंही स्वतःच्या कर्तृत्वानं तर मिळवलेलं नव्हतं. तत्त्वाचा मुलामा देऊन, अन्यायाचा डांगोरा पिटून त्या आवरणाखाली दडवलेला हा स्वार्थच आहे. म्हणून तर तो अधिकच भयावह आहे.'

'गुरुदेव, या युद्धामागे स्वार्थ, सूड, आदी भावना पांडवांच्या मनांत नाहीत? नसत्या, तर एवढ्या विपुल पृथ्वीवर अन्यत्र नवं राज्य निर्माण करण्याचं कर्तृत्व ते का दाखवीत नाहीत?

'राज्य हवं, सूड हवा, स्वतःची संशयित कुलप्रतिष्ठा मान्य करायला हवी, शौर्याचा दंभ आहे. तो दाखविण्यास प्रसंग हवा..... असत्य आहे का हे?'

एकलव्य भराभर बोलत होता.

आचार्य शांतपणे ऐकत होते. नकळत त्यांची मान मध्ये मध्ये होकारार्थी हालत होती. ते एकटक एकलव्याकडे पाहत होते. एकलव्याचं हे प्रौढ आणि विवेकी रूप त्या पूर्वरूपाहून कमी मोहक नव्हतं.

'असं असून निषाद युद्धात भाग घेणार ?'

'नाही, आचार्य; निषाद या युद्धात भाग घेणार नाहीत. निषादांना त्याचा काय

लाभ? आमचे युवक मृत्युमुखी पडतील. समाज दुर्बल होईल. विजेत्यांच्या पक्षानं लढून राज्यातील वाटा थोडाच मिळणार?

'युद्ध संपताच जुने स्वार्थ संपतील. नवे उभे राहतील. त्यावेळी या अनार्य, तुच्छ निषादांना स्थान असेल? दूरचे स्वार्थ साधण्यासाठी वेतनभोगी युद्ध लढण्याइतके आम्ही सुसंस्कृत, प्रगत थोडेच आहोत?....'

'छान... एकलव्या! शत्रू असणाऱ्या आर्यांकडून शस्त्रविद्येशिवाय तिरकस बोलणंही शिकलेला दिसतो आहेस...'

'क्षमा असावी, गुरुदेव, माझ्या बोलण्यामागील हेतू सरळच होता; पण सत्य हे बोचरच नसतं का? आणि मनाच्या अस्वस्थतेमुळं जर काही अनुचित शब्द मुखातून गेले असतील, तर क्षमा असावी, गुरुदेव.' एकलव्याच्या मनातील दु:ख व ओशाळा भाव सत्य होता.

'मनाची अस्वस्थता...? का? कशासाठी?'

'या भीषण नरसंहारात. या संकुल युद्धात आपण सहभागी होता आहात. भवितव्याच्या आशंकेने मन अस्वस्थ आहे, आचार्य.' एकलव्याच्या स्वरातील प्रांजल भाव आचार्य द्रोणांच्या हृदयाला भिडले.

'माझ्यासाठी.. या द्रोणासाठी.. हतभागी, कर्मदरिद्री द्रोणासाठी...' आचार्य मनाशीच पुटपुटले.

'या नरसंहाराचा एवढा तिरस्कार तुला वाटतो, तर...तू या युद्धात का भाग घेतोस?' आचार्यांनी परत तोच प्रश्न केला. त्यांचा स्वर मृदु होता. त्यांनी एकलव्याला समोर आसनावर बण्याची खूण केली.

एकलव्य समोरच्या सर्वांत लहान आसनावर बसला व आचार्यांकडे एकटक पाहू लागला.

तो काही क्षण बोलला नाही; म्हणून आचार्यांनी परत तो प्रश्न केला.

'तुला अर्जुनाचा सूड घ्यावयाचा आहे? त्याच्या कोत्या, मत्सरी वृत्तीमुळं तुझी हानी झाली, असं वाटून तू....'

'सूड? आणि अर्जुनाचा? मी त्याचा मत्सर करावा, अशी एकतरी गोष्ट आहे त्याच्याकडे? मी महादण्डनायक आहे, तो लोकांच्या प्रेमामुळं, विश्वासामुळं... हे प्रेम आहे त्याच्याकडे? सुखाची कल्पना ओसंडून वाहते, इतकं सुख आहे मला. आहे काय त्याच्याकडे? विद्या म्हणाल, तर, गुरुदेव, आपल्या चरणकृपेनं मी आजही त्याच्याहून श्रेष्ठ धनुर्धर आहेच. जीवनातील मला प्रिय अशा कोणत्याही गोष्टीसाठी मला अर्जुनाशी युद्ध करावंच लागलं, तर त्याचा पराभव अटळ आहे. त्यासाठी असली भीषण नरसंहाराची युद्ध नकोत. द्वंद्वयुद्ध पुरे.'

'अप्राप्य असं आपल्यापेक्षा अयोग्य असणाऱ्याला मिळालं, तर त्याचा मत्सर

वाटेलही कोणाला, पण असं अर्जुनाकडे आहे काय? मला तर मत्सर ही न्यूनगंडाची, स्वत:तील उणीव न समजल्यामुळं झालेली विकृती वाटते.

'शिवाय, आचार्य, मत्सर आणि सूड या दोन अत्यंत महाग वस्तू आहेत. त्यांचं मूल्य कसं देऊ शकणार मी? माझं सारं जीवन ज्ञातीसाठी व कर्तव्यासाठी समर्पित आहे. समर्पित जीवनात या संकुचित भावनांना स्थानच नसतं.' एकलव्य शांतपणे आचार्यांकडे पाहत उद्गारला.

'दुर्योधनानं तुला काही प्रलोभन दाखवलं?'

'गुरुदेव, दुर्योधन काय प्रलोभन देणार? कुरुपुत्रांच्या शब्दांवर किती विश्वास ठेवावा, हे मी जाणतो- माझ्या जीवनाची दिशा ठरली आहे. जगातलं कोणतही प्रलोभन-हस्तिनापुराचं राज्यसुद्धा मला त्यापासून ढळवू शकणार नाही. विवेकानं निश्चित केलेलं जीवनाचं ध्येय साध्य होत नाही, अशा कोणत्याही गोष्टीत मी शक्तिपात करून घेणार नाही.'

'वत्सा, एकलव्या,... तू क्षणाक्षणाला मला अधिकाधिक विस्मित करतो आहेस. एवढे विवेकी विचार... एवढं प्रौढत्व... कृतिशौर्याला संयमाचे बंध...मी... मी... मला शिष्याकडून शिकण्याचं, पराभूत होण्याचं महदभाग्य लाभलं. पण मी... हतभागी....तुला... नव्हे माझ्या भाग्याला लाथाडलं ... मी....' भावावेगामुळं आचार्यांचे शब्द तुटक येत होते. त्यांच्या मनाचे भावबंध शिथिल झाले. डोळे देखील भारावल्यासारखे झाले.

एकलव्य अनिमिष नेत्रांनी पाहत होता.

आचार्य खूप थकल्यासारखे दिसत होते. त्यांच्या चर्येवरील सुरकुत्यांची संख्या व खोलीही वाढली होती. केस व दाढी जवळ जवळ शुभ्र झाली होती. चर्या रापली, काळवंडली होती. पूर्वीचं आत्मविश्वासाचं तेज दिसत नव्हतं.

त्यांच्या त्या विझलेल्या रूपानं एकलव्याच्या मनात कालवाकालव झाली.

'गुरुदेव, विरोध असूनही या युद्धात ओढेल, अशी एकच शक्ती आहे....'

'कोणती, वत्सा....?'

'गुरुदेवांसह एखाद्या युद्धात सहभागी व्हावं, हा मोह वाटतो....'

'नाही, नको, एकलव्या...' आचार्यांचा स्वर तीव्र होता. 'तू... तू मला गुरू मानतोस ना?... मी... तरीही... वत्सा,... मी माझी गुरू म्हणून अंतिम आज्ञा देतो आहे. तुझ्याशी व्यक्तिगत संबंध नसलेल्या या युद्धात तू सहभागी होऊ नकोस....' द्रोणांच्या शब्दांत ठामपणा होता.

'अरे.... माझ्याकरता.. या एकाकी..... भरकटलेल्या द्रोणाकरिता... नाही नको...... मी... माझ्या आत्म्याला देखील क्लेश होतील...' आचार्य स्वत:शीच पुटपुटत होते.

'आपली आज्ञा प्रमाण, गुरुदेव!'

'छान... तुझं कल्याण होवो, वत्सा! तुझी ही निष्ठा आणि विद्येचा ध्यास यांमुळं

तुझी कीर्ती दिगंत राहील, तोवर... एकलव्या, लोक तुला कधीही विसरणार नाहीत.....'

'आचार्य, आपण....'

'अरे, हा युद्धशास्त्राचा आचार्य; पण भ्याड. मी जीवनकलहाला भ्यालो, माझ्या जीवनाला, माझ्या कार्याला, चिरंतन काळिमा लावण्याचं दुष्कृत्य केलं. त्या अन्यायाची आठवण करून उच्चारलेले, तिरस्कारानं भरलेले शब्द हीच या द्रोणासाठी उचित श्रद्धांजली...'

अचानक द्रोणांच्या मनीचे बांध फोडून भावधारा उसळली.

आचार्यांचा हा अचानक उद्रेक एकलव्य पाहतच राहिला. काहीसा विस्मित, काहीसा हतबुद्ध.

'वत्सा, प्रत्येकानं आपल्या जीवनाचा ताळमेळ पाहायला हवा अधून मधून. त्यामुळं आपल्या जीवनाची नौका योग्य दिशेनंच जाते का, हे पाहता येतं. तो नाही पाहिला, तरी आयुष्याच्या अखेरीस तो आपोआप समोर येतो. एकलव्या, माझ्या जीवनाचा असा तलपट माझ्या समोर येतो... टाळण्याचा यत्न केला, तरीही येतो.... मग मी भयानं अंतर्बाह्य थरारून जातो!'

आचार्य द्रोणांचा स्वर अत्यंत विकल होता.

एकलव्य काही बोलण्यापूर्वीच आचार्यांच्या बोलण्याचा ओघ सुरू झाला.

'मिळवलंय तरी काय मी आयुष्यात? दास्य स्वीकारलं. वेतनभोगी आचार्य .... ज्ञानसाधना हे ध्येय सोडलं. सुखाच्या मृगजळासाठी ज्ञानाला पोटभरू विद्येचं स्वरूप दिलं... मी जन्मानं ब्राह्मण.. पण कर्मानं शूद्रातिशूद्र! ब्राह्मणाची ज्ञानसाधना, तपस्या, निर्लोभ वृत्ती कुठं आहे? ब्राह्मण्याच्या खोट्या अहंकाराविना ब्राह्मणाचे कोणते गुण आहेत?

'विरक्त ब्राह्मण्य सोडलं नि राजस क्षत्रियत्व स्वीकारता आलं नाही.... मी लंबकासारखा लटकत जगलो. इतरांना.... नव्हे, स्वत:ला, अंतर्यामी ईश्वरालाही फसवीत राहिलो... जीवन... जीवन म्हणजे तरी काय? ते असतं कसं...? दिसतं कसं?'

भराभर प्रश्न विचारून द्रोण थांबले; पण त्यांच्या चर्येवर आंतरिक वादनेचं प्रतिबिंब दिसत होतं.

आचार्यांच्या शिबिरातील दीपज्योती काजळली होती. बाहेरून मध्येच येणाऱ्या वाऱ्यानं ती थरथरत होती.

एकलव्याला वाटलं, ही ज्योत म्हणजे आचार्यांच्या आत्म्याचं जणू प्रतीकच आहे. विकल, पण जागृत. हलणाऱ्या ज्योतीमुळं मागचं हलणारं छायारूप भेसूर खेळ करीत होतं.

'गुरूदेव... जीवन हे ईश्वराचं देणं.... ते... ते देखील त्याच्यासारखंच असावं. देवाला आपण आपले विचार, कल्पना किंवा भावना यांच्याप्रमाणे वेगवेगळं रूप

देतो, जीवनाचंही तसंच...'

'छान... अतिशय योग्य! एकलव्या, अरे, किती अचूक मांडलंस, रे! जीवन सार्थक व्हायला कर्तृत्व लागतं. जीवनाला दिशा द्यायला विवेक लागतो. आणि संयमाविना, धैर्याविना कुठला विवेक? म्हणून... म्हणूनच, एकलव्या...'

आचार्य मध्येच थांबले.

'म्हणून काय, गुरुदेव?' द्रोण थांबताच स्वतःच्या नकळत एकलव्यानं प्रश्न केला.

'म्हणून माझं जीवनं असं भरकटलं. भारद्वाजांसारख्या महातपस्वी ऋषींचा मी पुत्र. शस्त्रशास्त्रांचा संगम घालणाऱ्या वीरश्रेष्ठ परशुरामांचा मी शिष्य, आणि काय केलं जीवनाचं? काय रूप दिलं...? काय साधलं? दास्य, वैरभाव, दुष्कीर्ती...!'

'आचार्य.. आत्मनिंदा करण्याचं पाप....'

'ही आत्मनिंदा नव्हे, वत्सा, हे सत्याचं दाहक दर्शन आहे. आत्मपरीक्षण आहे. जीवनाच्या अंतिम कालखंडात अपरिहार्यपणे घेण्यांत येणारा हा ताळमेळ! तू आलास, तुला पाहिलं. तुझ्या कार्यकर्तृत्वाचे पाहिलेले, ऐकलेले, अनुभवलेले प्रसंग स्मरले, आणि दिसलं... अधिक स्पष्ट.. स्वार्थाच्या मृगजळामागे धावून व्यर्थ गेलेलं स्वतःचं जीवन....'

'गुरुदेव...'

'कसला गुरू? अन् कुठला देव! दानवच आहे मी....

'अरे जिथं न्याय शोधलास, तिथं माझ्याप्रमाणे तुलाही अन्याय लाभला. सौजन्याच्या जागी स्वार्थ भेटला, सत्य शोधलंस, तिथं क्रूर आभास मिळाला. पण पूर्वायुष्यातल्या क्रौर्यामुळं, कटु अनुभवामुळं तू उत्तरायुष्यात स्वार्थी, कटुस्वभावी बनला नाहीस, सत्याला धैर्यानं सामोरा गेलास....

'आणि मी? मला कुठं होतं ते धैर्य? जीवनाच्या कलहाला भ्यालो. जिंकण्यासाठी पेटून उठलो. हवी ती अनिष्ट साधनं वापरली, ब्राह्मणधर्म सोडला. क्षत्रियाला आवश्यक गुण नव्हेतच. त्यामुळं माझी अवस्था वटवाघळासारखी झाली. परिस्थितीला सामोरं जाऊन तोंड दाखविण्याऐवजी पाठ दाखवली.

'तुझ्यासारखाच परिस्थितीला सामोरा गेलो असतो, सत्याची, स्वार्थाशी गल्लत केली नसती, तर, एकलव्या, आज कदाचित माझीही मान ताठ राहिली असती. मनाचं सुख व शांती गमावली नसती. तुझ्यासारख्या सोनकसाच्या योद्ध्याचा मी गुरू? हं...!' आचार्य हसले.

त्या हास्यातही एक विलक्षण आर्तता होती. आचार्यांच्या तोंडून लाह्या फुटल्यासारखे शब्द फुटत होते. त्यांच्या भावनांचा हा ओघ इतका तीव्र होता, की एकलव्याचं मध्ये बोलण्याचं साहस झालं नाही.

'मी.... मी काय मिळवलं? अस्थिर सुखाच्या मोबदल्यातलं मानसिक दास्य?

ते पांचाळाचं खेळातलं भासमय राज्य? मी या आयुष्यात काय मिळवलंय्, हे सांगण्याचंच काय, पण ऐकण्याचंही धैर्य मला नव्हतं.

'एकलव्या, एकही गोष्ट मी सुविहितपणे केली नाही. ज्ञानाला पोटभरू विद्या बनवली. ते विद्यादानही नीट केलं नाही. या विद्येला विवेकाचं, संयमाचं अधिष्ठान हवं. युद्धविद्या ही तशी अघोरीच.

'दान, आर्य संस्कृतीचं श्रेष्ठ अंग. पण विद्यादान करतानाही स्वार्थापायी पक्षपात, कद्रूपणा, वगैरे गुण दाखवलेच, थोर गुरूचा शिष्य मी... थोर कुळाचा वंशज मी.. माझे सारे पितर केवढे आनंदित होऊन या थोर कर्तृत्वाकडे तृप्त होऊन पाहत असतील.....!'

आचार्य भराभरा बोलत होते. मनातली आग शब्दरूपानं व्यक्त होत होती.

अशा वेळी आचार्यांना मुक्तपणे बोलू द्यावं, हे श्रेयस्कर, समजण्याइतका एकलव्य प्रौढ होता.

'देवानं साऱ्या आयुष्यात दोनच खरीखुरी माणसं भेटवली. पण मी... मी.. दोघांवरही अन्याय केला. प्रत्यक्ष माझ्या कल्पना, माझे विचार, माझं सुख मी तिच्यावर लादलं. कधी तिच्या मनाचा विचार केला? तरीही त्या पतिव्रतेनं एक उणा शब्दही काढला नाही! आणि तुझ्याबाबतीत तर, एकलव्या...'

'झालं, ते गेलं, गुरुदेव. माझ्यावर काहीही अन्याय झालेला नाही. माझी विद्या अद्यापही सर्वश्रेष्ठ व अखंडच आहे. गुरुदेव म... माझ्यासारख्या क्षुद्रासाठी आत्मक्लेश करून घेऊ नयेत.' एकलव्यानं विनम्र स्वरात प्रार्थना केली.

'पुत्रा, एकलव्या, सत्य आणि स्वार्थ यांत सत्याचं भान लवकर सुटतं. कारण ते सांभाळणं तसं अवघडच. शिवाय स्वार्थ कधीच मूळ भेसूर रूपात पुढं येत नाही; तो बहुरूपी कधी सत्याचं कधी स्वाभिमानाचं, कधी श्रद्धेचं, तर कधी सत्त्वाचं अशी बहुविध रूपं प्रसंगानुरूप घेतो. त्यामुळं स्वार्थ ओळखणं अवघडच असतं, परकायाप्रवेश करणाऱ्या स्वार्थाची ओळख पटण्यापूर्वीच आपल्या विचारांची, विवेकाची पारध होत असते....

'माझंही तेच झालं, वाटलं, हवं ते सारं मी मिळवलं, मी तृप्त झालो, पण स्वार्थापोटी लागलेल्या तहानेला तृप्ती नसते. तृप्तीचा... समाधानाचा आभास देणरा एक क्षण असतो. एकच क्षण... मग असतो शोक.. अनंत काळाचा शोक...

'मी भ्यालो, वत्सा, एकलव्या, जीवनातील प्रत्येक लढाईला भ्यालो, कावळ्याला मोरपिसांचा डौल मिळविण्याचा सोस. तसा प्रत्येकाला नाही ते असल्याचं दाखविण्याचा सोस असतो. अधिक भ्याड, तितकाच शौर्याचा देखावा, अधिक मोठा. मीही तेच केलं.

'अरे, असले आभास सुरुवातीला माणूस दुसऱ्याला फसविण्यासाठी करतो. जग फसो, न फसो. तो मग हळूहळू आपणच निर्माण केलेल्या आभासाला सत्य मानतो. स्वतःच फसतो, केवढा दुष्ट चकवा हा आणि मी... कुरुकुलाचा आचार्य..

नव्हे, भाडोत्री चाकर... गुलाम... त्या चकव्याला आयुष्यभर भुललो... भरकटलो.

'ही जाण झाली, हीच शोकाची गोष्ट, या चकव्याचा भुलावा संपला नसता, तर सुखाच्या आभासात तृप्त राहिलो असतो; पण सत्याचं दाहक दर्शन आता घडतं आहे.... वेळ गेल्यावर.. त्यामुळं जिवंतपणी या नरकयातना, हा दाह भोगतो आहे.' बोलता बोलता द्रोण क्षणभर थांबले.

त्यांच्या बोलण्याचा पूर्ण अर्थ एकलव्याला समजत होता; पण काही बोलणं शक्य नव्हतं व योग्यही नव्हतं. तो निमूटपणे ऐकत होता.

काही प्रसंग, भूतकाळातील काही क्षण पुन्हा जगत असल्यासारखे विविध भाव त्यांच्या त्या वृद्ध चर्येवरून सरकत होते.

'मी दारिद्र्याला भिऊन कौरवांचं दास्य स्वीकारलं. या दरिद्री ब्राह्मणाला वाटलं, मी लक्ष्मीला आपली दासी बनविली, तो पहिला आभास... स्वार्थानं केलेली पहिली फसवणूक.. मग... मग काय? घसरणीवरती फक्त पहिलंच पाऊल सावरता येतं....'

'एकलव्या, तुझा निषादगुरू खरा गुरू. त्यानं तुला परान्न घ्यायचं नाही, अशी अटच घातली होती. बरोबर! जसं अन्न घ्यावं, तशीच प्रवृत्ती बनते... अन्नात भवति भूतानि! माहीत असूनही मी... मिंध, अपवित्र अन्न मी लक्ष्मीचा प्रसाद मानून घेतलं... आणि...'

'मुला, मी भविष्य घडवण्याच्या वेड्या छंदात वर्तमान बिघडवलं. ज्यांना वर्तमान घडवता येत नाही, त्यांना कुठचं भविष्य? इतर नाहीच; पण स्वत:च्या एकुलत्या एका मुलाला पण घडवू शकलो नाही....'

आचार्यांचा स्वर व्यथित होता.

त्यांच्या अंतर्दाहाच्या या दर्शनानं विस्मित झालेला एकलव्य अश्वत्थाम्याचा संदर्भ येताच भानावर आला. त्यानं विषय बदलण्याचा यत्न केला.

'अश्वत्थामा? कुठं आहे तो?'

'असेल कुठंतरी दुर्योधनाच्या सावलीत. मी भयगंडानं पंगू; त्यामुळं त्याला त्याची वृत्ती अगर प्रवृत्ती न पाहता वीर बनविण्याचा यत्न केला. कोकराला नकली आयाळ लावली, तरी त्याचा सिंह होईल कसा?

'तो सात्त्विक.. ब्राह्म वृत्तीचा पोर... त्याच्यावर क्षत्रियत्व लादलं... परिणामी तो बनला दिशाहिन, परावलंबी...! माझ्या दुराग्रहाचे परिणाम, भोवले मात्र पोराला.....!' द्रोणांच्या हृदयातील पीळ त्यांच्या स्वरातील व्यथेतून जाणवत होता.

एकलव्याला काय बोलावं, हे उमगत नव्हतं नि आचार्यांच्या मनोव्यथाही पाहवत नव्हत्या.

'गुरुदेव... आपण ज्ञानी....'

'कोण मी...? मी ज्ञानी....?' आचार्य द्रोणांनी एक दीर्घ नि:श्वास सोडला.

'एकलव्या, जन्मानं ब्राह्मण आणि वृत्तीनं आचार्य असूनही घोर अज्ञानी द्रोण... केवढा अंतर्विरोध, तरीही सत्य....

'ब्राह्मणाचं कोणतं लेणं आहे माझ्यापाशी? सत्य, क्षमा, शांती, संयम... ब्राह्मण नव्हे, तर माणूस तरी आहे का? अपमानाचं शल्य मनी बाळगून एका सुहृदाला कृतघ्नपणे दंश करणारा मी सर्प... तर इतरांच्या दु:खावर चोच मारण्याच्या वृत्तीमुळं मी कावळा ... धरसोड वृत्ती पाहिली, तर मी वाघूळ... धूर्तपणे स्वार्थसाधन करीत राहिलो, म्हणून मी कोल्हा... पशुत्वानंही पूर्ण नाही, वृत्तीचं मिश्रण...'

'साध्य.....?'

पुन्हा द्रोण खिन्न हसले.

'एकलव्या, सत्याला सामोरं जाण्याचं धैर्य झालं, हे साध्य कमी का आहे? त्यामुळं जगणं जमलं नाही, तरी..... अंत... तो तरी निर्भयतेनं येईल..

'तुझ्यावर केलेल्या अन्यायाचं शल्य रात्रंदिवस हृदयात खुपत होतं. त्याचं परिमार्जन तर शक्य नाही... पण निदान क्षमायाचना करून...'

'नको, आचार्य.. नको. गुरुनिंदा ऐकण्याचं पाप करतो आहे, त्यात.... भर....'

'एकलव्या, तुझ्या मोठ्या मनाचं मला मोठं कौतुक वाटतं. सारं सोसून तू उदार राहिलास; पण मनातील सारी किल्मिषं... ही कमी होतील, तर मृत्यू सुखाचा होईल. नाहीतर...'

'अरे, द्रौपदीवर राजसभेत अन्याय झाला. या दिवसापासून कृपीच्या दृष्टीला दृष्टी भिडविण्याचं सामर्थ्य गमावलं. तुझ्यापुढं बोलण्याचं तरी साहस करू दे मला....'

द्रोणांच्या आर्त उद्गारावर एकलव्य काही क्षण निरुत्तर झाला.

'गुरुदेव, मी मनापासून सांगतो आहे, माझी विद्या आपल्या कृपेनं अणुमात्र उणी झाली नाही....'

'वत्सा, त्याला कारण तुझी अखंड साधना....'

अचानक आचार्यांनी पुढं येऊन त्याच्या मस्तकी हात ठेवला.

'हे अंतर्यामी सर्वसाक्षी ईश्वरा.... माझी सर्व समंत्र धनुर्विद्या, याची निष्ठा सत्य असेल, तर याच्यात संक्रांत होवो. पापचं प्रायश्चित्त म्हणून नव्हे, तर सत्पात्री विद्यादान करण्याचं अल्प समाधान मरताना मिळावं, म्हणून तरी तसं होवो.....'

आचार्यांचा स्वर गंभीर होता.

'एक मागणं आहे, एकलव्या...'

'आज्ञा, गुरुदेव....' एकलव्याच्या अंगावर रोमांच आले होते. आपल्यात काही तरी नवं तेज सामावल्यासारखं त्याला वाटत होतं.

'आयुष्याच्या अंती, जीवनात प्रथमच फोलपणा उमगूनही लढत असलेल्या लढाईत, पाठ दाखवण्याची दुर्बुद्धी होऊ नये..... मनाविरुद्ध असलं, तरीही लढण्याचं आणि वीरमरण पत्करण्याचं साहस व्हावं, यासाठी तुझ्या एकवीरा देवीकडे प्रार्थना कर. वत्सा, गुरूला साहस मिळावं, म्हणून मागणी कर....'

'पण.. आचार्य, मनाविरुद्ध असेल, तर... तर लढाईत सहभाग तरी कशासाठी?....'

'हे मूल्य देतो आहे आयुष्यभर खाल्लेल्या मिंध्या, अपवित्र अन्नाचं. स्वतःच्या रक्तानं जुनी पापं धुऊन काढण्याचा प्रयत्न करीत आहे....'

काही काळ ते शांत राहिले. त्यांचा स्वर शांत होता. त्यात भावावेग नव्हता. त्यांच्या चर्येवरील ताण नाहीसा झाला होता. डोळ्यांत मार्दव होतं.

'एकलव्या, तुझं राजकौशल्य कानी येतं. तुझ्याकडून आलेली वायनं, उपहार, इत्यादी आर्या कृपी आवर्जून दाखविते... असं... इतकं निरपेक्ष.. शुद्ध प्रेम देखील सोसवत नाही, रे!....

'तुला कन्यापुत्रादी किती आहेत?' त्यांनी एकदम विषय बदलून प्रश्न केला.

एकलव्याचं सर्व वर्तमान ऐकलं व गुरू द्रोणांनी संतोष व्यक्त केला. एकलव्यालाही गुरुभेटीनं समाधान लाभलं. आपल्या येण्यामुळं गुरुदेवांच्या मनावरील ओझं दूर झालं, या आनंदात एकलव्यानं आचार्यांचा निरोप घेतला.

केवळ आचार्य म्हणून नव्हे, तर स्वतःच्या चुका पारखण्याचं व त्या मान्य करण्याचं साहस असणारा श्रेष्ठ मानव म्हणून तो त्यांना मनोमन पुन्हा पुन्हा अभिवादन करीत होता; पण निघताना एक अनामिक हुरहूर त्याला लागली होती.

●

२१

दिवस- रात्रीचं चक्र फिरत होतं.

पण अवघ्याच दिवसांत निषाद राष्ट्रात क्रांतिकारक बदल घडून आला होता.

दोन घटना आकस्मिकपणे घडल्या आणि....

....सारे निषाद, शंबर, आदी मस्तकी वीज पडल्यासारखे झाले होते. विसावर पाच वर्षांहून अधिक काळ कुशलतेनं सांभाळलेली महादण्डनायकपदाची धुरा एकलव्यानं सोडली होती. विशालकेतूपासून शंबरापर्यंत मित्रांनीच नव्हे, तर साऱ्या निषाद राज्यानं प्रयत्न करून देखील त्याचा निर्णय बदलला नव्हता.

एकलव्याविना दुसऱ्या कोणाला स्वीकारणं ही कल्पनाही कोणाला सहन होत नव्हती; पण एकलव्य आपल्या निर्णयापासून ढळला नाही.

साऱ्यांची माया, विश्वास, इतकंच नव्हे, तर शंबराचा त्रागादेखील एकलव्याच्या मनानं घेतलेला निर्णय फिरवू शकले नाहीत.

दुसरी वार्ता देखील दुःखाची होती. निषादांच्या लाडक्या महादण्डनायकाचा पुत्र केतुमान भारतीय युद्धात मारला गेला. ज्येष्ठ पुत्र केतुमान.. शूर, साहसी, निश्चयी; पण काहीसा उतावीळ केतुमान...

अंगदेशी गेलेला केतुमान्... अंगसेनेबरोबच भारतीय युद्धात कुरुसेनेत सामील झाला होता. तिथून, तसा केवळ एक संदेश त्यानं पाठवला होता. नंतर वार्ता आली, ती हीच... हृदय फाडून टाकणारी...

मृत्यू अटळ असतो; पण एवढा कोवळा तरुण....

एकलव्यानं आपला अभिन्नहृदयी मित्र शंबर याच्याकडे आपल्या मनीचा कढ व्यक्त केला होता. त्याला पुत्राच्या मृत्यूच्या दुःखापेक्षा त्यानं केलेल्या विश्वासघाताचं दुःखच अधिक झालं होतं.

बाळपणापासून संस्कार करून देखील ज्ञातीचं, राष्ट्राचं हित पाहिलं नाही व तो परस्पर भारतीय युद्धात सहभागी झाला, याचं एकव्यालाला अधिक दुःख होतं. मुलानं ऐकलं नाही, जातीपेक्षा व्यक्तिगत कीर्ती व मोठेपणा श्रेष्ठ मानला. त्यामुळं आता आपण ज्ञातीचं प्रमुखपद भूषवणं अधिक अनैतिक आहे, असं त्याला वाटलं.

तसा केतुमान रणांगणावर भीमाशी पूर्णपणे तुल्यबळ सामना देऊन वीरमरण मेला. कपटानं अथवा घातानं त्याला मृत्यू आला नव्हता. पण त्याच्या मृत्यूनं सारे दुःखी होते.

आपल्या जीवनभर जपलेल्या ध्येयाचा, आपल्या साधनेचा, पराभव केतुमानानं केला, अशी खंत एकलव्याला बोचत होती. तो आता अधिक एकाकी, अधिक अबोल व विरक्त असा झाला होता. त्याच्या अलिप्त उदासीनतेला, मूक दुःखाला सारं निषाद राष्ट्र जपत होतं.

तो कोणाचाच नसल्यासारखा वागत असे; पण सारे आबालवृद्ध त्याची त्यालाही नकळत काळजी घेत असत. त्याच्या एकांताचा सहसा भंग करीत नसत. अपवाद फक्त शंबराचा होता.

-आणि एक दिवस पुन्हा एक नवी आणि दुःखदायी वार्ता आली.

आचार्य द्रोणांची ते निःशस्त्र असता हत्या करण्यात आली होती...

अश्वत्थाम्याच्या मृत्यूची खोटी वार्ता आचार्यांना देण्यात आली... विमनस्क आचार्यांनी शस्त्रत्याग केला आणि चिंतन करू लागले. पुत्राचं... की ईश्वराचं, तेच जाणोत....

अशा वेळी त्या दुःखविकल निःशस्त्र योद्ध्याची द्रुपदपुत्रानं हत्या केली होती. रथावर चढून त्यानं आचार्यांचं शिर तोडलं.... ते त्या उन्मत्त नराधमानं युद्धाच्या गदारोळात फेकून दिलं.

सूड.... पित्याच्या पराभवाचा, पूर्वकाळात झालेल्या अपमानाचा सूड घेऊन पुत्र कृतकृत्य झाला, त्याच्या जीवनाचं जणू सार्थक झालं.

ही वार्ता ऐकली आणि एकलव्य उठून आपल्या नित्याच्या झऱ्याकाठच्या खडकावर येऊन बसला. अत्यंत खिन्न आणि विचारमग्न.

अर्ध्या प्रहराहून अधिक काळ तो तिथं एकटाच बसला होता. तेवढ्यात शंबर तिथं आला.

'एकू.. एकू रे..' शंबरानं सादावलं.

'अं.. शंबरा, ये.. ठरलं.'

एकलव्याच्या शब्दांवर शंबर दचकलाच. काय ठरलं... कशाचं, हे न समजल्यानं त्याचा गोंधळ उडाला होता.

एकलव्यानं त्याच्या प्रश्नाचं उत्तर दिलं. ते ऐकून शंबर ताडकन उठून उभा राहिला.

'एकू, तुला वेड तर लागलं नाही?' राग त्याच्या स्वरात स्पष्ट होता. एकलव्यानं उत्तर दिलं नाही.

'शंबरा, मी हा निर्णय विचारपूर्वक घेतला आहे.'

'विचार? कसला? कोणाचा विचार? तू तुझ्या मुखानं, आर्यांच्या युद्धात पडायचं नाही, असा निर्णय साऱ्या ज्ञातीला सांगितला होतास ना?' शंबर क्रोध आवरण्याचा कसाबसा प्रयत्न करीत होता; पण तो फारसा यशस्वी होत नव्हता.

'एकू... तुझा निर्णय तुला स्वत:लाच बंधनकारक नाही का? स्वत:ला नियमापलीकडे मानतो आहेस का?...'

शंबर एकलव्याला बोलण्याची उसंत न देता भराभर प्रश्न करीत होता.

'शंबरा, निषादांनी राष्ट्र म्हणून या युद्धामध्ये भाग घ्यायचा नाही, असा निर्णय आहे. मी महादण्डनायक म्हणून भाग घेत नाही. पण ..... एकलव्य म्हणून....'

'तू भाग घेऊ नकोस, अशी गुरूची तुला आज्ञा नव्हती? गुरूची आज्ञा देखील मोडण्याइतकं तुझं मन आता बदललं कसं?...'

'शंबरा, मी आज्ञाभंग करीत नाही... माझा व्यक्तिगत संबंध नसेल, तर मी युद्धात भाग घेऊ नये, एवढीच आचार्यांची आज्ञा होती...'

'मग आता काय घडलं? केतुमानाच्या वधा...'

'केतुमानाचा सूड हे कारण नाही....'

'मग? मग असं काय घडलं?'

शंबर ताड्ताड् प्रश्न विचारीत होता. एकलव्याचा भारतीय युद्धात सहभाग घेण्याचा निर्णय मागे फिरवणार होता.

आपण लढाईत जाणार, पाण्डवांशी, त्यांच्यातील धनुर्धर अर्जुनाशी, द्रुपदपुत्रांशी वा धर्मराजाशी लढणार व त्यांच्या रक्तानं गुरुद्रोहाचं पातक शांत करणार असं एकलव्यानं सांगितलं होतं.

शंबराला एकलव्याच्या या वागण्या-बोलण्याचा अर्थच कळत नव्हता.

'शंबरा, आचार्य द्रोणांचा वध अमानुषपणे करण्यात आला. त्यांच्या वधकाला मृत्युदंड दिल्याविना मला शांती लाभणार नाही...'

'द्रोणांच्या मृत्यूचा सूड घ्यायला जाणार तू...'

'सूड नव्हे, त्याअधम कृत्याचं प्रायश्चित्त त्या पातक्यांना द्यायला.. त्यांचा कपटानं वध करण्यात आला. मृत शरीराची विटंबना करण्याचं अमानुष क्रौर्य वधकानं दाखवलं...

'असा द्रोह.... ही... ही वंचना.. जर प्रायश्चित्ताविना राहिली, तर असा दुष्टावा पुन्हा पुन्हा घडेल.'

'घडो. पण तुला त्याचं काय...'

'मी आचार्यांचा शिष्य .... त्यांच्या वधाचं प्रायश्चित्त म्हणून मृत्युदंड देईन, नाहीतर देहत्याग करेन, असा निश्चय केलाय्...'

'तू कोण? तुला काय अधिकार हे असे निश्चय करण्याचे? स्वत:ला तू कोण समजतोस?'

'म्हणजे..?'

'महादण्डानायक नाहीस. ते पद सोडलंस, यासाठी तू हे असले निश्चय करतोस?

तू स्वतंत्र झालास मूर्ख निर्णय घ्यायला? ज्ञातिकल्याणाचं व्रत संपलं लगेच?'

एकलव्याची मुद्रा शंबराच्या प्रत्येक प्रश्नाबरोबर अधिकाधिक व्यथित होत होती.

'शंबरा, आज इतक्या वर्षांनंतर मी एक सामान्य माणूस म्हणून जगतो आहे. माझ्या भावना.. माझ्या कल्पना यांचा विचार करतो आहे. अरे, मी माझ्याशी प्रामाणिक राहण्याचा यत्न करतो आहे... स्वत:शीही प्रामाणिक राहू नको, म्हणतोस. तसं झालं, तर जगणं असह्य होईल.' एकलव्याचा स्वर दु:खानं ओथंबला होता.

'नाही... तुला तो अधिकार नाही, एकू. तू आपलं महादण्डनायकपद सोडलंस, त्या त्यागानं तू अधिक थोर झाला आहेस. एकवार मिळविलेलं मोठेपण .. कितीही नकोसं झालं, तरी सोडता येत नाही. तुलाही हे समजत नाही का? पण तू स्वार्थानं अंध झाला आहेस...'

'स्वार्थानं?' एकलव्यानं मध्येच विचारलं... त्याला वाटलेलं आश्चर्य स्पष्ट होतं.

'होय, स्वार्थानं! आजवर स्वार्थाविना तू काय साधलंस?'

शंबराच्या प्रश्नावर एकलव्य हतबुद्ध होऊन, त्याच्याकडे विस्मित होऊन पाहत राहिला.

'प्रथम तुझ्यापुढं आपण आदर्श स्थापणं हा स्वार्थ होता. ज्ञातिकल्याणाचा आदर्श स्थापणं हा स्वार्थ होता... नायकत्वाचा आदर्श... आणि त्यासाठी आपल्याबरोबर असणाऱ्या सर्वांना राबवलंस. इतरांचे विचार, इच्छा, त्यांच्या आकांक्षा-या कोणत्याही गोष्टीचा विचार केला नाहीस. मी, उषा, विशाल-सारे सारे तुझ्या आदर्श-स्थापनेलाच जुंपलेस तू....'स्वार्थ असला, तरी एकलव्याचा नव्हता, ज्ञातीचा विचार होता, व्यक्तीपेक्षा तू महत्व दिलंस... आम्ही सारे आपण होऊन जुंपले गेलो. तुझ्या आदर्शांना आपलं मानून धावलो.

'आणि आता? एक तू व्यक्ती म्हणून स्वातंत्र्याचं सांगतो आहेस? का? तर तुझा स्वार्थ म्हण, अहंकार म्हण. त्या दिशेला तुला ओढतो आहे. या वेळीही तू स्वत:पुरताच विचार करतो आहेस....!

'तू एकलव्य आहेस, व्यक्ती आहेस, मान्य, पण स्वतंत्र आहेस? नाही, नाही, त्रिवार नाही!' शंबराचे शब्द धबधब्यासारखे कोसळत होते. तो एकलव्याला शब्दही बोलण्याची उसंत देत नव्हता.

'तुझ्यावर काहीच उत्तरदायित्व नाही, असं तुला वाटतं? तुझी उषा.... पत्नी... हे कोणाचं दायित्व? आणि माता रत्नगर्भा? ती वृद्ध आहे. केतुमान तिच्या नेत्रांतील ज्योतीसारखा होता, त्याच्या दुःखानं ती अर्धमृत झालीय. तू.. तू.. तिला नवं दुःख देणार?'

शंबराचं बोलणं एकलव्याच्या हृदयावर आघात करत होतं, हे त्याच्या चर्येवरून कळू शकत होतं. या सार्‍या गोष्टींचा विचार त्यानं केला होता; पण...

त्याच्या अन्तर्मनानं, त्याच्या बुद्धीनं कौला दिला होता. गुरुद्रोह्यांना देहदंड देणं हे त्याचं जीवितकर्तव्य होतं. त्याविना एकलव्याच्या अस्तित्वाला अर्थच नव्हता.

‘शंबरा,... मित्रा, मला नीट समजून घे, रे!’ एकलव्याचा स्वर व्याकूळ होता.

‘समजून घे..... काय समजून घे? बाळपणापासून आजवर तुझ्या प्रेमापायी तुझ्याच मागं फरफटत राहिलो. सारं सारं मान्य केलं. अद्याप तू म्हणतोस, मला समजून घे, रे..’ संतापलेल्या शंबरानं एकलव्याची नक्कल केली.

‘अरे, आजवर माझ्या बुद्धीनं विरोध करूनही तुझ्याबरोबर राहिलो.का? मित्र म्हणून सारी निष्ठा दिली. का? तू काय ऐकलंस माझं? स्वत:च्या मनाला भासलेल्या आणि भावलेल्या कोणत्या गोष्टी सोडल्या आहेस?...’

‘क्षमा कर... क्षमा कर, मित्रा, आजवर असं घडलं असेल, तर ते नकळत.’

‘एकू, क्षमा कोणी कोणाला करायची? उजव्या हातानं डाव्याला चापट मारल्यावर ही क्षमा.. जाऊ दे, एकू, पण तू सत्यापासून पळ काढू नकोस. स्वत:च्या उत्तरदायित्वाला पाठ दाखवू नकोस; अन्यथा माझ्या एकूचं तसलं...’

‘शंबरा...’

घातलेली वस्त्रं काढून टाकण्याइतकं का आपलं दायित्व झटकून टाकणं सोपं? तुझी अव्यवहारी वृत्ती तुला भरकटवते आहे. गुरुहत्येच्या सूडासाठी तू त्या रणकुंडात स्वत:ची आहुती द्यायला निघाला आहेस? अरे, गुरूला त्याच्या कृतघ्न शिष्यामुळं मृत्यू आला नाही.’

‘काय?..... शंबरा...’ एकलव्य शंबराच्या या शब्दांवर विलक्षण दचकला होता.

‘पक्षपाती, अविचारी आणि स्वार्थी वागणुकीनं तुझ्या त्या गुरूनंच स्वत:च्या मरणाची सोय करून ठेवली होती. विषवृक्षाला कधीही अमृतफळं येत नसतात, एकलव्या. त्यानं निर्माण केलेल्या भुतावळीनं त्याचा बळी घेतला. आणि काय, रे, ते गुरुद्रोह्याला प्रायश्चित्त देण्याचं काम करायला या भूतलावर तू एकटाच आहेस? त्याचे अन्य शिष्य नाहीत? पुत्र नाही?’

शंबर रागानं भराभर बोलत होता. तो वेगवेगळे विचार मांडत होता.

शंबराचं भाषण ऐकत असता एक गोष्ट एकलव्याला जाणवली. आपण आपल्या मनीचे भाव शंबराला विवादानं कधीही पटवू शकणार नाही.

शंबराच्या बोलण्यात तथ्य होतं; पण घेतलेल्या त्या निर्णयाची ओढ... दिव्यावरील पतंगाप्रमाणे मन कुरुक्षेत्राकडे ओढ घेत होतं...

‘शंबरा, प्रत्येकानं दुसऱ्यासाठी एखादं कार्य ठेवलं, तर ते कार्य कधीच होणार नाही. मला इतर शिष्यांशी, त्यांच्या कर्तव्याशी काय घेणं? मी माझं कर्तव्य करावं,

ही एकवीरेची प्रेरणा आहे. मी माझं कार्य करायला हवं.'

शंबर एकटक त्याच्याकडे पाहत राहिला; पण ते त्याचं मौनच अधिक बोलकं होत.

'शंबरा, अरे,ते कृपीमातेचे काळेभोर, प्रेमानं ओसंडणारे नेत्र... शिष्यही पुत्रासारखा असतो.'

'आणि आपली माय?....'

'ती सर्व गोष्टींपासून वेगळी झाली आहे. तिनं आपलं सुख-दुःख, मोह-सारं सारं सोडलं आहे.... मनानं ती साऱ्यांपासून वेगळी...'

'एकू... म्हणून तू तिला दुःख देतोस?' शंबरानं मध्येच तीव्र स्वरात प्रश्न केला.

'तिनं अनुमती दिली नाही, तर मी या.. या कामासाठी कुरुक्षेत्री जाणार नाही....'

'काय? खरं बोलतो आहेस? तू सूडाचा विचार सोडणार..?'

'एकवीरेसाक्ष शंबरा, मातेनं अनुमती दिली नाही, तर मी.. मी जाणार नाही...'

'असं म्हणतोस? अरे, तू तुझ्या कर्तव्याला जरा आठव. तुझे आदर्श आठव. ... शंबर मठ्ठ, पक्षपाती, एकांगी विचार करतो.... सारं मान्य ... पण, त्या तसल्या अवलक्षणी, गुरुत्वाला लांछन..'

'पुरे, शंबरा. माझ्या मनाला त्यामुळं यातना होतात. गुरूविषयी अपशब्दांनी आणि त्यापेक्षा एक मृतव्यक्तीविषयी तुझी ही भाषा ऐकून...'

'शंबरा, अरे, ते वृद्ध हताश गुरुदेव... त्यांचे ते जीवनातल्या स्वप्नांची राख पाहिल्यानं पार विझून गेलेले नेत्र... सारीच माणसं गुणदोषांनी मिळून घडतात. त्यांतलं काय ध्यानी ठेवावं, हे आपल्याच वृत्तीवर नसतं का?

'शंबरा,.... मला स्मरते, ती त्यांची अंतिम भेट, माझ्या मनश्चक्षूंपुढं सतत येतं, ते रणोन्मत्त हत्तींनी, रथाच्या अश्वांनी इकडून तिकडे ठोकरलेलं ते शुभ्रजटांनी मंडित मस्तक...

'आयुष्यभर मी माझी ध्येयं सांभाळली. तोल नि ताल संभाळून राहिलो... धर्माची.. कर्तव्याची, पदाची, सारी बंधनं पाळाली, शंबरा.. या.. या वेळी विवेकाची ..... विचाराची... कर्तव्याची... कसलीही बंधनं मला... अडविण्यासाठी पुढं येऊ नयेत, असं वाटतं आहे...'

'एकू, मी चुकलो. मृताविषयी अपशब्द..... निषादाला लांछन.. क्षमा, कर, मित्रा... पण.. पण, एकू. मी - माझ्या मनीची भावना तीच राहील.' शंबरानं हटवादीपणानं म्हटलं.

एकलव्यानं त्याच्याकडे पाहून खेदानं मान हलवली.

'चल, मायकडे जाऊ. तिला अनुमती विचारू...' उठून शंबराचा हात धरीत एकलव्य उद्गारला.

'आता... माझ्याही..?' शंबरानं आश्चर्यानं विचारलं.

'होय.... त्याविना माझं मन स्वस्थ होणार नाही.' एकलव्य रुद्ध स्वरात उद्गारला.

शंबराचा हात धरून घाईनं तो मातेच्या कुटीकडे निघाला.

हिरण्यधनूच्या मृत्यूपासून ती एका छोट्या कुटीत राहत असे. एकलव्यानं, उषेनं आणि शंबरानंही अनेकदा विनवलं; पण ती आपला वानप्रस्थ व सेवाव्रत-दोन्ही सोडण्यास तयार झाली नाही.

एकलव्यानं आपल्या सावलीकडे पाहिलं. सावली पायात आली होती. माध्यान्हं....

काय करीत असेल माय....? पाकसिद्धी...? नाही. तिनं एकलव्याच्या विवाहापासून जवळजवळ सोडली होती. तो तिच्याकडे भोजन घेई, तेव्हा तिला करावी लागे. आता फलाहार.. फक्त फलाहार....

एकलव्याच्या मनात मायचे विचार आले. बाप्पांच्या मृत्यूचा आघात किती धैर्यानं सोसला होता. कसं आपल्याला आपल्या कर्तव्याचं भान, आपलं स्वतःचं दुःख विसरून करून दिलं होतं. कसं सेवेत वाहून घेतलं..

मायच्या साऱ्या आठवणी किती आनंददायी आणि अभिमानास्पद होत्या.

'माय... माय...' शंबरानं कुटीबाहेरून साद घातली आणि एकलव्याचे विचार थांबले.

'शंबरा, ये, ये, रे... तुला परवानगी विचारण्याची आवश्यकता का भासली?' आतून मायचा प्रेमळ आणि मधुर स्वर आला.

'अग, मी आपला एकूसारख्या चांगल्या सवयी लावून घेण्याचा यत्न करतोय्...' आत घुसून शंबर उद्गारला.

'अं.... एकू,..... तूही...? ये.. बसा, बाळांनो. कसला तंटा!' रत्नगर्भेनं विचारलं.

एकलव्यानं मातेकडे पाहिलं. मसतकावरील सर्व केस पांढरे झाले होते. कपाळावर अस्पष्टशी सुरकुत्यांची जाळी होती. पण शरीर कृश होऊनदेखील अद्याप ताठ होतं.

'तंटा..? तंटा कशावरून, माय?' शंबरानं आश्चर्यानं प्रश्न केला. 'शंबरा, आता दुपार झाली. केवळ आहार घेण्यासाठी माध्यान्हवेळी येऊन तुम्ही कितीतरी काळ लोटला, नाही? मायकडे येण्याचे तुमचे दीस उरले नाहीत, हे मलाही समजतं, रे...'

तिच्या बोलण्यावर दोघांनीही माना खाली घातल्या व ते स्वस्थ बसले.

'तुमच्या दोघांचा स्वभाव मी ओळखते. आणि शंबरा, तुमचे तंटे आता या वयात दुसरं कोण सोडवणार? हं, बोल....'

'तू एकलव्याची माय. बोलण्यात कशी बरं हरणार?' शंबर उद्गारला.

'आणि तुझी माय नाही? तुझी माय आहे, म्हणूनच विवादात हरणार नाही बरं!'

'हे मात्र खरं!' एकलव्य उद्गारला.

तो आपल्या मातेकडे डोळे भरून पाहत होता. जणू तो तिला मनात साठवून घेत होता, वृद्धापकाळामुळं तिच्यात कोणती विरुपता आली नव्हती.

'सांग, शंबरा, काय झालं?'

'माय, यानं प्रथम महादण्डनायकपद सोडलं...'

'बरोबर. योग्य केलं. नव्यांनी उत्तरदायित्व घ्यायला हवं. त्यांना मार्गदर्शन केलं, त्यांना सिद्ध केलं, की जुन्याचं उत्तरदायित्त्व संपलं. अरे, झाडांना नवी पालवी यायची, तर जुनी गळून पाडायला नको का? आणि भल्लक तर योग्यच आहे, महादण्डनायक व्हायला. पण काय रे, हे सारं मागे एकवार झालंय्. हे भांडण पुन्हा उकरून काढलंस? आता कशासाठी?...'

'पुन्हा एकूचं माथं फिरलंय्, माय...'

'का? काय केलं त्यानं?' अद्यापही मायचा स्वर थट्टेचा होता.

'तो कुरुक्षेत्रावर रणकुंडात आपली आहुती द्यायला निघालाय्...' शंबर म्हणाला.

माता रत्नगर्भा दचकली; पण बोलली नाही.

शंबरानं आपल्या पद्धतीनं एकलव्याचा विचार सांगितला. त्यावर आपला प्रतिक्रियाही.

रत्नगर्भेनं सारं शांतपणे ऐकून घेतलं व एकलव्याकडे पाहिलं.

एकलव्यानं आपलं मन मोकळं करण्यास आरंभ केला. द्रोणांची आपण पाहिलेली हताश, विकल अवस्था, त्यांचं व आपलं सारं संभाषण, आपल्या मनातील त्यांच्यविषयीची भावना, त्यांचा अघोर मृत्यू-सारं सारं सांगितलं. गुरुद्रोह्यांना शासन हे आपलं कर्तव्य असल्याची आपली भावनाही स्पष्ट केली.

मातेनं दोघांपुढं फळं ठेवली, त्यांनी फलाहार करावा, तोवर विचार करून आपण निर्णय देऊ, असं तिनं सांगितलं.

दोघेही फलाहार करू लागले. मधूनमधून ते मातेकडे पाहत होते. पण मातेची चर्या निर्विकार होती. तिच्या मनातल्या विचारांचं प्रतिबिंब दिसत नव्हतं

फलहार होताच शीतल जळ तिनं त्यांच्यापुढं तिनं ठेवलं. दोघांनाही जलपान करताच माता एकलव्यापुढं गेली.

'वत्सा, एकलव्या, कीर्तिवन्त हो... यशवन्त हो, बाळा... तुला तुझ्या आयुष्याचं साध्य लाभो. योग्य आणि आवश्यक अशा कर्तव्यात माता एकवीरा तुला साह्य करो. या एवढ्या आशीर्वादाशिवाय तुझी माय तुला काही देऊ शकत

नाही, बाळा...' किंचितशा कापऱ्या स्वरात माता रत्नगर्भा उद्गारली.

काही क्षण धक्का बसल्याप्रमाणे दोघेही डोळे विस्फारून मातेकडे पाहत राहिले. नंतर मात्र शंबर आपल्या स्वभावाप्रमाणे उसळला.

'काय....? तू.. तू त्याला जायला अनुमती देते आहेस?' त्याच्या स्वरात आश्चर्य अधिक होतं, की संताप, हे सांगणं अवघड होतं.

'होय, शंबरा! आणि मी अनुमती नाकारणारी कोण?'

'पण, माय... त्याच्या जाण्याचे परिणाम...'

'आणि राहण्यानं काय साधणार? त्याचा तू तरी विचार केला आहेस?'

मातेच्या प्रश्नावर शंबर काही काळ तिच्याकडे पाहत राहिला. तो गोंधळला होता.

'तुला काय म्हणायचं आहे?'

'शंबरा, शरीर बांधता येतं. पण मन... ते कसं बांधणार? ते काम ज्याचं त्यानं करायला हवं, मी जर अनुमती नाकारली, तर एकू राहील. फक्त शरीर राहील. पण मन... ते नसेल. माझ्या भयानं तो आज्ञा पालन करील. पण असं भयानं केलेलं आज्ञापालन मातेला शोभेल का? मातेनं मुलाचं मन समजून घ्यायला हवं. अज्ञान असेल, तर समजूत घालून मन बदलायला हवं. ते आता तुमचं वय तरी आहे का?

'आणि आता मी आज्ञा दिली, तर राहिलेला एकलव्य माझा एकलव्य असेल? मनानं माझ्यापासून दुरावलेला... माझा मुलगा असूनही माझा नसलेला... नाही.... शंबरा, नाही.. ते योग्य नाही. माझ्या आणि एकूच्याही भल्यासाठी...'

'पण, माय, त्याचा विचार आततायी नाही? त्यानं परक्यासाठी एवढं आत्मघातकी साहस का करावं?' शंबरानं जोरात प्रश्न केला.

'वेड्या, आपलं आणि परकं कोण ठरवतं? आपलं मनच ना? आजचे परके काल आपले असतात. आजचे आपले उद्या परके होतात. का? बदलत्या स्वार्थानं नाती बदलतात आणि तो स्वार्थ मात्र निरनिराळ्या रूपांत येतो. कधी तत्त्वाच्या रूपात, तर कधी न्यायाच्या, पण या एकूच्या निर्णयात स्वार्थ नाही....'

'असं कशावरून म्हणतेस...? त्या गुरूनं एवढं दुःख दिलं, एवढे घोर...'

'ते तुझ्या दृष्टीनं, शंबरा. तू त्याच्या डोळ्यांनी पाहा. अरे, देवानं आपल्याला दुःख दिलं, आपण त्याचा द्वेष करतो का? त्याला दोष देतो? आपल्याच चुका शोधतो ना?

'अरे, एकूही गुरूला देवासारखा मानतो. भक्तसारखा त्याच्याकडे बघतो. एकवार निष्ठा दिली, श्रद्धा दिली, की मग पुन्हा शंका ठेवणं अनुचित आहे, शिवाय एका गोष्टीकडे तुझं पूर्ण दुर्लक्ष होत आहे.'

'कोणत्या?'

'अरे, तू म्हणतोस, ते व्यावहारिक सत्य असेल, तरी तेच अंतिम सत्य

असण्याचा आग्रह तू का धरावास?' रत्नगर्भेनं मृदु स्वरात विचारलं.

शंबर स्तब्ध राहिला. तो विचार करत होता.

'एकूवर तुझं अमर्याद प्रेम आहे. त्याच्यासाठी तू आपला प्राणही काढून देशील. पण तुझ्या या प्रेमाचा मोबदला म्हणून त्यानं आपले आचार, विचार - सारं तू म्हणतोस, तसं करावं, हा आग्रह का?'

'माते, मी तसं....'

'तसं नसेल, तर त्याचं आयुष्य त्याला जगू दे. त्याला सांभाळण्याचा अतियत्न करून तो पांगळा होईल. किंवा त्या प्रेमाची.. तुझी घृणा करू लागेल...'

'माते,... काय म्हणतेस? शंबर हा माझा दुसरा प्राण आहे....'

'मग त्यानं जाण्याला विरोध केला, तर का बरं थांबत नाहीस?'

रत्नगर्भेच्या या प्रश्नावर एकलव्य काही न बोलता स्तब्ध राहिला. रत्नगर्भा बोलू लागली :

'कोणतीही गोष्ट आवश्यकतेप्रमाणे द्यावी, शंबरा. प्रेमसुद्धा. तुझं एकूवर निरपेक्ष प्रेम आहे. मातेपेक्षाही अधिक, हे मानते मी. प्रेमापोटी तुला जे दिसतं, ते व्यावहारिक सत्य. लाभहानीच्या काट्यावर जोखलेलं; पण, बाळा... आपल्या माणुसकीचे, आदर्श वागण्याचे मानदंड व्यावहारिक सत्याच्या कसोटीवर पारखता येत नाहीत.....'

बोलता बोलता रत्नगर्भा एकदम गप्प झाली.

काही काळ तिघंही आपापल्या विचारात मग्न राहिली.

अचानक एकलव्यानं शांततेचा भंग केला.

'माय... माझ्यावर रागावली नाहीस ना?'

'नाही, रे एकू! रागावणार कशासाठी? माता आहे मी, वत्सा, मातेला रागावण्याचा अधिकार असतोच कुठं? तिचा अधिकार फक्त क्षमा करण्याचा आणि ममता करण्याचा, ती ममताही शुद्ध... निरपेक्ष....'

'म्हणून तू त्याच्या निर्णयाला संमती दिलीस? पटला तुला हा निर्णय?' शंबरानं निराश स्वरात विचारलं; पण तरीही तो प्रयत्न सोडत नव्हता.

'निर्णय ज्याचा त्यानं घ्यावयाचा असतो. कारण त्याच्या परिणामांना त्यालाच तोंड द्यावं लागतं. प्रत्येकाला स्वतःचं बळ ठाऊक असतं ना? एकलव्य आपले निर्णय विचारानं घेईल, एवढी त्याची शक्ती व बुद्धी शिक्षित करणं हे माता म्हणून माझं काम... तेवढं मी चांगलं पार पाडलं आहे, असं मला वाटतं. त्याच्या निर्णयाविषयी शंका घेणं अयोग्य..'

'पण, माय... तुला या वयात आधार?....'

'तू नाहीस का? आणि, शंबरा... असे बाहेरचे आधार फारसे उपयोगी पडत

नाहीत. अशा आधारांनी अपाय होण्याची शक्यता असते. आधार हवा आपल्या मनाचा, स्वत:च्या विवेकाचा. तो.. तो नसता, तर... मी तरी आजवर....' अचानक ती बोलण्याची थांबली.

शंबर विस्मित होता. माता अनुमती देणार नाही, एकलव्याला आपल्या म्हणण्याप्रमाणं वागणं योग्य, असं माय सांगेल, असं त्याला वाटत होतं; पण.. आपल्या प्रिय पुत्राची प्राणाहुती व्यर्थपणे परक्यासाठी देणं तिला सहन होणार नाही, हा त्याचा होरा फसला होता.

मातेच्या या भूमिकेमुळं तो प्रथम चकित झाला. नंतर निराश झालेला. निराशेपोटी उत्तेजना व क्रोध आला. त्यामुळं आपण काय बोलतो, हे समजण्याआधीच त्याच्या तोंडून शब्द गेले,

'माताच आपल्या पुत्राचं अंध व निरर्थक बलिदान उघड्या डोळ्यांनी पाहते, नव्हे, त्याला ती पांठिबा देते, हे मात्र अकल्पित. आम्ही तर परकेच...'

'हे मात्र आंधळ्या प्रेमापोटी बोलतो आहेस, त्रागा केल्यानं, ते सत्य आहे, असं सिद्ध होतं का? वेड्या, मातेचं प्रेम देखील मर्यादेपेक्षा अधिक झालं, तर ते पुत्राला नकोसं होईल. आणि आंधळं प्रेम करू नये. ते आपल्या माणसांना पांगळं करील.' माता रत्नगर्भा जरा दटावणीच्या सुरात बोलली.

'पण पुत्राचे हितसंबंध?...'

'लहानपणी संभाळावे, बाळा. नंतर त्याच्या बाहूंत आपलं कार्य पूर्ण करण्याचं सामर्थ्य, मनात विवेकाची आणि बुद्धीत विचारांची शक्ती निर्माण करावी. संपलं मातेचं काम-शिवाय जर मातेची आज्ञा पुत्रानं पाळली नाही, तर...'

'असं होईलच कसं?...'

'शंबरा, मी विवाह करण्याची आज्ञा किती वेळ केली? तू किती पाळलीस?'

शंबराची चर्या काळवंडली. त्यानं मान खाली घातली.

'असो, बाळांनो. पुरे ही चर्चा. तुमची कर्तव्यं तुम्हांला दिसतातच. ती पूर्ण करण्यात देवी एकवीरा तुम्हांला साह्य करो...' मातेनं आशीर्वाद दिला.

दोघेही प्रणाम करून एकलव्याच्या कुटीकडे निघाले.

उषेबरोबर याविषयी बोलणं आवश्यक होतं.

'मला पोरक्याला सोडून... असाच एकाकी .. तू..' शंबराला भावावेगानं बोलणं अशक्य झालं.

'अरे,... तू पोरका? नाही, शंबरा, तू पोरका नाहीस. आपल्या माणसांना आपलं मन न समजणं हे खरं भीषण पोरकेपण. माणसांतलं हे एकाकीपण फार वाईट. आपल्या वाट्याला ते आलं नाही, हे केवढं महद्भाग्य! देवी एकवीरेची कृपाच!

'आणि, शंबरा. माता आहे, तिला मी येईतो तूच सांभाळायचं आहे ना?

सिंहनाद आहे. ज्ञातीचं काम आहे. साऱ्यांचं असीम प्रेम आहे तुझ्यावर. तरीही तू पोरका... अं... जाताना असलं काही बोलून मनाला घरं पाडू नको, रे...'

एकलव्याच्या या व्याकूळ शब्दांवर मात्र शंबर गप्प बसला. दोघेही वाट चालत होते; पण वाट जणू संपतच नव्हती.

●

३०

वेगात धावणारा घोडा एकदम थांबला आणि एकलव्याच्या मनातील विचारही! त्यानं दचकून सर्वत्र पाहिलं. सायंकाळ झाली होती.

त्याला प्रचंड कोलाहल ऐकू आला....

रथांची घरघर.... अश्वांच्या टापांचे आणि खिंकाळण्याचे ध्वनी.... हत्तींचा तुतारीसारखा उंच स्वर.... माणसांच्या किंकाळ्या.

तुमुल रणकंदन चालू असावं.

कुरुक्षेत्र... भीषण नरमेघाचं स्थान....

कौरव आणि पांडवांच्या व्यक्तिगत द्वेषासाठी आणि स्वार्थासाठी साऱ्या मानवतेचा मृत्यू होण्याचं क्षेत्र...

सायंकाळच्या सावल्या लांबत होत्या. सूर्य अस्ताचली जाण्याची जणू घाई करीत होता.

थकलेल्या अश्वाला सावकाशपणे चालवीत तो पुढं निघाला. अचानक एका उंचवट्यावर तो आला नि पुढचं सारं भीषण दृश्य त्याच्यापुढं एखाद्या चित्रासरखं दिसू लागलं.

उजव्या बाजूला शिबिरं होती. त्यानं अश्व तिकडे वळवला. शिबिरांच्याजवळ पोचला, त्याच वेळी त्याला तुतारीचा कर्णकटु स्वर ऐकू आला. त्या मागोमाग ढोलांचे आवाज घुमू लागले.

युद्ध बंद झाल्याची ती सूचना होती. सैनिक, रथी परत येऊ लागले होते, आहत सैनिकांना उचलून आणण्याचं दृश्यही क्वचितपणे दिसत होतं.

त्याच वेळी त्यानं पुढचं दृश्य पाहिलं आणि घृणेनं त्याचं मन भरून आलं.

फाटक्या, मळक्या वेशातील कित्येक जण त्या युद्धक्षेत्राकडे धावत होते.

पुढं जाण्यासाठी परस्परांना ढकलीत होते, ओढीत होते.. परस्परांवर ओरडत होते...

आर्य भाषेत इतके अर्वाच्य शब्द असल्याची जाण एकलव्याला प्रथमच होत होती.

प्रथम त्याला वाटलं, आहत व मृत सैनिकांचे इष्ट, सगे-सोयरे, आदी असावेत... पण त्यांच्या वेषभूषा, त्यांचे आविर्भाव आणि त्यांच्या हातांतील छोटी शस्त्रं पाहून त्याला बोध झाला... ते.. ते लोक मृतांवरील मूल्यवान वस्त्रालंकार

लुबाडण्यास जाणारे... हीन वृत्तीचे...

एकलव्याचं सर्वांग शहारलं, असंस्कृत म्हणून हेटाळल्या जाणाऱ्या निषादांत देखील असलं हीन कृत्य कोणी केलं नसतं, अरे रे...!

असल्या भीषण संकुल युद्धाचं ते पहिलंच दर्शन होतं. युद्धात केवळ माणूस मरत नाही, तर माणुसकीही मरते, याचं ते विदारक दर्शन एकलव्याचं हृदय चिरून गेलं.

युद्धभूमीवरून परत येणारे त्याला भेटत होते; पण त्याच्याकडे कोणी लक्ष देत नव्हतं. स्वतःला देखील नकळत त्यानं आपला अश्व द्रोणशिबिराकडे वळवला.

आचार्यांच्या शिबिराजवळ अश्व थांबवून तो खाली उतरला. पूर्वी पाहिलेला तोच वृद्ध प्रतिहारी त्या रिकाम्या शिबिर-द्वाराजवळ उभा होता.

'प्रतिहारी, अश्वत्थामा कुठं आहे!... तो'

प्रतिहारीनं आपले वृद्ध नेत्र एकलव्यावर रोखले. क्षणार्धात त्यांत ओळख दिसली.

'निषादराज एकलव्य..' तो उद्गारला आणि लगेच त्याच्या चर्येवर दुःखाचं सावट आलं. 'आपले... आपले आचार्य.. निषादराज..' पुढं कंठ रुद्ध झाल्यानं त्याच्या तोंडून शब्द निघेनासा झाला. मात्र नेत्रांतून अश्रू येऊ लागले.

अनेक वर्ष तो आचार्यांच्या सहवासात असावा...

एकलव्य शब्दही न बोलता पुढं झाला. त्या वृद्ध प्रतिहारीच्या कृश खांद्यावर हात ठेवून त्यानं हलकेच खांदा दाबला.

काही क्षण तसेच गेले. शब्दही बोलला गेला नाही; पण परस्परांना केवळ स्पर्शानं त्यांच्या भावना समजल्या होत्या.

'गुरुपुत्रं कुठ आहे? अश्वत्थामा कुठं आहे? तो या इथं नाही?' भावावेग कमी होताच एकलव्यानं भराभर प्रश्न केले. प्रतिहारीनं उत्तर देण्यापूर्वीच मागून स्वर उमटला. उद्दाम, काहीसा आक्रमक आणि .. अधिकारमदानं ओथंबलेला.. भरीव, घोगरा-

'कोणाला हवाय् गुरुपुत्र?'

क्षणभर एकलव्य स्थिर राहिला. असला स्वर.... एवढा उद्दाम आणि मत्त.. नाही हा द्रोणपुत्र नव्हे. ऋजु, प्रेमळ आणि उमद्या गुरुपुत्रात एवढं परिवर्तन होणं शक्य नव्हतं... त्याला अचानक गुरू मेघवर्णाचे शब्द आठवले.

'सहकाऱ्यातील दोष, गुणांपेक्षा अधिक संक्रामक आणि संसर्गजन्य असतात, एकलव्या...'

पण तरीही ... हे शक्य नव्हतं.

विचार करीतच तो मागं वळला.... मागे एक राजपुरुष उभा होता. अहंकारी, क्रूर आणि कपटी भाव दाखवणारे नेत्र... भरजरी कपडे; पण रक्तानं व धुळीनं माखलेले.. हा गुरुपुत्र नव्हे.... त्याच्या मनानं कौल दिला.

'मी हिरण्यधूचा पुत्र निषादनायक एकलव्य, आचार्यांच्या वधाची दुस्सह व क्रूर

वार्ता ऐकून आलो आहे..'

एकलव्याच्या शब्दांबरोबर त्या राजपुरुषाचे भाव पालटले. त्याच्या चर्येवर आदराचे व स्वागताचे भाव दिसू लागले.

'एकलव्य महाराज... आपलं स्वागत असो. निषादराज! आपल्या येण्यानं कुरुशिबिर धन्य झालं. अपरिचित असल्यानं आपल्याला ओळखलं नाही, याची क्षमा असावी, महाराज.' तो राजपुरुष बोलू लागला.

एकलव्य त्याच्याकडे एकटक पाहत होता. त्याचं भाषण औपचारिक आर्जवानं भरलं होतं; पण ते सारं कृत्रिम आहे, हे त्याला मनोमन जाणवत होतं.

'मी धृतराष्ट्रपुत्र दुःशासन. आपण कृपापूर्वक माझ्या रथात याल का? युवराज दुर्योधनांना आपल्या भेटीनं आनंद होईल. गुरुपुत्र अश्वत्थामाही तिथंच असण्याचा संभव अधिक आहे. तेव्हा....' पुन्हा तशाच नाटकीपणनं दुःशासन उद्गारला.

एकलव्यानं क्षणमात्र विचार केला. जाण्यानं त्याचा विशेष लाभ नसला, तरी हानीदेखील नव्हती. अकारण कुरुपुत्रांना दुखवायला नको, असा विचार करून तो निघाला.. पण आपल्या अश्वावरून.

काही क्षणांनी दुर्योधनानं केलेल्या हार्दिक स्वागतानं एकलव्य भारावून गेला. दुर्योधन श्रांत व दुःखी दिसत होता. त्याच्या पक्षाचे ज्येष्ठ व श्रेष्ठ वीर मृत्युमुखी पडत असल्यानं ते साहजिक होतं, तरी त्यानं केलेलं स्वागत हार्दिक होतं.

काही काळ तो दुर्योधनाशी बोलत राहिला. त्यानं द्रोणांच्या हत्येची ती लज्जास्पद कथा पुन्हा ऐकली. आचार्यांनी त्याला सांगितल्याप्रमाणे आपल्या साऱ्या दोषांचं, पापांचं मूल्य रक्तानं मोजलं होतं.

दुर्योधनाशी बोलत असता एक गोष्ट एकलव्याच्या ध्यानी आली होती. ज्या गोष्टीसाठी तो सारे बंध तोडून आला होता... ती.. गुरुद्रोह्यांना दण्ड देण्याची- साध्य होण्यासारखी नव्हती. निदान सहजसाध्य नव्हती.

त्याला कारण होते आर्यांचे युद्धनियम!

तो अश्वावरून आला असला, तरी 'पदाति' होता. अर्जुन तर 'महारथी'. त्याच्याशी युद्ध करणं हे अर्जुनाला कमीपणाचं होतं. असमान युद्ध होतं ते.

हे सारं ऐकून एकलव्याला मनोमन मौज वाटली. या संग्रामातील अमानुष क्रौर्य, वेळोवेळी होत असलेले कपट-प्रयोग.. आणि तरीही धर्मयुद्धाच्या बढाया ... दंभ...

ही दुटप्पी वागणूक म्हणजे संस्कृती? हा विध्वंस, हा कपटीपणा, हे क्रौर्य.....हीच संस्कृती, हाच धर्म.. असं असेल, तर देवी एकवीरा निषादांना असल्या संस्कृती आणि प्रगतीपासून दूर ठेवो, अशी त्यानं मनोमन प्रार्थना केली.

युवराज दुर्योधनानं याविषयी त्याचं साह्य घेण्याची आग्रहपूर्वक विनंती केली. श्रेष्ठ रथ व उत्कृष्ट सारथी घेण्याची विनंती एकलव्यानं मान्य केली; पण विश्रामकक्ष,

उपाहार भोजनादी सुविधा मात्र त्यानं विनम्रपणे नाकारल्या.

दुर्योधनाचं अनावश्यक आतिथ्याचं ऋण चढवून घेण्यास तो तयार नव्हता. कोणाचं अकारण उपकृत राहावं, या गोष्टीला त्याचं निषादमन सिद्ध नव्हतं.

गुरुदेवांच्या वास्तव्यानं पावन अशा द्रोणशिबिरातच तृणशय्येवर रात्र व्यतीत करण्याची अनुमती त्यानं युवराजांना मागितली. विस्मित दुर्योधनानं ती तात्काळ दिली व त्या ठिकाणी आवश्यक त्या सुविधा करण्यास सेवक पाठविले.

युवराजांनी केलेल्या बहुमानाचा अर्थ समजण्याइतका तो अनुभवी होता. कौरवांच्या स्वागताविषयी प्रशंसा करून साह्यासाठी धन्यवाद देऊन एकलव्य आचार्यांच्या शिबिराकडे परतला.

युवराज दुर्योधन व अन्य कुरुवीर विस्मित होऊन त्याच्याकडे पाहत होते. स्वाभिमानी असूनही विनम्र, सौजन्यपूर्ण, पण अलिप्त,अत्यंत शुद्ध व योग्य असा आर्यभाषेचा वापर... तो निषाद आहे, हे त्यांना स्वतःच्याच मनाला पुन्हा पुन्हा सांगावं लागत होतं.

संथ पावलं टाकीत एकलव्य आचार्यांच्या शिबिरात प्रवेशला. नित्याप्रमाणे मुक्तद्वार होतं तिथं.

दमलेला वृद्ध प्रतिहारी दुःख आणि झोपेला येऊन तिथंच कुठं तरी झोपला असावा.

विचारांच्या भरात तो भराभरा पुढं आला नि थबकला.

समोर एक व्यक्ती उभी होती. तिला पाहताच त्याचं सर्वांग काष्ठवत बधिर झालं.

समोर उभी होती माय, द्रोणपत्नी कृपी... ममतामयी माता कृपी....

पण.. पण नेत्रांतील वात्सल्याच्या जागी होता एक रिक्त भाव. त्यात खोल कुठं तरी वेदनेची, करुणेची चमक.....

चर्येवर, आविर्भावात ओसंडणारे अगतिक दुःख, सर्वस्व गमावलेल्या हताशतेचं मूर्तिमंत रूप....

'माते..' एकलव्यानं धडधडत्या काळजानं सादावलं.

कुठं तरी शून्यात दृष्टी लावलेली कृपी एखाद्या कळसूत्री बाहुलीप्रमाणे त्याच्याकडे न पाहताच बोलू लागली.

'बाळा अश्वत्थामा... तुझ्या भेटीसाठीच मी...'

'माते, मी एकलव्य... निषाद एकलव्य..'

'फार फार .. उशीर झाला, रे...' आपली दृष्टी त्याच्यावर एकाग्र करीत ती पुटपुटली.

एकलव्य विस्फारित नेत्रांनी पाहत होता. त्याची वाचाशक्ती जणू नष्ट झाली होती.

'एकू, तू मला भेटून गेला होतास. तुझ्या भेटीनं माझ्या मनीचं अपराधी भावनेचं शल्य काहीसं कमी झालं. तुझ्यावरील अन्यायाची बोच उरली; पण खंत कमी झाली. त्यविषयी तुझ्या आचार्यांशी बोलायचं राहूनच गेलं. तसं बरंच काही बोलायचं राहून गेलं. त्यामुळं.... या या अभागी कृपीच्या मुखदुर्बळपणामुळं ते.. ते सारी शल्यं मनी घेऊनच गेले. अस्वस्थ.. अशांत..' तिच्या त्या संथ स्वरातही आकाश भेदून जाणारं दुःख साकळून राहिलं होतं.

'नाही माते, आमची भेट युद्धाआधी झाली होती. मी... म... मी त्यांच्याशी बोललो होतो. ते शांत झाले होते. त्यांनी... त्यांनी आपली सर्व विद्या.. समंत्र विद्या...मी.. मला कृपापूर्वक दिली होती.'

कृपीनं एक दीर्घ निश्वास सोडला. दुःख निराशेनं भरलेला....

एकलव्याचं सर्वांग थरारलं.

'माते... माते.. आता तो विचार...'

'एकू, वेड्या, विचाराविना कुणाची सोबत आहे आता? आम्हांला सुख देण्यासाठी आचार्यांनी आपल्या स्वभावधर्माच्या विपरीत मार्ग स्वीकारला. आणि.. त्यांनी ... आमच्यासाठी आहुती दिली, रे....'

'माते, भूतकाळातील घटनांचा शोक केल्यानं....'

'भविष्यकाळ संपलेल्याचा भूतकाळच सांगाती असतो, बाळा. आणि तेवढंच करणं हाती उरलंय्. या अशक्त, बधिर मनाला भविष्यकाळाचा विचारही करणं झेपत नाही, सोसत नाही. आणि करून त्याचा उपयोगही काही नाही.'

तिच्या शब्दांतील निराशा एकलव्याचं हृदय भेदून जात होती.

'माय.. आता इथं कशी?'

'नियतीशी लढण्याचा अखेरचा यत्न करायला आलेय्.'

'म्हणजे? कोड्यात बोलतेस तू, माय.....!'

'नाही, वत्सा. मीच कोड्यात पडलेली एक दुबळी स्त्री. तुझे आचार्य आपल्या काल्पनिक ऋणाचं अन् त्यापायी घडलेल्या पातकांचं क्षालन स्वतःच्या रुधिरानं करून गेले. त्यांच्याशी काही बोलावं, मनीची गूजं सांगावी, ऐकावी, ही आस माझ्या मुखदुर्बळपणामुळं, भ्रामक मानदंडामुळं राहूनच गेली. आता निदान जीभ रेटून पुत्राशी बोलावं...'

'काय? काय बोलावं, माय?' एकलव्यानं अधीरपणं विचारलं. मायची इच्छा आपण पूर्ण करू... गुरुहत्येचा सूड.. पण तिच्या शब्दांनी ती उसळी जागीच थंडावली.

'पित्यानं दिलेल्या आत्माहुतीनंतर निदान पुत्रानं तरी मानाच्या, सूडाच्या, कर्तव्याच्या भ्रामक कल्पनांचं धुकं फाडून पार पाहावं. सत्य पारखावं... माणूस म्हणून जगावं, आपल्या वृत्ती- प्रवृत्तीशी प्रामाणिक राहावं... म्हणून, एकू...'

भावातिरेकानं कंठ अवरुद्ध झाल्यानं तिचा थरथरता स्वर थांबला. पण काही क्षणच.

'दोन्ही आधार गमावून मी कशी जगू?.. अनाथाचं जिणं जगून, अनुभवून... नाही.. म्हणूनच अटळ दिसणाऱ्या नियतीशी लढायला आलेय्. पुत्राला समजावायला.'

एकूला तिच्या मातृहृदयाचा वेदना उमगल्या.

'माते, अश्वत्थाम्याच्या केसालाही धक्का लागणार नाही.... मी...'

'एकू.. हा पौरुषाचा दंभ, की शौर्याचे..'

'काहीच नाही, माते- तुझ्या आशीर्वादाचं सामर्थ्य. उद्या युद्धाचं कारणच उरणार नाही.'

'म्हणजे?'

'अर्थ विचारू नकोस, माते; आणि अन्य कसलं वचन मागू नकोस, की आज्ञाही करू नकोस. कारण तुझा शब्द देवी एकवीरेसारखा पवित्र आणि अटळ आहे माझ्यासाठी.'

एकवार कृपीनं टक लावून अंधुक दिसणाऱ्या एकलव्याला निरखलं.

चर्येवर वयाच्या खुणा उमटल्या होत्या. मस्तकी मध्येच श्वेत ध्वजा दिसत होती; पण नेत्र मात्र तसेच भावदर्शी, तेजस्वी...

त्याचा निश्चय त्यांत प्रतिबिंबित झाला होता.

'वत्सा एकलव्या, तुझी कीर्ती त्रिभुवनात निष्कलंक राहो. अपकीर्त असं काही तुझ्या हातून न घडो...'

'बस्स, माते, याहून मोठं देणं प्रत्यक्ष ईश्वरही देऊ शकणार नाही.'

'येते मी, वत्सा. माझ्या चिंतेनं पुत्र मातुलगृही हस्तिनापुरी गेलाय् बहुधा. लगेच परतले, तर भेटेल कदाचित. पाहते. दिगंतकीर्त भव. वत्स.'

आशीर्वाद उच्चारून त्वरेनं एकवारही मागे न पाहता ती शिबिराबाहेर निघाली.

●

३१

सूर्योदय होऊन एक घटिका झाली होती. एकलव्य सूर्योदयापूर्वी उठला होता. आपली दैनंदिन कर्मे उरकून, फलाहार करून, तो सिद्ध होऊन आचार्यांच्या रिक्त शिबिरात बसला होता.

अत्यंत एकाग्र चित्तानं त्यानं आपल्या मातेचं, देवी एकवीरेचं चिंतन करून त्यांना मनोमन प्रणाम केला. नंतर गुरूचं ध्यान केलं. त्यांच्या आसनाला विनम्रपणे प्रणाम केला.

साऱ्या सुहृदांचं स्मरण केलं व नंतर आपली शस्त्र पारखली.

त्याच वेळी रणदुंदुभी वाजू लागल्या. शंखनाद ऐकू येऊ लागले. रथांची धडधड, अश्वांच्या सारथ्यांचे स्वर.. शांततेला वेगवेगळे चरे जाऊ लागले.

एकलव्य आपल्या शिबिरातून बाहेर आला. त्याच वेळी एक रथ धडाडत शिबिरापुढं येऊन थांबला.

त्या रथातून एक व्यक्ती चपळाईनं खाली उतरली, झपझप पावलं टाकीत पुढं येऊ लागली.

एकलव्याची दृष्टी त्या येणाऱ्या व्यक्तीच्या नेत्रांना भिडली. ते काळेभोर, टपोरे, तेजस्वी नेत्र.. त्यांतील बावरल्यासारखी वृत्ती, खोल असणारी विषादाची छटा... एकलव्याला लगेच ओळख पटली.

'अश्वत्थामा.. सुहृदा..' एकलव्यानं बाहू पसरले. तीन तपांहून अधिक काळ लोटला होता. त्यांची पहिली स्नेहभेट दोघांनाही आठवली असावी.

नेत्रांतील गंगा-यमुनांनी ते परस्परांना भिजवून टाकीत होते.

एकही शब्द न बोलता दोघेही विलग झाले. तिथं शब्दांची आवश्यकताच नव्हती.

अश्वत्थाम्याच्या दृष्टीत एक कृतज्ञतेचा आणि धन्यवादाचा भाव असावा, असा भास एकलव्याला झाला; पण तो काही बोलला नाही.

त्याच क्षणी एक रथ येऊन तिथं थांबला.

अश्वत्थाम्यानं एकलव्याचे दोन्ही हात हाती घेतले होते, ते दाबून एक शब्दही न बोलता तो गर्रकन मागं वळला, रथात बसून निघून गेला.

सारथी-वेषातील एक व्यक्ती त्याच्यापुढं आली. त्यानं एकलव्याला अभिवादन केलं, त्याचं शुभचिंतन केलं. एकलव्यानं सौजन्यपूर्वक त्याचा स्वीकार केला.

सारथ्यानं त्याच्यासाठी आणलेला रथ त्याला दाखविला. रथ अप्रतिम होता.

त्यात शस्त्र देखील ठेवली होती.

त्यानं सारथ्याकडे चौकशी केली.

अंगराज कर्ण सध्या कुरुसेनानी होता. त्यानंच रथ आणि सारथी निवडून पाठविले होते. स्वतःच्या पारखीनं. रथ रिक्त पाठवणं अयोग्य, म्हणून शस्त्रास्त्रं ठेवली होती.

'एकलव्य महाराज...' सारथी घोडा घुटमळला. एकलव्याच्या आश्वस्त दृष्टीनं जणू धीर येऊन तो पुढं बोलू लागला.

'अंगराज कर्णांनी आपल्याला अभिवादनपूर्वक स्नेहभेट पाठविली आहे. स्वतः करवून घेतलेलं आणि पारखलेलं धनुष्य.. वीराला अन्य भेटीचा काय उपयोग असं ते म्हणाले. तेव्हा आपण याचा स्वीकार करावा, अशी विनम्र प्रार्थनाही त्यांनी आपल्यासाठी मी करावी, असं मला सांगितलं आहे. सेनापती असल्यानं प्रत्यक्ष उपस्थित होणं अशक्य आहे, यासाठी क्षमायाचनाही केली आहे.'

एकलव्य सारथ्याच्या बोलण्यानं विस्मित झाला. कर्णाचं सौजन्य, त्यानं एकलव्याच्या शौर्याचा केलेला सहज गौरव.. सारंच अकल्पित होतं.

कर्णाची व त्याची फक्त एकदाच भेट-तीही केवळ दृष्टिभेट झाली होती. लहानपणी.. गुरू द्रोणांच्या आश्रमात... तरीही कर्णानं दाखवलेलं मनाचं मोठेपण एकलव्याच्या दृष्टीनं अत्यंत मोलाचं होतं.

कर्णानं केवळ सेनापतीचं कर्तव्य म्हणून केलेलं हे औपचारिक सौहार्द नव्हतं. एकलव्याच्या एक योद्धा आणि व्यक्ती म्हणून असलेल्या थोरपणाचा तो मनमोकळा गौरव होता.

दानी कर्णाकडे इतरांचं मोठेपण ओळखण्याचा व ते देण्याचा मनमोकळेपणा होता.

एकलव्यानं रथात चढून धनुष्य पारखलं. लांबी, वजन, तोल, ताण... सर्वच बाबतीत ते अगदी उत्कृष्ट होतं.... आदर्श व हवंसं वाटवं, असं धनुष्य..

'अत्यंत श्रेष्ठ!... महान धनुर्धराकडून झालेली तशीच महान भेट. महारथी अन् थोर धनुर्धराकडून असली उचित भेट मला यावी... माझं परमभाग्य आहे हे!... अंगराज कर्ण महाराजांचा मी अत्यंत ऋणी आहे.'

एकलव्याचे हे शब्द ऐकताच सारथ्यानं एक दृष्टिक्षेप त्याच्याकडे टाकला. तेही साहजिक होतं. एका अनार्याच्या तोंडून इतकी स्वच्छ, आर्जवी आणि आघातरहित भाषा, तीही आर्यभाषा-ऐकणारे असेच चकित होत.

'बा सारथ्या, तुला एका अनार्याचं सारथ्य करण्यात कमीपणा तर वाटत नाही?' एकलव्यानं मृदु शब्दांत प्रश्न केला.

'महाराज, सारथ्य हा आमचा जातिव्यवसाय आहे. पण कर्णमहाराज, आपल्या शौर्याचं, धैर्याचं, निष्ठेचं आणि राज्यकौशल्याचं थोरपण मानतात. इतकंच नव्हे,

तर आज आपण सेनापती नसतो, तर निषादराजाचं सारथ्यही केलं असतं, असा आपला गौरव करतात. तेव्हा आपलं सारथ्य हा माझा जन्म सफल व्हायचा योग आहे, असं मला वाटतं.' सारथी मनापासून उद्गारला.

त्याच्या विनम्र उत्तरावर एकलव्य प्रसन्न झाला.

'सूतश्रेष्ठा, महारथी कर्णाला शस्त्रांचीच नव्हे, तर माणसांचीही पारख उत्तम आहे, असं दिसतं. असो, अर्जुन अगर अन्य कोणत्याही गुरुघातक्याकडे घेऊन चल. तुला त्यांचे रथ, ध्वजा परिचित असतीलच, शक्य त्या त्वरेनं आपण त्यांना गाठू...' एकलव्यानं मधुर स्वरात सांगितलं.

सारथ्यानं ताबडतोब रथ रणमध्याकडे नेण्यास सुरुवात केली. वेगवान हालचाली होत असता, रथातून आपला तोल सावरीत कशा प्रकारे शरसंधान करावं, याविषयी एकलव्य चिंतन करू लागला.

उगवत्या सूर्याची ध्वजा असणारा, अधिक चपळ, वेगवान् हालचाल करणाऱ्या घोड्यांचा रथ अनेक पाण्डव पक्षीयांनी येत असता पाहिला. आत अनार्य असल्याचं पाहिलं. अनेकजण कुतूहलानं पुढं सरसावले... काही जण सोपं लक्ष्य मिळालं, म्हणून धावले.

एकदम तिन्ही दिशांनी एकलव्याच्या अंगावर रथी, पदाती, आदी धावून आले...

एकलव्याचा सारथी त्यांना टाळून रथ पुढं घेण्याचा यत्न करू लागला....

पण...

'थांबावं, सूतश्रेष्ठा...'

एकलव्याचे शब्द संपण्यापूर्वीच त्याच्या धनुष्यातून शरवर्षाव सुरू झाला. अवघ्या काही पळांतच तिथं हाहाकार माजला. सर्वांची धावपळ सुरू झाली, एकलव्यापासून दूर जाण्यासाठी!

अनेक पदाती, अश्वारूढ व रथी दिव्यावर झेप घेणाऱ्या कीटकांप्रमाणे एकलव्यावर चालून येत आणि अल्पावधीत पळ काढीत किंवा मरून पडत.

हा कृष्णवर्णीय अनार्य नसून प्रत्यक्ष कृतांतकाळच कौरवांच्या साह्यास आल्याचं बोललं जाऊ लागलं.

एकलव्याला अन्य कोणाशी युद्धाची इच्छा नव्हती. आपली कर्तव्यपूर्ती करण्याची संधी तो शोधत होता. प्रथम त्यानं मध्ये आडव्या येणाऱ्या बाधा टाळण्याच्या सूचना सारथ्याला दिल्या. पण त्यामुळं परिणाम उलट झाला. तो भ्याड असल्याचा समज होऊन अधिक अधिक योद्धे लढण्यास येऊ लागले.

पाण्डवांच्या वा द्रुपदपुत्रांच्या शोधात फिरणाऱ्या एकलव्याला मध्येच आडवे येणारे योद्धे संत्रस्त व संतप्त करू लागले. त्यामुळं तो अशा योद्ध्यांना क्षणाचीही उसंत न देता अर्धमृत व मृतावस्थेत मागे टाकीत निघाला.

'तो उजवीकडे दिसतो आहे, तो ध्वज कोणाचा?' एकलव्यानं सारथ्यास विचारलं.

'पंडुपुत्रांचा, महाराज....'

'तिकडे जाऊ आपण.'

एकलव्याचा रथ वेगात निघाला.

तो कोणी वीर योद्धा असावा. तिथं कुरुसेनेत हाहाकार उडाला होता. एकलव्याचा रथ तिथं पोचला आणि काही पळांत स्थिती पालटली. पाव घटकेत तिथल्या सर्व पाण्डव-सेनेचा नि:पात झाला होता. हा... हा अनार्य एकाच वेळी अनेक रूपं घेऊन लढतो का, असा पांडवपक्षीयांचा समज झाला. इतक्या त्याच्या हालचाली चपळ होत्या.

आता एकलव्याच्या झपाट्यात सापडला होता चौथा पांडव... नकुल.

एकव्याकडून भराभर बाण येत होते. त्या बाणांनी त्यानं सारथी एका ज़ागी जखडला. डोळ्याचं पातं लवण्यापूर्वीच एकलव्याचे बाण येत. नकुल पार भांबावून गेला होता.

'पण्डुपुत्रा, मी तुझी हत्या करणार नाही. पोरांशी युद्ध करून त्यांना मृत अगर पराभूत करण्याचं थोर शौर्य दाखवणं हा माझा उद्देश नाही. तेव्हा तू आश्वस्त हो...'

'सूता,... रथ वळवण्याचा पुन्हा यत्न केलास, तर तुला ठार करणं मला मला भाग पडेल.

'पण्डुपुत्रा, तुम्ही कपटानं पितृतुल्य गुरूचा वध केलात. असत्य भाषणानं धर्मराज म्हणवणाऱ्या तुझ्या ज्येष्ठ भावानं त्याला मदत केली. त्या असत्यभाषी ज्येष्ठाला, अर्जुनाला आणि त्या गुरुघातकी द्रुपदपुत्राला देहान्तशासन देण्याची माझी प्रतिज्ञा आहे.

'तू रथातून खाली उतर. आपलं उत्तरीय, तो मुकुट, सारी शस्त्रं रथात ठेव आणि पराभूत म्हणून पायी परत जा. मी एकलव्य आपल्याहून कमी प्रतीच्या योद्ध्याशी लढत नाही. जा... त्या गुरुद्रोह्यांना सांग, वृद्ध, शस्त्रहीन आणि दु:खी गुरूचा घात करणाऱ्या नीचांनो, पौरुष असेल, तर या! एकलव्याला सामोरे या...'

नकुल रथातून उतरून पराभूताच्या लज्जित अवस्थेत मागे परतू लागला. पाण्डवपक्षाच्या अन्य रथीनं त्याला आपल्या रथातून मागं नेलं. त्याचा रथ शस्त्रांसह एकलव्यानं आपल्या सैनिकांसमवेत कौरवांच्या शिबिराकडे पाठवला.

या युद्धात फक्त एकच बाण एकलव्यानं नकुलावर मारला होता.... त्याचा घाव अल्प असला, तरी अत्यंत वेदनामय व्हावा, अशीच त्याची योजना होती.

त्यानंतर दोन प्रहरपर्यंत एकलव्य कुरुक्षेत्राच्या पश्चिमोत्तर भागावर सूर्यासारखा

तळपत होता.

त्याचं उद्दिष्ट हळूहळू सर्वज्ञात होऊ लागल्यानं, सामान्य सैनिक त्याला मार्ग देत. क्वचित काही आपल्या शौर्याच्या अभिमानानं त्याच्याशी युद्ध करीत आणि मृत्यू पत्करीत.

तिसरा प्रहर सुरू होण्याच्या सुमारास तिन्ही दिशांनी काही रथ आपल्याला घेरण्याचा प्रयत्न करीत असल्याचं त्याला जाणवलं आणि त्यानं सारथ्याला सूचना दिली.

एकलव्याच्या सारथ्यानं अतिशय कौशल्यानं काही चक्राकार हालचाली केल्या. येणारे रथी गोंधळले असावेत.

एकलव्याचा रथ त्यानं अशा ठिकाणी आणून उभा केला, की सारे समोरच्याच दिशेला आले. त्यांतील एका रथात एक बलिष्ठ व भव्य पुरुष बसला होता.

'अरे, या हंसांच्या युद्धात हा कावळा कुठून आला?' त्यानं मोठ्यानं म्हटलं.

'वृकोदर भीम...' एकलव्याचा सारथी पुटपुटला.

एकलव्यानं भीमाच्या अपमानाचं उत्तर शब्दांऐवजी बाणांनी दिलं. एका बाणानं त्याचा ध्वज छेदला. दुसऱ्या तीन बाणांनी त्याचा सारथी जागीच खिळवून ठेवला. आणखी दोन बाण मारून रथही जागीच स्थिर केला. रथाच्या आसात मारलेल्या बाणामुळं रथ मुळीच हलणार नव्हता.

तेवढ्या अवधीत भीमानं फक्त दोन बाण धनुष्याला लावून सोडले होते, तेही एकलव्यानं मध्यात तोडले होते.

त्यानंतर संतप्त भीमानं एकलव्यावर शरवर्षाव केला, पण एकलव्याचं धनुर्विद्येतील कौशल्य फार श्रेष्ठ असल्यानं सारे बाण तो मध्येच छेदत होता.

मध्येच त्यानं एक बाण जरा वेगळी उंची देऊन सोडला... त्या बाणानं झेप घेतली आणि डोळ्याची पापणी सावरण्यापूर्वीच भीमाच्या धनुष्याची प्रत्यंचा तोडली....

ताण गेल्यानं ते भव्य धनुष्य सरळ झालं. जोरानं मागे येणाऱ्या धनुष्यामुळं योद्ध्याचा तोल गेला. तो स्वतःला सावरण्यापूर्वीच एकलव्यानं त्याचा मुकुट उडवला.

पण भीम सामान्य योद्धा नव्हता. त्वरित स्वतःला सावरून त्यानं जवळची गदा उचलली. आपल्या हातात ती भव्य गदा तो तोलणार, तोच सणसणत दोन बाण आले.

एक बाण भीमाच्या बाहूत घुसला. त्याच वेळी दुसरा बाण गदेच्या गोळ्यावर वेगात आदळला. त्या बाणाचा वेग, त्यामागील शक्ती, त्यानं अचूक साधलेली वेळ यांमुळं भीमांची गदा त्याच्या हातून उडाली. इतकंच नव्हे, तर तो देखील तोल जाऊन मागे कोसळला.

एकलव्यानं खणखणीत स्वरात बोलण्यास सुरुवात केली.

'सूता... अरे, हा कुठला डुक्कर तू आपल्या रथातून आणला आहेस? आम्ही मृगयाजीवी निषाद खरे! पण वस्तीशेजारी असणाऱ्या अनुचित भक्षण करणाऱ्या डुकरांची मृगया करीत नाही....'

एकलव्याच्या या शब्दांवर कुरुसैनिक खदखदा हसले. तर पाण्डव-सैनिकांची तोंडं काळवंडली. अभूतपूर्व युद्ध होईल, या कल्पनेनं ते युद्ध पाहणाऱ्यांची वेगळ्या प्रकारे करमणूक झाली.

संतप्त भीम ताडकन् उठला.

'अरे अनार्या... मी.. मी तुला...'

'काहीही करू शकणार नाहीस. मेदवृद्धीमुळं युद्धकौशल्य येतं, असं कोणी सांगितलं तुला? अरे, लहान मुलांना भयभीत करण्यापुरताच तुझा उपयोग...'

'मी... मला.. या भीमाला...'

'अस्सं.. तूच वाचाळ, खादाड आणि मठ्ठ भीम तर!... आणि तू इथं कुठं? पाकशाळेत खादाडी करण्याचं सोडून इथं? जा.. बाळा.. तुझ्यासारख्या भोजनभाऊनं पाकशाळेपासून फार दूर येऊ नये.. जा, एखादा लहान मुलगा पाहून त्याला शौर्याचं प्रात्यक्षिक दाखव... किंवा पशू पाहा...'

एकलव्याच्या स्वरात झोंबरा उपहास होता. त्याच्या प्रत्येक वाक्याला प्रचंड हास्याचा प्रतिसाद मिळत होता.

भीम क्रोधानं तप्त तांब्यासारखा दिसत होता. अत्यंत संताप आणि लज्जा यांमुळं त्याच्या तोंडून शब्दही फुटणं अवघड झालं होतं.

'उद्धट निषादा .. बघ ... बघ तर माझं कर्तृत्व!.....' असं अडखळत, पण जोरानं ओरडून भीमानं दुसरं धनुष्य उचललं आणि तो भराभर शरवृष्टी करू लागला.

त्याच वेळी आणखी चार-पाच रथी हलकेच एकलव्याच्या डाव्या अंगानं सरकू लागले.

एकलव्याचं सारं लक्ष भीमावर केंद्रित झाल्याचा भास होत असल्यानं, उजव्या दिशेचा रथी जरा अधिक लगट करून आला. एकलव्यावर शरसंधान करण्यासाठी त्यानं धनुष्याला बाण लावला.

... भीमाच्या दिशेनं शरवर्षाव करणाऱ्या एका बाणानं केव्हा व कशी दिशा बदलली, कोणाला समजलंच नाही; पण बाण वेगात जाऊन उजव्या दिशेच्या धनुर्धराच्या कंठात घुसला. त्या धनुर्धराचा बाण एकलव्याच्या रथात घुसला.

इकडे भीमाला एखाद्या लहान मुलाला खेळविल्याप्रमाणे एकलव्य करीत होता... त्याच वेळी त्याचे अमोघ बाण मृत्युदूत होऊन अन्य रथींचे वेध घेत होते....

एकलव्य आपल्याला खेळवीत आहे, हे ध्यानी आल्यानं भीम संतप्त होऊन,

दात-ओठ खाऊन एकलव्यावर शरवर्षाव करीत होता.

एक रथी शस्त्रहीन होऊन पळाला, अन्य चार मृत झाले आणि आपलं लक्ष्य भीमावर केंद्रित करण्यास एकलव्य मुक्त झाला.

हळूहळू तिथं आलेल्या अनेक वीरांनी भीम व एकलव्याभोवती एक कडं केलं. लंबवर्तुळाकार जागेत त्यांना युद्ध कौशल्य दाखवता येत होतं.

एकलव्याच्या कौशल्यामुळं एकही बाण त्याच्या रथापर्यंत पोचत नव्हता. भीमाचे बाण तो मध्येच छेदत होता. एकामागून एक धनुष्य तोडत होता.

शेवटी अतिशय संतप्त अशा भीमानं आपली गदा घेऊन रथाखाली उडी घेतली आणि आवेगानं तो एकलव्याकडे धावला.

गरगरा फिरणारे लाला नेत्र, संतापानं विकृत चेहरा, करकरा दात-ओठ खात, गदा फिरवत येणारा भीम प्रत्यक्ष यमाप्रमाणे दिसत होता.

कुरुवीरांची हृदयं थरथरली...

भीमाच्या चर्येवर क्रोध होता. हालचालींत आवेश होता. कृतनिश्चय होऊन तो पुढं धावत होता.

एकलव्यानं भराभरा तीन बाण सोडले. एक भीमाच्या खांद्यात... दुसरा... गदेच्या मुठीजवळ.. आणि तिसऱ्या बाणानं ती गदा हातातून उडाली.

'भीमा, तुला मारणं हे अगदी सोपं आहे. आता मी तुला ठार मारलं नाही. कारण तू गदाधारी व मी धनुर्धारी. विषम शस्त्राचा वापर करून विजय मिळवायला मी आर्य.... पंडुपुत्र नाही.'

एकलव्याच्या बोलांनी भीमाचं सर्व अंग थरथरलं.

'तुझी मृगया मी सहजपणे केली असती. पण सिंह सूकराशी युद्ध करीत नाही. तू... माझ्या अल्पवयीन कोवळ्या पुत्राची-केतुमानाची -हत्या केलीस. मी हिरण्यधनूचा पुत्र एकलव्य. पुत्रहत्येचा सूड घ्यायचा, तर मी तो घेतला असता.

पण तुझ्यासारख्या क्षुद्रावर कसला घ्यायचा सूड...?'

भीम एकलव्याचे बोल ऐकत होता. अपमान व लज्जा यांमुळं त्याची चर्या पांढरी पडली होती.

'सूड ही एक क्षुद्रभावना आहे. असल्या क्षुद्र हेतूनं मी माझं शौर्य आणि सत्त्व कलंकित करू इच्छीत नाही. मी आलोय, केवळ प्राप्त कर्तव्य पूर्ण करण्यासाठी! गुरुघातक्यांना देहदण्ड देण्यासाठी!

'तुझा असत्यभाषी, अधर्मी ज्येष्ठ बंधू, या पापाला पाठीशी घालणारा गुरुदेवांचा प्रियतम शिष्य, तुझा कनिष्ठ बंधू... आणि तो क्रूर पशू ज्यानं नि:शस्त्र वृद्धावर शस्त्र चालवलं, तो द्रुपदपुत्र....

भीमानं जराशी हालचाल केली.

'थांब, भीमा, जागचा हलू नकोस. तुला मी मृत्यू देणार नाही, पण अपंग करू शकेन.'

एकलव्य शान्त स्वरात बोलत होता. त्याच्या मंद पण ठाम स्वरात राग नव्हता, की प्रौढी नव्हती. स्पष्ट व मोठ्यानं तो बोलत होता.

भीमाला, भूमी आपल्या पोटात घेईल, तर बरं, असं झालं होतं. तो जागच्या जागी चुळबुळत हाता; पण काही हालचाल करण्याचं धैर्य त्याला होत नव्हतं. अद्यापही कुत्र्याचं तोंड बंद करण्याचा तो वनातील प्रसंग त्याच्या ध्यानात होता.

खांद्यातील असह्य वेदना तो अत्यंत धीरानं सोसत होता आणि एकलव्याचे शब्दबाण अगतिकपणे ऐकत होता.

'भीमा, क्रोधाचं मूल्य दुःखानं द्यावं लागतं. पुत्रमरणाचं दुःख मलाही आहेच. कोणाच्याही मृत्यूचे, अकाल मृत्यूचे परिणाम त्याच्या आत्मीय जनांवर किती व कसे होतात, हे मी पाह्यलं आहे. म्हणूनच... एका पत्नीला, एका मातेला दुःखी करू नये, म्हणून मी तुझा वध करीत नाही.

'अरे, वनात वाघाला अंगावर घेऊन मृगया करतो आम्ही.. तुझ्यासारख्याला काय मारायचं ? समान योद्ध्याशी लढावं, हा पुरुषार्थ- त्यातील विजय भूषणावह. तुझ्यासारख्या खादाड, वाचाळ मठ्ठाशी काय लढायचं?

'व्यक्तिगत कारणानं मी युद्धात उतरलो नाही. नाही तर तू कधीच मृत झाला असतास. पुरुषार्थी योद्ध्याला पराभूताचं जिणं हे मराणाहून क्लेशकारक असतं. अर्थात ते खऱ्या वीराला, लहान मुलावर व वृद्ध निर्बळावर शौर्य गाजवणाऱ्या तुला त्याचं काय म्हणा!

'जा.... मी तुला जिवंत सोडतो आहे. मरेपर्यंत तू हे ध्यानी ठेव, की एका निषादानं, एका अनार्यानं तुला जीवदान दिलं. का? तू योद्धा नाहीस, म्हणून. ज्याच्या पुत्राच्या मृत्यूला तू कारण झालास, त्यानं तुला जीवदान दिलं. तू केवळ बरोबरीचा वीर नाहीस म्हणून...

'भीमा, तुझ्या दोघां नीच कपटी बंधूंपैकी कोणाचं धैर्य असेल, स्वतःला ते वीर म्हणवत असतील, तर या... निषादपुत्र अनार्य एकलव्याचं आव्हान स्वीकारा.'

'जा, भीमा.. अद्याप माझ्या क्रोधानं विवेकावर मात केली नाही, तोवर जा. चालता हो माझ्या पुढून! पुन्हा कधीही माझ्या दृष्टीसमोर येऊ नकोस. गावठी डुकराची मृगया करीत नसलो, तरी...'

एकलव्याच्या स्वरातील तिरस्कार, त्यानं आपल्याविषयी दाखवलेली तुच्छता ही त्याच्या बाणाहून अधिक वेदनामय आणि मर्मभेदक होती.

खाली मान घालून भीम मागं वळला. पाय ओढीत जाणारी भीमाची मूर्ती विलक्षण केविलवाणी दिसत होती. भीमाची अवस्था इतकी करुण होती, की

कौरव-सेनेतदेखील कोणी त्याला हसलं नाही.

'निषादराज... तुमचं सारथ्य केलं, याची मला मरेपर्यंत धन्यताच वाटेल. माझं मोठं भाग्य, की आपला हा सहवास लाभला....' एकलव्याचा सारथी हळूच उद्गारला.

'सूतश्रेष्ठा, तू .. तुझं सारथ्य-कौशल्य श्रेष्ठ आहेच; पण तुझं - तुझं चातुर्य... तुझी सुसंस्कृतता... नाही.. हे श्रेष्ठा, कोण आहेस खरोखरीचा..' एकलव्य शंकित झाला होता....

'मी.. मी खरोखर सूतकुळीन आहे...'

'नाही, मित्रा... ही सुसंस्कृत वृत्ती.. सामान्य सूतकुळातील नाही...'

'मी... सूतश्रेष्ठ अधिरथाचा कनिष्ठ पुत्र. कर्णाचा कनिष्ठ भ्राता....'

'काय? धन्य तो राधेय कर्ण... केवढं ऋण हे त्याचं...'

'नाही, निषादराज, उलट आपल्यासारख्या विचारी, संयमी वीरश्रेष्ठांचं सारथ्य...'

'पुरे, मित्रा, पुरे. केवळ अंगराज कर्णाचा भाऊ म्हणून नव्हे, तर एक विचारी श्रेष्ठ आर्य आहेस. तुझा स्नेह लाभला, एकवीरेची महान कृपा.. चल, जिथं घनघोर युद्ध असेल, तिथं रथ घे...' एकलव्यानं सांगितलं

-आणि दिग्विजयाला निघालेल्या सूर्याप्रमाणे एकलव्याचा रथ रणांगणावर सर्वदूर संचार करू लागला.

●

३२

तिसरा प्रहर अर्ध्याहून अधिक उलटून गेला होता. कुरुक्षेत्रावर घनघोर लढाई होत होती. सूर्यनारायण तिरक्या नेत्रांनी ती लढाई पाहत होते.

रोजचा हा अकारण आणि निरर्थक नरमेध पाहून त्यांनाही कंटाळा असावा.

एकलव्य सकाळपासून या रणमैदानावर साक्षात मृत्यू होऊन वावरत होता. त्याच वेळी त्याला झळाळणारा एक रथ पश्चिमेकडून येत असता दिसला. तो रथही त्याच्या दिशेनं वेगानं येत होता. एकलव्यानं सारथ्याचं लक्ष तिकडे वेधलं....

'एकलव्यमहाराज.. तो.. तो अर्जुनाचा रथ!' सारथी हळूच म्हणाला.

'महाराज, नाही, मित्रा, केवळ एकलव्य! आता पाहू तुझं कौशल्य... रथ असा घे, की अर्जुनास दक्षिणाभिमुख होऊन सामोरा आलो पाहिजे. तो पूर्वेकडे तोंड करून येतो आहे. काही काळात सूर्यकिरण डोळ्यांवर येऊ लागतील..'

एकलव्यानं अर्जुनाच्या युद्धाच्या डावांतील पहिला डाव तरी नेमका हेरला होता.

रथ चक्राकार वळणं घेत पुढं निघाला, भराभर... वेगानं जाणाऱ्या रथाला इतर वाट करून देत होते.

अवघ्या काही क्षणांत एकलव्याचा रथ अर्जुनाच्या उजव्या दिशेला आला. अर्जुनाला रथ उजवीकडे वळवणं भाग पडलं.

आता दोघेही योद्धे परस्परांसमोर होते. एकमेकांना न्याहळीत होते.

'रे निषादा, मी पण्डुपुत्र अर्जुन, तुझ्या बढाया ऐकून, तुझा गर्व हरण करण्यासाठी आलो आहे. अनार्या... धर्नुविद्येतील तुझा अभिमान मी धुळीस मिळवितो....'

एकलव्यानं त्याला शब्दानं उत्तर दिलंच नाही. डोळ्याचं पातं लवण्यापूर्वीच त्यानं एक बाण धनुष्याला लावून सोडला होता.

बाण सणसणत गेला. अर्जुनानं रथाच्या एका स्तंभाला धरलं होतं. त्याच्या हाताजवळ स्तंभामध्ये खचकन् घुसून तो बाण थरथरत राहिला. अर्जुनानं चटकन् आपला हात अभावितपणे काढून मागे घेतला. एकलव्य मोठ्यानं हसला.

आपण शब्दाहून कृतीला महत्त्व देतो, हे त्यानं सहजपणे दर्शविलं होतं. एकलव्याचं हे उत्तर अर्जुनाला अतिशय झोंबलं.

'अरे, अनार्या..... असले हस्तकौशल्याचे पोरखेळ करून तू काय साधणार?

तुला आपण धनुर्धर... रथी झाल्याचं स्वप्न पडू लागलं आहे, असं दिसतं, रथात बसल्यानं कोणी रथी होत नाही, की धनुष्य धरल्यानं धनुर्धर होत नाही. केवळ गरुडाची पिसं लावल्यानं डोमकावळ्याचा गरुड होत नाही....!'

आता मात्र एकलव्याला शांत राहवलं नाही.

'अरे, गुरुघातक्या, तू मला धनुर्विद्येविषयी सांगतो आहेस? वृद्ध योद्ध्यांना देखील कपटप्रयोगानं जिंकणारा तू.. स्वत:च्या वृद्ध पितामहांना शिखंडीआडून शरसंधान करणारा तू... तू धनुर्धर? ज्या गुरूनं मायेच्या ममतेनं तुला विद्या दिली, ज्यानं तुला पशूत्वाकडून मनुष्यत्वाकडे नेलं, त्या गुरूला कपटानं मारण्यात सहभागी असणारा तू... तू.. योद्धा...?' एकलव्य विकट हसला.

'पंडुपुत्रा, दूध पिऊन ते घालणाऱ्या हाताला डसण्याची सर्पवृत्ती प्रकट केली आहेस तू! तू शौर्याच्या गोष्टी बोलाव्या? तुझ्यासारख्या गुरुघातक्याचं तोंडदेखील पाहू नये. केवळ गुरुद्रोह्यांना दण्ड देण्याचं प्राप्त कर्तव्य करण्यास मी आलोय्. अन्यथा तुझं तोंड पाहण्याचा कुयोग मी येऊ दिला नसता....' एकलव्याच्या स्वरात व शब्दांतही तिरस्कार होता.

एकलव्याच्या शब्दांतील दाहक सत्य आणि प्रखर घृणा यांचा घोर परिणाम अर्जुनावर झाला. अर्जुन थरथर कापू लागला. हातीचं भव्य धनुष्य गळून पडतं काय, असं वाटू लागलं. मर्माघात झाल्याप्रमाणे मुद्रा पांढरी पडली.

त्याच वेळी अर्जुनाचं सारथ्य करणारा कृष्ण हलक्या स्वरात काही तरी बोलला.

कृष्णाचे शब्द ऐकून अर्जुन सावरला. त्यानं आपलं धनुष्य पेललं आणि तो शरसंधान करू लागला. त्याच वेळी उभयवीर परस्परांवर शब्दांचे आघातही करीत होते.

'अरे क्षुद्र अनार्या... लांब जीभ करून वेदान्त सांगणाऱ्या कावळ्या..... थांब, मी तुला अल्पकाळातच यमसदनी पाठवतो. सिंह न पाहिलेल्या कोल्ह्यासारखा तू मत्त आणि आत्मसंतुष्ट आहेस. अश्लाघ्य आणि असंबद्ध बडबड करणाऱ्या तुला...'

'सिंह कोण? तू... तू ? सिंह कसा असतो, ते कधी पाह्यलं आहेस?' एकलव्यानं ओरडून विचारलं. बोलत असता तो अर्जुनाकडे एकटक आपल्या टपोऱ्या काळ्या नेत्रांनी पाहत होता. त्या भेदक दृष्टीनं अर्जुन अधिक अस्वस्थ होत असावा. 'अरे, फक्त घेण्याचं ज्ञात असलेला कूपमंडूक तू.... जगाला खोट्या मोठेपणाच्या बढायांनी फसवतोस... स्वत:च्या मनाशी तरी सत्य जाण... विचार कर... कुठलं सिंहत्व.. कुठलं शौर्य...!'

एकलव्य पुन्हा हसला. अर्जुनाच्या अमोघ शरवर्षावाला तितकंच अचूक उत्तर

तो देत होता. अर्जुनाचा एकही बाण अद्याप त्याच्या रथापर्यंत आला नव्हता.

'गुरुद्रोह्या,.. स्वतःच्या मातेपासून ते तुझ्यासाठी काहीही करणाऱ्या या कृष्णापर्यंत कुणाला काय दिलंस तू....? अरे, ऋणाईत म्हणून जन्मलात आणि ऋणाईत म्हणूनच मरणार तुम्ही पांडव! जन्मही कोणाच्या तरी कृपेवर आणि सारं जीवनही....तरीही तू कृतघ्न म्हणजे पशूहून पशू.. मधुर शब्दांत गुंडाळलेला स्वार्थ साधलास तू... स्वतःला क्षत्रिय म्हणवतोस, क्षत्रियाचं दातृत्व कधी दाखवलंस?... कोणत्या प्रसंगात वीराचं औदार्य दाखवलंस...?'

एकलव्याच्या शब्दांमुळं अर्जुन अधिक विकल व हतबल झाल्याप्रमाणे भासत होता. त्याचे युद्धाचे प्रयत्न केवळ संरक्षणात्मक होते; आक्रमक होत नव्हते. एकलव्य पुढं बोलतच होता.

'अरे षंढा... ब्राह्मण्य असो, की क्षत्रियत्व, ती एक वृत्ती असते. ती केवळ जन्मानं येत नाही. तू आर्य असूनही अज्ञानी.. आर्यधर्माचीदेखील तुला माहिती नाही? क्षत्रियत्वाच्या वृत्तीला संस्कार आणि प्रयत्नांनी पैलू पाडावे लागतात..'

'अरे क्षुद्र निषादा, शब्दशौर्य दाखवून तू शूर म्हणवला जाणार नाहीस.'

दोघेही वीर त्वेषानं परस्परांवर शरवर्षाव करीत होते. तिसऱ्या प्रहरीच्या सूर्याची किरणं भूमीपर्यंत पोचू शकत नव्हती. एवढं सातत्य आणि चापल्य उभयवीर शरसंधानात दाखवीत होते.

'भ्याड पंडुपुत्रा, मला कोणाकडून काहीच म्हणवून घ्यायचं नाही. मी कोण व काय आहे, याची जाण मला आहे. ज्याला ती जाण नसते किंवा स्वतःवर विश्वास नसतो, अशा तुझ्यासारख्यांनी शूरवीर म्हणवून घेण्यासाठी झुरावं.

'मी निषाद आहे. हिरण्यधनूसारख्या एका श्रेष्ठ नायकाचा पुत्र आहे. मी एकलव्य आहे. एवढ्यातच मी तृप्त आहे. जो आणि जसा मी आहे, त्याचा मला अभिमान आहे, मोठेपणाची आस ते नसलेल्यांना .. तुम्हां पंडुपुत्रांना.. चिर अतृप्त.. सदा तृषित.. कारण तुम्ही स्वार्थी आहात. आणि स्वार्थाची तहान कधीच भागत नसते,

'तू स्वतःला मोठा मानतोस....? कशासाठी? अर्जुना, कशासाठी? विश्वातील सर्वश्रेष्ठ मूर्ख दिसतोस.. अरे, प्रत्येकाला दर्पणात स्वतःची छबी सुदंरच दिसावी, हा दर्पणाचा गुण नसून स्वतःच्या आंधळ्या मनाचा दोष.... स्वार्थानं भित्रं आणि अंध मन आहे तुझं... तुला कुठलं सत्य दिसणार...? कसलं मोठेपण आहे तुझ्याकडे? जन्माचं? की वृत्तीचं? स्वजनांचा द्रोह आणि ज्येष्ठांवर कपटप्रयोग करण्याची वृत्ती तुमची! तशा स्वार्थी, कृतघ्न तुमच्या कृती! अरे, स्वतःचा स्वार्थ सोडून तुम्ही पांडवांनी कधी कुणासाठी काय केलंत?'

एकलव्याचे वाग्बाण अर्जुनाचा जणू मर्मभेद करीत होते. अर्जुन लढत होता. सारी शक्ती पणाला लावून लढत असल्यासारखं वाटत होतं. पण... त्याचा एकही बाण एकलव्यापर्यंत पोचू शकत नव्हता.

'गुरुघातक्या, घे हे..' असं ओरडतच एकलव्यानं एक बाण सोडला.

नेमक्या क्षणी कृष्णानं अश्वांची हालचाल केली. रथ थोडासा एका दिशेला वळला. एकलव्याच्या सणसणत आलेल्या बाणानं अर्जुनाच्या कपाळाऐवजी मुकुटाचा वेध घेतला. अर्जुनाचा मुकुट कुठल्या कुठं उडाला.

'तू स्वत:ला मोठा मानतोस, अर्जुना, पण कोणाच्या तरी कृपेच्या सावलीतलं ते मोठेपण! थोर कुल, थोर गुरू, थोर विद्या, थोर मित्र.. सारं तुला मिळालं खरं पण कसं? तुझ्या दैवानं, कर्तृत्वानं नव्हे. एवढं सारं मिळण्यात तुझं कर्तृत्व नाही, अन् मिळाल्यानंतरही नाही. आयत्या मिळालेल्या मोठेपणाच्या योग्य स्वत:ला बनवणं तुला किंवा अन्य कोणाही पाण्डवाला जमलं नाही. आपली योग्यता किती आणि मिळालं किती, याची जाण ठेवणं तुला जमलं नाही, पशुबुद्धी कृतघ्न तू...' एकलव्यानं हे एवढ्या तुच्छतेनं म्हटलं, की अर्जुन शरीराला अग्निस्पर्श झाल्याइतका दचकला.

संतप्त अर्जुन जणू आताच सावध होतो आहे, असा प्रचंड वेगानं विभिन्न प्रकारच्या बाणांचा वर्षाव करू लागला.

'वाचाळा... लहान तोंडी मोठा घास घेण्याचं प्रायश्चित्त मी तुला देतो. थांब, उन्मत्ता..'

'प्रायश्चित्त.. आणि तू देणार? उगा निरर्थक बडबड करू नको, अर्जुना! अरे, उन्मत्त तर तूही झाला असतास. पण तू उन्मत्त नाहीस. आणि असणार कसा?...' एवढं बोलून एकलव्यानं विकट हास्य केलं.

बोलत असतादेखील एकलव्याच्या अचूक शरसंधानात खंड नव्हता, की त्याची एकाग्रता ढळत नव्हती.

अर्जुन मात्र मध्ये एकलव्याच्या शब्दांनी काहीसा हतबल आणि शिथिल झाल्यासारखा दिसत होता.

'अरे, गुरुद्रोह्या, उन्मत्त असायला स्वत:ला आपल्या साऱ्या सर्वस्वासह बलिवेदीवर फेकण्याचं साहस असावं लागतं, सर्वस्वाची होळी करणारी एक अनिर्बंध वृत्ती लागते.. ती तू कुठून आणणार?...... अरे, त्या तामसीपणाला देखील एक डौल असतो, एक सौंदर्य असतं.. स्वत:पुरतं पाहणारा स्वार्थी तू! तू कसला उन्मत्त होणार..?

'उन्मत्त दुर्योधनानं व्हावं. तिथं हानिलाभाचा विचार करणारी बनिया वृत्ती नाही. तू स्वार्थी, कद्रू, आत्मकेंद्रित, भ्याड.. उन्मत्त होणं शक्यच नाही.'

एकलव्याच्या शराहून त्याचे शब्दच अधिक मर्मभेदक होते. त्यामुळं अर्जुन अधिकाधिक विचलित होत होता.

पण लज्जित व अपमानित झाल्यानं अर्जुन भान सोडून लढू लागला. संतप्त एकलव्यही सावधवृत्ती सोडून लढू लागला.

उभय वीर सर्व सामर्थ्यानिशी परस्परांना पराभूत वा नष्ट करण्याचा यत्न करू लागले. उभयतांचे बाण आता परस्परांचे शरीरवेध घेऊ लागले; पण त्याची कोणालाही चिंता वाटत नसावी.

'वाचाळा, तू केवळ वन्य पशू... मृगयाजीवी आहेस. शब्दशौर्यानं योद्ध्याला जिंकण्याचं साहस करण्यास येतोस....?'

'होय, हीनवृत्तीच्या क्षुद्रा, आम्ही मृगयाजीवी आहोत, पण निद्रिस्त पशूवर देखील बाण टाकत नाही. पण तू आपल्या आजोबाची मृगया ज्या पद्धतीनं केलीस.. ती.. ती तुझ्या श्रेष्ठ कुळाचा डंका त्रिखंडात वाजवणारी आहे, की श्रेष्ठ संस्कारांचा? अरे षंढा.... स्वत:ला योद्धा म्हणवून घेतो आहेस.. योद्धा...! कोण योद्धा?... तू?...

'अरे कृतघ्ना,.. योद्धा असतो कसा, हे तरी तुला काय माहीत? योद्धा कृतघ्न असतो? की कपटी असतो? धनुर्विद्या येण्यानं कोणी योद्धा होतो? जगाशी शस्त्रानं युद्ध करणारा तो सैनिक... तू केवळ सैनिक आहेस, तोही केवळ सामान्य पशुवृत्तीचा...

'अरे, अर्जुना.. योद्धा तो, जो स्वत:शी झुंजतो. स्वत:च्या मनाशी.. त्यातील विकारांशी विवेकाची ढाल आणि विचारांचं खड्ग घेऊन लढतो, तो खरा योद्धा... तू मनातील प्रबल विकारांशी लढला आहेस?...'

'अरे मूढ निषादा, उसनं पांडित्य...' एकलव्याच्या शब्दप्रहारानं अर्जुन उसळला; पण एकलव्यानं त्याला पुढं बोलू दिलं नाही.

'उसनं घ्यावं तुम्ही, अर्जुना... अभावग्रस्त पांडवांनी! तुमच्यासारख्या जन्मदरिद्र्यानी. मला त्याची काय आवश्यकता? अरे, चार-दोन लढाया जिंकल्यास आणि गर्वानं फुगलास तू! जगाबरोबरच्या या लढाया जिंकशीलही तू.. कधी कोणाच्या साह्यानं... तर कधी कपटानं... कोणीच जर साह्याला नसेल, तर निदान तुझा स्वार्थ.. तुझा लोभ, तुझा अहंकार.. हे तरी असतील तुझ्या सोबतीला. पण स्वत:शी लढण्याला तूच उभा राहशील.. तेव्हा..

'दुबळ्या, कृतघ्न, स्वार्थी वर्तनासाठी.. तू स्वत:च केलेल्या पापासाठी तुझं हृदय तुला धिक्कारेल.. तुझी कर्म; जेव्हा काट्याप्रमाणे तुझ्या हृदयाचा वेध घेतील, तेव्हा.. तुलाच कळेल, की तू केवढा मोठा योद्धा आहेस! त्या वेळी तूच तुझा वैरी असशील आणि न्याय करशील... भ्याडा, त्या वेळी ना तुझा अहंकार तुला शक्ती

देईल, ना तुझा स्वार्थ तुला सावरेल. तुझा सखा.. हा.. हा कृष्णदेखील त्या वेळी होणाऱ्या नरकयातनांतून तुला वाचवू शकणार नाही.'

एकलव्याच्या बोलण्यावर अर्जुन काही क्षण गप्प राहिला. त्याचं सारं लक्ष तो युद्धावर केंद्रित करत होता. एकलव्याच्या अमोघ शब्दवर्षावातून नसलं, तरी शरवर्षावातून संरक्षण करण्याचा प्रयत्न करीत होता.

परिसरातले वीर आपापलं युद्ध विसरून या न भूतो न भविष्यति अशा युद्धाकडे पाहत होते.

'अरे अधम पण्डुपुत्रा, पापानं मिळविलेलं हे अजेयपण, हे राज्य, तुझं मन तुला सुखानं भोगू देईल का?.. 'हे अमंगल विजय...'

'गप्प बैस... अरे, अंगुष्ठीन विरूपा...' अर्जुन पुन्हा एकलव्याला अडवून काही बोलणार, तोच एकलव्यानं गर्जना केली.

'मूढा.. अरे, मी अंगुष्ठहीन आहे, पण विद्याहीन नाही... की ध्येयहीन नाही. पण हे तुझ्यासारख्या याचकवृत्तीच्या स्वार्थांधाला ते काय कळणार? माझा अंगठा गुरूनं तुझ्यासाठी घेतला. मला त्याचं दु:ख नाही. कारण मी स्वेच्छेनं तो गुरुचरणी अर्पण केला.

'अरे पंडुपुत्रा, अगतिक गुरूच्या आत्मवेदना जाणयला मानवी हृदय हवं. तुला पशूला ते कुठं आहे? त्या गुरूसाठी अंगाठाच काय, पण माझं मस्तकदेखील मी गुरुचरणी अर्पण केलं असतं... एकवार नव्ह, तर शतवार...!

'स्वार्थ सांभाळण्यात स्वत्व गमावलेले तुम्ही लोभी पाण्डव आणि अहंकारापोटी सद्गुण झाकोळून गेलेले कौरव.. सारेच संधिसाधू... तुम्ही काय ओळखणार दुसऱ्याच्या अंतर्वेदना! गुरूपासून मित्रापर्यंत अनेक परीस तुम्हाला लाभले. परिसामुळं लोखंडाचं सोनं होतं ... पण .. तुम्हा दगडांना त्याचं काय?'

एकलव्य वेधक शब्दबाण सोडत होता. युद्धोन्मादानं दोन्ही वीर भान हरपून लढत होते. त्यांची शरीरं विंधली जात होती; पण त्यांना त्याची क्षिती नव्हती.

अर्जुनाचं सुवर्णजडित लोहकवच अनेक ठिकाणी भंगलं होतं. अनेक बाणांनी त्याचं शरील घायाळ झालं होतं. एकलव्याच्या शरीराचा वेधही काही बाणांनी घेतला होता. उभय वीरांना आपल्या शरीरांवरील क्षतांची चिंता नव्हती.

एकलव्य शर आणि शब्दांच्या वर्षावातून सावरण्याची संधी अर्जुनाला देत नव्हता.

'अरे भीरू पंडुपुत्रा, दिशाहीन जिणं जगलात तुम्ही पांडव! फक्त स्वार्थाचं सुकाणू तेवढं आहे. स्वत:ला राजपुत्र म्हणवता.. सामान्यांतील सामान्य तुम्ही पाण्डव.. वृत्ती आणि वर्तन - दोन्हीतही दोर नसलेल्या पतंगासारखे.. कोणत्या प्रेरणा आहेत तुमच्या जीवनात? कोणतं ध्येय आहे, ज्यामुळं तुम्ही तुमच्या

समाजात चिरंतन राहाल? आणि तुम्ही स्वत:ला सुसंस्कृत म्हणवता? तेही उच्चवर्णीय?... घे.. सावर स्वत:ला...'

विकल आणि हतबल अर्जुनाला एकलव्याचे तीक्ष्ण व अमोघ बाण अडवणं अशक्य होत होतं. पितामहाशी युद्धाच्या प्रसंगाचं स्मरण.. आपण शिखंडीआडून केलेल्या शरसंधानाच्या व गुरूच्या निर्घृण हत्येच्या स्मरणानं अर्जुनाचं मन द्विधा होत होतं.

एकलव्याचा प्रत्येक बाण जणू कृतांतकाळाचा दूतच होता. एकलव्याचे अनेक बाण अर्जुनाच्या धनुर्विद्येच्या कौशल्यापेक्षा कृष्णाच्या सारथ्य कौशल्यानं विफल होत होते. अर्जुनाचा प्रतिकार दुबळा होत होता. कारण एकलव्याच्या बोलांनी त्याला आपल्या आदरणीयांचे मृत्यू डोळ्यापुढं दिसू लागले.

शरपंजरी पडलेले भीष्म.... आचार्यांचं शिरविहीन धड...

मनाच्या टोचणीनं अर्जुनाचं आक्रमण शिथिल झालं. त्याचा आवेश थंडावला. तो केवळ प्रतिकार करून बचावात्मक युद्ध करू लागला.

कृष्ण बारकाईनं हे न्याहाळीत होता. अजुर्नाचं विद्ध मन दुबळं होत असल्याचं त्यानं ओळखलं.

'स्वत:ला सावर, पार्था!' कृष्ण उद्गारला.

त्याच वेळी एकलव्यानं पुन्हा अर्जुनाला हाकारलं,

'अरे, माध्यान्हीचा सूर्य रोज अस्ताचली जातो. जीवनाचं रहस्य तो समजावतो. न पाहणाराला त्याचं काय? जीवनाची ओढ पापाची जोड करणारी असू नये...'

'तोंड आवर, अनार्या.... तुझ्या उसन्या ब्रह्मज्ञानाची मला आवश्यकता नाही.' संतप्त अर्जुन उद्गारला, 'हे जग सामर्थ्यवानाचं असतं. सामर्थ्य आणि ते उपयोगी आणण्याचं साहस असेल, तर सारं जगही जिंकणं...'

'तुला शक्य नाही, अर्जुना... अरे, ज्याला स्वत:चा मत्सर... लोभ जिंकता आला नाही, तो जग काय जिंकणार?' एकलव्यानं त्याचं भाषणदेखील मध्येच तोडून उत्तर दिलं.,'पंडुपुत्रा, जगात आजवर असे अनेक सामर्थ्यवान् जगदेकवीर होऊन गेले. काय उरलंय् त्यांचं? सामर्थ्याचा विवेकानं उपयोग करणारे विरळा. जे कीर्तिरूपानं उरतात, ते खरे जगज्जेते!

'पातक्या, तुझं सामर्थ्य समूहातलं. कोणाच्या तरी पाठिंब्यावर किंवा कुणाच्या दुर्बलतेवर आधारलेलं. ते खरं सामर्थ्य नव्हे. अर्जुना, तो सामर्थ्याचा आभास. तुझं सामर्थ्य पाचांतला एक म्हणून. एकटा तू क्षुद्रच. जो एकाकी असतो, तो खरा सामर्थ्यवान् असा निसर्गाचा नियम आहे. तुझ्याकडून कर्ण अधिक सामर्थ्यवान् !'

कर्णाचं नाव घेऊन उपहास करताच अर्जुन जणू भानावर आला. अर्जुनाच्या हालचालींत गती व त्वेष आला. बाण अधिक अचूक येऊ लागले. आक्रमक होऊ लागले.

एकदम अर्जुनानं अत्यंत वेगानं कृती केली. त्यानं एक अर्धचंद्राकृती नाराच बाण काढून तो धनुष्यावर चढवला. दोरी आकर्ण ओढली. आणि डोळ्याची पापणी लवण्यापूर्वीच एकलव्याच्या कंठाच्या दिशेनं बाण झेपावला.

एकलव्याचा सारथी केवळ उत्कृष्ट सारथीच नव्हता, तर तो सूक्ष्मदृष्टी व हुषारही होता. त्यानं लगाम ओढताच अश्व मागे आले.

अर्जुनाच्या बाणानं एकलव्याच्या कंठाऐवजी त्याच्या धनुष्याचा वेध घेतला...

एकलव्याचं स्वतःचं धनुष्य भंगलं....

अनेक कठीण प्रसंगांत साथ केलेलं...

शरीराचाच एक अंग बनलेलं एकलव्याचं धनुष्य भंगलं.

धनुर्भंग होताच एकलव्य क्षणमात्र विचलीत झाला, प्रथमच... पण त्या महावीरानं तात्काळ स्वतःला सावरलं. हातातील खंडित धनुष्य टाकून त्यान नवं धनुष्य घेतलं. कर्णदत्त नवं धनुष्य जणू त्याच्यासाठीच अस्तित्वात आलं होतं. एकलव्याच्या स्पर्शानं त्या धुनष्यात प्राण संचारले. त्या भव्य, सुवर्णमंडित धनुष्यानं एकलव्याच्या शरीरात नवचैतन्य संचारले.

'घे.. गुरुघातक्या...!'

'हे घे....!'

'अनार्या.. दुष्टा...'

'हे घे, भ्याडा.. गुरुवधका...'

'हाण त्याला...'

'निषादराज, चिरड या पार्थाला..'

उभयवीर परस्परांना आव्हान प्रतिआव्हान देऊ लागले. वेगवेगळ्या अस्त्रप्रयोगांनी ते परस्परांना जर्जर करण्याचा यत्न करू लागले.

त्या विलक्षण वेगवान अशा युद्धाचं पारडं कधी एका वीराच्या बाजूस होई, कधी दुसऱ्या योद्ध्याच्या. त्या अनुषंगानं परिसरात ही रोमहर्षक आणि भीषण लढाई पाहत राहिलेले वीर ओरडू लागले.

आता अर्जुन आणि एकलव्य एकही शब्द बोलत नव्हते. केवळ एकमेकांविना अन्य कोणत्याही गोष्टीकडे त्यांचं ध्यान नव्हतं. पूर्णपणे चित्त एकाग्र करून ते आपलं सारं युद्धकौशल्य पणाला लावीत होते.

जवळचे सारे योद्धे विस्मयानं या अभूतपूर्व युद्धाकडे पाहत राहिले होते. अद्वितीय असा तो संग्राम.. जणू शिव आणि विष्णूचा हा संग्राम होत...

'घे... गुरुघातक्या...' असं ओरडून एकलव्यानं एक तीक्ष्ण शर सोडला. तो अर्जुनाच्या हृदयस्थानावर आदळला. लोहकवच असूनही त्या बाणाचा वेग, त्यामागील एकवटलेली शक्ती यामुळं अर्जुन जरासा डळमळला.. त्याचा तोल काहीसा ढळला.. त्याच क्षणी कृष्णानं रथ थोडा पुढं घेण्यासाठी हलवला. त्यामुळं अर्जुनाचा तोल जाऊन तो खाली कोसळला.

मागे कोसळणाऱ्या अर्जुनाच्या उघड्या मस्तकी रथाच्या खांबाचा आघात झाला. मस्तकी मागच्या भागास हा अनपेक्षित मार लागताच अर्जुन प्रबल मूर्च्छा येऊन पडला.

संतप्त एकलव्यानं एकवार कोसळलेल्या मूर्च्छित, रक्तस्नात अर्जुनाकडे पाहिलं. गलितगात्र आणि दयनीय दिसत होता तो.

पाहता पाहता एकलव्याच्या नेत्रांत अंगार फुलला. त्या क्षणी त्याला स्मरली गुरूची क्रूर हत्या...

गुरूचं इकडून तिकडे ठोकरलं जाणारं मस्तक.. छिन्नविछिन्न मस्तक.. दृष्टीपेक्षा वेगानं एकलव्याचा बाण मृत्यूचा संदेश घेऊन सुटला... पण.. मूर्च्छित शत्रूवर बाण सोडण्याचं दुष्कृत्य करतो आहो, या टोचणीनं असेल, त्याचप्रमाणे कृष्णाच्या तीक्ष्णदृष्टी किंवा सारथ्य-कौशल्यामुळं असेल.. एकलव्याचा बाण विफल झाला. अर्जुनाचा कंठवेध घेण्याऐवजी जवळच रथाच्या लाकडात घुसून तो बाण थरथरत राहिला.

'एकलव्या, मूर्च्छित अवस्थेतल्या शत्रूवर शस्त्र चालवणं हा योद्ध्याचा धर्म नव्हे. वीराला लाजिरवाणं असं हे कृत्य. असं अधर्मानं वागून काय मिळवणार?' कृष्णानं शांत स्वरात प्रश्न केला.

'कृष्णा, मी धर्मयुद्ध कुठं जाणतो? मी तर अनार्य. असंस्कृत निषाद! आणि या पातक्यापाशी, अधर्मी अधमाशी कसलं करायचं धर्मयुद्ध? या कृतघ्न गुरुघातक्याला प्राणदण्ड द्यायचा-मानवी शरीर असलं, तरी.... वृत्ती पाशवी.. त्यामुळं पशूच हे! यांची मृगया हिंस्त्र पशूप्रमाणेच करायची.'

'पण, निषादश्रेष्ठा, अधर्माला अधर्मानंच उत्तर दिलं, तर धर्माच्या मर्यादा कशा उरतील?' कृष्णानं मधुर स्वरात विचारलं.

'कोणाच्या धर्माची मर्यादा? अरे आर्यश्रेष्ठा, जशास तसं हा निसर्गाचा नियम, तोच निसर्गाचा धर्म, आम्ही निषादही तोच धर्म पाळतो.'

'अरे, श्रेष्ठा.. तू.. सामान्य निसर्गधर्मानं वागणारा पशू नव्हेस. मानव म्हणून तुझी कर्तव्यं...'

'अरे तीच तर करतो आहे मी! या गुरुद्रोह्याला शासन करणं हे माझं कर्तव्य नाही? अशा निषिद्ध कृत्याला देहदण्डाविना अन्य प्रायश्चित्त कोणतं? कृष्णा,

कोणत्याही लाभापायी किंवा लोभासाठी मी हे करीत नाही, याला माता एकवीरा साक्ष आहे.' एकलव्य ठाम स्वरात उद्गारला.

'पण, वीरा.. गुरूच्या मृत्यूत अर्जुनाचा सहभाग नव्हताच. तो तर त्या वेळी अन्यत्र युद्धामध्ये गुंतला होता. गुरुहत्येसारख्या कृत्याला त्याची अनुमती कशी असेल? एकलव्या, गुरुहत्येचा निषेधच केला ना त्यानं...?'

'म्हणजे काय केलं, कृष्णा..?' एकलव्यानं उपहासानं विचारलं.

कृष्ण संतप्त एकलव्याबरोबर बोलून वेळ काढण्याचा यत्न करीत होता. अर्जुन अद्याप मूर्च्छित होता. त्याची मूर्च्छा दूर होईतो कृष्ण एकलव्याला बोलण्यात गुंतवू इच्छित होत. शक्य तर त्याचा क्रोध नाहीसा करण्याचा देखील त्याचा यत्न होता.

मूर्च्छित शत्रूवर प्रहार करण्याची एकलव्याची देखील उत्कट इच्छा नसावी. कारण कृष्णाचा उद्देश न ओळखण्याइतका तो लहान नव्हता.

'कृष्णा, फुकाचं पांडित्य कशाला? अर्जुनाची शुद्ध येण्याची वाट पाहतो आहेस का?'

एकलव्याच्या प्रश्नावर कृष्णानं काहीच उत्तर दिलं नाही.

मग हसून एकलव्य बोलू लागला,

'गुरुहत्येला विरोध होता, म्हणजे काय होता? कृष्णा अर्जुनानं निषेध केला, म्हणजे काय केलं? वधकाला कोणता दण्ड दिला? केवळ शाब्दिक निषेध.. केला आपल्या असत्यभाषी बंधूला कोणतं शासन केलं?.. शाब्दिक निषेध तरी केला? तोही नाही ना?' एकलव्य मोठ्यानं हसला. त्या हास्यात विषाद आणि उपहास ओतप्रोत भरला होता.

'कृष्णा, अरे, आम्ही निषाद.. असंस्कृत वनचर. तुम्ही श्रेष्ठ आर्य. शब्दपांडित्यात श्रेष्ठ. आम्हांला कळते, ती कृती; आणि, कृष्णा, जर पांडव शाब्दिक निषेधानं गुरुहत्येच्या पातकातून मुक्त होत असतील, तर.. तर द्रौपदीच्या घोर अपमानाचा शाब्दिक निषेध करून तुम्ही सुसंस्कृत, श्रेष्ठ आर्य का थांबला नाहीत? या भीषण युद्धाचा मांड कशासाठी? राज्यासाठी असेल, तर एवढी दुष्ट कृत्यं न करता याहून मोठं राज्य स्थापण्याची शक्ती पांडवांकडे नव्हती?

'अरे, किती मातांचं, भगिनींचं सर्वस्व या युद्धानं तुम्ही हरण केलंत? किती स्त्रियांचं आणि अनाथ बालकांचं करुण रडं या तुमच्या नरमेधाला मंत्रघोष करतं आहे, याचा कधी विचार केलात..' सर्वस्व हरवलेल्या त्या अनाथांचे निषेधाचे करुण स्वर कधी तुमच्या कानी आले? त्या सर्व दुःखितांनी कुठं जायचं? कोणाचा निषेध करायचा? आता त्याचा त्यांना काय उपयोग? त्यामुळं त्यांची हानी भरून येईल? एका द्रौपदीसाठी किती नव्या द्रौपदी निर्माण करण्याचं पुण्य जोडता

आहात, याचा विचार केलात?...'

कृष्ण एकलव्याकडे रोखून एकटक पाहत होता. त्याच्या काळ्याभोर टपोऱ्या नेत्रांत तो एकलव्याचं शिवशंकरासारखं दिसणारं रूप जणू साठवत होता. त्या दृष्टीत होतं कौतुक.... प्रेम आणि अनेकविध भाव....

'एकलव्या, वीरश्रेष्ठा, सुष्ट आणि दुष्टांचा संघर्ष होणं ही सृष्टिचक्रातील एक अपरिहार्य गोष्ट.. या संघर्षात युद्ध अटळ आहे आणि युद्धात असा संहार होणारच. अशा संघर्षातूनच विकासाची बीजं...'

'कोणाच्या विकासाची? कोणत्या विकासाची बीजं, कृष्णा? युद्धामुळं कोणाचा कधी विकास झाल्याचं कोणी लहान बालक देखील मान्य करणार नाही. कधी घडलं असं?...'

'पानं गळतात, तेव्हाच नवा मोहोर येतो. हे तर सृष्टिचक्र तू नित्य पाहतोस ना...? एकलव्या.. दुष्टांना शासन करण्यासाठी...'

'पुरे, कृष्णा... पुरे! शब्दजाळात अडकण्याइतका सुसंस्कृत नाही मी! अरे, सृष्टिचक्रातील पानं आपोआप गळतात. ती मुद्दाम खुडून टाकली जात नाहीत आणि बऱ्या नि वाईटाचा संघर्ष.... मग कौरव-पाण्डवांत भले आहेत कोण? सुष्ट कोण? कपटानं जिंकू पाहणारे पाण्डव? का? तू त्यांच्या पक्षाचा आहेस म्हणून? या सुष्ट... चांगल्या पांडवांनी केलेला दुष्टावा कोणी पाहायचा? त्या दुष्ट कौरवांत असणाऱ्यांच्या चांगल्याचा शोध कधी कुणी घेतला? .. तू तरी..? कृष्णा, अरे, माणूस म्हणून जन्माला येतो, त्याचे पाय मातीतच.....'

'तेच मी म्हणतो आहे. एकलव्या, तरीही नियतीनं नेमून दिलेली कामं आपण पार पाडायला हवीत. आपण सारी नियतीच्या हातांतील बाहुली.'

कृष्ण काहीतरी करून भाषण लांबवीत होता. त्यामुळं अर्जुन सावध होईपर्यंत एकलव्य बोलण्यात गुंतून राहिला असावा. प्रत्येक क्षण त्याला महत्त्वाचा वाटत होता.

'रे आर्यश्रेष्ठा... ते तुझ्यासारखं ज्ञान... विचार..... माझ्याकडे कुठून येणार? आम्ही निसर्गाची लेकरं... साधे.. म्हणून नियतीच्या गप्पा मारून मला भुलवतोस? कृष्णा... अरे, नियतीचा आधार कुणी शोधावा? दुर्बलांनी किंवा दुष्टांनी! नियती जर आपलं सारं जीवन घडवीत असेल, तर आपण काय करतो? जर आपण नियतीनं दिलेलं ओझं वाहू, तर आपल्यांत आणि भारवाही गाढवांत फरक तो काय?'

एकलव्याच्या बोलण्यावर कृष्ण चकित होऊन पाहत राहिला. त्याचं बोलणं आपल्याला निरुत्तर करणारं आहे, हे त्याला मनाशी मान्य करावं लागलं. एकलव्याचं बोलणं अचूक होतं. ते अनुभवसंपन्न विवेकातून उपजलं होतं व ते नेमकं मांडण्याची चतुर बुद्धीदेखील एकलव्याकडे होती.

एकलव्याच्या एका प्रश्नाला उत्तर सुचेपर्यंत त्याचा दुसरा प्रश्न येत होता. तोदेखील अमोघ.. निरुत्तर करणारा.

कृष्ण कौतुकानं त्याच्याकडे पाहू लागला.

'कृष्णा, या आर्य म्हणवणाऱ्या दोन पायांच्या पशूंमध्ये तूच एकमात्र मानव. आत्मप्रतिष्ठेपेक्षा.. सम्राटपदाच्या प्रतिष्ठेपेक्षाही लोककल्याणाचा तू विचार केलास. त्यासाठी गणराज्य स्थापन केलंस, तिथंही सत्ता आणि स्पर्धा यांपासून दूर राहिलास.....

'समानता... कर्मश्रेष्ठत्व, इत्यादी मूल्य फक्त तूच आचारात आणून दाखवलीस. बाकीचे केवळ शब्दशूर, अन्यायी आर्यांनाही ... तू दंडित केलंस, पतित, दुःखित अशांच्या साह्याला धावतोस, अशी तुझी कीर्ती... आणि तू... कृष्णा, तू या अशा कपटी, गुरूद्रोही दुष्टांना पाठीशी घालतोस? अरे..'

'एकलव्या, गुरू असो वा शिष्य, बाल असो वा वृद्ध, एकवार रणांगणावर शत्रू म्हणून पुढं ठाकल्यावर कोणताही विचार न करता त्यांचा वध करणं अपरिहार्य असतं. तोच वीराचा धर्म...'

'धर्म? वा, रे, धर्म? कपटानं, असत्य बोलून शस्त्र त्याग केल्यावर मारणं हा धर्म...? मी करतो आहे तो धर्म नव्हे'

एकलव्याचे तेजस्वी पण आरक्त नेत्र कृष्णाच्या काळ्याभोर शांत नेत्रांना भिडले. दोन तेजांची भेट जणू. इतका वेळ एकलव्याचे शब्दशरच कृष्णाचा मर्मभेद करीत होते. आता एकलव्याच्या दृष्टीला दृष्टी भिडताच त्याचा सरळ व निश्चयी भाव कृष्णाच्या हृदयाला भिडला.

त्या दृष्टीत द्वेषभाव नव्हता, की सूड-केवळ खेद... कसली तरी खंत मात्र होती. एकलव्याच्या नेत्रातील अनामिक दुःखानं कृष्ण विस्मित झाला. अर्जुनासारख्या थोर धनुर्धराला मूर्च्छित केल्याची अहंता असण्या ऐवजी दुःख...

कृष्णानं आपल्याला वाटलेलं आश्चर्य लगेच बोलून दाखवलं.

'कृष्णा, मी अर्जुनाच्या मृत्यूसाठी उत्सुक आहे. त्यासाठी प्रयत्नशील आहे. पण त्यामागे माझ्या स्वतःच्या हानिलाभाचा काहीही विचार नाही. मी त्याला देहान्त शासन देण्यास उत्सुक आहे. कारण तो गुरुद्रोही आहे. मला माझ्या गुरूंचं ऋण फेडावयाचं आहे. उलट, अर्जुनाच्या मृत्यूला मी कारण होतो आहे, याची मला खंत आहे....'

'खंत...? ती कशासाठी, निषादश्रेष्ठा?' कृष्णानं विचारलं.

कृष्णाला एकलव्याच्या या दुःखाविषयी कुतूहल होतंच.

आपल्या मनीच्या क्रोधाला शब्दरूप देईल, तसतसा एकलव्य शांत होत जाईल, असं कृष्णाला वाटत होतं.

सूर्यदेव अस्ताचलाच्या उंबरठ्यावर पाय टाकून क्षितिजावर टेकले होते. कोणत्याही क्षणी पलीकडे उडी टाकण्यासाठी सिद्धच होते जणू!

'अर्जुनाला मारणं हा केवळ कर्तव्याचा भाग, कृष्णा, मी त्यामुळं एका मातेला दु:खी करतो आहे, हे विसरू शकणार नाही. न्यायासाठी मी जे करतो आहे, त्यामुळं दुसऱ्या कोणावर तरी अन्याय होतो आहे, याचा मला खेद आहे. अरे, केतुमानाच्या मृत्यूनंतर त्याच्या मातेचा शोक... आमरण न विसरण्यासारखा दु:खद अनुभव होता तो...'

'तरीही तू.. म्हणजे केतुमानाच्या सूडासाठी...'

'नाही. कृष्णा, सूड.. मत्सर... असल्या सर्व भावना म्हणजे सुसंस्कृत, प्रगत लोकांचे अधिकार! आम्हां निषादांना ते भावणार नाहीत. आणि केतुमानाचा मृत्यू हे त्याच्या चुकीचं प्रायश्चित्त होतं. आपल्याशी संबंध नसलेल्या युद्धात तो लढला. अज्ञात शत्रूशी असावधपणे लढण्याची किंमत त्यानं दिली. कपटानं मारला गेला नाही तो! युद्धात वीरगती मिळाली त्याला. त्याचा कसला सूड....?

'कृष्णा, सूडच उगवायचा असता, तर मी तो भीमावरच उगवला असता. हाती आलेल्या नकुल आणि भीमाला असं सोडलं नसतं. एका बलिष्ठाचा सूड दुसऱ्या दुर्बलावर घेण्याचा विचारदेखील कोणी निषाद करणार नाही.'

'म्हणजे, एकलव्या, आज सर्व आर्यातील श्रेष्ठ धनुर्धराला पराभूत करून जगदेकवीर होणं....'

'नाही, अर्जुनाला मारून जगातील सर्वश्रेष्ठ धनुर्धर म्हणवून घ्यावं, असली आसुरी महत्त्वाकांक्षा मला नाही आणि अर्जुनही तेवढा श्रेष्ठ नाही. साऱ्याच बाहुबलींना सर्वकाळ, सर्वत्र विजयी होता येत नाही, एवढं जाणतो मी. पण इथं.. इथं केवळ माझं कर्तव्य आहे.

'कृष्णा.. अरे, सत्य जाणूनही केवळ मित्र म्हणून तू अशा दुष्ट, कपटी नराधमाची बाजू घेतोस?... अशा सर्पाला ठेचणं हेच उचित...!'

शेवटचं वाक्य बोलता बोलता एकलव्याचा हात चपळाईनं हलला.....

त्यानं भात्यातून बाण काढून, तो धनुष्याला लावून, प्रत्यंचा केव्हा ताणली व बाण केव्हा सुटला, हेदेखील संग्राम पाहत आणि त्यांचं संभाषण ऐकत असलेल्यांच्या ध्यानी आलं नाही.

कृष्णानं रथाच्या हालचालींचा शेवटच्या क्षणी यत्न केला. खच् असा बाणाचा ध्वनी झाला. कृष्णानं मनातल्या मनात तो बाण लक्ष्यवेध करून गेला नसेल, अशी आशा केली.

एकलव्य आपल्या लक्ष्यवेधाविषयी निश्चिंत होता. त्याला कृष्णाच्या तीक्ष्ण दृष्टीची आणि सारथ्य-कौशल्याची कल्पना नसावी.

कृष्ण एकलव्याच्या आविर्भाव निरखीत होता. त्याच्या पुढील कृतीची कल्पना करत होता.

सूर्यदेव पुढच्या घोर प्रसंगाच्या कल्पनेनं क्षितिजापार उतरले होते. फक्त क्षितिजावरून दृष्टी लावून या अभूतपूर्व संग्रामाचा निर्णय पाहण्यास रेंगाळत होते.

निश्चिंत एकलव्यानं आपल्या शत्रूकडे पुन्हा दृष्टी वळवली..... त्याचं सर्वांग ताठरलं. पापण्या अर्धवट किलकिल्या झाल्या.. ओठ घट्ट मिटले गेले....

कृष्णाचं अंत:करण थरारलं.

हीच- हीच वेळ- अखेर वेळ आली-

एकलव्याचा हात हलला-

-आणि कृष्णानं अनपेक्षितपणे हालचाल केली. सुदर्शन चक्राला गती दिली...

एकलव्याच्या धनुष्यावर कृष्णाचं शस्त्र आदळलं. त्याच क्षणी एकलव्यानं ताणलेली प्रत्यंचा सोडली होती.

धनुष्य तोडून कृष्णाच्या शस्त्रानं एकलव्यावर मर्मांतक प्रहार केला.

धनुष्यावरून सुटलेला बाण सणसणत आला. त्यानं अर्जुनाच्या हृदयाऐवजी त्याच्या बाहूचा वेध घेतला व तिथंच स्थिरावला. मूर्च्छित अर्जुनाला त्याचं भान नव्हतं.

शस्त्राघात होताच एकलव्यानं आपले विशाल काळेभोर नेत्र निमिषमात्र मिटले. पुन्हा पूर्ण उघडून कृष्णावर आपली दृष्टी रोखली.

'कृष्णा.. तू.. तू असा.. अनपेक्षित...'

'एकलव्या, मी अनपेक्षित आणि अतर्क्य असं वागलो ना? तू निष्कपटी योद्धा आहेस. तुझी आजवरची कीर्ती निष्कलंक आहे. गुरुशिष्यांच्या संबंधाला नवं परिमाण देणारा, शिष्यत्वाचा नवा मानदंड प्रस्थापित करणारा तू थोर शिष्य. गुरूलाही आपल्या गुरुत्वाचं भान केवळ तुझ्या स्मरणानं राहील. मूर्च्छित शत्रूच्या हत्येचं पातक तुझ्या हातून होऊ नये, तुझ्या निष्कलंक आणि आदर्श चारित्र्याला हा कलंक लागू नये, म्हणून, मित्रा...'

'धन्यवाद... कृ.. ष्णा...'

'विवेकी आणि कर्तव्यतत्पर अशी तुझी कीर्ती सूर्यचंद्र असेतो राहील.' कृष्णाचा स्वर भावासिक्त झाला होता.

'मी .. तुझा... ऋणी आ.. हे.. पण गुरुऋणातून मुक्त न होता ... मी कर्तव्य पूर्ण न करता गुरूला सामोरा ... कसा...'

कृष्णाच्या चर्येवर त्याही क्षणी कौतुकाचा भाव उमटून गेला.

'एकलव्या, मूर्च्छित शत्रूवर प्रहार करताना तुझ्या मनानं दोन वेळा माघार घेतली. हा संशय, एवढा विवेक, अशी सुसंस्कृतता... मित्रा, तुझ्या या वर्तनामुळं तुझ्या

गुरुदेवांच्या आत्म्याला तुझा अभिमान वाटेल. उगीच खंत करू नकोस. गुरूला आपल्या रक्ताचं अर्घ्य देणारा शिष्य युगायुगांच्या तपश्चर्येनंच मिळू शकेल. तुझ्यासारखा आदर्श, मानवजातीला भूषणभूत असा शिष्य मिळाल्यानं द्रोणांचं आचार्यत्व सार्थ झालं.'

कृष्णाच्या नेत्रांतून अविरत अश्रुधारा वाहत होत्या. त्याची सावळी चर्या दुःखानं म्लान झाली होती. अश्वांचे वेग नकळत त्याच्या हातून गळून पडले होते.

त्या परिसरातील सारे योद्धे युद्ध थांबवून एकलव्याच्या अद्वितीय पराक्रमाकडे व त्यानंतर घडलेल्या अनपेक्षित घटनेकडे अवाक् होऊन पाहत होते. सायंकाळी होणाऱ्या भेरीच्या आधीच जणू युद्धबंदी झाली होती.

रथी-महारथी, अश्वारोही व पदाती-सारे या अघटिताकडे डोळे विस्फारून पाहत होते. कृष्णाचं वागणं नेहमी असं अनपेक्षित आणि अतर्क्य वाटत असे. कंसवध करून, मथुरेचं राज्य देऊन टाकणारा किंवा सोन्याची द्वारका स्थापून त्याचंही गणराज्य करणारा कृष्ण सामान्यांच्याच नव्हे, तर त्याच्या बरोबरीच्या राजवंशी लोकांच्याही दृष्टीनं गूढ होतं.

आताही एकलव्याला कलंकमुक्त ठेवण्यासाठी स्वतः प्रतिज्ञाभंगाचं, हत्येचं पातक ओढवून घेणारा कृष्ण त्यांना समजू शकत नव्हता; आणि म्हणूनच भयविस्मित होऊन ते सारे केवळ मूक साक्षीदार होऊन राहिले होते.

तसे या युद्धात धर्मयुद्धाचे नियम, या ना त्या कारणानं, नित्य पायदळी तुडवले जात होते. भीष्माचा पाडाव, अभिमन्यु-वध, द्रोणहत्या आणि आता.. एका निषाद योद्ध्यावर कृष्णाचा हा शस्त्राघात..

आसमंतातील योध्यांच्या चर्येवर भयविस्मित भाव होते, तर क्षितिजापार होऊ घातलेल्या सूर्यनारायणाचं बिंबही जणू दुःख-म्लान दिसत होतं.

'कृष्णा, मला कलंक लागू नये म्हणून तू स्वतःवर डाग ओढवून घेतलास? धन्य तुझी.' सारी शक्ती एकवटून एकलव्य बोलत होता. चोहो अंगांनी फुललेल्या पळसाच्या वृक्षाप्रमाणे रक्तानं नाहलेला एकलव्य दिसत होता.

कृष्ण त्याच्याकडे एकटक पाहत होता.

'क्षमस्व.. गुरु.. देव.. क्ष म..स्व. मी प्राणांची आहुती देऊन देखील गुरुद्रोह्यांना शासन करून शकलो नाही. मी.. मी.. आपल्याला कमीपणा येईल, असं काही .. माझ्या हातून घडलें.. न्..... नाही.. प्रणाम.. कृष्णा, गुरुदेव... आपल्या भेटी..ला उत्सुक मी..' एकलव्य यापुढं बोलू शकला नाही. त्याचे प्राण त्याच्या गुरुदेवांच्या भेटीला निघून गेले. त्याचा तो बलिष्ठ सावळा देह मृत्यूनंतरही तसाच ताठ होता. काहीही न पाहू शकणारे त्याचे नेत्र अद्यापही कृष्णावर रोखलेले होते.

मूर्च्छेतून मध्येच कधीतरी सावध होऊन अर्जुन गोंधळलेल्या दृष्टीनं

पाहत होता.

कृष्णाच्या नेत्रांतून मोत्यांच्या लडींप्रमाणे ओघळणाऱ्या सरींकडे अर्जुन पाहत होता. कृष्णाच्या चर्येवर एक विलक्षण दुःख साकळलं होतं, जणू तो आपल्या जिवलगाला अश्रूंच्या अर्घ्यानं तर्पण करीत होता.

'वासुदेवा, तू.. तू.. याला मारलंस...'

'होय, कौन्तेया.'

'का? माझ्यासाठी?'

अर्जुनाच्या या प्रश्नावर कृष्णानं त्याच्याकडे न पाहताच मान हलवली.

'कृष्णा...'

'होय आणि नाही.' कृष्ण अद्याप एकलव्याकडेच पाहत होता.

'म्हणजे... माझ्या... माझ्या शौर्यावर अविश्वास...'

'भानावर ये, अर्जुना. अहंकाराची झूल टाकून भानावर ये...'

'आणि, कृष्णा, वर हे अश्रू...? एका क्षुद्र अनार्यासाठी..'

'कोण आर्य आणि कोण अनार्य? आर्यत्व हे जन्मावर आहे, की संस्कृतीवर? अर्जुना, वर्णाश्रम असोत, की देवत्व, तेही कर्मसाध्य आहेत. कर्म हा मानव्याकडून देवत्वाकडे नेणारा जिना, अर्जुना, एकलव्य आचरणानं शुद्ध व विवेकी कर्मयोगी. त्या महामानवानं हा जिना कधीच पार केलाय्. त्याला तू क्षुद्र म्हणतोस, अर्जुना?' कृष्णाचा स्वर नकळत कठोर बनला होता.

'अर्जुना, मानवजातीला भूषण असा एकलव्य युगायुगांचा आदर्श प्रस्थापित करून गेला. मी.. मी त्याच्यावर प्रहार केला. नियतीनं माझ्यावर थोपलेलं कार्य केवळ अपरिहार्य म्हणून, अन्यथा, अर्जुना एकलव्याचा स्नेह मिळता, तर मी स्वतःला भाग्यवान मानलं असतं...'

'कृष्णाऽ....' विस्मित अर्जुन उद्गारला, पण कृष्णाचं त्याच्याकडे लक्ष नव्हतं.

'एकलव्याचा वध हा माझ्या मनात सतत भळभळणारा व्रण असेल. अर्जुना, या कृत्याचं प्रायश्चित्तही मला माझ्या परीनं घ्यावं लागेल. हीच नियती आहे. पांडवा, हीच नियती आहे.' कृष्णाचा स्वर दुःखानं ओथंबला होता.

'अरे कुंतिपुत्रा, एकलव्य आर्य नव्हता, की अनार्यही नव्हता. तो श्रेष्ठ माणूस होता. निष्ठेचे, सत्याचे, समर्पणाचे नवे मानदण्ड सिद्ध करणारा महामानव! त्याचं मोठं ऋण आपल्यावर आहे. तुझ्यावर, माझ्यावर, साऱ्या मानवतेवर. आपण त्यातून कधीच मुक्त होऊ शकणार नाही.'

कृष्णाचे शब्द साऱ्यांना स्पष्ट ऐकू येत होते. सूर्यबिंब कधीच बुडालं होतं. आसमंत अंधारलं होतं. युद्धबंदीची भेरी कधी झाली, याचं भान कुणालाच नव्हतं. पण सर्वत्र युद्धोन्मादाचे स्वर व शस्त्रास्त्रांचे खणखणाट बंद झाले होते. त्याऐवजी

दु:खाचे दबके स्वर उमटत होते. नीरव शांततेला भीषण तडा देणारे ते स्वर कसलेल्या योद्ध्याला भयकंपित करण्यास समर्थ होते.

अर्जुनानं काही तरी बोलण्यासाठी तोंड उघडलं. अंधारलेल्या अवस्थेतही कृष्णानं ते अचूकपणे पाहिलं असावं.

'थांब, अर्जुना, बोलू नकोस. आता कमी-अधिक काही ऐकण्या-बोलण्याची शक्ती माझ्यात उरली नाही.' कृष्ण श्रांत, विकल स्वरात उद्गारला.

गडदलेल्या संध्याछायेतून कृष्णानं आपला रथ मागे वळवला.....मागे न पाहत..... गालांवर ओघळलेले अश्रू तसेच घेऊन....

●

उपसंहार

दिवसामागून दिवस उलटत आहेत.

दिवस, मास, वर्ष एक दुसऱ्याला खो देत राहिली आहेत. संवत्सरं दशकांत आणि दशकं शतकांत परिवर्तित होत आहेत.

संस्कृती-संघर्ष व संकरामुळं मानवसमूह बदलत आहेत. समाजाच्या प्रगतीचे, संस्कृतीच्या विकासाचे नगारे वाजत आहेत.

मानवानं आकाश भेदलं आहे. तो चंद्र-सूर्य पादाक्रांत करतो आहे.

स्वप्नांना सत्यात आणण्याचं सामर्थ्य मानव बाळगून आहे. पंचमहाभूतांना अंकित करण्याच्या प्रयत्नात देवाशी स्पर्धा करतो आहे....

पण...

प्रगतीच्या प्रत्येक पावलाबरोबर एकलव्यांची संख्या वाढते आहे. तशीच द्रोणांचीही.

आता समाजातील मानदण्ड, श्रेष्ठत्वाचे, गुणांचे निकष उरले आहेत :

सत्ता आणि मत्ता!

साधनच साध्य बनलं आहे...

विद्येने स्वीकारलेलं त्यांचं दास्य आता सर्वमान्य सत्य बनलं आहे. परपुष्ट उन्मत्त दुर्योधन किंवा स्वार्थी, कपटी शकुनि समाजाचे आदर्श बनले आहेत.

अध:पतनाच्या गर्तेत जाणाऱ्या समाजाची न कुणाला जाण आहे, ना खंत.

जीवन-गीतेत एकच सूत्र उरलंय् :

'आत्माऽनस्तु कामाय सर्वं वस्तु प्रियं भवति!'

स्वार्थाची पूजा... बस्स इतकंच!

नित्य नवे एकलव्य आपले भळभळणारे थोटे अंगठे घेऊन, निष्ठा हरवल्यामुळं किंकर्तव्यमूढपणे भरकटत आहेत.

-आणि द्रोण... पिठाच्या पाण्याच्या भयानं नव्हे, तर स्वार्थानं, लोभानं प्रेरित होऊन आपापल्या परीनं उन्मत्त कौरव किंवा स्वार्थी पांडव घडवण्यात एकचित्त गढून गेले आहेत.

नरमेधांचे नवे मांड मांडले जात आहेत.... त्यांत निष्ठा आणि श्रद्धांच्या आहुती पडत आहेत.... ज्ञानाची... नव्हे विद्येची रोज नवी दुकानं उघडली जात आहेत.

काळपुरुषाची पावलं पुढं चाललीच आहेत... एकलव्यांच्या आक्रंदनांच्या तालावर...

●